मॅग्नोलिया

एका मनस्वी द्विखंडीय प्रवासातली कलंदर कलाकारी.

अनिता कुलकर्णी

मेहता पब्लिशिंग हाऊस

Please contact us at **Mehta Publishing House,** Pune.

Email : production@mehtapublishinghouse.com

Website : www.mehtapublishinghouse.com

MAGNOLIA by ANITA KULKARNI

मॅग्नोलिया : अनिता कुलकर्णी / आत्मकथन

© अनिता कुलकर्णी

Email : author@mehtapublishinghouse.com

प्रकाशक : सुनील अनिल मेहता, मेहता पब्लिशिंग हाऊस,
१९४१ सदाशिव पेठ, माडीवाले कॉलनी, पुणे - ३०.

मुद्रक : टेक्श्रेष्ठा सोल्यूशन्स प्रायवेट लिमिटेड, भारत

मुखपृष्ठ : चंद्रमोहन कुलकर्णी

प्रथमावृत्ती : फेब्रुवारी, २०१८

किंमत : ₹ २९५

P Book ISBN 9789387319950
E Book ISBN 9789387319967

E Books available on : play.google.com/store/books
https://www.amazon.in/b?node=15513892031

जगासाठी कलाकार देवदूत वगैरे असेलही;
साहचर्यातला कलाकार सोपा नसतो.
आपल्या उदार वस्तुनिष्ठ सरलतेने सतत पाठिंबा देणाऱ्या आईंना,
सुधीर, साधना, सुबोध या सज्जन सुस्वभावी भावंडांना
आणि आनंदी-बुद्धिमान अपर्णा, अविनाश यांना
हा ओंजळीत न मावणारा मॅग्नोलिया
प्रेमपूर्वक अर्पण.

- ***अनिता***

प्रास्ताविक

'अरंगेत्रम्' म्हणजे कोवळ्या वयात नृत्याची तपश्चर्या सुरू केलेल्या भरतनाट्यम् पुरंध्रीचा मंचप्रवेश. शब्दम्-वर्णम्-तिल्लानाच्या तपशिलात शिरण्याच्या आधी ती मंचाला नमस्कार करते. पुष्पांजली अर्पण करून नटराजाला वंदन करते. गायक-वादकांच्या वृंदाला कृतज्ञ होऊन हात जोडते; आणि झांजेवर तिला 'नटुवंगम्' देणाऱ्या गुरूंना चरणस्पर्श करून, शेवटी प्रेक्षकांचे आशीर्वाद मागते. एका सुंदर भारतीय परंपरेचा तिला लागलेला भावार्थ प्रेक्षागारातल्या समुदायाला नृत्यातून विशद करण्यासाठीचा तिचा अभ्यास झालेला असतो. आता तिला मंच खुला असतो. भरतनाट्यम् हे सौंदर्यपूर्णतेनं ईश्वराला अर्पण करण्याचं प्राचीन नृत्य. काळानं त्याचं भाषांतर कलाप्रकारात केलं. उदात्त भक्तिसौंदर्याची व्याख्या जगताना, ते एका नव्या उंचीवर नेताना तिचं कौशल्य पणाला लागणार असतं. अस्मितेनं ती हे आव्हान पेलायला सज्ज होते. त्या भारलेल्या वातावरणात तिच्या डोळ्यांपुढून त्याही क्षणी गेलं तप सरकून जातं, आणि उत्सुक मनावरच्या आनंदमिश्रित ताणानं तिच्या अंगावर शहरा उमटतो.

अरंगेत्रमची ही तरल, काव्यमय आणि भक्तीनं सात्त्विक झालेली मधुर परंपरा, 'मॅग्नोलिया'च्या स्फूर्तिस्थानांना आणि प्रेरणाक्षणांना अभिवादन करताना मला आठवते आहे.

१९८४च्या फेब्रुवारीत बॉस्टनमधलं हेन्री रिचर्ड्सनचं ट्रिनिटी चर्च पाहिलं आणि एका अत्याधुनिक पाश्चिमात्य शहरातली अर्वाचीन मानवाची कामगत पाहून थक्क झाले. नतमस्तक होण्यासाठी गाभाऱ्यातल्या भगवंताच्या दर्शनाचीच गरज असते असं नाही! त्या वास्तुशिल्पाच्या अलंकृत अभिरुचीचं सौष्ठव आणि देखणेपण पाहून भारावलेली संवेदना अजूनही आठवते आहे. एकोणिसाव्या शतकाच्या उत्तरार्धात बांधलं गेलेलं ते चर्च. हजारो वर्षांच्या मानवी संस्कृतीत हा शतकवजा काळ तसा नगण्यच. पण लालसर-तपकिरी पत्थरातलं ते घडीव, रेखीव काम, त्याची चपखल

प्रमाणबद्धता आणि क्षितिजरेखेवरचं ठाशीवपण...केवळ अप्रतिम! इतिहास आणि परंपरेत जन्मलेल्या काव्याचा सद्यःकालीन अनुवाद इतका सुंदर असू शकतो?

या रोमनेस्क शैलीतल्या दगडी चर्चचं प्रतिबिंब शेजारच्या चमकत्या निळ्या कागदाच्या तावासारख्या दिसणाऱ्या गगनचुंबी 'हॅनकॉक टॉवर्स'मध्ये पडताना पाहणं, हा आणखी एक वेधक क्षण. नव्या-जुन्याचा किती अजोड मिलाफ! केवळ इतिहासच सर्वज्ञ होता, वर्तमानात राम नाही, भविष्यात आशा नाही अशा बंदिस्त विचारांना छेद देणारा हा काळ मी अमेरिकेत पाहत होते. आजचा चालताबोलता प्रतिभावंत माणूसही नवी परंपरा पाडत जातो, ते पाहताना नंतरच्या वर्षांत मग माझा टीपकागदच झाला होता!

काव्य, विरक्ती, जिज्ञासा, अध्यात्म, आकाशाला भिडणारी आकांक्षा, गद्यपण, मार्दव, कृतज्ञता, मनस्विता, नतमस्तकता, अभिमान हे सगळे सोबती असले तरी, कलाकार खरा एकाकी बेटावरच असतो. पण तरीही सूर-शब्द-रेषा-रंग या सर्वांवर मनस्वी प्रेम करत मी दोन खंडांवर एक समृद्ध आयुष्य जगले. वयाच्या तेविसाव्या वर्षी भारत सोडून ऐन जानेवारीच्या बर्फाळ हिवाळ्यात अमेरिकेत उतरले, तेव्हापासून अशी कैक उदाहरणं दररोज समोर अवतरत होती. 'मॅग्नोलिया'नं मनात ठाण मांडल्यानंतर खूप काही आठवत गेलंच, पण प्रत्येक आठवणीला जोडून आलेली जाणीव-समजही नोंदून ठेवावीशी वाटली. धावणाऱ्या मालगाडीसारखं धाडधाड जगत सुटल्यावर दोन्हीकडच्या दृश्यांसारखं खूप काही नजरेतून निसटतंच! नुसतं एका जागी बसून 'झेन' ध्यान लावलं तरी हजारो अनुभूतींची बेगमी. नवरसांचा जगद्व्यापी मेळा. आपण तर रोज उठून गावं-शहरं-देश-माणसं बदलत सुटलोय. लाखमोलाचे अनुभव आणि साक्षात्कारी क्षण नुसतेच समोरून पळताहेत. मागे पडताहेत. नाहीतर परस्परविरोधी प्रवाहांच्या जंजाळात फसताहेत. केवढी निखालस उधळपट्टी!

'मैत्र', 'भटकंत्या', 'कलंदरी' ही प्रकरणं लिहिताना अक्षरशः शेकडो जागा, माणसं, प्रसंग जिवंत झाले आणि नेसत्या वस्त्रानिशी मी त्या जथ्यात घुसले. नेपाळी मित्रांची नितळ हास्य आणि शिशिराच्या पानगळीची भूल. तीव्र-कोमल सुरांच्या अनाहत श्रुतींचे 'ब्लू रिज' पर्वतरांगांत घुमणारे भाव. केपकॉडच्या दूरच्या एकाकी टोकावर भर रात्री समुद्रावरच्या बिनकठड्याच्या लाकडी कॉजवेवरून चालवलेली गाडी आणि येणाऱ्या भरतीचा थरार! जॉर्जियातल्या किर्र रानात मध्यरात्री पसरलेलं दुधासारखं चांदणं. मार्टिनला तब्बल चोवीस वर्षांनी अचानक सापडलेल्या कॅथी आणि लिंडा... निर्मितीच्या गाभ्यातून निघणारी आणि पसरत जाऊन हलकेच परत अज्ञातात विरणारी कवितांची वर्तुळं....

‘पण काळीही बाजू तर रेशमी आहे
दुःखाला सोनेरी किनारी आहे...
विसरलीस?
दुःखातून तर निर्मिती होतेय
या कोवळिकीची
सैरभैर वैफल्याची
दुःखाच्या या काळ्याभोर मोत्यांचा
अतिपरिचय होऊ शकत नाही!
दुःखावरची मात
नेहमीच अप्राप्य वाटणार आहे
डोहात झोकून बुडी घेईपर्यंत
काठावरून अदृश्य होणार आहे...’

सिंध भैरवीच्या सुरांतून अशी कविता उलगडणारे अतिव्याकुळ क्षण. आणखीही कित्येक आठवणी!

पण, ‘स्वतःबद्दल सांगा’ असं कुठल्या मानाच्या व्यासपीठाचं आमंत्रण नसताना तीनशे पानांचा हा स्वतःबद्दलचा तपशील असा समारंभानं सांगायचा? ‘हे नुसते स्वतःचे पडघमच नाहीत, तर तद्दन उद्दामपणा आहे,’ असा शेरा मी दुसऱ्यावर सहज मारला असता. पण समोरून चाललेल्या आयुष्यातलं निसटणारं धरून ठेवण्याची आस संपत नाही. उघड्या डोळ्यांनी, आसुसून जगलेलं पन्नास वर्षांचं आयुष्य समोर सुस्पष्टपणे, ठाम कल्पना-विधानं-धारणा घेऊन उभं आहे. त्यातलं भावलं-भिडलं ते इतरांना सांगण्याची हौस, गरज आणि तळमळ जाणवते आहे. आर्किटेक्चरचा १९८० नंतरचा माझ्या आयुष्यातला प्रवेश म्हणजे तर मर्कटानं प्यायलेलं मद्य होतं, यापेक्षा सौम्य उपमा मला सुचत नाही. या कलाजननीबद्दल आणि तिच्या अमूर्त परिचयाबद्दल लिहिणं हा मॅग्नोलियाचा सर्वांत सोपा आणि आनंदाचा भाग होता!

सरधोपट, सरसकट आणि डिझायनर टाक्यांची ही बहुपदरी वीण आपण कशी, कधी घातली? किती मोहक आहे तिची अनवट लय. बर्ड-बाथचं स्केच, झाडू-पोछा-आटा-दाल, घामेजलेल्या रिक्षावाल्याशी तत्त्वज्ञानाच्या गप्पा, साइटवरच्या इंजिनिअरला फोनवरून धडाधड दिलेले तांत्रिक सल्ले वा स्पेसिफिकेशनचे पर्याय, स्पेनमधल्या कथक नर्तिकेशी नव्या प्रॉडक्शनची चर्चा, बेथोव्हनच्या ‘टर्किश मार्च’ किंवा नवव्या सिंफनीचं कन्टेम्परी इंटरप्रिटेशन - या गोष्टी, आणि साधारण याच क्रमाने घडणारे दिवस म्हणजेच ती वीण. आणि या विणीचं

बनलेलं आपलं आयुष्य. त्याची सजीव, बोलकी कथा का सांगू नये आपण... असं मनानं घेतलं.

प्रत्येकाचं आयुष्य ही एक कथाच असते. आणि आपल्या परीनं ती सुरस, चमत्कृतीपूर्ण, अद्वितीयच असते. ज्यानं आपलं अंतरंग त्याच्या कथेतून उघडून दाखवलं, ते वाचायला मला नेहमीच आवडतं. माणूस यशस्वी असो-नसो! (यशाची व्याख्या कोण करणार?) त्याच्या कथेला भाषेची जोड मिळाली तर ती मग कलाकृती बनते. ताजमहाल, सीकरी, लाल किल्ला अशा वास्तूंतून फिरताना मी तिथल्या भिंतींना स्पर्श करते. अंतर्मुख होऊन तिथं शांत उभी राहते. डोळे मिटून दोनशे-तीनशे-चारशे वर्षांमागे जाता येतं का, ते पाहते. किती पाहिलं असेल या भिंतींनी! आपल्याला दिसतात अचल वास्तुशिल्पं. त्यांच्या पुढ्यांतले चिनार आणि आरस्पानी कालवे. संगमरवरात घडवलेल्या जाळ्या. पण कल्पनेतल्या घड्याळाचे काटे उलटे फिरवावे की एक निराळाच अनुभव येतो. बादशहा-बेगम, त्यांचे विलास, दरबार, धूर्त विचारविनिमय, गनिमी कावे, दुधाचे हौद, गुलाबांच्या बागा आणि गुलाबपाण्याची कारंजी, केवड्याचे सुगंधी तलाव, कुणा मंदबुद्धी वारसाचं प्यादं हळूच बाजूला सरकवणं वा मारून टाकणं, जनानखाने, नावडत्या राण्या आणि त्यांची घुसमट-तडफड-याचना, यातना, राज्यांचे उदय आणि अस्त... या भिंती बोलल्या, तर भाकड मजकुरांनी भरलेले इतिहासग्रंथ निष्प्रभ होतील क्षणात..! अशा कल्पनांनी माणूस आणि त्याच्या कथेतलं माझं आत्यंतिक स्वारस्य जोपासलं. या लिखाणाची प्रेरणा त्या स्वारस्यातून आली असावी.

पण ही आत्मकथनं खासगीतून बाहेर आखाड्यात कशी आणावी, हा भुंगा थांबेना. या एवढ्याशा निरुपद्रवी, कःपदार्थ कुडीबद्दल विस्तारानं मी लिहून काय साधणार? असलं काहीतरी खरडून ठेवून, मी 'कुणीतरी' असल्याचा दावा नाही ना करत? लायब्ररीची शेल्फं धुंडाळताना मला नक्की कसला शोध असतो? आवडत्या लेखकाचे विचार मी खूप औत्सुक्यानं का वाचते? ज्याचं लिखाण भावतं, त्यामागची त्याची ऊर्मी नक्की काय होती? ते लिखाण वाचकापर्यंत न पोहोचतं, तर स्वतःच्या विचारांच्या साखळीचे दुवे त्याला सापडले असते का?...

आवडणारं काहीही वाचलं की मला छान मोकळा आनंद सापडतो. भाषेचं सौंदर्य फार भावतं. कधी वाचनानंतर अस्वस्थता येते. ती तर आनंदाची दुसरी बाजू. मंथन-चर्वण घडलं नाही, काहीच चिकटून राहिलं नाही, तर वेळ वाया गेल्याची खात्री होते. लिखाण करून आपणही या पाण्यात उतरावं हा मोह झाला खरा.

मैलाचे दगड प्रसंग, काळाचे तुकडे, व्यक्ती, स्थळं-माझ्या संवेदनेजवळ काय पोचलं? तेवढंच का पोचलं? त्यातलं काय काय गळून पडलं आणि काय मला धरून राहिलं यात अडकले नव्हते, तरी लिहिताना ते सापडतच गेलं आणि पानं

भरत गेली. पारंपरिक, स्वतंत्र, भारलेले, दिपलेले, सनातन, चाकोरीबाहेरचे, धाडसी, अवाक्, तरल-खेळते असे माझेच विचार समोर येत होते. 'लिहिणं' हा एक छान स्वाध्याय आहे. पूर्वी परीक्षांच्या दिवसात नव्या विषयांतली प्रश्नोत्तरं समजून घेऊन मी निबंधांसारखी लिहून काढत असे. ते एकदा मुद्देसूद, मनासारखं उतरलं, की काळ्या दगडावरची रेघ; मग चिंता नाही! जेव्हा जेव्हा हे जमलं तेव्हा मी आत्मविश्वासानं परीक्षा दिल्या आणि चांगल्या गुणांनी पुढे गेले. पुढे अमेरिकेत पोचल्यावर खुलून खुलवून भारतात लिहिलेली वर्णनपर पत्रं, मित्र-मैत्रिणींना लिहिलेली भावनिक चर्वणं, आर्किटेक्चरमधल्या कन्सेप्ट्स, 'पॅनोरमा'सारख्या नृत्य-नाट्यांची स्क्रिप्ट्स, अशा रूपांत कायम लिखाण होत राहिलं. सतत आणि ओघाओघात. मराठी आणि इंग्रजीत. स्वतःची ओळख करून घ्यायची तर खूप लिहावं!

'मेम्वार' या इंग्रजी शब्दाची हुबेहूब छटा मराठीत नसावी. आठवणी-अनुभवांचा आलेख हा मॅग्नोलिया, कुठेकुठे मेम्वारही आहे. त्याला आत्मचरित्राचा सलगपणा नाही. मॅग्नोलियात काय आहे ते वाचक वाचतीलच. काय नाही ते सांगणंच जास्त संयुक्तिक. आपण ज्या भौतिक-भावनिक-बौद्धिक-आध्यात्मिक पातळ्यांवर जगत असतो, त्यातले सहज समोर उलगडलेले पदर मी मॅग्नोलियात मांडले आहेत. जे स्वाभाविकपणे उघडले नाही त्यांना मुद्दाम उघडण्याचा आटापिटा केला नाही. कौटुंबिक आणि व्यक्तिगत मासलेवाईक तपशिलांचा शोध घेणाऱ्यांना कदाचित हे लिखाण नीरस वाटेल. मॅग्नोलियाचं स्वरूप मुख्यत्वे वैचारिक लेख, स्फुटं, चिंतनं, रसग्रहणं, समीक्षा असं आहे. मॅग्नोलियात तत्त्व, तर्क, काव्य, विनोद - सगळीकडे मुक्त संचार करतात. मनात कसले आखाडे नाहीत, वा आडाखे, आराखडेही. जगाच्या ग्रंथात शिरलं की सरळ लिहिलेलं दिसतंच, पण अलिखितही दिसत जातं. सूचक संकेत बोलावतात. समकालिनांचं अनेक विषयांवरचं ललित, साक्षेपी, सापेक्ष विवेचन भावतं आणि संतवाङ्मय, पुराणं, वेद, ऋचाही खुणावू लागतात. स्वतःविषयी लिहिणं, किंबहुना 'लिहिणं' हाच ईगोचा भाग आहे असं प्रतिपादन एका अमेरिकन पत्रकारानं एका आघाडीच्या पत्रात करून त्या लेखाला भरपूर प्रतिसाद मिळवला. काही त्याच्या मतात होते, काही विरोधात. मला असं वाटतं, हक्क-कर्तव्य-दुःख-आनंदाविषयी आग्रही आणि संवेदनशील असलं की अनुभव जमतातच. मुक्त-मोकळ्या ऊर्मीनं जगताना आपलं लिहीत गेलं तर आनंद, अस्मिता हे अपरिहार्यच आहेत!

दुसरी गरज सुसंवादाची.

जिथं लौकिकाचा स्पर्श नाही, भौतिकाचा वावर नाही, अशा संवेदनेच्या सूक्ष्म पातळीवर सुसंवाद घडतो. विषय गंभीर असतानाही हलकं आणि प्रसन्न वाटतं.

असा सुसंवाद म्हणजे निर्मितीचं आवर्तन पूर्ण झाल्याची खूण. ही निर्मिती रसिकांसमोर सादर होते, तेव्हा हे आवर्तन पूर्ण होतं.

आई-बाबांच्या भाषा-कला प्रेमाचा आणि संवेदनेचा परिपाक माझ्यात उतरला. त्यामुळे हे लिखाण सहज घडलं. चित्रकाराला आपली चित्रं चोखंदळांनी पाहावीत अशी इच्छा होते; तसं लिहिता यावं म्हणून जगलेलं नसलं तरी जगताना किंवा जगून झाल्यावर आपली कथा सांगावीशी वाटतेच! म्हणूनच माझ्यातली कलासक्त, पूर्वाश्रमी भारतानं आणि नंतरच्या तीन दशकांत अमेरिकेनं घडवलेली स्त्री, एक मनस्वी आर्किटेक्ट आणि मुक्त, स्वतंत्र जिप्सी हा मॅग्नोलियाचा प्रपंच मांडायला गेली.

ही टिपणं प्रामुख्यानं गेल्या पाच-सहा वर्षांतली आहेत. पुस्तक वगैरे डोळ्यांपुढे नव्हतं, त्यामुळे पुस्तकाच्या दृष्टीनं ती पुढे ओढली आणि गोंधळ माजला. आवडत होती, पण बरीचशी टिपणं एकांगी वाटत होती. काही वाहवत गेली होती आणि उरलेली भावनेत लडबडत होती. चांगल्या टिपणांना सूत्र देणं गरजेचं होतं. काम बरंच होतं. लेखसंग्रहदुरुस्तीची ही योजना पंचवार्षिक होणार, नाहीतर बाजूला सारली जाऊन धूळ खात पडणार, अशी भीती वाटली. फार रेंगाळलं तर कालबाह्यतेचा शिक्काही बसणार. काही वेळ नुसताच दिपून जाण्यात गेला. कल्पनेतल्या कामाचा लोंढा अंगावर येत होता; पण मग मात्र मी नेटानं हे पुस्तक पुरं केलं. माझ्यावर निर्व्याज प्रेम करणाऱ्या, मी कुठं रमते, खरी व्यक्त होते हे माहीत असणाऱ्या, चांगल्या निर्मितीला मनापासून दाद देणाऱ्या आणि इतर वेळी साक्षेपी टीकेची हमी देणाऱ्या मोजक्या प्रिय मित्र-मैत्रिणींच्या आग्रह-प्रोत्साहनामुळे मॅग्नोलियाच्या परसात कोंबडा आरवला.

'टप्पे', 'मागे वळून पाहणं' इत्यादी शब्दांची आम्ही मेलोड्रॅमॅटिक म्हणून खिल्ली उडवत आलो. पण पन्नाशीला अर्धं आयुष्य उलटलं, हात मोकळे झाले, आणि माझ्या विचारलेखनातही ते शब्द उतरण्याचा 'टप्पा' आला तर! 'मागे वळून पाहण्याची' गरजही निर्माण झाली आहे, हे जाणवलं. आपण चेष्टा केली त्याच शब्दांमध्ये अचानक राम सापडला आणि एकदम वडील पिढीच्या जवळच गेल्यासारखं वाटलं. ही या पुस्तकामागची आणखी एक शक्ती!

रसानुभवाच्या या प्रवासाचं आणखी एक ऋणही तेवढ्याच उत्कटतेनं मला मानावंसं वाटतं. आर्किटेक्चर शिक्षणाच्या कालखंडाचं.

सुसंवादाचा शोध घेणाऱ्या मला आर्किटेक्चरचा शास्त्रशुद्ध अभ्यास सुरू केल्यानंतर आनंदाचं शिवार सापडलं. पत्थराचे तुकडे छिनले जातात आणि शिल्प बनतं. तसंच वास्तुशिल्प अमूर्त अवकाशातून घडवलं जातं. धवल, निर्गुण,

निराकार, अपौरुषेय अवकाशाचा मोठासा तुकडा घेऊन त्यावर कल्पनेचा छिन्नी-हातोडा चालवावा! अवकाशाबरोबर तारा जुळून येण्याची एक सुंदर शक्यता माझ्यासमोर उलगडत होती. त्रिमित अवकाशाला, स्वतःला आवडेलशी मिती देतानाचं नाट्य फारच हृदयस्पर्शी वाटत होतं!

आता इतक्या वर्षांनंतर 'स्पेस' हे माध्यम माझं हक्काचं हत्यार बनलं आहे. या हत्यारावर इतका लोभ जडला आहे की, चल-विचल वस्तूंपलीकडल्या माझ्या प्रकृतीला, आत्म्याला ते भिडलं आहे. माझ्यात भिनलं आहे. या अवकाशाचं रंगरूप माझ्याच नाही तर इतर कुणाच्याही मन व शरीरावर कसा परिणाम साधतं, ते तपासण्याचा मला छंद लागला आहे. या परिणामाचा विचार मनात ठेवून वास्तुशिल्पाचं मनातलं 'साकारणं' हा एक खोल, मनन-चिंतनाचा आध्यात्मिक अनुभव आहे. या मनन चिंतनाच्या संस्कृतीचं सूक्ष्मपण अंतर्मनाला फार भावतं. त्यातूनच कविता, चित्रं, संगीत जन्म घेतं, ही माझी अनुभूती आहे. कधीतरी दूरस्थ असलेलं आर्किटेक्चरचं पटल हळूहळू स्पष्ट दिसू लागलं आणि नंतर ते माझ्या सृजनाचं अंतःसूत्र झालं.

या लिखाणातल्या बहुतांश नोंदी आर्किटेक्चर या विषयातल्या आहेत. विचारांचा, व्यवसायाचा आणि सगळ्या जगण्याचाच सर्वंकष तात्त्विक आधार मला या विषयात सापडतो. या बिंदूभोवती माझ्या मनात चिंतनवजा विचार सारखे जन्म घेत असतात, आणि घुमूनफिरून परत त्याच बिंदूकडे येताना दिसतात.

भारत सोडल्यानंतर परिचयातला धर्म व संस्कृतीचे संदर्भ दूर जात चालले. पण पश्चिमेत समांतर रीतिरिवाज सापडले. काही संदर्भांनी पेहराव बदलला. काही नव्यानं भेटले. आयुष्याचं स्वरूप वैश्विक, व्यापक होत होतं. भारतीय आणि अमेरिकन फूटपट्ट्या नेहमीच वेगळ्या राहिल्या आणि माझ्यासारख्या सुदैवी स्थलांतरितांना 'बेस्ट ऑफ बोथ वर्ल्ड्स'चा भरघोस फायदा देऊन गेल्या. पश्चिमेतल्या लोकांचे जगण्या-जगण्यातले फरक, विरोधाभास, दृष्टिकोनांची दुष्टचक्रं, व्यावसायिकता (की धंदेवाइकता?) क्रौर्य, आणि कारुण्य... मनुष्यस्वभाव जन्माला घालणारी ही नाट्यं त्रयस्थपणे मी पाहत होते. पार्श्वभूमीवर निसर्गातली उत्कट ऋतुचक्रं फिरत होती. हे सगळंच माझ्या मनावर एक निश्चित परिणाम साधत राहिलं. त्या देशाला लौकिक नाव होतं, 'अमेरिका'. पण तिथल्या अप्रतिम निसर्गाची, रंगीत ऋतूंची आणि सर्वसमावेशक काळाची आठवण होते तेव्हा तो देश माझ्या लेखी कुणी एक अनामिक कृपाळू, ओळखदेख नसताना प्रेमानं कवेत घेणारा, सर्वव्यापक विराट प्रांत होऊन जातो. स्वप्नातल्या गोष्टी गुपचूप आणून देणाऱ्या हसऱ्या सांताक्लॉजनं देशाचं स्वरूप घ्यावं तसा. आनंदी फुलं फुललेल्या तिथल्या माळावरची आमची घटकापळं भरल्याचा संदेश आला. नोकरीच्या निमित्तानं तो प्रिय देश सोडण्याचा निर्णय झाला. तो निर्णय त्या वेळी 'कायमचा' वाटला होता. आपल्याला धोधो दिलं त्या जादुई देशाची दारं आपल्यामागे बंद करणं महाकठीण काम

वाटलं होतं. पण अशाच ढवळून टाकणाऱ्या घटनांमधून, आनंद-दुःखाच्या संमिश्रतेतून संवेदनेला धार चढते आणि अभिव्यक्ती सापडते!

भारतात परतल्यानंतरची वर्षं अति वेगवान होती. नुसते मवाळ ठसे उठवून ती थांबली नाहीत. या प्रवासात अमर्याद कैफ होता. तरुणाईची बेफिकिरी, अहंगंड, आत्मविश्वास, परदेशाचं पाणी आणि उच्च पदव्या. जिद्द होती. संसार, व्यवसाय, छंद यांना मी लगोलग भिडले आणि लौकिक, दाद, यश, प्रसिद्धी, तडजोड, काळीज फुटेपर्यंतचे अपेक्षाभंग, आपण गृहीत धरले गेल्याचं दुःख, संताप, वैमनस्य, नैराश्य - अशा नाट्यपूर्ण लाटेवरून जात राहिले. माझी अभिव्यक्ती काही काळ या सर्वांच्या पायदळी पडली होती. पण एका वळणावर सगळं मळभ वितळलं आणि मोकळ्या श्वासांच्या लयीवर ती मला परत भेटली. माझ्या नोंदी पुन्हा एकदा सुरू झाल्या.

आयुष्याचा पूर्वार्ध भ्रमंती व स्थित्यंतरांनी सर्व शक्तिनिशी व्यापला होता. आपल्या भावनिक, सांस्कृतिक, व्यावसायिक, सामाजिक अस्तित्वाला काही अर्थ असावा, ही आच माझ्यात रुजवूनच ती वर्षं संपली. प्रवास आणि भ्रमंतीनं माझ्या निरीक्षणांना तुलना दिली. व्यवसायात मला डेव्हिड पार्किन्स आणि मार्थासारखी माणसं भेटली. बाकीच्या आयुष्यात भेटत राहिल्या एमिली आणि पॉलच्या आवृत्त्या. ज्योती आणि डॉ. गोसावींसारखी भाग्ययोग आणणारी मैत्रं. आणि कधी भेटला आतडं पिळवटून टाकणारा, न पाहिलेला विजय. संगीत-कला-साहित्यप्रेम तर कायमच श्वासांसारखे बरोबर होते. पूर्व-पश्चिमेतलं संगीत, पॅरिस-न्यू यॉर्क-दिल्ली-मुंबईतली आर्ट म्युझियम्स आणि बुद्धिमान मित्रमंडळी, समव्यवसायी, नातलगांशी वादविवाद, लेखन-वाचन हे सतत आणि आपसूक घडत होतं. त्यामुळेच असेल कदाचित, हे पुस्तक लिहिताना संदर्भग्रंथ, कोश, स्टॅटिस्टिक्स फारच कमी वाचले गेले. माणसं आणि मनांचा आलेख म्हणजे मॅग्नोलिया. यातलं काहीच तथाकथित वा ऐकीव नाही. प्रत्येक कण आणि क्षण मी भोगलेला आहे.

उत्तर अमेरिकेत मॅग्नोलियाचे वृक्ष सापडतात. गडद हिरवी जाड चकाकती पानं. आणि वसंतात फुलणारी मोठमोठी शुभ्र फुलं. उमललेला मॅग्नोलिया ओंजळीत न मावणारा मोठा, सुवासिक. कवठी चाफ्याच्या कुळातलं हे फूल. कवठी चाफ्यापेक्षा किमान पन्नास पट मोठं. फुलांना मातीचं नातं कळतं. ऊनपावसाचे विशिष्ट ऋतू बोलावतात. म्हणूनच खरी बोगनवेल स्वतःला बेफाट उधळून देते ॲरिझोनाच्या ओसाड वाळवंटात. तसा मॅग्नोलिया उत्तर अमेरिकेत फुलतो.

ॲमहर्स्टच्या माझ्या रूममेट एमिलीवर मी एक गोष्ट लिहिली. तिचं नाव मॅग्नोलिया. एमिलीच्या प्रेमजीवनात एक घटना घडली होती. तिच्याबद्दलचे माझे विचार,

त्रागा, दुःख, संताप व्यक्त करताना मला अचानक मॅग्नोलिया हे रूपक सापडलं. मॅग्नोलियाच्या रूपकानं माझी अस्वस्थता शांत केली. या पुस्तकाची सुरुवात मॅग्नोलियाच्या गोष्टीनंही झाली आणि त्यानंतर आयुष्याचा चलच्चित्रपट समोर पाहताना भराभर लेख-कथा जमत गेल्या. हा रूपकात्मक मॅग्नोलिया आजही माझ्या आजूबाजूला फुलत असतो. अनेक प्रश्नांना तो समर्पक उत्तर करतो. 'लेट इट बी' सहज म्हणतो. पांढराशुभ्र मॅग्नोलिया म्हणजे मूर्तिमंत सौंदर्य, आनंद आणि शांती!

योग असा होता की मॅग्नोलियाचं शुभ्र सौंदर्य सापडल्यानंतर माझं अमेरिकेत भारत आणि भारतात अमेरिका शोधणं नेणिवेतूनच थांबलं. खूप कळीचा हा काळ होता. कारण या समजेनंतर प्राण शोषणारी एक बेचैनी पावलं न वाजवता निघून गेली, ती कायमची. आणि कुठं असेन तिथं जीव रमला तो रमलाच!

◆

ऋणांकित

जन्मदाते, गुरू आणि भूमीचे ऋणांकित तर आपण सगळेच आहोत. शब्दांत ते ऋण व्यक्त करणार, आणि कसे फेडणार!

त्या पलीकडेही आपल्याला घडवण्यात, नावारूपाला आणण्यात, हाती घेतलेलं प्रत्येक लहान-मोठं काम पूर्ण करण्यात, अनेक सदिच्छा गुंतलेल्या असतात. गुरूसमान असलेल्या काही थोरामोठ्यांची आणि मित्र-मैत्रिणींची संक्षिप्त व्यक्तिचित्रं मी 'मैत्र' या प्रकरणात लिहिली आहेत.

'पॅनोरमा', 'केसरिया', 'जयवंती', 'मीट मी ऑन द मेडो' या गेल्या काही वर्षांमधल्या नृत्य-संगीत प्रकल्पांदरम्यान मला अनेक गुणी कलाकारांचा सत्संग लाभला. सर्वांची नावं देणं अशक्य आहे. प्रकल्प संपले. लोकप्रिय झाले. त्या कामातून त्यातल्या एकूण एक कलाकाराने मला जे दिलं त्याचं मापन होऊ शकत नाही. हर्षद कानेटकर, परिमल फडके, शीतल कोलवालकर, गौरी पाठारे, शांभवी दांडेकर, श्रेया नाग, वैभव आरेकर, शर्वरी जमेनीस, सत्यजित केळकर, मयूर वैद्य ही काही नावं. हे कलाकार आणि त्यांची कला यांचे साहचर्य हा एक आनंदयोग होता!

'खोलगट बशीतलं शहर' हे माझं अमेरिकेतल्या न्यू ऑर्लिन्स या शहरावर लिहिलेलं पुस्तक. त्याचे प्रकाशक संजय निलंगे (अक्षता प्रकाशन) आणि समाजरंग पुस्तकाचे सुदेश हिंगलसपूरकर (ग्रंथाली) यांचे खूप आभार. ही दोन्ही पुस्तकं चोखंदळ वाचकांच्या पसंतीला उत्तम उतरली.

'मॅग्नोलिया'चे प्रकाशक सुनील अनिल मेहता (मेहता पब्लिशिंग हाऊस) आणि राजश्री देशमुख यांचेही अर्थात मनापासून आभार.

'समाजरंग' हे पुस्तक मी आमचा ह्यूस्टनस्थित मित्र ज्ञान उर्फ डॅन मयूर याच्या समवेत लिहिलं. ते ज्ञानच्या 'मुंबई टू स्टॉकहोम व्हाया न्यूयॉर्क'या उत्कृष्ट इंग्रजी निंबधसंग्रहावर आधारित आहे. ज्ञानसारख्या बुद्धिमान-बहुश्रुत गुणिजनांचा सत्संग थोड्यांना लाभतो. अनेक वर्षांच्या ओळखीतून परिपक्व होत गेलेली ही मैत्री माझ्या

अनेक प्रकल्पांसाठी मार्गदर्शक ठरली आहे. 'लिव्हिंग ड्रीम्स' हे ज्ञानचे स्वानुभवांवर आधारित इंग्रजी पुस्तक मेहता पब्लिशिंग हाऊसने नुकतंच प्रकाशित केलं.

आर्किटेक्चर कॉलेजच्या पहिल्या सेमिस्टरमध्ये भेटलेले वर्षा (परुळकर ऊर्फ नेहा कुलकर्णी), सुनील (शेलार) सारखे सुहृद! अठरा-वीसच्या कोवळ्या वयात आमची तार जुळली होती. आज त्या मैत्रीला पस्तीस वर्षांचं माधुर्य आहे. माझ्यावर निर्व्याज प्रेम करणाऱ्या त्यांच्यासारख्या मित्र-मैत्रिणींच्या प्रेमाचंही केवढं तरी ऋणच!

आमच्या भटकंतीत गावोगावीच्या वास्तव्यात छानछान मित्रमंडळी भेटली. त्यांच्या आस्था आणि सदिच्छा सतत बरोबर असतात. "सध्या नवं काय करते आहेस?" हा वरकरणी साधा प्रश्न अंतरातून हित सांगतो. स्वयंप्रेरित माणसालाही अशी बाह्य प्रेरणा लागतच असते! अंतस्थ विचारांना वास्तव रूप द्यायला, नव्या वाटचालीला, ती अनेकदा उद्युक्त करते.

माझ्या कुटुंबाचे उल्लेख अर्पणपत्रिकेत आणि पुस्तकात आले आहेत. नील आणि नेहा म्हणजे माझी डिव्हाईन ग्रेस! तर मुंबईचा वशी-ओक-जयस्वाल कंपू आणि त्यांची गुणी मुलं म्हणजे आमची दौलत! जिथं असू, तिथून आठ ते दहा हजार मैलांच्या अंतराला अजिबात न जुमानता घडत राहणाऱ्या आमच्या निखळ आनंदी ट्रिपा/बैठका हा तिचा पुरावा.

आई-बाबांकडचा मिळून (जावडेकर/वाकणकर) समस्त सख्खा आते-मामे-चुलत-मावस भावंडांचा माझा परिवार पन्नासच्या पुढे केव्हाच जातो. त्यात विवेक-उज्ज्वल, नरेंद्र-चित्रा दुवेदी, दीपक-आरती, सुनीता-संजय दशरथ, उज्ज्वला गोखले या भावंडांशी असलेलं गूळपीठ निराळं, म्हणून खास उल्लेखनीय!

सहधर्मचारी सुधीरनं मला मोठ्या औदार्यानं जे प्रोत्साहन आणि स्वातंत्र्य दिलं, ते त्याचं सर्वांत मोठं ऋण! कलाक्षेत्रातली माझी अनेक उद्दिष्टं आणि वाटचाली त्याला अनाकलनीय वाटत असणार. तिथे कालप्रमाणितही काहीच नाही. त्या बिकट वाटेवर त्याची परवड झालीच असणार. त्याची परतफेड त्यानंही माझी भरपूर परवड करून केली. परंतु याही (प्रेमाच्या) व्यापाराची मी ऋणीच आहे!

- अनिता कुलकर्णी

अनुक्रमणिका

अमूर्त परिचय / १
वायव्हा आणि कॉरिन्थियन खांबमाथा
उमेदवारी

बॉस्टन ब्रॅह्मिन्सचा सत्संग / २४
चमचमती क्षितिजरेखा आणि निळी-जांभळी चार्ल्स
बॉस्टन ब्रॅह्मिन्सचा सत्संग
जॉर्जियातला तुरुंग

ॲमहर्स्टची वर्षं / ४७
सस्मित सौजन्याची सलामी
कोर्सेसचं लवचीक ऋतुचक्र
नॅनटकेट नावाचा स्वाध्याय
अंगभूत सौंदर्यातला नखरा
संवेदनेची मूस-ॲमहर्स्टची वर्षं
लेट इट बी ....
मॅग्नोलिया
द बार्न
पॉल व्होरस
टेम्परररी मुलं
ॲन डे

इंद्रधनुषी शक्यतांचा कॅनव्हास / ८६
इंद्रधनुषी शक्यतांचा कॅनव्हास
युद्धभूमीतले मुक्त,विमुक्त,अल्पसंख्यांक
सुखासन, सुखासीनता
टेरेस गार्डन ते टाउनशिप
चांदण्यांचे तरंग आणि बर्डबाथची नादमयता

प्रसन्नतेचा परीसस्पर्श / १२१
शिल्पामागची फोडणी
कपारीतलं रंगीत रानफूल
प्रसन्नतेचा परीसस्पर्श
भिंतींनी आर्किटेक्चर घडत नसतं...
परिमाण, परिणाम आणि झेन
‘वास्तू’ : गफलतीतून गल्ला?

भटकंत्या / १४५
युरोप
अमेरिकेचं वातानुकूलित जंगल
शिशिर : एक उदात्त काव्य
टॅलिसिन, वारली आणि रेवदंडा
इतिहास-भूगोल : एक घट्ट वीण
व्हेगासचा चैनजागर
वादळ
बिगर इज बेटर!
दुसऱ्या मजल्यावरचं शहर

मैत्र / १९१
मैत्र
'रेशम फिरी री...'

कलंदरी / २१२
मिडकोर्स करेक्शन : अतिअमूर्ताकडे
कलंदरी
पॅनोरमा
अभिव्यक्तीविषयी
वेदनांची फुलशेती
ऊर्जा ते ऊर्मी आणि मल्टीटास्किंग
संघर्ष- एक उच्च दाबाचा शब्द
अर्घ्य

अमूर्त परिचय

- अमूर्त परिचय
- वायव्हा आणि कॉरिन्थियन खांबमाथा
- उमेदवारी

तीन चौकोन व एक त्रिकोण दिला तर रिकाम्या भिंतीवर ते कसे लावाल किंवा महिरप आणि विशालकोन यांची सांगड घालणारं चित्र काढून दाखवा, असे प्रश्न त्या परीक्षेत आले होते आणि वरकरणी विनोदी, उथळ वाटणाऱ्या त्या प्रश्नांनी आपल्याला विचार कसा करायला लावला, याची गरमगरम चर्चा आम्ही वर्गाबाहेर पडताच केली होती! रंग, आकार, पोत, रचना हे वास्तुशास्त्राचे सा-रे-ग-म. संगीत शिकताना प्रथम शुद्ध स्वरांचे आरोह-अवरोह आणि अलंकारांचा रियाज करावा लागतो, तसे रंग, आकार, पोत, रचना यांचे अनन्वित अलंकार आम्ही पहिल्या वर्षी घोटले. चौरस, आयत, त्रिकोण, वर्तुळ या भूमितीतल्या मूळ आकारांच्या वेगवेगळ्या रचना केल्या. त्या साधी रेखाचित्रं म्हणून पाहिल्या. तर कधी फिक्यातून गडद रंगाकडे सरकणाऱ्या एकरंगी माध्यमातून काळ्या-पांढऱ्या स्वरूपात अभ्यासल्या. त्यात भडक रंग भरून निरखल्या. नंतर त्या रचनांची परिणामकारकता अनेक कोनांमधून न्याहाळली. केवळ रंगांना खऱ्या तर दोनच मिती. लांबी व रुंदी. त्याच रंगाला पोत दिला, की तिसरी मिती मिळते. रेशमाचा सुळसुळीतपणा, समुद्रावरच्या वाळूचा खरखरीतपणा, तांदूळ, पोहे यांसारख्या धान्यांचा खरबरीतपणा, लाकडाच्या पापुद्र्याचा भरडपणा यांसारख्या पोतांमधून कोणतं नाट्य निर्माण होतं ते तपासण्यात आमचे तासच्या तास जात. फेव्हिकॉल अजून बाजारात आलं नव्हतं की परवडत नव्हतं ते आठवत नाही; पण पुठ्ठ्यावर स्वस्तातला मधासारखा दिसणारा डिंक किंवा भाताची खळ पसरवून त्यावर पोहे, गहू भुरभुरवून दिले की सुंदर पोताची भिंत तयार होई. मग त्यावर वेगवेगळे रंग चढवत बसायचं. असं हे शिक्षण. सुदैवाने त्यातला मथितार्थ कळून गेला. पाऱ्यासारखा तो निसटून नाही गेला!

शाळेपर्यंत सगळं सोपं होतं. अंगणात असावी तशी जवळ छोटीशी पण उत्तम शाळा. प्रौढपणी सगळ्यांनाच वाटतं की, आमची बॅच हुशार होती. पण आमची बॅच खरंच हुशार होती. हस्ताक्षर, राष्ट्रभाषा हिंदी, संस्कृत, मराठी, इंग्रजी, गणित, चित्रकला, विज्ञान, खेळ, वक्तृत्व, नाटकं एकूण एक कारणांसाठी आमचा कंपू भाव खाऊन असे. दराराही जमवून असे. वार्षिक गॅदरिंगला बक्षिसांची फैर झडे. स्टेजच्या एका बाजूच्या पायऱ्या चढून स्टेजवर जायचं, बक्षीस घेऊन दुसरीकडून खाली, की परत पायऱ्या चढायची वेळ. अशा गोलगोल फेऱ्या आम्हा मैत्रिणींचा ग्रुप मारत राही. अर्थात अशा छोट्या शाळेत आणि गावात मध्यमवर्गीय कूपमंडूक वृत्तीचा शैलीदार वापरही सापडे. हेवेदावे, असूया, ईर्षा. रिकाम्या रीती-पद्धतींचं ओझं लहान-मोठ्या जिवांवर घालणारे शेजारीपाजारी.

शाळेच्या अप्रतिम वर्षांनंतर अकरावी-बारावी ही ना धड शाळा ना कॉलेज - अशी दोन कोमट वर्षं आली आणि गेली. बिचाऱ्यांना काही व्यक्तिमत्त्वच नव्हतं. मनाने शाळेबाहेर पडायला आम्ही उत्सुक होतो, पण वय अर्धवट. त्यामुळे बाहेरच्या जगात फारसं काही सुधरत नव्हतं. यथावकाश उपनगरातून उठून मी थेट मुंबईत फोर्टमधल्या ब्रिटिश इतमामाच्या भव्य सरकारी वास्तुशास्त्र महाविद्यालयात दाखल झाले.

या जे. जे. कला-वास्तुशास्त्र महाविद्यालयाची प्रवेशपरीक्षा कठीण होती. पस्तीस वर्षांपूर्वी महाविद्यालयं आणि त्यांत शिरू पाहणारे लाखो विद्यार्थी या दोन्हींचा व्यापार अजून 'बोकाळणं' या सदरात गेला नव्हता. तरीही केवळ राज्यातूनच नाही, तर देशभरातून आणि परदेशातूनही येणाऱ्या अर्जांची संख्या हजारोंनी नक्कीच असे. त्यांतले फक्त पन्नास निवडले जाणार. इंग्रजी, गणित, ड्रॉइंग, सामान्यज्ञान अशा तीन तासांच्या लेखी परीक्षा प्रवेशासाठी द्यायला लागल्या. आणि प्राध्यापकांच्या निवड समितीला द्यायची मुलाखत वेगळीच. मोठमोठी चित्रं ठेवायला मिळणारा जाडजूड पुठ्ठ्याचा बेंगरूळ, प्रचंड पोर्टफोलिओ त्यात भरपूर चित्रं घालून मी नेलेला आठवतो.

आर्किटेक्चरसाठी महाराष्ट्र सरकारची इंटरमीजिएट ही चित्रकलेची परीक्षा सक्तीची होती, अशी माहिती कूर्मगतीने माझ्यापर्यंत पोचली तेव्हा नववीचं वर्ष केव्हाच सुरू झालं होतं. पुढच्या वर्षी दहावी, तेव्हा जमणार नाही, म्हणून धावपळ करून अर्ज भरला. ही परीक्षा दुसरी. वास्तविक पहिली 'एलिमेंटरी' आधी देणं इष्ट असतं. पण वेळ निघून गेली होती. म्हणून थेट हिचा अर्ज भरला. शाळेत परीक्षेसाठीचे खास चित्रकलेचे वर्ग सुरू होऊन जुने झाले होते. परीक्षा सप्टेंबरात. पण मी दर रविवारी क्लासला जाऊ लागले आणि खूप दातओठ खाऊन चित्रं काढली आणि रंगकाम केलं. पेन्सिल स्केचिंग आणि पोर्ट्रेटमध्ये

मला विशेष स्वारस्य नव्हतं. कुठलीही बाई वा मुलगी काढली तरी तिच्या चेहऱ्यावर एक उग्रपणा यायचा. आणि चेहऱ्यात कुठंतरी व्यंग असावं, पण नक्की कुठे ते कळू नये, असा तो चेहरा दिसायचा. पण लॅन्डस्केप, स्थिरचित्रं (Still life) नामक एक थिजलेला चित्रप्रकार आणि मुख्यत्वे फ्री-हॅन्ड व फुलं-पानांची नक्षी यांत मात्र माझा हातखंडा होता. यापैकी स्टिल लाइफमधलं सौंदर्य आजही मला कळलेलं नाही. नुसतं लाइफ स्टिल नाही, तर स्टॅन्ड-स्टिलला आलं असावं इतकं निर्जीव असतं ते. काढणारे काढतात. बिचारे त्या थिजलेल्या वस्तूलाही जलरंग वा तैलरंगात सचेतन करतात; पण ते तितकंच. मुळात आडातच जीव नसतो तो पोहऱ्यात कुठून येणार! फ्री-हॅन्ड करताना खरं तर मधल्या अक्षाच्या दोन्ही बाजूंना समान रेषाकार काढता आले पाहिजेत. पण आम्ही कागदाला मधोमध घडी घालून दुसरीकडचं डिझाइन हलकेच उतरवून घ्यायचो. फिकट रेषांना पक्क्या करायला किती वेळ! मग त्यात रंग भरण्याचं काम फक्त बाकी असे; त्यालाही मजा येई. लफ्फेदार फूलपत्ती काढण्यात पण माझा हात छान चाले. माझी पेन्सिल न थांबता, सरासर वळणं घेई. श्वास रोखून जीभ बाहेर काढून कणकेच्या गव्हल्यांसारखे रेषांचे बारकेबारके तुकडे गिरवत गिरवत कुणी रेघ मारायला लागलं तर ते बघताना मला आजही हसू येतं. पक्ष्याच्या मुक्त, उत्स्फूर्त लकेरीसारखी हवी रेघ- हलकी आणि सफाईदार. कुठून कुठे जायचं त्याचा ताळेबंद मन व बोटांत असला तरी ठीक. आणि नसला तरी ती उत्स्फूर्तता उचलून धरणाऱ्या रेषा रेखाटण्याचं कौशल्य आणि साहस असलं तरी छान. चित्र जमून जातं! कुठल्याही व्यासाचं वर्तुळ सहज काढता येणं हेही खऱ्या चित्रकाराचं लक्षण आहे.

तर एकदाची ती परीक्षा सप्टेंबरमध्ये झाली. माझ्या पोर्ट्रेट व स्थिरचित्रांची दयनीय दृश्यं बघून, त्यावर फ्री हॅन्डची पुण्याई कितपत मात करेल हा यक्षप्रश्नच होता. आपण नापास झालो तर पुढच्या वर्षी कशी देणार परीक्षा? दहावीत बोर्डात आलं नाही तर जगबुडी नाही का होणार! अशा चिंतेत असतानाच मी परीक्षा पास होऊन विशेष प्राविण्यासकट 'A' ग्रेड मिळवली आहे ही बातमी आली आणि त्या एवढ्याशा गावातल्या टाउन हॉलमध्ये माझा छोटासा सत्कार वगैरे झाला. सरकारदरबारात छोट्या-मोठ्या कामगिरीला खरा कुर्निसात मिळतो तो असा. या यशानंतर आता आपला आर्किटेक्चरचा मार्ग खुला झाला, ही खूणगाठ मी कुणी न सांगताच घालून मोकळी झाले. कदाचित या गर्विष्ठपणातूनच जे. जे. कॉलेजमधला प्रवेशादाखलचा माझा तो इंटरव्ह्यू छान झाला असावा. दडपणाचा लवलेशही नव्हता. बारावीचे उत्तम गुण, ती सन्मानाची 'A' ग्रेड आणि तो भडक निळा अवजड पोर्टफोलिओ सावरत मी गेले आणि फाडफाड

इंग्रजी बोलणाऱ्या स्पर्धकांचा विचारही मनात न आणता, माझ्या मराठी माध्यमातल्या न येणाऱ्या इंग्रजीतून जोरदार उत्तरं दिली, तीही आनंदानं, उत्साहानं. बाहेर जुलैतला मुंबईचा धुवाधार पाऊस कोसळत होता आणि प्रवेश परीक्षेत यशस्वी झालेल्या एकूण पन्नास मुलांमध्ये, माझा तिसरा क्रमांक आला होता.

मात्र कॉलेज सुरू झालं आणि तिथल्या वातावरणानं मला गोंधळात टाकायला सुरुवात केली. प्रवेशपरीक्षेतल्या यशाचा थरार, माझ्या गावातल्या मित्र-मैत्रिणींना आनंदाभिमानानं पुरवण्याची आर्किटेक्चरची बातमी, काही नव्या कपड्यांची, तसंच बोजड लाकडी टी-स्क्वेअर आणि ड्रॉइंग बोर्डची खरेदी- झालंच तर लोकलचा 'फर्स्ट'चा (फर्स्ट क्लासचा नाही!) पास... तयारी तर जय्यत झाली होती. नमनाला घडाभर तेलही ओतून झालं होतं. आता खरंखुरं कॉलेज सुरू... पण हळूहळू ब्रह्मांड आठवू लागलं. एकमार्गी अभ्यास करून गुणवत्ता यादीत चमकणं सोपं होतं. प्रवेशा वेळी प्राध्यापकांना दिलेल्या मुलाखतीनंतर हजारएक विद्यार्थ्यांमध्ये विशेष स्थान मिळवणंही फार अवघड वाटलं नव्हतं. परंतु हरतऱ्हेच्या, अतिप्रगत मुलांच्या त्या वैश्विक गर्दीत शिरून मी गोंधळून गेले. शांत, गप्प झाले. पंख दुमडून वळचणीला आलेला ओला पक्षी पाऊस थांबायची वाट पाहत गपचिप थांबतो, तशी दुमडून गेले. सांस्कृतिक धक्का- कल्चरल शॉक- हा एक वजनदार शब्द; हा धक्का बसण्याचे ते दिवस होते. नंतरच्या वर्षांमध्ये आमच्या देशोदेशींच्या भटकंतीत आम्ही बारा गावचं पाणी प्यायलो. सांस्कृतिक धक्के वगैरे बसायचे केव्हाच थांबले. पण तेव्हा मात्र त्या 'कॉस्मोपॉलिटन' वातावरणाची मी धास्तीच घेतली होती! दोन वाजता कॉलेज संपलं की दोन बावीसची लोकल कधी एकदा पकडते आणि घरी पोचते, असं मला वाटे. गावातल्या गावात असून होमसिक होणं म्हणजे काय, त्याचा अनुभव घेतला. गर्व, शिष्टपणा सगळं मरो, चांगल्या सन्मानानं मिळवलेल्या ॲडमिशनवर पाणी सोडून गुपचूप पाऊल न वाजवता मागे फिरावं, हा पळपुटा विचारही येऊन गेल्याचं आठवतं आहे. आत्तापर्यंतचं शौर्य, बाणेदारपण मागे सरकलं होतं. इंग्रजी न बोलता येणं, बावळटपणाकडे जाणारे कपडे, लांब केसांच्या दोन चप्प वेण्या आणि शहरी अपरिचित उपचार!

आता आठवताना वाटतं, किती गोड होती ती सगळी पोरं! हुशार, हसरी, हुन्नरी! माझी चेष्टा करण्यावाचून त्यांना काय दुसरे उद्योग नव्हते? आणि नसते तरीही नसतीच केली त्यांनी माझी चेष्टा. उलट, कॉलेज संपलं की दगडी पायऱ्यांवर बसून कटिंग चाय पीत, नाहीतर समोसा-रगडा खात रमतगमत गप्पा मारायच्या, गाणी म्हणायची यात त्यांना किती रस असे. मी गाणं म्हणते हे कळल्यावर मलाही

हात धरून बिचारी आपल्यात बसवायला पाहत. पण ही खूप लांब राहते, घरी जायची घाई आहे या सरळ समजुतीवर ती परत हसण्याखिदळण्यात रमून जात.. कसल्या न्यूनगंडापोटी मी पळते आहे, ते त्या निरागस कंपूला कळणं कठीण होतं.

देवाच्या दयेने पुढे लवकरच चित्र बदललं आणि मला सूर सापडू लागला. कॉलेज वातावरणाच्या मी प्रेमात पडू लागले. पावसाळी गॅदरिंगच्या स्टेजवरून मी गायलेल्या गाण्यांवर मुलं भान हरपून नाचली. वन्स मोअर मिळाले. कॉलेजच्या कोर्टयार्डमधलं कांचनचं झाडही फुलून आलं. गडद गुलाबी रंगाच्या फुलांनी माखून गेलं. साध्या तगरीच्या झाडाखाली पडलेला शुभ्र फुलांचा सडा मला अचानक चांदण्यांसारखा भासला. अलका-सारिका-वर्षा-स्वाती-शुभांगी-सुनील असा आमचा पाचसहा मित्र-मैत्रिणींचा जिवाभावाचा कंपू जमला. अभ्यासात मन रमायला लागलं. ऐसपैस पसरलेल्या हिरव्यागार झाडाच्या बुंध्याला टेकून बसून गायलेल्या सुरांच्या लकेरी काही नाती जोडून गेल्या. मनावर जमलेली कसली कसली दडपणांची पुटं त्यानंतर एकेक करून निघून गेली.

आर्किटेक्चरची माझी बॅच जगभरातून एकत्र जमलेल्या वेड्या मुलांचा एक अड्डा होती. भारतातल्या कोनाकोपऱ्यातून तर मंडळी आलीच होती, शिवाय अमेरिका-नायजेरियासारख्या ठिकाणांहूनही ती आली होती. केनिथ हा तीन पोरांचा पोशिंदा दाढीवाला अडीचशे पौंडी स्थूल ज्यू अमेरिकन, तर नायजेरियाचा कृष्णवर्णीय रिचर्ड. अनेक कृष्णवर्णीयांच्या रक्तातच ताल, सूर नाचत असतात. त्यातलीच रिचर्ड ही एक वल्ली. त्यांची पार्श्वभूमी काहीही असो- हरहुन्नरीपणा हा एक समान गुण प्रत्येकात वस्ती करून होता. कधी वर्कशॉपमध्ये असताना मॉर्टरमध्ये माखलेले हात घेऊन कुणी गिटार छेडू लागे, की लगेच त्यावर रिचर्डची पावलं टॅप होऊ लागत. कॉर्ड्सवर पकडलेला ताल ऐकून त्याचे डोळे आनंदानं हसू लागत आणि चुटक्या वाजवत तो सहज हेलकावे घेऊ लागे.

पुरती पाच वर्षं आम्ही सगळे एकमेकांसोबत, एकेमकांच्या आजूबाजूला वावरत होतो. धो धो काम करून छान अहमहमिकेमध्ये आम्ही ही वर्षं पुरी केली. बंगाली, मराठी, गुजराती, उत्तर प्रदेशी, बिहारी, आसामी आणि दक्षिणी प्रांतांमधून एकत्र आलेली वैविध्यं या आमच्या 'मेल्टिंग पॉट' बॅचवर एक विशिष्ट परिणाम साधून गेली. भाषणं, संभाषणं, कॅशियाखाली जमणाऱ्या मैफली, मित्र-मैत्रिणींच्या तेरड्याच्या रंगाच्या जोड्या, चार-चार मजले उंचीची पोस्टर्स रंगवताना उडणारी तारांबळ, दोरखंडाच्या टेन्साइल मंडपाची उभारणी, नाटकांच्या स्पर्धा, 'नासा' फेस्टिवलमधील बॅले, गवंडीकाम, सुतारकाम.... रात्र रात्र जागून पार पाडलेल्या सबमशिन्स... अशा सगळ्या रंगांनी ही वर्षं रंगून गेली होती...

आज फेसबुकवर आत्यंतिक प्रेमानं ऑस्ट्रेलिया, बॉस्टन, सॅन फ्रान्सिस्को, व्हर्जिनिया, मुंबई, भुवनेश्वर, लातूर, सांगली, पाँडिचेरी, बंगळुरू, दिल्ली, दुबई अशा विविध ठिकाणांवरून आवर्जून संपर्कात असणारा सारिका सक्सेना, नेहा कुलकर्णी, आदिल रायटर, राबी मोहन्ती, जयेन मिस्त्री, कमाल नवीजी, सुनील शेलार, अम्रिता रे... अशा रंगीबेरंगी नावांचा आमचा थवा आहे. आपापल्या शहरात व गावात प्रत्येकानं छान कामगिरी करून नाव कमावलं आहे. तीस-पस्तीस वर्षांत कुणाकुणाची नावं बदलली (उदा. स्वाती वामोरकरनं चालिसा नावाच्या मुस्लिम आर्किटेक्टबरोबर लग्न केलं आणि ती शकीना चालिसा झाली.) सडसडीत मुली जाडजूड झाल्या. कुणी फिटनेस फ्रीक होऊन कॉलेजच्या दिवसांमधली बारकुंडी चण महत्प्रयासानं परत मिळवली. मुलांचे भारदस्त पुरुष झाले. म्हणजे चहासाखर केस वा तुळतुळीत टक्कल, पोटावर लंबोदर गणपतीची छाप वगैरे. सोनेरी फ्रेमचा चश्मा चढवून आले की ते खरंच भारदस्त वगैरे दिसतात. पण मेंदूतली तैलबुद्धी, निर्मितिक्षम क्रिएटिव्ह व्यक्तिमत्त्वाचं एक 'हटके'पण आणि सर्वांत महत्त्वाचं म्हणजे १९८३ आमच्या 'बॅच' प्रतीचा प्रेमानंद - यात यत्किंचितही घट नाही. किंबहुना फार वर्षांनी भेटणाऱ्या सुहृदांबद्दलचं अगत्य वाढतंच असतं. मुंबईत व इतर ठिकाणी वर्गातले जे कुणी एकत्र आलेले असू, ते वाट वाकडी करून कॉफीला तरी भेटतातच. अशी एखादी संध्याकाळ घडवून आणायची तर कुणीतरी पुढाकार घेऊन चार फोन करतं. घरच्यादारच्या जबाबदाऱ्यांना धक्का न लावता केवळ आनंद आणि आठवणी वाटून घ्यायला घडणाऱ्या या भेटीमागे आटापिटा आणि अट्टाहास असतो. पण भेटताक्षणी फुटपाथवरच उत्स्फूर्त मिठ्या-हशे सुरू होतात आणि सगळं कारणी लागल्यासारखं वाटतं! दोन-तीन वर्षांमागच्या एका संमेलनाला आम्ही बारा जण होतो. जुहूतला गौरीचा रिकामा फ्लॅट. तिथं अलका आणि राबी कॉलेजच्या दिवसांमधल्या काव्य-शास्त्र-विनोदांत शिरले आणि हसून हसून जमिनीवर लोळण घ्यायची वेळ आली. एकमेकांच्या लकबी, सवयी, कौशल्यं, कुणीच विसरलं नव्हतं. तपशीलही इत्थंभूत आठवणीत, बारकाव्यांसहित. ब्रिटिश नाटकात सापडणारा नर्म विनोद, हजरजबाबीपणा आणि बुद्धिप्रचुर तिरकसपणा. मुलं हुशार खरी! मग तिथं नसणाऱ्या अनेक जणांना फोन लावण्यात आले. एकामागोमाग एक स्पीकरवर टाकून सगळ्यांशी गप्पा झाल्या. तिथं नसल्याचे त्यांचे उसासे आणि हाय-हुइचे चीत्कार. परत लवकर भेटण्याचे वादे-इरादे. खूप मजा होती. तसाच आणखी एक सुंदर दिवस आठवतो न्यू यॉर्कमधला. एप्रिलमध्ये अजून थंडी होती आणि क्रॅबॲपल्स, चेरीज् नुकत्याच फुलायला लागल्या होत्या. आणि सारिका, मी आणि अम्रिता मॅनहॅटनमध्ये न्यू यॉर्क पेन् स्टेशनबाहेर बरोबर अकरा वाजता भेटलो. बरोबर तीस वर्षांनी एकमेकींना पाहिलं आणि कोट-मफलर्स-

गॉगल्समागे हसू-आसू एक झालं. त्यापुढचा सबंध दिवस म्हणजे आम्हा तिघींचं ब्रुक्लीन ब्रिजवर, ग्रिमाल्डी पिझ्झेरियात, ईस्ट रिव्हरच्या फेरीत, स्टारबक्समध्ये आणि साक्षात फिफ्थ अव्हेन्यूवर खळाळणारं उत्फुल्ल हसणं आणि रस्त्यात थांबत, आठवणी काढून काढून धो धो बोलणं... वर्ल्ड ट्रेड सेंटरच्या (आताचा फ्रीडम टॉवर) ठिकाणी बांधलेले नवे पीस टँक्स आम्ही पाहिले आणि राक्षसी विमानहल्ल्यांमधून वाचून या नव्या वसंतात नव्यानं फुललेलं पीचचं झाडही. फुलांनी ते नखशिखांत बहरलं होतं. एका अनामिक अप्रिय आठवणीचा शहारा आम्ही तिघींनी निःशब्दपणे वाटून घेतला. जुन्या मैत्रीचा गोडवा त्या अनुभवात कायमचा गुंतून गेला आहे!

मित्र-मैत्रिणींचा एक नवाच सत्संग सुरू झाला होता माझ्या आयुष्यात जे. जे. प्रांगणात. ब्राह्मण सोसायटी, नौपाडा अशा ठिकाणाहून येऊन आता हा सत्संग माझ्या कक्षा रुंदावणारा आणि दृष्टिकोन बदलवणारा न ठरता तरच आश्चर्य होतं. या मुली रूपानं सुरेख होत्याच; आणि आर्थिक स्तरावर थोड्याफार फरकाने माझ्यासारख्याच कुटुंबांतून आल्या होत्या, पण इंग्रजी आणि फॅशन या दोन्हीची रेलचेल असल्यानं फुलपाखरांसारख्या मुक्त, स्वच्छंदी, खेळकर दिसायच्या. मुलामुलींचे गड्डे तर अगदीच स्वाभाविक. त्यांचं बरोबर हिंडणं, पाठीवर थाप-टपला-टाळी देण्यासारखे मुला-मुलींचे स्पर्श, या गोष्टी मला पूर्णतया नव्या होत्या. खिलाडू बंडखोरी, उत्तानतेच्या रेषेवर जाऊन अलगद थांबणारी वेषभूषा, इंग्रजीवरचं प्रभुत्व, उद्योजकता, हे त्यांच्यातले लोभस गुण मी नुसतेच डोळे विस्फारून बघत बसे.

मलबार हिल, कफ परेड, कोलाबा, नेपियन-सी रोड असल्या दक्षिण मुंबईच्या अमानुष महागड्या आणि चकचकाटी भागांशी आम्हा बावळट उपनगरीयांचा संबंध येतच नसे. आलाच तर दुसऱ्या महायुद्धावरचा 'द लाँगेस्ट डे'सारखा इंग्रजी सिनेमा पाहायला आम्ही कधी सहकुटुंब गेलो तर! नाहीतर 'व्ह्यू मास्टर'सारखं बाजारात नवं आलेलं खेळणं आणायला एखाद्या पर्वणीच्या रविवारी व्ही.टी.च्या क्रॉफर्ड मार्केटला मुद्दाम जाणं. नरिमन पॉइंटच्या 'एअर इंडिया' या मुंबईतल्या गगनचुंबी इमारतीचा पाया 'पाइल फाउंडेशन' नावाच्या नव्या पद्धतीनं भरत होते. अरेबियन समुद्रात भर घालून वाढवलेली ही मुंबईची बॅक बे रेक्लमेशनची नवी पट्टी. त्या पायाखणणीचं विशेष काम पाहायला बाबांनी मुद्दाम नेलेलं मात्र आठवतं. भविष्यात तिथं उभ्या राहणाऱ्या स्कायस्क्रेपरचं महत्त्व आम्हा मुलांना समजण्यापलीकडचं होतं. पण आठवणीत राहिली ती मोठ्या समारंभानं घडलेली 'मुंबई'ची ट्रिप. आगगाडी व नंतरच्या वर्षांत घरच्या गाडीनं सहकुटुंब करण्याची मुंबईची ही वार्षिक सहल म्हणजे प्रचंड अपूर्वाईची असे. जे. जे.तल्या बिशाखा बोस, वंदना

मूर्ती, एदल फनीबंडा असल्या प्रगत अमराठी नावांची वर्गातली ही मुलं या दक्षिण मुंबईत चक्क राहतात, हे ऐकून छाती दडपल्याचं आठवतं आहे. इतक्या जवळ राहत असूनही ही 'खरी' मुंबई दूरस्थ होती. अप्राप्य, बड्यांची ती दुनिया होती. पण अशा दस्तुरखुद्द मुंबईत राहणारे माझे नवे वर्गमित्र-मैत्रिणी! याचा मलाच अभिमान वाटे.

त्या मैत्रिणी मला प्रेमानं आणि सहज सामावून घेत. इंग्लिश बोलायला घाबरू नको, येत नसलं तरी बिनधास्त बोल याचा आग्रह त्याच करायच्या. तरीही न्यू एक्सेलसियर थिएटर, समोरच्या 'वाइकीकी'त बसून त्यांच्याबरोबर फ्रँकी खायला मी बुजतच असे. आमची धाव कॉलेजच्या गेटबाहेरच्या मॅफको स्टॉलवर कधीतरी पॅटिस खाण्याएवढीच, तेही अगदी माझ्या दोन-तीन जिवाभावाच्या मैत्रिणींबरोबर.

पहिल्या सेमिस्टरची परीक्षा जवळ आली आणि अभ्यासासाठी आम्ही परळला सारिकाच्या घरी जमायचं ठरवलं. जिथल्या गांधी इस्पितळात तिचे वडील हृदयरोग तज्ज्ञ होते. कॅम्पसवरच्याच एका छान बिल्डिंगमध्ये सहाव्या मजल्यावर सारिकाचं घर होतं. एखाद्या सिनेमात असावा तसा रुबाब. घराच्या मधून आत जाणारा रुंद, लांबलचक पॅसेज आणि दोन्ही बाजूला भरपूर, मोठमोठ्या खोल्या, गालिचा घातलेला ऐटबाज दिवाणखाना. नावांमागे 'डॉ.' लावणारे सुविद्य आई-वडील. सारिकाच्या आईनं हिंदी व संगीतात पीएच.डी. केली होती. उत्तर प्रदेशी हे कुटुंब. तीन भावंडं म्हणजे सारिका व तिचे दोन हुशार भाऊ राजू-संजू (ही नावंसुद्धा हिंदी सिनेमातून घेतली आहेत असं त्या वेळी वाटायचं) आणि वचनसिंग अशा झोकदार नावाचा स्वयंपाकघराची मालकी घेतलेला स्वयंपाकी/नोकर. एका खोलीतल्या चारपाईवर पडून असणारी वृद्ध आजी आणि यू.पी.तून मुंबईत शिकायला आलेला एखादा हुशार दूरचा काका-मामा. सारिकाचं कँडी नावाचं एक वाभरं पूडल कुत्रं होतं. तेही अभ्यासाला आमच्यात बसायचं. सारिकाचं आणि तिच्या घरच्यांचं आदबयुक्त हिंदी मला अतिशय आवडे. आणि ते लोक कुत्र्याशी बोलत असलेली लाडिक हिंदी अदबी तर प्रचंडच आवडे. आमच्या घरी कधीच प्राणी-पक्षी नव्हते. किंबहुना त्यांना हाडहाड केलं जाई. त्यामुळे ही संस्कृती मला नवीन होती. अलका-सारिका या मैत्रिणी तेव्हा हौसेनं मुंबईत चायनीज, केक्स, वगैरेचे क्लासेस करत होत्या. स्वयंपाकात आमची धाव कुकर लावणं, पानं घेणं, फार फार तर भेंडीबिंडीची भाजी करणं... आम्ही जमलो की केकचा वा 'सूऽफ्ल'चा एखादा तरी प्रयोग घडायचा. तो केक ओव्हनमध्ये बेक होत असताना ती 'हमारा केक' म्हणून घरादाराला नाचवत असे. कौतुक कोण! वचनसिंग चिडचिड करी, त्याच्या हद्दीत पाय टाकला गेला म्हणून. वरण-भात संस्कृतीतून आम्ही आलो होतो. मुलांवर अर्थात आई-वडील प्रेम करत होते, तरी ते दाखवण्याची गरज नव्हती. या

पार्श्वभूमीवर सारिकाच्या घरी मला मूर्तिमंत हिंदी सिनेमात शिरल्यासारखं वाटे. आमच्या कक्षा न रुंदावल्या तरच नवल!

पुढे कुठलंतरी, बहुधा पावसाळी सोशल झालं कॉलेजमध्ये. तेव्हा प्रिया तिच्या बंगाली बॉयफ्रेन्डला घेऊन उगवली. हेही एक नवीनच. बॉयफ्रेन्ड...? प्रिया तर हॉलिवूडची तारका असावी तितकी सुंदर होती. तिला बॉयफ्रेन्ड्सची काय कमतरता? पण मला ते नवीन होतं. बंगाली अम्रिता 'स्वामी' सिनेमातल्या शबानासारख्या सुरेख बंगाली साड्या नेसून येई. अम्रिताच्या नितळ गोऱ्यापान चेहऱ्यावर ती लावत असलेलं मखमली लालबुंद मोठं गोल कुंकू खूपच शोभून दिसे. निळ्या जीन्सचा पेव फुटल्यासारखा प्रादुर्भाव जेव्हा झाला नव्हता; होऊ लागला होता. पण मंडळी हास्यास्पद वाटाव्यात अशा बेलबॉटम पॅन्ट्स घालून येत. कुर्ता-पँट, शर्ट-पँट, क्वचित पाश्चात्त्य स्कर्टवजा पोशाख आणि आमच्यासारखे घाटी नग कुठलीही विशिष्ट स्टाइल नसलेले शिंप्याने सरसकट शिवून दिलेले पंजाबी ड्रेस घालून येत. मला क्वचित साडी नेसायला आवडे. अपूर्वाईने सर्वत्र पाहत राहणं हे शिक्षण माझं सुरू झालं होतं. आर्किटेक्चर तात्पुरतं साइडिंगला गेलं होतं.

वास्तुकला ही सगळ्या कलांची जननी आहे असं म्हणतात. या शास्त्राची कास धरल्यानंतर चित्रकला, शिल्पकला अशा कलांचे परिचय झाले. मनस्वी क्षणांची ओळख झाली. अफलातून कलंदर व्यक्ती हाताच्या अंतरावरून भेटत गेल्या. त्यांचे सहवास लाभले. निखळ निर्मळ मैत्री सापडली.

माझा कलापरिचय वास्तुकलेकडे वळण्यामुळेच घडला असावा असं नाही. इतरत्रही हे सगळं असंच, एवढ्याच सहज आणि अनिवारपणे घडत असेल. कदाचित कलाप्रेम, कलामैत्री यांचं नातं दुसऱ्या तिसऱ्या कशाशी नसून स्वभावधर्माशी असेल. उत्सुक, ओल्या मातीच्या वयामध्ये समोर आलेल्या त्या कालखंडात, माझ्या स्वभावातल्या विशिष्ट गुणांना उमलून येण्यासाठी वेगळे प्रयास घ्यावे लागले नाहीत. संघर्ष करावा लागला नाही. अनेक प्रसंगांमधून, परिचयांतून, अवलोकनांतून एकतानतेची जीव सुखावणारी जाणीव होत गेली. आजूबाजूचं वातावरण जेव्हा रसिकतेला पोषक बनतं, तेव्हा जगण्यावर त्याचा परिणाम कसा सुस्पष्टपणे होत जातो, त्याचा अनुभव मी आर्किटेक्चर कॉलेजच्या त्या वर्षांमध्ये समरसून घेतला.

जे. जे. कला महाविद्यालयाला एका शतकाची परंपरा होती. सर जमशेटजी जिजीभॉय या खास पारशी नामपरंपरेतून ते जन्माला आलं. हुशारी, रसिकता, कलाप्रेम आणि दानशूरपणा हे पारशी विशेष. भर मुंबईत असूनही विस्तीर्ण हिरवागार

परिसर आणि भव्य दगडी इमारतींमुळे महाविद्यालयाला एक भारदस्तपण होतं. या हिरव्या परिसराचं मोठेपण जास्त जाणवतं ते मुंबईच्या निरुंद सुळक्याचा आकार लक्षात घेतल्यावर. मुळात सात बेटांचा पुंजका असलेली आताची मुंबई त्या बेटांमधल्या निळ्या समुद्रात भर घालून घालून तो बुजवून तयार केली गेली. अरेबियन महासागरात शिरलेला मुंबईचा हा चिंचोळा सुळका उत्तर-दक्षिण आहे. याची रुंदी नाममात्र. जमिनीचं क्षेत्रफळ कमी. त्यामुळे शहरातल्या चौरस इंचाइंचाला सोन्याचा भाव आहे. साधारण ४०-५० वर्षांपूर्वी, या सुळक्याच्या कडाही भर घालून समुद्रात वाढवण्यात आल्या, जेणेकरून शहराचा आकार मोठा व्हावा. मग पोर्तुगीज-इंग्रजांच्या वेळच्या बैठ्या कौलारू रचना जाऊन, उंच उंच गगनचुंबी इमारती उठू लागल्या. या पार्श्वभूमीवर फोर्टसारख्या उच्चभ्रू भागात आरामात पहुडलेले जे. जे.चे अनेक एकर म्हणजे आश्चर्य आणि चैन होती. अशा कॉलेजमध्ये जाणं ही अर्थात खूप अभिमानाची गोष्ट वाटे!

'सर' हा जमशेटजी जिजीभॉय हे ब्रिटिश वारसदार (Baronet) असल्याबद्दलचा मानाचा किताब होता. आज जे. जे. परिसराला १६० वर्षांची परंपरा आहे. १८५७ मध्ये जमशेटजींनी उदारहस्ते दिलेल्या देणगीतून ही कला संस्था स्थापन झाली. भारतातली आद्य कलाशिक्षण देणारी ही संस्था चित्रकला, पेंटिंग, शिल्पकला, मॉडेलिंग, भित्तिशिल्प (म्यूरल), पोर्ट्रेट्स, प्रिंट मेकिंग, हस्तकला, सिरॅमिक, पॉटरी, अंतर्गत सजावट, धातुकाम आणि टेक्स्टाइल्स एवढ्या विविध कलाविषयांत पदवी-उच्चशिक्षण देत होती. सुरुवातीला जे. जे.चा युरोपियन कलामूल्यं भारतात रुजवण्याचा मानस होता; परंतु भारताची समृद्ध कलापरंपरा बघून नंतर तो पालटला. एकोणिसाव्या शतकातल्या जे. जे.तल्या या ऐतिहासिक रचना गॉथिक आणि व्हिक्टोरियन वास्तुशैलीत बांधल्या गेल्या. यांपैकी जॉन लॉकवूड किपलिंग हा 'मॉडेलिंग' विभागाचा ब्रिटिश प्रमुख ज्या बंगल्यात राहत असे, त्याच्या मागच्या प्रशस्त व्हरांड्यात आम्ही किती नाटकांच्या/गाण्यांच्या तालमी केल्या! हा छोटासाच शाही बंगला नारळ आणि आंबे-फणसांच्या झाडांत लपला आहे. रूडयार्ड किपलिंग या सुप्रसिद्ध इंग्लिश कवीचा जन्म या घरातला आहे, असं इतिहास सांगतो. तिथं वाढत असताना त्यानं मुंबईवर लिहिलेली सुंदर कविता अशी आहे -

Mother of cities to me,
For I was born in her gate,
Between the palms and the sea,
Where the world ends
And steamers wait

जे. जे.च्या आराखड्यात आर्किटेक्चरचा विभाग मध्ये; दक्षिणेला कमर्शियल आर्ट, तर उत्तरेला फाइन आर्ट्सचे विभाग होते. त्यांच्या दालनांमध्ये नेहमीच चित्र-शिल्पांची प्रदर्शनं भरलेली असत. रंग-कुंचले-ड्रॉइंग बोर्ड-मॉडेलची मध्यवर्ती खुर्ची असलेले मोठमोठे स्टुडिओ, हे त्यांचे वर्ग. बाहेरच्या बाजूला बागेत शिल्प आणि पॉटरीचं एक टुमदार वर्कशॉप होतं. रंगांचे डाग, फलकारे, प्लॅस्टर ऑफ पॅरिसची पावडर, दगडांचे तुकडे, कसकसली छिन्नी-हातोड्यांसारखी हत्यारं, करवती, लाकूडकामाची मशिन्स, रंगांचे डबे, पिंपं अशा पसाऱ्यामुळे हे वर्कशॉप-स्टुडिओज कधीही नीटनेटके दिसत नसत. पण हा कलावंतांचा पसारा उत्तरेकडून येणाऱ्या (हा प्रकाश स्टुडिओसाठी उत्तम, कारण त्यात सावल्या पडत नाहीत) प्रकाशात प्रचंड मोहक, कलात्मक दिसे. बाहेर बागेत कुणी शिल्पकलेचा विद्यार्थी एकाग्रपणे संगमरवरातून शिल्प घडवत बसलेला दिसे. शिकाऊ शिल्पं अर्धीमुर्धी कुठेकुठे पडलेली असत, आणि विलक्षण बोलकी दिसत. मायकेलँजेलोच्या 'पिएता'सारखं हृदयस्पर्शी अजरामर शिल्प यातलं कुणी कधी घडवून जाईल का भविष्यात, की कलेला आयुष्य वाहून लौकिकसमृद्धीला पारखीच राहतील ही मुलं, असा विचार चाटून जाई. दाढी वाढवलेले लांब कुडत्यातले चित्रकार आत्मे तर जे. जे.मध्ये सारखेच वावरताना दिसत.

आमच्या इमारतीत क्लॉड बॅटली या इंग्रज वास्तुशिल्पज्ञाच्या स्मरणार्थ बांधलेलं एक प्रशस्त कलादालन होतं. कॉलेजमध्ये प्रवेश घेतल्यानंतर लगेचच तिथं मी पहिलं प्रदर्शन पाहिलं. तो दिवस अजूनही आठवतो. पाचव्या-म्हणजे शेवटच्या-वर्षातल्या कुणा वास्तुशास्त्र विद्यार्थ्यानं एका स्पर्धेसाठी तयार केलेला तो आर्किटेक्चरल ड्रॉइंगजचा संच होता-संपूर्ण हातानं तयार केलेला. कारण संगणकी कॅड अजून अस्तित्वात आलं नव्हतं. प्रतिभावंत चित्रकाराची बोटं नियोजित वास्तुशिल्पाचे आराखडे किती बोलक्या अप्रतिमपणे कागदावर उतरवू शकतात, ते मी पहिल्यांदा तिथं पाहिलं. इंजेक्शनच्या सुईसारखी दिसणारी बारीक जर्मन रोट्रिंगची पेनं आणि पारदर्शक जपानी 'फुजी' रंग एवढीच हत्यारं/ माध्यमं त्यानं वापरली होती. पण त्याचे प्लॅन्स आणि इलेव्हेशन्स पाहताना अंगातून स्फूर्तीची एक शिरशिरी चमकून गेली. साधी पांढऱ्या जाड कागदाची शीट. पण त्या चित्रांना एक समतोल, देखणेपण होतं. नंतरच्या वर्षांत मी अमेरिकन आर्ट म्युझियम्समध्ये आणि पुस्तकांतून न्यू इंग्लंडच्या प्रसिद्ध एच.एच. रिचर्डसन आणि इटालियन आंद्रे पलाडिओ या आर्किटेक्ट्सच्या हातची विलक्षण देखणी चित्रं पाहिली. सजीव, बोलक्या, पातळ रेषा आणि खांब-कमानींची लयबद्धता, चिरेबंदी भिंतींची कालातीतता तेवढ्याच सौंदर्याने दर्शवणारी द्विमित चित्रं! क्लॉड बॅटली गॅलरीतलं १९७८ सालातलं ते प्रदर्शन त्या आंतरराष्ट्रीय

चित्रांच्या गुणवत्तेचं. बॅटली गॅलरीच्या भिंतींवर आज काय लावलं आहे त्याच्या आम्ही मागावरच असू!

परंतु या सर्वांवर कडी करणारा परिणाम साधला तो आमच्या तीन-साडेतीनशे विद्यार्थ्यांनी. पाच वर्षांच्या कोर्सला प्रत्येक वर्षात साधारण साठ जणं होती, आणि या छोट्याशा कॉलेजमध्ये मुलांची आपापसांत खूप मैत्री-संबंधांची देवाणघेवाण असे. एकच मोठा वर्ग वाटावा इतकी घसट. सीनिअर्सना ड्रॉइंग्जमध्ये मदत करणं, सांस्कृतिक कार्यक्रम वा नाटकं बसवणं, अभ्यासात मदत घेणं आणि अर्थात प्रेमप्रकरणं अशा बहुपदरी प्रकारांनी पाचही वर्षांमधली मुलं एक झालेली असत. अमेरिकन भाषेत सांगायचं तर जे. जे. म्हणजे एक वेडं 'फ्रॅट हाउस' होतं. ज्या आंतरिक ओढीने मी आर्किटेक्चरचा माग काढत इथं पोचले होते, त्याच्या कितीतरी अधिक ओढीनं ती वेडी मुलं माझ्या आधीच इथं आली होती. प्रसिद्ध 'कलाकारी बेचैनी' (डिव्हाइन डिस्कंटेन्ट!) त्यांच्यात पारव्यासारखी घुमत असलेली, नाहीतर बेभानपणे रात्रीचा दिवस करून स्वतःला उद्गार मिळवून देताना मी किती वेळा पाहिली! रंग-रचना-आकारांच्या दुनियेतली ही प्राथमिक वर्षं. निर्मितीच्या प्रक्रियेत स्वतःला झोकून देणारे हे सहप्रवासी. अवकाशाला कापून, छेद देऊन, आकार-उकार आणून वास्तुशिल्पं घडवण्यात मग्न असताना, चहाचे कळकट ग्लास हातात घेऊन आमची एकमेकांच्या डिझाइनमध्ये लुडबुड चाले. कधी कमाल नबीजीसारख्या अनन्यसाधारण डिझाइनरभोवती सगळ्यांचा गराडा पडे. कमाल कायमच वर्गात पहिला असे. तल्लख बुद्धीचा, अभ्यासू, संवेदनशील आणि तितकाच श्रीमंत मुलगा. त्याचं कुटुंब आखाती अमिरातीत राहत होतं, आणि त्याच्याभोवती नेहमीच एक संपत्तीचं वलय अनाकलनीय वलय असे. त्या वयातही त्याचं व्यक्तिमत्त्व आदर वाटावा असं हसरं, उमदं होतं. त्याच्या प्रेमात किती मुली सहज पडायच्या! स्वतःच्या निर्मितीमागचे विचार प्रत्येकाच्या तोंडून समरस आविर्भावात ऐकणं हे मोठंच शिक्षण होतं. वयाबरोबर आपलं वागणं-बोलणं प्रौढ, संतुलित (आणि कंटाळवाणंही!) होत जातं. तरुणाईच्या डोळ्यांतली चमक, साहस, अवास्तवपण आणि ते स्वप्नाळूपण! त्याला तोड नाही आणि ते परत येणं नाही!

गडबड, कोलाहल पुरे होई, तेव्हा लायब्ररीतली पुस्तकं बोलावू लागत. तळमजल्यावरची कोपऱ्यातली मोठी लायब्ररी! तिथला पुस्तकांचा वास आजही आठवतो. काहीसा कडवट, जुनाट कागदी वास. जगन्मान्य आर्किटेक्ट्सच्या आयुष्यांचे आलेख मी तिथं वाचले. त्यांच्या रचनांमागचं वक्तव्य त्यांच्याच शब्दांत वाचलं. आणि त्या रचनांबद्दल जगानं लिहिलेलंही.

मानसशास्त्र म्हणतं की, मनुष्यस्वभाव हा आयुष्याच्या पहिल्या पाच वर्षांत घडतो. उपजत स्वभावाची व्युत्पत्ती असते आई-वडिलांच्या स्वभावात. सौंदर्याची आणि कलांची अंगभूत आवड आणि उत्साहानं, टापटिपीनं राहण्याचा वारसा माझ्याकडे आला तो आई-बाबांकडून. त्या दोघांना मराठी, इंग्रजी भाषांची उत्तम जाण आहे. ते दोघंही अभिरुचिपूर्ण लेखन करतात. वैचारिक लिखाण वाचतात. चांगलं संगीत ऐकतात. बाबांनी बासरी, पेटी, बुलबुलतरंग अशा अनेक वाद्यांतून सुगम संगीताचा छंद जोपासला होता. सात्त्विक, सुसंस्कृत, सचोटीचं आयुष्य ती दोघं जगली. त्यांच्या हौशी-मौजीची आणि माझ्या लहानपणची वर्षं मला खूप आठवतात. 'इंटीरिअर्स'च्या युगाआधीची ती वर्षं. आजूबाजूची बहुतेक मध्यमवर्गीय घरं मळकट भिंतींची, अंधारी, कोंदट. सौंदर्यदृष्टीचा आनंदच असे. घरादाराचं रूप कंटाळवाणं, रंग उडाल्यासारखं का दिसे? चांगल्या शैलीदार राहणीची लोकांची ऐपत नसे, आवड नसे, की त्यांना तशी संधी नसे? तसा कुठल्याच 'स्टाइल'चा थेट संबंध संपत्तीशी नसतो, हे सत्य आता समजतं. त्या पार्श्वभूमीवर काही विशेष वेगळी आर्थिक मुबलकता नसताना लहानपणची आमची निरनिराळी घरं मला त्यांच्या वेगळेपणासाठी खूप आठवतात. आई-बाबांनी माहिती-विज्ञान स्फोटांची चाहूलही न लागलेल्या त्या काळात खूप रसिकतेनं, कल्पकतेनं ती घरं मांडली होती.

कित्येक लहान-मोठ्या गोष्टी आठवतात. एकदा घरी बंगाली मिठाई आली होती लाल मातीच्या मडक्यांमधून. ती मडकी टाकून न देता त्यात त्यांनी मनीप्लॅन्टची रोपं लावली. नंतर हॉलच्या भिंतीवर वेगवेगळ्या उंचीवरच्या खिळ्यांना दोऱ्या बांधून ती त्यांच्यावर चढवली. दोन खिडक्यांमधून मिळणारा प्रकाश त्यांना पुरेसा होता. रोज मिळणाऱ्या प्रेमाच्या, मशागतीच्या जोडीनं, नंतरची कित्येक वर्षं ते वेल त्या भिंतीवर तरारून वाढत होते. आज जगभर (जागेअभावी लोकप्रिय झालेल्या) व्हर्टिकल गार्डनचा अविष्कार मी १९६०च्या दशकात माझ्या घरी पाहिला होता. मित्रमंडळात आमच्या हॉलची ओळख त्या वेलाशी जोडली गेली होती. साध्या मातीच्या कुंडीपेक्षा त्या मडक्यांचा आकार वेगळा होता. त्या वेलाची आवर्जून आठवण सांगणारे कुणी कुणी आजही मला भेटतात.

नंतरची काही वर्षं बाबा फर्निचर बनवणाऱ्या एका नावाजलेल्या कंपनीचं काम पाहत असत. नमुन्यादाखल, भेटीदाखल, बोनसदाखल, कधी वाया जाणाऱ्या साहित्यातूनही लाकडाचे तुकडे, तेव्हा बाजारात नवीनच आलेल्या फॉर्मायकाचे रंगीत शीट्स आणि तुकडे, फर्निशिंगसाठी वापरली जाणारी उंची कापडं अशा अनेक वस्तू बाबांना हाताशी सापडत. त्यांचे सुंदरसुंदर उपयोग त्यांनी केले होते.

तेव्हा त्यांचा तो छंद घरापुरता मर्यादित राहिला. आजच्या काळात प्रॉडक्ट डिझाइनसाठी एखाद्या लाइफस्टाइल स्टोअरनं त्यांचं ते कौशल्य आनंदानं उचलून धरलं असतं! पुढे मी आर्किटेक्चरला गेले. अनेक मोठी इन्टीरिअर्स केली. त्या आठवणीनंतर तब्बल २५-३० वर्षांनी, स्वतःच्या स्टुडिओत स्वतःच्या हातांनी बनवलेल्या कलात्मक ॲक्सेसरीजच्या अनेक वस्तूंची प्रदर्शनं मुंबईत आणि अमेरिकेत भरवली आणि भरवते. त्या सगळ्याचं मूळ त्या अप्रत्यक्ष संस्कारांमध्ये होतं.

आई व बाबा- दोघंही उत्तम शिवणकाम करीत. घरातलं देवघर प्रसन्न असे. देव्हाऱ्याच्या मागच्या भिंतीवर बाबांनी एक निळा आरसा लावला होता. चमकतं पॉलिश केलेला शिसवीचा छोटासा देव्हारा, मोजके देव, ताजी फुलं, देवांची लाल बैठक, यांची त्या निळ्या आरशातली प्रतिमा मला खूप आठवते!

आईचं स्वयंपाकघरातलं काम आटोपशीर, चटपटीत असे. अस्ताव्यस्त पसरलेलं स्वयंपाकघर मला आठवूनही आठवत नाही. डायनिंग टेबलवर स्वच्छ साधी भांडी-कुंडी-ताटं मांडलेली असत. सजवून वेळेवर पानात वाढलेले साधेच चविष्ट गरम पदार्थ आम्ही तेव्हा नुसतेच गृहीत धरत गेलो; परंतु आता ते सगळं आठवताना सगळ्यामागची कला, हौस मला खूप काही सांगून जाते! घरावर आई-बाबांचे नेटके हात सतत फिरत असत. दिवसाच्या कुठल्याही प्रहरी घरात अजागळपणा नसे. साधंसं घर हे आटोपशीरपणा आणि किमान श्रम घेऊन प्रत्येकानं राखलं, तरच सुव्यवस्था टिकते. माझ्या मनावर नकळत होत जाणाऱ्या संस्कारांमध्ये घराचं, राहणीचं हे स्वरूप नक्कीच ठसा उमटवून गेलं असणार!

अमूर्त परिचय

जे. जे. आर्किटेक्चर कॉलेजमधला शिक्षणकाळातला 'चतुरस्त्र' अनुभव हा मुख्यत्वे शिक्षणातून नाही, तर शिक्षणेतर गोष्टींतून आला होता, हे साहसी विधान मी आता इतक्या वर्षांनंतर बिनधोकपणे करू शकते. असंख्य प्रत्यक्ष अनुभव आता हाताशी आहेत.

कॉलेजातून बाहेर पडल्यावर प्रथम जाणवलं ते खऱ्या व्यावसायिक व व्यावहारिक जगाचं वेगळेपण. या जगाच्या चाकोऱ्या वेगळ्या होत्या. हमरस्ते वेगळे होते. गती वेगळी होती. चालना वेगळी होती; आणि अंतिम लक्ष्यही! घेतलेल्या शिक्षणाचा उपयोग कुठं आणि कसा करावा याबद्दल विचारात टाकणारी परिस्थिती वास्तव जगात दिसत होती. त्या शिक्षणाचा व्यवहारासाठी अनुवाद करण्याची वेळ पदोपदी यायला लागली. हातातलं किती ज्ञान पुस्तकी होतं आणि किती व्यवहारी, हे नक्की समजेना. मनात उडालेल्या गोंधळात काही काळ असाच गेला. त्यानंतर मात्र, 'डॉक्टर ऑफ फिलॉसफी'प्रमाणे पाच पूर्ण वर्षांनंतर हातात पडलेली वास्तुशास्त्राची

पदवी ही खरं तर तत्त्वज्ञानातील पदवी होती असं वाटू लागलं आणि धूसर जागा स्पष्ट होऊ लागल्या.

अभ्यासक्रम दहा सेमिस्टर्सचा होता. प्रत्येक सत्रामध्ये सात-आठ वेगवेगळे विषय असत. 'डिझाइन' व 'बांधकामशास्त्र' हे दोन महत्त्वाचे विषय मात्र दहाही सत्रांमध्ये कायम होते. पहिल्या वर्षीचं त्यांचं प्राथमिक स्वरूप शेवटच्या वर्षाच्या प्रबंधाची वेळ येईपर्यंत खूप व्यापक झालेलं असे. बांधकामाची माध्यमं, सामग्री, साहित्य, अवजारं, बांधकामपद्धती, कला-इतिहास, अंतर्गत सजावट, लॅन्डस्केप - असे वेगवेगळे विषय. त्यांपैकी कला, इतिहास, बांधकामाची अवजारं हे विषय हलकेफुलके वाटावेत इतपत सोपे होते. छोट्या-मोठ्या डॉक्युमेंटरीजप्रमाणे ते सेमिस्टरगणीक यांत्रिकपणे समोरून सरकून जात. वास्तुरचनाशास्त्राशी संबंधित अशा विषयांची ती फक्त तोंडओळख होती. त्या विषयांमध्ये किती खोल शिरायचं आहे ते व्यक्तिशः आम्हा विद्यार्थ्यांवर अवलंबून असे. अनेकविध विषयांचं हे जुजबी ज्ञान खरं उपयोगी पडे ते पुढे प्रबंध किंवा उच्च शिक्षणासाठी स्वतःच्या आवडीचं क्षेत्र निवडताना. कामापुरता अभ्यास करून आम्ही ते सगळे विषय भराभर हातावेगळे केले. त्या विषयांमध्ये फार रमणं आम्हाला जमलं नाही. तशी गरजही पडली नाही.

याला अपवाद होता तो 'डिझाइन' या आर्किटेक्चरच्या मर्मभेदी विषयाचा. अगदी सुरुवातीच्या काळातच या विषयाचं गांभीर्य कुठंतरी स्पर्शून गेलं. या विषयापासून आपल्याला अलिप्त राहता येणार नाही, हे पक्कं समजलं. किंबहुना त्याच्यामध्ये पुरेशी खोलवर बुडी मारायला आपल्याला जमत नाहीय, त्याची नशा पुरेशी चढत नाहीये, हीच टोचणी अनेकवार लागून राहिली. या विषयाचा गृहपाठ हवाहवासा वाटे. विषयाचा आदर, प्रेम आणि दरारायुक्त भीती अशा सगळ्यांचं मनात मिश्रण झालेलं असे. हा विषय तसा अमूर्त. ॲब्स्ट्रॅक्टनेस, हाच त्याचा आत्मा! शिकवणारे तो कसा शिकवणार, आणि शिकणारे तो कसा शिकणार! 'मर्यादा' आणि 'अमर्यादित्व' या दोन्ही टोकांच्या अनुभूती इथं एक बेचैनी निर्माण करून जात. आतवर जाणवून घेण्याची, वेदना देणारी आणि आनंदाने युफोरिक करणारी ती बाब होती. अजूनही ती तशीच आहे...

आम्हा विद्यार्थ्यांमध्ये असलेल्या सर्जनोत्सुक सुप्त निर्मितीच्या ओढीला अभिव्यक्ती देणं हे त्या वर्गात प्रामुख्यानं शिकवलं जात होतं. आर्किटेक्चरच्या अभ्यासक्रमातला हा मला अतिशय आवडून गेलेला भाग आहे. साधं पाहणं सौंदर्यदृष्टीमध्ये परिवर्तित करण्याचं कार्य त्या शिकण्या-शिकवण्यात सामावलं होतं. प्रवेश परीक्षेत सौंदर्यदृष्टी नावाची परीक्षा लेखी का घेतली, ते तेव्हा कळलं. तीन चौकोन व एक त्रिकोण दिला तर रिकाम्या भिंतीवर ते कसे लावाल किंवा महिरप आणि विशालकोन यांची

सांगड घालणारं चित्र काढून दाखवा, असे प्रश्न त्या परीक्षेत आले होते आणि वरकरणी विनोदी, उथळ वाटणाऱ्या त्या प्रश्नांनी आपल्याला विचार कसा करायला लावला, याची गरमगरम चर्चा आम्ही वर्गाबाहेर पडताच केली होती! रंग, आकार, पोत, रचना हे वास्तुशास्त्राचे सा-रे-ग-म. संगीत शिकताना प्रथम शुद्ध स्वरांचे आरोह-अवरोह आणि अलंकारांचा रियाज करावा लागतो, तसे रंग, आकार, पोत, रचना यांचे अनन्वित अलंकार आम्ही पहिल्या वर्षी घोटले. चौरस, आयत, त्रिकोण, वर्तुळ या भूमितीतल्या मूळ आकारांच्या वेगवेगळ्या रचना केल्या. त्या साधी रेखाचित्रं म्हणून पाहिल्या. तर कधी फिक्यातून गडद रंगाकडे सरकणाऱ्या एकरंगी माध्यमातून काळ्या-पांढऱ्या स्वरूपात अभ्यासल्या. त्यात भडक रंग भरून निरखल्या. नंतर त्या रचनांची परिणामकारकता अनेक कोनांमधून न्याहाळली. केवळ रंगांना खऱ्या तर दोनच मिती. लांबी व रुंदी. त्याच रंगाला पोत दिला, की तिसरी मिती मिळते. रेशमाचा सुळसुळीतपणा, समुद्रावरच्या वाळूचा खरखरीतपणा, तांदूळ, पोहे यांसारख्या धान्यांचा खरबरीतपणा, लाकडाच्या पापुद्र्याचा भरडपणा यांसारख्या पोतांमधून कोणतं नाट्य निर्माण होतं ते तपासण्यात आमचे तासच्या तास जात. फेव्हिकॉल अजून बाजारात आलं नव्हतं की परवडत नव्हतं ते आठवत नाही; पण पुठ्ठ्यावर स्वस्तातला मधासारखा दिसणारा डिंक किंवा भाताची खळ पसरवून त्यावर पोहे, गहू भुरभुरवून दिले की सुंदर पोताची भिंत तयार होई. मग त्यावर वेगवेगळे रंग चढवत बसायचं. असं हे शिक्षण. सुदैवाने त्यातला मथितार्थ कळून गेला. पाऱ्यासारखा तो निसटून नाही गेला!

आम्ही बरीच मॉडेल्सही केली. त्रिमित ठोकळ्यांवर प्रकाशाचा व छायेचा परिणाम कसा होतो, हे अभ्यासलं. पांढऱ्या आयताकृती पुठ्ठ्यावर वेगवेगळ्या आकाराचे, जाड कागदाचे पोकळ ठोकळे एकमेकांना चिकटवून आम्ही छोटंसं 'कॉंक्रीट जंगल' तयार केलं होतं. छाया-प्रकाशाच्या त्या स्वाध्यायात त्या जंगलावर आम्ही एकेक करून सगळ्या बाजूंकडून प्रकाशाचे झोत टाकत गेलो. मुख्य चार दिशा. त्यानंतर आग्नेय, नैर्ऋत्य. आणि मग ऊर्ध्व-अधरही. मला आठवतं, प्रकाशाच्या प्रत्येक झोतातून निर्माण होणाऱ्या पांढऱ्या-काळ्या कॉन्ट्रास्टचं आणि त्या रचनेचं नवंच स्वरूप आम्हाला दिसत गेलं! सुरुवातीला आमची रचना पांढऱ्या कागदांची होती. नंतर तिच्यावर आम्ही रंगचक्रातले वेगवेगळे रंग चढवले. आणि 'भिंती' झालेल्या कागदी पटलांवर दगड-विटांसारखे काही पोत. काही ठिकाणी नक्षीदार खांबांनी ऐतिहासिक शैलीतल्या रचनांचा आभास निर्माण केला. मग प्रकाशझोतांचं तेच तंत्र वापरून गंमत पाहत गेलो. 'व्हिज्युअलायझेशन' म्हणजे कल्पनेत संपूर्ण वास्तुशिल्प पाहता येणं-याचे ते स्वाध्याय होते. अलीकडच्या कॅलिफोर्नियाच्या

एका सफरीत सॅन फ्रॅन्सिस्कोच्या गोल्डन गेट पुलापलीकडच्या डोंगरावर उभी होते. काळपट हिरव्या झाडीने भरलेल्या डोंगरापलीकडे तळातल्या सागराची निळी गहिराई ओलांडून जात होता गोल्डन गेट पूल. आभाळी धूसरता तो छेदत गेला होता. आणि स्वतःच धूसर झाला होता. निसर्गाच्या मुक्त रचनेला मानवी प्रज्ञेने केलेलं कोंदण.

सेमिस्टरगणिक डिझाइन हा विषय खोल, गुंतागुंतीचा आणि वेधक होत गेला. सापेक्षता आणि सब्जेक्टिव्हिटी या दोन अमूर्त आणि अवघड संकल्पनांचा अर्थ सावकाशपणे उलगडायला लागला. रसायन आणि भौतिकशास्त्रातल्या प्रयोगांच्या शेवटी निश्चित निष्कर्ष निघतात. इथे प्रकार निराळा होता. साधे रंग, पदार्थ, चवी यांची पसंती-नापसंती व्यक्तीगणिक बदलते! अशा सापेक्षतेला डौलाने पुरून उरणारी वास्तुरचना म्हणजे अवघडच! कुणा अनोळखी 'रहमान' वा 'मेरी' वा 'सुगंधा' नावाच्या व्यक्तीला आवडावी, अशी एकच कलाकृती कशी निर्माण करावी?

युरोप, अमेरिका, जपानमधल्या नावाजलेल्या रचना आणि त्यांचे वास्तुशिल्पकार यांचा अभ्यास या विषयाला पोषक, पूरक असे. इतिहासातल्या गॉथिक, व्हिक्टोरियन शैल्या, १९५०च्या आसपास इतिहासातल्या अलंकारिकतेची कात टाकणारी 'मॉडर्न' शैली, सुबक साधेपणातून नाजुक नाट्य निर्माण करणारी जपानी रचनातत्त्वं... कॉर्बुझिए, ग्रोपिअस, मिव्हँदी रोह, जेफ्री बावा, फसन हादे, राइट या वास्तुशिल्पकारांची डिझाइन पद्धत वाचताना, 'हेच म्हणायचं होतं आपल्याला!'चे अनेक क्षण सापडत आणि स्टुडिओत बोर्डावर अडकलेला तिढा पटकन सुटल्यासारखा वाटे. पाणी वाहतं होई आणि पुढची दिशा पकडे. प्रो. चंदावरकरांसारखे अव्वल प्रतीचे आर्किटेक्ट्स आम्हाला मार्गदर्शक म्हणून लाभले होते. साक्षेपी अभिप्राय आणि डोळस सल्ला देऊन ते आम्ही ट्रेसिंग पेपर्सवर काढून आणलेले आराखडे, एलेव्हेशन्स, स्केचेस सुधारायला उद्युक्त करत. आठवड्यात दोनदा तीन-तीन तास भरणाऱ्या या डिझाइन रिव्ह्यू वर्गात आम्ही छोटेखानी बंगले, दुकानं/स्टॉल्स, अपार्टमेंट इमारती, हॉस्पिटल्स, शाळा, ऑफिसं, कॉलेजं, थिएटर्स अशा अनेक प्रकल्पांचे स्वाध्याय केले. बहुतेक सगळे रचनाप्रकार पाच वर्षांत हाताखालून गेले.

आमच्या प्रयोगांना अंत नसे. 'निर्मिती'शास्त्र शिकण्या-शिकवण्याचे ते दिवस. लांबच लांब वाटणाऱ्या त्या वर्षांमधून, निर्मिती ही शिकून आत्मसात करता येण्यासारखी गोष्ट नाही, एवढंच शिकता आलं! आणि त्याचबरोबर, चांगल्या निर्मितीला आवश्यक असलेले चिंतन, प्रयोगशीलता, चिकाटी हे क्रियाशील गुण शिकून घेण्याची नितांत गरज आहे, हेही!

वायव्हा आणि कॉरिन्थिअन खांबमाथा

सेमिस्टरमध्ये सुरू असलेल्या प्रॉजेक्टची सांगता अखेर 'ज्यूरी'समोर होत असे. या तोंडी परीक्षेला नाव होतं, वायव्हा. मेहनत घेऊन आम्ही तयार केलेला मोठमोठ्या चित्रांचा पोर्टफोलिओ या ज्यूरीला प्रत्यक्ष सादर करण्याची वेळ येई, तेव्हा अनेक रात्रींच्या श्रम व जागरणांनंतर आमची रूपं अगदी नमुनेदार झालेली असत. एकूण दृश्य असं असे- मोठ्या लांब टेबलाच्या एका बाजूला विद्यार्थी. आणि समोर तीन-चार महारथी प्राध्यापक आणि आर्किटेक्ट्स. बहुतेक जण नावाजलेले विशारद. त्यांच्या नावाचा दबदबा असे. टप्प्याटप्प्यानं करत आणलेले आणि कागदांवर निगुतीने उतरवलेले आराखडे एखाद्या दृष्टिक्षेपात हे महारथी चीतपट करून टाकत. त्यातले गुण-अवगुण जोखून कठोरपणे त्या डिझाइनची चिरफाडवजा तपासणी सुरू होई. महत्त्वाच्या आणि बारीकसारीक तपशिलांमध्ये शिरून कुठल्याही स्वरूपाचे प्रश्न समोर उभे केले जात. आराखड्यामधील साधेपणा, गुंतागुंत, नेमकेपणा, स्थानिक हवामानाला अनुसरून वा दुर्लक्षून केलेलं नियोजन, प्रमाणबद्धता - अशा सगळ्या प्रकारचे हे प्रश्न.

प्रश्नांची पुढची फैर झडे ती रचनासौंदर्याशी निगडित. हा अमुक आकार असाच का, आणि तसाच का नाही, अशा प्रश्नांची त्या महारथींना रुचतील अशी उत्तरं गडबडून न जाता देणं महत्त्वाचं. रचनेचा आकार, आकारमान, रंगसंगती, व्याप्ती, रचनातंत्राचे बारकावे (डिटेल्स) या सगळ्यामागील आमची भूमिका अभ्यासपूर्ण आहे की नुसतीच वरवरची उपरी, एकांगी याचा अंदाज त्यांना लगेच येई. स्वतंत्र व्यवसायाच्या मोठ्या पर्वाअखेर आता असे अंदाज आम्हालाही आले; परंतु त्या काळात असल्या परीक्षेची धास्ती वाटे. अपरंपार मेहनतीची काही मिनिटांत वासलात लावायला ते ज्यूरी मागे-पुढे पाहत नसत. 'इथर'च्या परिमाणांना स्वत:ला अभिप्रेत असलेलं रूप देऊन ते समोरच्या विचक्षण ज्यूरीच्या गळी उतरवण्यात सादरीकरणाचं आमचं कौशल्य कारणी लागत असे, की कामी येत असे कुणास ठाऊक! या पद्धतीत तावून सुलाखून निघतानाचे चटके आजही आठवतात. आर्किटेक्चरच्या शिक्षणानंतर नंतरच्या आयुष्याला जी राजमान्यता मिळत गेली, ती त्या चटक्यांमुळेच!

तांत्रिक विषय शिकवण्याचं वर्णन मात्र मी 'कालबाह्य' या एकाच शब्दात करेन. पहिल्या वर्षाबरोबर सुरू झालेल्या 'लाकडी' बांधकामातली उदाहरणं भारतात तरी कुठंच फारशी दिसेनात. फोर्टमधल्या काही मोजक्या ब्रिटिशकालीन इमारती सोडल्या तर सगळीकडे आर.सी.सी. चौकटींची भराभर फुटणारी ठोकळेबाज इमारतींची पेवं दिसत होती. बर्मा टीकच्या लाकडातून घडवलेले अवघड जिने आणि त्यामागची खानदानी अभिरुची आमच्या पिढीनं खरंतर पाहिलीच नाही. संसारखर्च भागवून

थोडीशी बचत करायला धडपडणारा साधासुधा भारतीय मध्यम वर्ग तेव्हा नुकताच जन्मत होता, आणि अशा खर्चिक दिमाखाची त्याची खरंच ऐपत नव्हती. दोन-तीन-चार दाटक्या खोल्यांचे 'फ्लॅट्स' पाडणाऱ्या त्या बिचाऱ्या इमारती, भूक भागवणाऱ्या रंग-गंध-चेहराहीन चुरमुऱ्यांसारख्या केवळ असत, असं आता म्हणावंसं वाटतं.

शंभर वर्षांपूर्वी प्रचलित असलेल्या गोल लाकडी जिन्यांच्या चित्रांच्या 'प्लेट्स' (मोठ्या जाड पांढऱ्या कागदावरचं ड्रॉइंग) करून करून आम्ही कंटाळलो. घडाई केलेल्या चिऱ्यांचे बॉण्ड्स आणि कोर्सेस घोटून थकलो. कॉरिन्थियन, डॉरिक आणि आयोनिक या ग्रीक क्लासिकल ऑर्डर्सच्या खांबमाथ्यांची घोकंपट्टी करून बधिर झालो. कमळासारख्या दिसणाऱ्या 'अमलका' फीचरचं सौंदर्य कुठंतरी हरवून बसलो. जगप्रसिद्ध सेंट पीटर्स आणि नॉट्रडेम चर्चमधल्या स्टेन्ड काचेवरची रंगीत सुंदर चित्रं आमच्या डोळ्यांना जाणवेनाशी झाली .... याचं एकमेव कारण म्हणजे कंटाळलेली आणि कंटाळवाणी प्रोफेसरकी! कला-इतिहासासारखा सुंदर, भारदस्त विषय आम्हाला एवढा निष्प्रभ कसा वाटला, हे एक कोडंच आहे ! वेळच्या वेळी येऊन लांबलचक एकसुरी भाषण ठोकून जाण्याचं काम सगळे प्राध्यापक अगदी चोख बजावून जात, पण तासामागून तास संपत, ते निर्जीवपणे. शिकण्या-शिकवण्याची ही क्रिया सगळ्यांना सहभागी करणारी असावी, यावर त्यांचा विश्वास नसावा. दृक्श्राव्य माध्यमंही तेव्हा एवढी प्रचलित नव्हती. खडू-फळा यांचा वापर प्रभावीपणे करणं फारच थोड्यांना जमत असे. वास्तुरचनाशास्त्राचा इतिहास शिकवणं ही तर खरं शब्द, चित्रांसहित एखादी रंजक गोष्ट सांगण्यासारखी चीज. स्वतःच्या मूल्यमापनातून, इतिहासात घडून गेलेल्या गोष्टी एकमेकांशी जोडत जोडत, हलकेच वर्तमानात आणून ठेवाव्या! अशी मनोहारी रंजक गोष्ट. परंतु त्या विषयाकडे असल्या (विक्षिप्त?) तऱ्हेनं पाहिलं जात नव्हतं. भाषणांमध्ये जिवंतपणा आणण्यासाठी विनोदबुद्धीच्या मुबलक वापरावरही तेव्हा बंदी असावी.

नंतरच्या वर्षांमध्ये अमेरिकेतल्या युनिव्हर्सिटीत मी याच विषयांचा पुढचा अभ्यास केला. तेव्हा तर जे. जे.मधल्या सगळ्या कालबाह्यतेची खात्री मला फारच प्रकर्षानं पटली. समोरच्या विद्यार्थ्याला नुसतं बोलतं करणंही किती कठीण आहे, हे मी स्वतः मुंबईच्या ॲकेडमी ऑफ आर्किटेक्चरमध्ये शिकवायला लागल्यावर कळलं. माझ्या एका विद्यार्थिनीनं, तिची स्वतःची डिझाइनमधली उत्कट गुंतवणूक आणि त्यामागचे विचार स्वतःच्या एका सुंदर कवितेतून व्यक्त करून आपलं प्रेझेन्टेशन संपवलं होतं. 'शिकवणं' या अवघड कामगिरीमधला मला सापडलेला हा एक छान क्षण !

आपल्याकडे शाळा-कॉलेजात असणारा परीक्षार्थी अभ्यासक्रम, सक्तीचे गृहपाठ, समाजात पदवीला आणि पदवीधराला असणारी तथाकथित लोकमान्यता या सगळ्या

गोष्टी कॉलेजातल्या विद्यार्थ्यांची शैक्षणिक वर्षं ग्रहणासारखी ग्रासून टाकत असतीलही, पण पुढच्या आयुष्याच्या दृष्टीनं याच गोष्टी महत्त्वाच्या ठरतात. व्यवस्थितपणा, पद्धतशीरपणा, वक्तशीरपणा अंगात भिनतो. मेहनतीची सवय लागते. आर्किटेक्चर कॉलेजमध्ये असताना या दहा टर्म्सच्या काळात आम्हाला 'ऐच्छिक' काहीच नव्हतं. सबमिशन्स, प्रॉजेक्ट्स, परीक्षा सगळंच सक्तीचं. कुणा चांगल्या विद्यार्थ्याचा रिझल्ट वाईट लागला, किंवा एखाद्या सबमिशनचं काम चांगलं नसेल, तर वडीलकीच्या, अधिकाराच्या आणि आत्मीयतेच्या नात्यानं जुनेजाणते प्रोफेसर्स आम्हाला चांगलं फैलावर घेत. 'हे काय चाललंय?'चा जाब विचारत. पुढच्या तपासणीच्या वेळी आवर्जून परिस्थिती सुधारली आहे की नाही त्याचा परामर्श घेत. सुधारली असेल तर क्वचित पाठ थोपटत. (प्रत्यक्षात नाही! हलक्या हास्यातून. हेही फारच क्वचित घडे! किंवा दोन शब्दांच्या मधल्या जागेमधून.) उगीचच स्तुतिसुमनं उधळण्याची त्यांना या काळात परवानगी नव्हती. विशेषतः अमेरिकेत खिरापतीसारखी स्तुती वाटतात. ज्याला त्याला छान छान म्हणतात-'ग्रेट, वंडरफुल,' हे शब्द तोंडून बाहेर येतात. शहाण्यानं ते साक्षेपानेच घेतलेले बरे. 'फॅब्युलस!'-असले उद्‌गार तर तण उगवावं त्या सहजतेनं अमेरिकनांच्या तोंडून बाहेर येतात. इथं तसलं काही नव्हतं. अव्यक्त शाबासकी मिळवायला हातून चांगलं काम घडे. पाहुण्या प्रोफेसरांचे स्लाइड शोज्, प्रदर्शनं, आजूबाजूच्या सहाध्यायींची जीव तोडून केलेली कामं आणि प्राध्यापकांच्या शिकवण्यातला राम, विषयांचा भारदस्तपणा, ज्ञानाची खोली, या सगळ्याचा परिणाम म्हणून आम्ही अभ्यास चांगलाच मनावर घेत असू. मी भारत-अमेरिका दोन्हीकडची शालेय-कॉलेजची पदवीपूर्व, पदव्युत्तर सगळी शिक्षणं जवळून पाहिली. आपल्याकडच्या शिक्षणपद्धतीच्या शिस्तीला, सक्तीला अवघडपणाला मी या क्षणी दाद देते. कडवट, कठोर शिस्त व सक्तीखाली केलेल्या अभ्यासाची फार मधुर फळं मी चाखली आहेत. अजूनही चाखते आहे, ती त्या कठोर वर्षांची आठवण काढूनच!

जे. जे. महाविद्यालय सरकार दरबारचा आसरा पावून होतं. भारदस्त नाव कमावून होतं. कामाची खास सरकारी गत, गतीही तिथंच सापडत होती!

कॉलेजच्या ब्रिटिशकालीन दगडी इमारतींत मोठमोठ्या दालनवजा खोल्या होत्या. वीस-पंचवीस फूट उंचीची प्रचंड घुमटाकार (वॉल्टेड) देखणी छतं. तळमजल्यावर कॉलेजचं ऑफिस होतं. स्टीलच्या कळकट टेबल-खुर्च्यांवर तिथं परिचित, काहीसा स्थितप्रज्ञ सरकारी स्टाफ बसलेला असे. तिथल्या फायलींवर अमाप धूळ असे. एके काळच्या सुरेख लाल फरशा धूळ खाऊन खाऊन निर्जीव मेणचट झाल्या होत्या. आणि हे चित्र खूप बरं असं वाटे, ते वरच्या मजल्यांवरच्या

आमच्या स्टुडिओंमध्ये पोहोचेपर्यंत! प्रशस्त, लांबरुंद, हवेशीर असे हे स्टुडिओज. त्यांच्या त्या ऐतिहासिक गोलाकार छतांमध्ये आता कबुतरांच्या पिढ्या राहत. ड्रॉइंग्जवर कधी त्यांचा प्रसाद टपकेल त्याचा नेम नसे.

नंतरच्या वर्षांमध्ये, मलमलीच्या रुमालात हलकेच गुंडाळून ठेवलेल्या जडावाच्या दागिन्यासारखी अमेरिकन वास्तूंची होणारी जपणूक मी जवळून पाहिली. वास्तुशास्त्र शिकवणाऱ्या विश्वविद्यालयांच्या भारदस्त वास्तू पाहिल्या. एका फाइन आर्ट्सच्या महाविद्यालयाच्या प्राकारात उभं असणारं, डोळे खिळवून ठेवणारं, त्या विद्यालयाच्या विचारांचं द्योतक असावं असं सुंदर शिल्प पाहिलं. जे. जे. मधली उदास, धूळ खाणारी स्थलचित्रं आठवून मला खूप वाईट वाटत राहिलं...

कॉलेजच्या वर्षांमध्ये अभ्यासाच्या वेळात प्रत्यक्ष ज्ञानार्जन किती झालं, त्याचा हिशेब करणं सोपं जावं. कारण तसं फारसं झालंच नाही. मुख्य शिक्षण घडलं लेक्चरच्या वेळात बाहेरच्या पायऱ्यांवर पडलेल्या आमच्या अड्ड्यांमध्ये. बहरलेल्या गुलाबी कॅशियाखालच्या मुक्कामात. रात्रभर चालेल्या सबमिशन्सच्या कामात. वर्गमित्रांबरोबर चालणाऱ्या उटपटांग गप्पांत. किती संपन्न असतात त्या गप्पा! हाडाच्या कवींसारखे आणि कलाकारांसारखे उपजत आर्किटेक्ट्स आमच्या कंपूमध्ये होते. विषयातील त्यांची गती, समज, कौशल्य काही वेगळंच होतं. खरी स्फूर्ती ठरत, ती ही ठिकाणं!

उमेदवारी

निर्मितीचं बीज पडण्यासाठी परिस्थिती नेहमीच आदर्श, संपूर्ण असावी लागते असं नाही. कित्येकदा अपूर्णतेतच एक उत्कट अनुभव भरून राहिलेला असतो. बोलाफुलाची गाठ पडलेले क्षण, पडत्या फळाची आज्ञा घेऊन आलेले क्षण, कावळा बसून फांदी मोडण्याचे क्षणही आयुष्याचे रंग पार बदलून टाकतात. नशीब, भाग्य वगैरे म्हणतात, तो या सगळ्याचाच परिपाक असावा. कॉलेजमधून बाहेर पडता पडता मुंबईतल्या एका प्रथितयश आर्किटेक्टच्या ऑफिसमध्ये काम करण्याची संधी अनपेक्षितपणे माझ्यापुढे आली. त्यानंतर मी शोधत असलेल्या उत्तरांपैकी काही लख्खपणे माझ्यापुढे अवतरली. खरं तर या ऑफिसमधले ते सहा महिने फारच सामान्य, हिणकस होते. परत परत मागे वळून पाहावं, कृतज्ञतेनं आठवत राहावं असं काहीच तिथं घडलं नाही; परंतु आपल्याला काय नको आहे याची नामावळी मात्र माझ्या संहितेत तेव्हा पक्की झाली.

कुठल्याही फूटपट्टीनं मोजता ते ऑफिस यशस्वीच ठरत होतं. भरपूर मोठी प्रॉजेक्ट्स होती. काम करणाऱ्यांची मुबलक संख्या होती. फायली हलवायला मागेपुढे शिपाई झुलत होते. चहावाला भट अप्रतिम चहा देत होता. पगारांचे

चेक्स वेळच्या वेळी मिळत होते. सगळं काही ठीकठाक होतं; परंतु डिझाइनिंगसाठी आवश्यक असलेलं मनन-चिंतन घडताना तिथं मला दिसलं नाही. कुणालेखीच त्याला अग्रक्रम नव्हता. उभ्या-आडव्या रेषांच्या आलेखातून एखाद्या तक्त्यासारखे तिथे नकाशे पडत. एकदा तर वेळ कमी होता म्हणून दुसऱ्याच प्रॉजेक्टचे आराखडे थोडी निराळी रंगरंगोटी करून पाठवले गेले. मी तर चक्रावलेच होते. अमेरिकेत अटलांटाच्या ऑफिसमध्ये एका पंचवीस मजली इमारतीच्या एकसारख्या मजल्यांचे आराखडे घाण्यासारखे छापले गेले. पण ते वेगळं.

तुटपुंज्या वेळात घाईगर्दीनं योजलेल्या त्या वास्तुशिल्पाच्या जन्मकथेमध्ये कंपनीच्या मालकाचा, आर्किटेक्टचा सहभाग केवळ नावापुरताच असे. वारसाकरता दत्तक मूल घेऊन त्याचं पालन-संगोपन मोलाच्या नोकराकडे सोपवल्यासारखा हा प्रकार होता. बॉसचं मुख्य काम बाजारातून प्रकल्प स्वतःकडे खेचून घेण्याचं. अर्थात त्याचं हे कौशल्य वादातीत होतं. त्यानंतर मात्र ऑफिसमधल्या मदतनीस आर्किटेक्टकडे ते काम एकदा सोपवलं की हा बॉस भावनिकरीत्या त्यातून पूर्ण नामानिराळा होई. बॉसचा त्यापुढचा कार्यभाग असे तो त्या प्रकल्पाच्या आर्थिक आघाड्या लढवण्यात. 'निर्मिती'-जो या कलेचा आत्मा, त्याच्याशीच लवकरात लवकर फारकत घेण्याची त्याची सवय मी समजू शकले नाही.

ते काम पुढे ज्याच्या हातात जाई, तो ज्युनिअर आर्किटेक्ट तरी त्यात कुठे खरा रमे? ऑफिसमधले अर्धेअधिक जण तर केवळ सांगकामे होते. बॉसनं ऑफिस सोडलं, की पुढच्याच क्षणी हे एरवी मरगळलेले लोक अत्यंत उत्साहात स्वतःच्या वैयक्तिक कामांची भेंडोळी बोर्डावर पसरत. ऑफिसच्या वेळात, ऑफिसच्या सोयी वापरून खुशाल स्वतःची कामं उरकत. दुनियेबद्दल ही मंडळी खूप तिरकस बोलत राहत. बॉसचा उल्लेख अनादर करणाऱ्या टोपणनावानं करीत. एकचा ठोका पडला, की घरून आणलेले आपापले जेवणाचे डबे उघडत. आणि डब्यासोबत त्यांच्या मध्यमवर्गीय विचारांच्या संदुका. हे ऑफिस दक्षिण मुंबईच्या झगमगाटी भागामध्ये होतं. लंचटाइममध्ये एखादं प्रदर्शन पाहून येणं, एशियाटिकसारख्या लायब्ररीत जाणं, पुस्तकांच्या नाहीतर अशाच कुठल्यातरी दुकानांत चक्कर मारून येणं, निदान समुद्रावरचा खारा वारा पिऊन येणं असलं काही एक करण्याच्या भानगडीत न पडता लोकं डोकी टेबलांवर ठेवून झोपा काढत. संध्याकाळी कुठल्याही परिस्थितीत, ठरलेली लोकल पकडायची त्यांना घाई असे.

आम्ही शिकाऊ ट्रेनीज म्हणजे तर खिल्ली उडवण्याची त्यांची हक्काची स्थानं. आम्हाला समजून घेणं, समजावून सांगणं राहोच, परंतु ऐन विशी-बाविशीतलं आमच्यातलं ताजंतवानं, वेडं, स्वप्नाळू टॅलेंट वापरून घेणं हे सगळंच त्यांनी घाऊक प्रमाणात नाकारलं. ज्येष्ठ-कनिष्ठतेचं वर्चस्व त्या ठिकाणी नको तेवढं

बोकाळलं होतं. त्यातून निरोगी सांघिक भावना उगम न पावता, नुसतेच काम करणाऱ्यांच्या संख्येचे तुकडे पडले होते! बॉसबद्दल आदर, प्रेम नव्हतं. होता नुसताच रिकामा धाक. उत्तम उत्पादकतेकरता आवश्यक ते जिवंत, तजेलदार वातावरण निर्माण करण्यात त्या मालकाला अपयश आलं होतं. दोन-चार महिन्यांत माझा जीव तिथे गुदमरू लागला. माझी स्वतःची डिझाइन फर्म कशी 'नसेल', याचं उत्तर मला त्या काळात सापडलं. मला काय हवं आहे, ते शोधताना ते खूपच मोलाचं ठरलं!

बॉस्टन ब्रॅह्मिन्सचा सत्संग

- चमचमती क्षितिजरेखा आणि निळी-जांभळी चार्ल्स
- बॉस्टन ब्रॅह्मिन्सचा सत्संग
- जॉर्जियातला तुरुंग

काळाच्या सरकत्या पट्टीवर, त्याच्या प्रवाहाच्या ओढीत न सापडणारी ही वास्तुशिल्पं शाश्वत अस्तित्वाचा वर घेऊनच घडली असावीत अशी त्यांची रचना, प्रमाणं आणि सजावट! व्यवसायात आम्ही आजरोजी घडवतो त्या मजबूत रचना छाटछूट आणि किरकोळच वाटतात या आर्किटेक्चरपुढे. काटकसरीनं, अर्थसंकल्पात परत परत काटछाट करून कशातरी घडवलेल्या या नव्या रचनांना शंभर वर्षांपूर्वीचं खानदानी राजसपण नाही हेच खरं! एका पावसाबरोबर पोपडे येणाऱ्या आजच्या दळभद्री इमारती! लोखंडी पट्ट्यांवर स्वस्तातल्या भडक प्लॅस्टिक पत्र्यांची छतं मारमारून आम्ही अनधिकृत व्हरांडे उठवतो आणि गळणाऱ्या गच्च्यांवर विलायती जलविरोधी रसायनांचे खर्चिक थर मारत राहतो... कधी घडलं हे एवढं अधःपतन? हा ऱ्हास? मिटल्या डोळ्यांपुढे भव्यदिव्य आकार पाहण्याचं अभियंत्यांचं सामर्थ्य आणि त्याला उचलून धरणारी अर्थयंत्रणा, या तत्कालीन गोष्टींना सलाम करावासा वाटतो तो या शहरांच्या रस्त्यावरून अचंबित होत पायपीट करताना! जरुरीपुरतंच क्षेत्रफळ, अनावश्यक सजावट-महिरपींना दिलेली चाट, आणि सगळं सगळं जेवढ्यास तेवढं- या मध्य-विसाव्या शतकाने घातलेल्या पायंड्याला आपण फारच सरावलो. दशकपरत्वे त्याची प्रशंसाही करू लागलो. त्यालाच थोडीफार शैली देऊ लागलो. पण अविचल तटस्थपणे काळाच्या प्रवाहाला आणि नवसंस्कृतीला टक्कर देणाऱ्या या रचनांचं सुसंस्कृत ठामपण पाहताना वाटून जातंच, की असा भोग-विलास, हा दिमाख आधुनिकतेला परवडत नाही म्हणून तर नाही त्यांनी अनावश्यकाची काटछाट केली? हा आंबट द्राक्षांचा प्रकार आहे की काय?

बॉस्टन-न्यू यॉर्क नगऱ्यांमधल्या गेल्या शतकाच्या सुरुवातीला बांधलेल्या ट्रिनिटी चर्च, न्यू यॉर्क लाइफ इन्शुरन्स, क्रेडिट सुइस अशा रचना केवळ अनन्यसाधारण! त्या ऐतिहासिक म्हणाव्या तेवढ्या जुन्या नाहीत आणि काल बांधलेल्या अतिमॉडर्नही. आधुनिक सामग्रीतून घडवलेली ऐतिहासिक वास्तुसदृश शिल्पं- असं त्यांचं वर्णन होऊ शकतं. काळाच्या सरकत्या पट्टीवर, त्याच्या प्रवाहाच्या ओढीत न सापडणारी ही वास्तुशिल्पं शाश्वत अस्तित्वाचा वर घेऊनच घडली असावीत, अशी त्यांची रचना, प्रमाणं आणि सजावट! व्यवसायात आम्ही आजरोजी घडवतो त्या मजबूत रचना छाटछूट आणि किरकोळच वाटतात या आर्किटेक्चरपुढे. काटकसरीनं, अर्थसंकल्पात परत परत काटछाट करून कशातरी घडवलेल्या या नव्या रचनांना शंभर वर्षांपूर्वीचं खानदानी राजसपण नाही हेच खरं! एका पावसाबरोबर पोपडे येणाऱ्या आजच्या दळभद्री इमारती! लोखंडी पट्ट्यांवर स्वस्तातल्या भडक प्लॅस्टिक पत्र्यांची छतं मारमारून आम्ही अनधिकृत व्हरांडे उठवतो आणि गळणाऱ्या गच्च्यांवर विलायती जलविरोधी रसायनांचे खर्चिक थर मारत राहतो... कधी घडलं हे एवढं अधःपतन? हा ऱ्हास? मिटल्या डोळ्यांपुढे भव्यदिव्य आकार पाहण्याचं अभियंत्यांचं सामर्थ्य आणि त्याला उचलून धरणारी अर्थयंत्रणा, या तत्कालीन गोष्टींना सलाम करावासा वाटतो तो या शहरांच्या रस्त्यावरून अचंबित होत पायपीट करताना! जरुरीपुरतंच क्षेत्रफळ, अनावश्यक सजावट-महिरपींना दिलेली चाट, आणि सगळं सगळं जेवढ्यास तेवढं- या मध्य-विसाव्या शतकाने घातलेल्या पायंड्याला आपण फारच सरावलो. दशकपरत्वे त्याची प्रशंसाही करू लागलो. त्यालाच थोडीफार शैली देऊ लागलो. पण अविचल तटस्थपणे काळाच्या प्रवाहाला आणि नवसंस्कृतीला टक्कर देणाऱ्या या रचनांचं सुसंस्कृत ठामपण पाहताना वाटून जातंच, की असा भोग-विलास, हा दिमाख आधुनिकतेला परवडत नाही म्हणून तर नाही त्यांनी अनावश्यकाची काटछाट केली? हा आंबट द्राक्षांचा प्रकार आहे की काय?

चमचमती क्षितिजरेखा आणि निळी-जांभळी चार्ल्स

बी.आर्च.ची पदवी हातात आली, त्यानंतर अमेरिकन युनिव्हर्सिटीजची माहिती मिळवत मी उच्च शिक्षणासाठी तिकडे जायची तयारी करत होते. याच वेळी माझ्या वैयक्तिक आयुष्यानं विवाहाचं मोठं वळण घेतलं, आणि १९८४ च्या जानेवारीत आम्ही बॉस्टनला उतरलो.

मध्यरात्री केलेला तो विमानतळापासून घरापर्यंतचा प्रवास मला आजही आठवतो. प्रवासाच्या थकव्यामुळे, दहा-बारा तास मागे पडलेल्या घड्याळामुळे, पापण्या

जडजड होऊन मिटत होत्या. पण तेवढ्यात दिसली कुणीतरी मुक्त बेफिकिरीने उधळून दिलेल्या हिऱ्यांसारखी बॉस्टनची चमचमती क्षितिजरेखा आणि तिच्या प्रांगणात, मध्यरात्रीच्या निळ्या-जांभळ्या आकाशाखाली चमकणारं चार्ल्स नदीचं सुंदर रुंद पात्र. थेट कॉलेजच्या ग्रंथालयाच्या पुस्तकसंपदेतून ओळखीच्या झालेल्या, भावलेल्या जगप्रसिद्ध रचना. चिनी वास्तुशास्त्रज्ञ 'पे' याची हॅनकॉक टॉवर्सची इमारत, रिचर्ड्सनचं देखणं दगडी ट्रिनिटी चर्च, याचं निसटतं दर्शन त्या थकलेल्या, झापड येत असलेल्या वेळीही मी ते घटाघटा पिऊन घेतलं... रेशमासारख्या सुळसुळीत रस्त्यावरून जाताना बॉस्टनच्या त्या अप्रतिम प्रथमदर्शनाच्या सुंदर रसायनात मी भिजून गेले होते!

सकाळी उठून, जंगलात लपून गेलेलं घर आणि त्याचा परिसर पुरता नजरेत घेईपर्यंत बाहेर हिमवर्षाव सुरू झाला. कोमल कणांचं आकाश कणाकणांनी तरंगत हलकेच जमिनीकडे उतरत आल्यासारखा हिमवर्षाव. पाहता पाहता लवमात्र आवाज न करता सगळा निसर्ग त्या शुभ्र बर्फाखाली बुडून गेला. आयुष्यातली पहिली हिमवृष्टी. नंतरच्या हिवाळी महिन्यांमध्ये फुलं-पानंविरहित असं ते हिमाच्छादित पांढरंधोप निसर्गसौंदर्य मला केवळ स्वप्नवत वाटत राहिलं. ध्वनिविरहित हिमवर्षाव केवळ अवर्णनीय होता. माणसाने अविचारीपणे वापरलेल्या निस्तेज भूमीपासून उंचावर, दूरवर, आकाशाच्या काहीशा जवळ पोहोचल्याची एक विरागी, धवल, निःशब्द अनुभूती मला ते पहिले हिमवर्षाव देत असत. अनाघ्रात, पवित्र निसर्ग आपलं स्फूर्तिस्थान बनतो, त्याचा एक अनुभव!

देशाटन, सभासंचार, पंडितमैत्री या संधींचा जरतारी लिफाफा मला वास्तुशास्त्राच्या अभ्यासानं भेट दिला. वास्तुशास्त्राची पदवी हातात असल्यामुळेच पश्चिमेकडच्या त्या प्रगत देशातल्या वास्तव्याची, उच्च शिक्षणाची, व्यवसायाची सुवर्णसंधी माझ्या अंगणात येऊन उतरली. साहित्य, शास्त्र, कला, विनोद यांची अंतर्यामीची ओळख घडली तीही त्यामुळेच. याच्या अभ्यासानं माझ्या व्यक्तिमत्त्वाला एक मोलाचं परिमाण दिलं. लोकमान्यतेचा एक चमकता पैलूही बहाल केला!

संकुचित प्रवृत्ती, लोकापवादाचं भय असे घटक आजूबाजूला कार्यरत असतात तेव्हा अपवादात्मक निर्भीडपणा अंगात नसेल तर माणूस गोंधळून जातो. त्याच्या हातून घडू शकणाऱ्या चांगल्या गोष्टींना खीळ बसते. हे घटक वेळीच बाजूला झाले, तर दृष्टीला पडतो एक मोकळाढोकळा, मुक्त मार्ग. एका सोनेरी क्षणाने अमेरिका या गुणी प्रदेशाकडून खास माझ्यासाठी संदेश आणला. प्राकृतिक मनमोकळी अभिव्यक्ती मला नव्या देशात सापडली. नव्या प्रदेशातल्या लोकांचा वस्तुनिष्ठपणा आवडला. स्वतःची कारकीर्द मजेत जगण्याचा त्यांचा प्रयत्नही आवडला. तिथं

कुणी कुणाच्या विचारांच्या अध्यातमध्यात अनाहूत लुडबुड करीत नव्हतं. त्यामुळे आपसूक स्वतःच्या हक्कांबरोबर दुसऱ्यांच्या हक्कांचीही कदर होत होती.

गरिबी, बेकारी, बेघर जनता, गुन्हेगारी ही समाजछिद्रं अमेरिकेत नव्यानं उतरणाऱ्याच्या नजरेला दिसली, तरी लगेच आतपर्यंत पोहोचत नाहीत. अमेरिकेत उतरल्यानंतर प्रथम तिच्या सौंदर्यानं, सुबकतेनं आणि सुबत्तेनंच दिपून जायला होतं. गुळगुळीत रस्ते, त्यावर धावणाऱ्या दिमाखदार गाड्या, सुपरमार्केटमधली फळफळावळ आणि रसरशीत भाज्यांची लयलूट पाहून भारावून जायला होतं. हजारो चौरस फुटांची मृदू रेशमी गालिचांनी आच्छादलेली घरं आणि त्याच्या चारही दिशांचा आसमंत व्यापून टाकणारा बर्फाच्छादित निसर्ग पाहून अवाकच व्हायला होतं. निदान मी तरी झाले. पोटासाठीचा संघर्ष पार केलेल्या लोकांचा हा प्रगत देश होता. त्यांची सौंदर्यदृष्टी, नेटके उपचार हे गुण मला खूपच आवडून गेले. या नव्या देशाला माझ्यात वसलेली उत्सुक मुलगीही कुठेतरी भावली असावी. नव्या प्रदेशानं, मी तिथं पाऊल ठेवताच मला तऱ्हतऱ्हेची सुंदर लॅन्डस्केप्स आत्मीयतेनं उलगडून दाखवली. माझे दोन्ही हात आपल्या भक्कम उबदार हातांमध्ये घेऊन माझं मनापासून स्वागत केलं. दिसतं, त्यापलीकडे जाऊन पाहायला मला उद्युक्त केलं. त्या हस्तांदोलनात खूप शुभेच्छा होत्या. आधार होता. आश्वासनं होती. नुसतं प्रोत्साहनच नाही, तर एक बेहोशी होती. कदाचित चाळिशी-पन्नाशीत तो कोमट वाटला असता! विशी बाविशीत तो मोठ्या उन्मादात आला होता. नंतरच्या वर्षांमध्ये या सगळ्या ऋणांची ऋणाईत म्हणून मी अभिमानानं जगात वावरले.

बॉस्टन ब्रॅह्मिन्सचा सत्संग

कोरीकरकरीत डिग्री घेऊन बॉस्टनसारख्या शहरात पोचल्यानंतर स्वतःच्या प्रॅक्टिसच्या कल्पनेनं माझ्या मनात एकदम उडी मारली. आर्किटेक्चरच्या व्यवसायाला ग्लॅमर आहे. हा पेशा चैन, फॅशन, तारांकित राहणीच्या सदरांत मोडतो, ही वस्तुस्थिती आहे. समाजाची ही धारणा आणि आप्तेष्टांच्या डोळ्यांतली कौतुकमिश्रित भावना गुदगुल्या करत होती. 'ग्लॅमर'चं भाबडं आकर्षण मनात निर्माण झालं होतं. स्वतःची प्रॅक्टिस सुरू करण्यासाठी मी अधीर झालेली आठवते! हेही खरं की, महाविद्यालयातली पाच लांबरुंद वर्षं भराभर उलटली तरी शेवटीशेवटी तो न संपणारा अभ्यास, सबमिशन्स, थिसिसच्या पुनरावृत्त्या, भंडावून टाकणारे ज्यूरी, या प्रकारांनी आम्ही टेकीला आलो होतो. मेहनतीची आवड असूनही ते सगळं कंटाळवाणं झालं होतं. डिग्रीचं भेंडोळं हातात घेऊन अभिमानानं कॉलेजबाहेर कधी पडतो आपण आणि प्रयासांनी मिळवलेलं ज्ञान हिरिरीनं कारणी कधी लावतो,

याची घाई झाली होती. त्या ग्लॅमरच्या वलयानं नाही खुणावलं तरच आश्चर्य. त्या वलयाच्या शोधार्थ निघायला हवं, स्वतंत्र व्यवसाय काढला की ते ग्लॅमर सापडेलच आणि ते वलयही आपल्याला शोधत येईल, असे मृगजळामागे धावणारे ते अपरिपक्व विचार!

पण कडू औषध घशाखाली उतरवावं तसा उमेदवारीचा विचार मी एकदाचा घशाखाली उतरवला. उमेदवारीचा अनुभव गरजेचा होता. पदवीनंतरचे सहाएक महिने भारतात आणि नंतर अमेरिकेत पोहोचल्यानंतरच्या काळात बऱ्यापैकी फर्म्समध्ये नोकरी करणं आणि त्यातून येणारा डॉलर्समधला थोडाफार पैसा गाठीशी मारणं एवढं जमलं, की मी कृतकृत्य वाटून घेई. नोकरीचीही एखाद-दोन वर्षं भराभरा उरकून टाकावीत की मग स्वतःचा व्यवसाय सुरू होईलच, असं गृहीतक मी मनात मांडलं खरं; पण असा (ग्लॅमरस) व्यवसाय करायचा कसा असतो? अमेरिकन बाजारातले प्रकल्प मलाच कोण, आणि का देईल? ना माझा जन्म टाटा-बिर्ला कुळांतला, ना राहणी लाइमलाइटमधली झगझगाटी! स्वतःचं दुकान उघडून स्वतःच्या हिकमतीवर चालवायचं तर काय काय आवश्यक आहे? फक्त प्रथम वर्गातली पदवी पुरणार आहे का? स्वतंत्र व्यवसाय हा यशस्वी व्यवसाय कधी होईल हे विचारही मनात गरगरत होते. सुदैवानं मला याच सुमाराला दोन व्यक्ती भेटल्या. केन मिचेल आणि मार्था स्टोक्स. आणि यानंतर आयुष्याला पुरेल एवढ्या साधारण अकलेची बेगमी झाली.

बॉस्टनमध्ये उतरल्यानंतर दोन महिन्यांच्या आत हातात वर्क परमिट पडलं. लगेच मी नोकरी शोधायला घेतली. न्यू इंग्लंडची गोठवणारी थंडी, बर्फवृष्टी, या जगाचे अपरिचित शिष्टाचार. मी धडपडत एक-दोन इंटरव्ह्यू दिले. केन मिचेलचा जॉब हातात पडला. अमेरिकेतल्या वास्तुशास्त्रीय कामाचा कुठलाही पूर्वानुभव जमेत नसताना मॅक्डॉनल्डमध्ये नाही तर सुपरमार्केटच्या कॅशरजिस्टरवर काम करण्याची तयारी मी ठेवली होती. त्या वयातल्या उमेदवारीत त्याही नोकऱ्यांना अर्थ असतो, हे अमेरिकन आयुष्याला सरावल्यानंतर मला कळून गेलं. आनंद, उत्सुकता आणि दडपण अशा संमिश्रतेतून मी केन मिचेलकडे जाऊन धडकले.

नंतरच्या आठ-दहा वर्षांमध्ये बॉस्टन, अटलांटा यांसारख्या मोठ्या शहरांतल्या चकचकीत ऑफिसांमध्ये मी काम केलं. त्या मानाने केन मिचेल हा आर्किटेक्ट अगदी साधा होता. त्याचा पसाराही लहानसा होता. प्रॅक्टिस सरधोपट होती. म्हणजे त्याच्याकडची कामं काही उच्चवर्गीयांच्या झगमगीत वर्तुळांतून आलेली, पंचतारांकित वगैरे नव्हती; परंतु त्याच्या व्यवहारात अमेरिकन नेमकेपणा होता. ढिलाई नव्हती. केनची पाळंमुळं स्कॉटिश. हे लोक काटकसर, टुकीने राहण्यासाठी

प्रसिद्ध असतात. भारतात असताना अजाणतेपणी माझ्या अंगवळणी पडलेल्या अनेक उपद्रवी अनावश्यक गोष्टींची कात टाकण्यासाठी आणि त्या प्रगत देशाची तऱ्हेतऱ्हेची तंत्रं आत्मसात करण्यासाठी त्याचं लहानसं ऑफिस ही एक उत्कृष्ट स्वतंत्र शिकवणीच ठरली! माझ्या व्यावसायिक आयुष्याच्या अगदी सुरुवातीस माझी केन मिचेलशी पडलेली गाठ व त्याच्यासोबत त्याच्या छोट्याशा ऑफिसात मी काढलेला काही महिन्यांचा काळ यांची आठवण मला 'केन- एक चांगला गुरू' या अर्थाने पुनःपुन्हा करावीशी वाटते. शिष्याच्या प्राथमिक अवस्थेत त्याला चांगला गुरू लाभला, तर ते त्याचं भाग्यच! शास्त्रीय संगीताचा श्रीगणेशा करताना धडे थेट बुजुर्गांकडून न घेणं श्रेयस्कर असतं. इथं बाळबोध, सारेगम घोटून घेणारा धीराचा, खेळकर गुरू हवा. संगीताच्या धड्यांपलीकडे जाऊन एक उत्सुकता, आवड शिष्याच्या ठिकाणी निर्माण करू शकणारा. हा पाया पक्का होतो, तेव्हा पुढचे विचार आपोआप सुचत जातात आणि मार्ग सापडत जातो. केन मिचेलच्या रूपानं मला असा गुरू भेटला होता!

केनकडे कामाला लागताच आर.सी.सी.मधलं दगड-माती-सिमेंटचं प्रमाण, चटई क्षेत्रांची कंटाळवाणी आकडेमोड असली नीरस समीकरणं माझ्या मनातून वेगानं निरास पावू लागली. रचना बांधण्याचं नवं तंत्रज्ञान पदरात पाडून घ्यायला मी लगेचच सुरुवात केली. इथं पाड लागायचा तर ते आवश्यकच होतं. टच-टोन कीबोर्डवरून विश्वातल्या अगम्य विषयांवरची माहिती घरबसल्या मिळवण्याचं गूगलचं पर्व अजून उगवायचं होतं. खुर्चीत रेलून दिलेली आज्ञा ऐकणारी अदृश्य 'ॲलेक्सा' अजून जन्मायची होती. केननं मोठ्या मनानं त्याच्या सगळ्या फाइल्स, ड्रॉइंग्ज, कॅटलॉग्ज यांचं दालन माझ्यासाठी खुलं केलं. कॉलेजमधील एका कर्दनकाळ आणि शत्रूसमान प्रोफेसराच्या पंक्तिप्रपंचयुक्त वागणुकीमुळे आणि निरुत्साही शेऱ्यांमुळे डिटेल्सबद्दल माझ्या मनात एक प्रकारची भीती बसली होती. केननं ती एका वाक्यात उडवून लावली.

"गुड डीटेलिंग इज नथिंग बट कॉमनसेन्स!"

डीटेल्स करण्याची भीती त्यानंतर माझ्या मनातून पार पुसून गेली. भीती-धास्ती तर गेलीच, पण प्रयोगशीलतेनं काही नवं करून पाहण्यासही मी उद्युक्त झाले. त्या काळात लागलेली एक चांगली सवय आजतागायत मला साथ देते आहे. प्रत्येक नव्या प्रॉजेक्टगणिक काहीतरी नवीन करून पाहणं! आर्किटेक्चरच्या विद्यार्थ्यांना शिकवतानाही मी त्यांच्या विचारांना ही दिशा देऊ पाहते, ती केनची कृतज्ञतापूर्वक आठवण काढूनच.

केन मिचेलच्या ऑफिसची एक अप्रिय आठवण मात्र आहे. चोरांनी ते ऑफिस

फोडल्याची. ऑफिसची किल्ली माझ्याकडे असे. सकाळी आठ वाजता एकदा मी नेहमीसारखी हेडफोन्सवर गाणं ऐकत ऑफिसला पोहोचले, तर दार सताड उघडं, काचा फोडलेल्या, आत भरपूर मोडतोड, आणि सामान इतस्ततः फेकलेलं. भयानकच दृश्य होतं. रोजच्या परिचयाची, घरच्यासारखी जागा; पण रात्रीत तिथं चोर नाचून गेले होते. त्यांच्या धुमाकुळाच्या खुणा समोर पाहताना खोलवर वेदना झाली, भीती वाढली. पट्‌कन केनला मी फोन लावला आणि दहा-पंधरा मिनिटांत, तो यायच्या आधी पोलीसही पोहोचले. त्यांना मी जबानी दिली, ते आजही आठवतं. जपून चाल, कुठंही स्पर्श करू नकोस या सूचनांसकट त्यांनी मला आठवडाभर सबवेपर्यंत जाण्यासाठी एसकॉर्ट्‌सचं संरक्षण दिलं होतं. हळूहळू ते थांबलं आणि तो धक्काही मागे पडला.

लाकडी चौकटींच्या पोकळ भिंती, त्यांच्या पोकळ्यांमध्ये भरण्यात येणारं थंडीच्या प्रमाणात बदलणारं ग्लास-वूल इन्सुलेशन, विषम हवामानासाठी गरजेचं असलेलं तापमाननियमन, बांधकामविषयक नियमांच्या अंमलबजावणीचं महत्त्व, फायरकोटेड (आग रोखण्यासाठी असलेले निर्देशांक) जिप्सम बोर्डचे योग्य ते वापर ही नवी तंत्रं अवगत करून घेणं मला भाग पडलं. स्थानिक नगरपालिकेला आराखडा संमत करण्यास सांगून, प्रत्यक्ष बांधताना दुसरंच काहीतरी सोयीस्करपणे बदलून बांधणं, तसं करण्यासाठी लाचलुचपतीचा आधार घेणं, असल्या कुप्रवृत्तींचा वावर तिथं दिसत नव्हता. जमिनीवर पहिली कुदळ मारण्याआधी आराखडे शंभर टक्के पक्के होत. संपूर्ण चित्रसंचावर परवानगीदाखल योग्य ते सरकारी शिक्के मिळवून घेऊन त्यानंतर मगच काम सुरू होई. या संमत चित्रसंचाबरहुकूम काम करण्याची नैतिक जबाबदारी क्लायंट, आर्किटेक्ट आणि कंत्राटदार या सर्वांनी उचललेली असे. बांधकामाचे अनेकविध संस्थांचे विधिनियम तर महत्त्वाचे असतच; परंतु हलगर्जीपणा किंवा नजरचुकीची शिक्षा थेट कायदेशीर कारवाईमध्ये होऊ शकत असे. या शिस्तीचा धाक नव्हे, तर आदर होत असे. उगीच पळवाटा शोधण्याची प्रवृत्ती नव्हती.

हॅन्डिकॅप्ड कोड म्हणजे अपंगांसाठीच्या सोयीसाठी नेमण्यात आलेली नियमावली. ही मला पूर्णतया नवी होती. ती शिकताना, किती बारीकसारीक दृष्टींतून अपंगांचा विचार होऊ शकतो ते समजलं. व्हीलचेअरच्या हालचालीला आवश्यक असणारं पाच फूट व्यासाचं वर्तुळ प्रत्येक मोक्याच्या व वळणाच्या जागी ठेवावं लागे. दाराची उंची, कडी-कोयंडे बसवण्याची उंची, बाथरूममधील आधारासाठी लागणारे आडवे दांडे-कठडे, हे विशिष्ट उंचीवर ठेवावे लागत. बाहेर पार्किंग लॉटमधील त्यांच्या वाहनांच्या पार्किंगच्या जागा विशिष्ट ठिकाणी, विशिष्ट संख्येत द्याव्या

लागत. तेथून इमारतीत शिरण्यासाठी, पायऱ्यांच्या जोडीने, ८ टक्के उताराचा रॅम्प (विशिष्ट उतार देऊन बांधलेली वाट) द्यावा लागे. ही नियमावली तर मी हौसेहौसेने पाठच करून टाकली. 'मूल म्हणून जन्माला यावं, तसंच अपंगाचा जन्म घ्यायचाच झाला, तर अमेरिकेत.' असं अमेरिकेत म्हटलं जातं. कारण या दोन्ही जिवांचं आयुष्य नुसतं सुकरच नव्हे तर चहूबाजूंनी आनंदी करण्यासाठी अमेरिकन मन सतत कार्यमग्न असतं. या हॅन्डिकॅप्ड् कोडचे नियम वाचता वाचता ते मला अनेकदा समजलं.

विचारांना पुरेसं खाद्य मिळत होतं आणि माझे विचार कसाला लागत होते. तुलनात्मक निरीक्षणं घडत होती. मुंबईतल्या त्या ऑफिसच्या आठवणी अजून अगदीच ताज्या असताना केन मिचेलकडचा काळ आला आणि संपलाही. मला या दोन ऑफिसांमध्ये हजारो विरोधाभास जाणवले. मुंबईतल्या नोकरीत मला पुरेसं आव्हान मिळालं नाही. परिणामी, चांगल्या कार्यपूर्तीतून येणारा आनंद, समाधान हेही दूरवरच राहिलं. शिकण्याची इच्छा होती, परंतु आजूबाजूचे सीनिअर्स शिकवण्यात रस घेणारे नव्हते. केनने मात्र पहिल्या दिवसापासून माझ्या अभ्यासाचा, अभ्यासक्रमाचा आणि व्यक्तिशः माझा- संपूर्ण आदर केला. क्षेत्रात नवोदित म्हणून शिरतानाच्या काळात मिळालेल्या या आदरामुळे माझ्या ठिकाणी नैसर्गिकपणे, त्या आदराचा मान मी चांगल्या कामाद्वारा ठेवला पाहिजे, ही एक प्रामाणिक भावना रुजू लागली. एक कृतज्ञताही माझ्या मनात निर्माण झाली. मुख्य म्हणजे, हा आदर संपादन करण्याची माझी योग्यता होती तर, ही भावना मी केनकडेच प्रथम अनुभवली! प्रत्यक्ष व्यावहारिक जगातली धंद्याची हाताळणी त्यानं मला अ-आ-ई पासून शिकवली. हातचं काही न राखता खूप गोष्टी त्यानं शिकवल्या, ही निखळ, लख्ख आठवण आज एकतीस वर्षांनंतरही माझ्या सोबत आहे. का नसावा भारतात सर्वत्र असा समभाव? आदर-सन्मानाचं हे रूप? आपल्याकडच्या अभ्यासक्रमांची कालबाह्यता, हे या मागचं कारण असू शकेल. शिक्षणाबद्दल पुरेसं गांभीर्य न दाखवणारे खास भारतीय विद्यार्थीही या परिस्थितीमागे असू शकतील!

केन मिचेलकडील काळ, काम करता करता एकीकडे स्वशिक्षणाकरिता मी उपयोगात आणला तो इतका की, केलेल्या कामाचा मोबदला डॉलर्समध्ये त्याच्याकडून स्वीकारताना मला चक्क अपराधी वाटे. गुरुदक्षिणा म्हणून खरंतर मीच त्याला काहीतरी देणं लागत होते! तो मनुष्य मात्र माझ्या कष्टांवर एकूण खूश असल्याने आनंदाने ठरल्या वेळी ठरल्या रकमेचा चेक माझ्या हातात ठेवत असे.

केन मिचेलचा जॉब मी सोडला का आणि कसा, हा केनच्या शिकवणीचा शेवटचा भाग होऊन राहिला आहे. केनकडचा कामाचा जोर जेव्हा ओसरू लागला, तेव्हा पंधराएक दिवसांची सूचना देऊन माझ्यासारख्या ज्यूनिअरला 'आता दुसरी

नोकरी बघ' हे सांगणं त्याला मुळीच अवघड नव्हतं. कायमस्वरूपी, बरेच फायदे, नफे, रोखे इत्यादी लागू होणारी ती मोठी नोकरी कधीच नव्हती. तरीही, माझ्यासाठी त्याने त्याच्या संबंधितांच्या ऑफिसमध्ये विचारणा केली. शब्द टाकला. माझी तोंडभरून प्रशंसा केली. शिफारस केली. त्यातूनच, पुढे 'बॉस्टन आर्किटेक्चर टीम' आणि त्यानंतर मार्था- अशी माझ्या पुढच्या नोकऱ्यांची ओळ पडत गेली.

मार्था स्टोक्स ही माझी नंतरची बॉस. नंतरची म्हणजे मी बऱ्याच सुरळीतपणे अमेरिकन ऑफिसांमध्ये वावरू लागल्यानंतरची. केनकडे असताना मी अस्सल भारतीय गुणांचं प्रदर्शन काही वेळा करून गेलेच. उदाहरणार्थ विनोदबुद्धीचा अभाव, विधानांचा गुळमुळीतपणा, वेळेची ढिलाई, इत्यादी इत्यादी. मार्थाच्या वागण्याबोलण्याची आणि एकूण व्यक्तिमत्त्वाची छाप माझ्यावर आजतागायत आहे. बॉस्टनजवळच्या एम.आय.टी. या प्रतिष्ठित विश्वविद्यालयाची ती उच्चशिक्षित आर्किटेक्ट होती. दक्षिण बॉस्टनमध्ये तिचं ऑफिस होतं. बॉस्टन-ब्रॅह्मिनस या मार्मिक (आणि उपरोधिक) नाव असलेल्या कम्युनिटीचं प्रतिनिधित्व मार्था करत असे. अर्थात ते तिला जाणवत नसणार. पुणेकरांना कुठे त्यांच्यातलं पुणेरीपण माहीत असतं! अशा वृत्ती-प्रवृत्ती दिसत्या-न दिसत्या असतात. न्यू इंग्लंड या उत्तर पूर्व अमेरिकन परगण्यात बॉस्टन ब्रॅह्मिन्स सापडतात. मार्थाची ती वृत्ती होती. बुद्धिप्रामाण्य मानणारी, कष्टाळू, शिष्ट, आत्ममग्न, मनस्वी.

बॉस्टन हे प्रगत पश्चिमेतलं मी पाहिलेलं पहिलं शहर. त्या जागी मी विचिटा (कॅन्सस) किंवा बर्फाळ नॉर्थ डाकोटातलं एखादं विरळ लोकवस्तीचं अमेरिकन खेडं पाहिलं असतं तरीही या अतिप्रगत जगाच्या स्वच्छता सौजन्याने माझ्यावर छाप पाडलीच असती. पण बॉस्टन शहराच्या सुबक ऐतिहासिक देखणेपणाने, 'कॅरॅक्टर'ने आणि छोटेखानीपणाने मला खरंच मोह घातला. जलाशयांमुळे शहराला विशिष्ट सौंदर्य येतं. बॉस्टन या बेटवजा तुकड्याला अटलांटिक समुद्र आणि शिवाय चार्ल्ससारखी राजबिंडी नदी लाभली आहे. या छोट्याशा शहराची घनता त्यामुळे आणखीच सघन वाटते. पण इतिहास आणि मॉडर्निटीची एकजूट, सौंदर्यदृष्टीची कमाल, नगररचनेतले सोयी-सुविधांचे विचार, या विशेषांमुळे ही नगरी आजही अमेरिकनांच्या आणि पर्यटकांच्या नजरेत झुकतं माप पावून आहे. पण या सर्वांहून विशेष म्हणजे बॉस्टनमधली उच्चभ्रू, संभावित बुद्धिमान गुणिजनांची वस्ती आणि वावर. हार्वर्ड आणि एम.आय.टी. ही ऑक्स्फर्ड आणि केंब्रिजला समांतर जाणारी विश्वविद्यालयं म्हणजे बॉस्टनची आद्य विद्यामंदिरं. त्याशिवाय वैद्यकीय, संगणकीय आणि अर्थशास्त्रीय/वाणिज्य क्षेत्रातल्या उद्योग-व्यवसायांतही हे शहर अग्रगण्य आहे. त्यामुळे सरस्वतीचा वरदहस्त लाभलेल्या या शहरात लक्ष्मीही खेळती आहे

आणि परिणामी एक वेगळाच सर्वोत्कृष्ट भाव-प्रभाव या नगराच्या गल्ल्या, मोहल्ले, चौक, वसाहती, बागा, अरण्यांवर जाणवतो. शैलीदार युरोपची प्रतिबिंबं बॉस्टनच्या न्यूबरी स्ट्रीट, कूलिज कॉर्नर, फेन्युइल हॉल या भागांमध्ये सापडतात. याचं एक कारण इंग्लंड-युरोपमधले अनेक स्थलांतरित प्रथम इथे उतरले. वास्तू आणि डिझाइनमध्ये स्वारस्य असणाऱ्या माझ्यासारख्या व्यक्तीला बॉस्टनचे रस्ते, न्यूबरीवरची दुकानं, कॉपले प्लाझा, ख्रिश्चन सायन्स सेंटरच्या इमारती आणि त्यांच्या सार्वजनिक प्राकारातला प्रचंड आरसाच वाटावा असा पाण्याचा पूल, म्हणजे पंचेंद्रियांना मेजवानी आणि कल्पनेला अभूतपूर्व पर्वणीच!

मार्थाच्या ऑफिसमधल्या दोन-तीन वर्षांमध्ये अनुभवांचं एक श्रीमंत जग मला अनुभवता आलं. ही मध्यम आकाराची फर्म ती समर्थपणे सांभाळत असे. वेगळ्या पार्श्वभूमीमधून आलेल्या, वेगवेगळी कौशल्यं बाळगणाऱ्या आम्हा सहकाऱ्यांना तिनं डोळसपणे जमा केलं होतं. अनेक आघाड्यांवर संघर्षवजा आयुष्य ती जोमानं जगत होती, हे तिच्याबरोबर काढलेल्या पहिल्या काही महिन्यांत मला कळून चुकलं. सरकारी व खासगी शेलकी प्रॉजेक्ट्स तिच्या हातात होती. मतिमंद मुलांची वसतिगृहं, शाळा, अपंगांसाठी वसाहत, गुन्हेगारांची रिमांड होम्स हे मॅसॅच्युसेट्स सरकारचे प्रकल्प होते. त्यांनी काही राखीव जागा महिला सल्लागार, उद्योजक यांसाठी ठेवलेल्या होत्या. चांगल्या दर्जाची प्रॅक्टिस व अनुभव पाठीशी असल्यानं मार्थाचं नाव बॉस्टनच्या स्त्री-आर्किटेक्ट्सच्या यादीत अग्रगण्य होतं. अशा प्रकारच्या स्त्री-उद्योजकांसाठीच्या किंवा अल्पसंख्याकांना उत्तेजन देणाऱ्या सरकारी, निमसरकारी उपक्रमांवर ती नजर ठेवून असे. सांस्कृतिक, व्यावसायिक घडामोडींत ती आवर्जून भाग घेई. व्यवसायात पडून नियमित उत्पन्नाची ग्वाही झाली की मग व्यावसायिक उन्नतीसाठी काही वेगळे कष्ट घेणं, अभ्यास करणं, नव्या तंत्रज्ञानाबरोबर प्रगत होणं आवश्यक बनतं. नाहीतर स्पर्धेत टिकाव कसा लागणार? अमेरिकेत व्यावसायिक मानधन ताशी हिशेबावर आकारण्याची पद्धत आहे. फी लागू होणारा मीटर बाजूला सारून प्रसंगी पदरमोड करून स्वतःची उन्नती करून घ्यायची असते. सेमिनार्स आणि परिषदांना हजर राहण्यासाठी ती आग्रहानं आम्हाला पाठवत असे. सेमिनार करून आल्यानंतर ऑफिसमध्ये आमची छोटेखानी बैठक भरत असे. सेमिनारमध्ये ऐकलेले मतप्रवाह, बातम्या, शोधप्रबंधांचे नवे विषय, सेमिनारला जाऊन आलेल्यानं उरलेल्या स्टाफला सांगायचे. बाहेरच्या जगात काय चाललंय ते सर्वांना माहीत होण्याचा हा एक मार्ग होता. काळाबरोबर राहण्याची हातोटी मार्थाला चांगली अवगत होती.

जगात स्वतंत्रपणे वावरणाऱ्या, व्यवसायात नफा-तोट्याचं गणित यशस्वीपणे सांभाळणाऱ्या कुणापाशीही ज्ञानाचं, आत्मविश्वासाचं एक विशेष अपील असतं.

मार्थाच्या राहणीतला YUP (Young Urban Professionalism) मला खूप आठवतो. तिच्या बोलण्यात रोजच्या वर्तमानपत्रातल्या सगळ्या क्षेत्रांमधल्या बातम्यांचे, बॉस्टन सिंफनीचे (उच्चभ्रू बॉस्टोनियनच्या अभिमानाचा एक विषय), हॉलिवूडमधल्या नव्या चित्रपटांचे संदर्भ असत. शहरातल्या, तसंच सबंध देशभरातल्या इतर समव्यवसायी आर्किटेक्ट्सच्या कामांबद्दल तिची ठाम मतं असत. समकालीन व्यावसायिकांच्या ती जवळच्या संपर्कात असे. व्यवसायातल्या रोजच्या कामाखेरीज, आम्हा सहकारी लोकांच्या वैयक्तिक आयुष्यात काय चाललंय त्याचीही आत्मीयतेनं विचारपूस करत असे. आमच्या कल्याणाची, सुख-दुःखाची तिला चिंता असे. तिचा सद्भाव आमच्यापर्यंत पोचे आणि यानंतर आमच्या ठिकाणीही एक प्रकारचा सद्भाव निर्माण होत असे.

मार्थाची कित्येक रूपं मी जवळून पाहिली. विटलेल्या जीन्स आणि मळका डगला अडकवून तीस-तीस तास सतत मेहनत करताना मी तिला पाहिलं. तसंच कडक रेशमी औपचारिक पोशाखात महिला वास्तुशास्त्रज्ञांच्या सेमिनारमध्ये स्वतःच्या कामाविषयी व्याख्यान देतानाही पाहिलं. बॉस्टनच्या उत्तरेला असलेल्या दूरवरच्या एका बर्फाळ गावातून ती आपली भलीमोठी शेरोकी जीप ड्राइव्ह करून घेऊन येई. कधी जीपमधल्या बास्केटमध्ये तिची दोन गोजिरवाणी बाळं असत. एका मोठ्या प्रकल्पावरचं काम सुरू असताना स्टीव्ह या तिच्या सवंगडी-सहकाऱ्याबरोबर गंभीर मतभेद झाल्यानंतर तिच्या डोळ्यांत पाणी तरारलेलंही मी पाहिलं. गांभीर्य, शौर्य, खेळकरपणा, गोडवा अशा सगळ्या गुणांनी तिच्यातलं मनुष्यपण सतत जागतं असे.

ऑफिसची लायब्ररी समृद्ध होती. ऑफिसमधलं वातावरण संवादी, हलकं जागतं ठेवण्याचा तिचा प्रयत्न होता. एरव्हीसुद्धा, मालक-कर्मचारी हा भेदाभेद आणि त्या अनुषंगाने येणारे तणाव, अरेरावी हे प्रकार मला अमेरिकन ऑफिसांमध्ये कमीच दिसले. बॉस्टनच्या उपनगरातल्या ग्रीव्ह स्ट्रीटवरच्या त्या ऑफिसमधले ते दिवस मला आजही खूप आठवतात. तीन दशकं मधे निघून गेली, हे खरं वाटेनासं होतं!

मार्थाला जवळून पाहत असताना तिचे गुणविशेष तर मला जाणवले, शिवाय उच्च शिक्षणाचं महत्त्व मला तिच्या सान्निध्यात असतानाच कळलं.

डेव्हिड काँडिनो हा मार्थाचा नवरा. बोटी बांधणारा एक रंगेल इटालियन. त्याचं हे चौथं लग्न होतं म्हणे. त्याच्या या पार्श्वभूमीवरही तिनं त्याच्या प्रेमात पडून धाडसानं त्याच्याशी लग्न केलं. २००२ मधल्या ट्रिपमध्ये तिच्याशी बोलत असताना मात्र तिनं आपण डेव्हिडला अखेर घटस्फोट दिल्याची बातमी सांगितली-

अविचलपणे. हे मला तसं आश्चर्यकारक नव्हतं. त्यांच्यातला वाढता असहकार तेव्हाही दिसतच होता. मात्र या बातमीनंतर तिच्या आयुष्याचं एक आंदोलन भयावह उंची गाठून मूळ स्थितीला पोहोचलं आहे असं वाटलं. स्वाभिमान, चमकती करिअर, दोन हुशार मुलं हे सगळं काही तिच्या जमेत होतंच. याशिवाय आता एका देखण्या पुरुषोत्तमाबरोबरचं दोन घटकांचं अशाश्वत, उत्कट आयुष्यही तिला चटका लावून गेलं होतं. जिवाचं कोमल गुंतणं, त्यानंतर प्रेमानं घेतलेलं झंझावती रूप आणि मग त्याच प्रेमाचा हृदय भेदून टाकणारा भंग... माझ्या पश्चिमेकडच्या वास्तव्यात मार्थाच्या स्वरूपात मी ते जवळून पाहिलं. कितव्यांदा कोण जाणे!

मार्थाच्या ऑफिसमध्ये एका गमतीच्या प्रसंगातून माझं थोडं सामाजिक शिक्षण झालं. शर्ली बेंडर ही एक तरतरीत, उंच कॅनेडियन आर्किटेक्ट आमच्या ऑफिसात काम करायची. हिवाळ्यात अल्फ्रेड हिचकॉकच्या सिनेमातल्या खलनायकासारखा लांब कोट, हॅट, काळे लेदरचे हातमोजे असा तिचा सरंजाम असे. शर्ली खूप सिगारेटी ओढे. पण त्या तर बायका तिकडे सर्रास ओढतात. माझ्या क्यूबिकलमध्ये येऊन गप्पा मारायला तिला आवडे. अमेरिकेत मैत्र्या पटकन होत नाहीत, त्यामुळे या गप्पांचं मी आनंदानं स्वागत करत असे. एकदोनदा तिनं विचारल्यानंतर आम्ही दोघी तिच्या जीपमधून लंचलाही गेलो. पण शेवटी आमच्या एरिका नावाच्या सेक्रेटरीला राहवेना. माझ्या अज्ञानाची तिला दया आली असावी. तिनं एक दिवस मला हळूच जाणवून दिलं की, शर्ली 'गे' आहे. आणि हसत हसत हेही सुचवलं की "तुला 'तसं' काही अभिप्रेत असलं तर आम्हाला कुणाला काही हरकत असण्याचं कारणच नाही. पण हे माहीत नसून पुढे गेलीस तर तुझा मामा होऊ नये म्हणून सांगतेय एवढंच!..." पण मनातल्या मनात माझा मामा झालाच होता. नशीब, परिस्थिती विशेष विचित्र होण्याआधी मला कळलं! एरिकाचे मी अर्थात हसून सौम्यपणे आभार मानले.

अमेरिकन सोसायटीतले उपचार, पद्धती, बंडखोर अवलंब कळण्यासाठी टी.व्ही. सीरिअल्स मला मदत करत. अमेरिकन विनोदबुद्धी, वेश-केशभूषा, प्रसंगोत्पात विनोद, आणीबाणीच्या कल्पना, हजरजबाबीपणा, हावभाव-यांचं शिक्षण हवं असेल तर थ्री इज कंपनी, फ्रेन्ड्स, साइनफिल्ड, चीअर्स, फ्रेजर, सिक्स्टी मिनिट्स, ट्वेंटी ट्वेंटी, नाइटली न्यूज हे टी.व्ही.वरचे कार्यक्रम आणि मालिका जरूर पाहाव्यात. आपली सार्वजनिक फजिती न करता ते आपल्याला बरेच वस्तुपाठ देतात. यातले बरेच कार्यक्रम मी रंगून जाऊन बघत असे, बाहेर वावरत असे,

पण तरीही काही वळणातल्या गोष्टी कुणीतरी सांगितल्याशिवाय लक्षात येत नसत. असं समारंभपूर्वक दचकणं, शरमणं, सावरणं त्या सुरुवातीच्या वर्षांत खूपदा घडलं. याचं श्रेय दुसऱ्या तिसऱ्या कशालाही नसून आपल्या बाळबोध मध्यमवर्गीय मराठीपणाला जातं.

या मार्थाच्याच ऑफिसमध्ये स्टीव्ह हे एक अविस्मरणीय पात्र होतं. स्टीव्हला मी प्रथम पाहिलं तेव्हा भर ऑफिसमध्ये बेदम मोठ्या चढ्या आवाजात, अर्वाच्य शिवीगाळ करत कुणालातरी काहीतरी समजावून सांगण्याचं त्याचं कार्य फोनवरून सुरू होतं. तिकडच्या जगात ही घटना विरळा. हा प्रकार काय आहे ते मला कळेना. पुढे स्टीव्हचा परिचय झाला. उंचापुरा, रांगडा, उन्हाने तांबूस झालेला हा प्रेमळ गोरा अमेरिकन. मार्थाचा तो उजवा हात होता. व्यवसायाची पुरुषी बाजू तो सांभाळत असे असं आपलं मला उगीचच वाटे. वयानं तो तिच्याएवढाच होता. स्टीव्हकडे कॉलेजशिक्षण आणि पदवी नव्हती; परंतु 'मेसन' म्हणजे गवंडी कुटुंबात वाढलेल्या त्याच्यापाशी प्रत्यक्ष बांधकाम आणि व्यवहारज्ञान यांचा एवढा समृद्ध अनुभव होता, की आम्ही विचार लढवून लढवून तयार केलेली चित्रं त्याच्याकडून खुशाल तपासून घ्यावीत. ऑफिसच्या पांढरपेशा वातावरणात हा स्टीव्ह बिचारा मुस्कटदाबी झाल्यासारखा दिसे. त्याच्या अघळपघळ वागण्याला, गावरान शब्दसंग्रहाला, दिलखुलास हालचालींना त्याला ऑफिसच्या सीमांमध्ये फारच मनाविरुद्ध जबरदस्तीने मुरड घालावी लागे. कधी तो चिडे, रागवे, बळेबळेच असेना, स्वतःचा राग काबूत ठेवी. साइटवर मात्र त्याचा रुबाब काही वेगळाच असे. कॉन्ट्रॅक्टर्स त्याला सरळसरळ वचकून असत. ठरलेल्या कामात एखाद-दुसरा किरकोळ फेरबदल करण्याच्या परवानगीसाठी त्याची खोळंबून वाट पाहत थांबत.

एखाद्या दृष्टिक्षेपात स्टीव्ह चुका पकडे. त्याच्या वागण्यात व बोलण्यात कामगारांशी सलगी असे. खरं म्हणजे तो त्यांच्यातलाच एक. परंतु मार्थाच्या दोस्तीनं त्याला जवळजवळ जुलमानंच, टेबलाच्या दुसऱ्या बाजूला आणून बसवला होता. त्याच्या शिव्या, खास जंगली अमेरिकन विनोदबुद्धी या सगळ्याला साइटवरचा hard-hat झोनमध्ये जोर येई. (बांधकाम वेगात सुरू असताना साइटवरच्या एका मोठ्या वर्तुळात पत्र्याची गोल भक्कम टोपी, पायात बूट असा जामानिमा चढवला तरच प्रवेश करता येतो.) बांधकाम कामगार तर कमरेच्या पट्ट्यांवर वा जामानिम्याच्या जोडीने, असंख्य अवजारं, जडजड ड्रिलिंग मशिन्स असं सगळं बांधून फिरत असतात. कामगार म्हटला की जे एक उन्हातान्हात कोळपणारं, अमाप श्रम करणारं, पोट खपाटीला गेलेलं, काळवंडलेलं शोषित चित्र डोळ्यांपुढे येतं, ते अमेरिकेत अस्तित्वात नाही. ही मानवी हमालीची कामं अवाढव्य मशिन्स करतात.

प्रत्यक्ष इलेक्ट्रिकल, प्लम्बिंग आणि मानवी हातच करू शकणारी बाकीची असंख्य कामं, दोन-अडीचशे पौंडी सणसणीत शरीरयष्टी असलेले अमेरिकन्स करतात. ब्लू कॉलर म्हणजे कामगारी वर्गात मोडणारी त्यांची जमात. त्यांना त्यांच्या शक्तीला, कौशल्याला योग्य असं भरपूर वेतन अमेरिकेत मिळतं. हा वर्ग म्हणजे बुद्धिजीवी आणि श्रमजीवी या दोन ढोबळ वर्गांच्या मधे कुठेतरी वावरणारा वर्ग आहे. त्यातील प्रत्येकाला त्याच्या बलुतेदारीचं पद्धतशीर शिक्षण मिळालेलं असतं. योग्य ते परवानेही मिळालेले असतात. त्यांचं मात्र काम शारीरिक असतं. साहजिकच त्या अनुषंगानं, त्यांच्या व्यक्तिमत्वात एक खडबडीत इरसालपणा असतो! मार्था खरं तर स्टीव्हची बॉसही. ते नातं सांभाळत तिच्याशी मित्रत्वानं वागतानाही त्याच्या रानटी पैलूंचं एक सुंदर प्रतिबिंब दिसे.

सुरुवातीच्याच काही दिवसांत एकदा लंच अवरमध्ये चिमटीत एक वेलदोडा घेऊन 'हे काय असतं' करत स्टीव्ह माझ्या टेबलापाशी आला होता. तो आणि त्याचं सबंध कुटुंब बॉस्टनमधले कृष्णभक्त होते. तिथल्या प्रसादाच्या जेवणात त्याला हा वेलदोडा सापडला होता. सरळपणाची, सुबत्तेची मिठी बसून काही अमेरिकन्स असे वळणात शिरतात. तिकडे याला म्हणतात Accent. स्टीव्हमहाराज मूर्तिमंतच एक accent होते.....

भरतमुनीने आपल्या नाट्यशास्त्रात मानवी आयुष्याच्या भावनिकतेचं सार नवरसांच्या संकल्पनेतून फार सुंदर मांडलं. शृंगार, करुण, वीर हे तर आवर्जून अनुभवण्याचे रस! त्यांची वीण अनुभवणं हा बहुतांशी आनंदाचा भाग आहे. पण अद्‌भुत, रौद्र, बीभत्स, भयानक हेही रस खरेच! नृत्यातल्या 'अष्टनायिका' त्या रसांचं सुरेख प्रात्यक्षिक अभिनय, मुद्रा, पदन्यास आणि आंगिक हावभावांमधून दाखवतात, तो अनुभवही आपल्याला तद्‌रूप करून जातो. पण ती गोष्ट वेगळी. प्रत्यक्ष आयुष्यात या चार रसांचा अनुभव नाही आला तरच बरं. पण कुठलं, कुणाचं आयुष्य म्हणजे परीकथा असते? कलीच्या शापातून कुठलं नगर मुक्त असतं? बॉस्टनच्या पूर्वेकडचा भाग गरीब, बकाल आणि गुन्हेगारीपीडित होता. त्याचे दोन-तीन दाखले हादरवून टाकणारे होते.

एकदा समुद्राकाठी मजेत चालत असताना शेजारच्या रस्त्यावर लाल सिग्नल पडला आणि एक गाडी थांबली. त्याबरोबर, रस्त्यावरच्या सोळा-सतरा वर्षांच्या गोऱ्या मुलांच्या टोळीने हातातल्या हॉकीच्या स्टिक्सनी भराभर त्या गाडीवर वार करायला सुरुवात केली. गाडीच्या काचा फोडल्या. टपावरही वार केले.. तेवढ्यात सिग्नल हिरवा झाला, आणि हसत हसत ती पोरं पळून गेली. नाहीशी झाली. गाडीचा जखमी ड्रायव्हर अवाक. आम्ही बघे अवाक. त्या चौकातला विरळ

ट्रॅफिकही पूर्णपणे अवाक! हे काय होतं? हे काय झालं..? बीचवर मजेमजेत हसत खिदळत ती मुलं आमच्या तर आजूबाजूला चालत होती. बीचवरून पायऱ्या चढून ती आताच आमच्या समोरच फुटपाथवर आली. हातात हॉकीच्या काठ्या. केवळ मजा, एक थ्रिल म्हणून त्यांनी किती सहज हा विध्वंस केला! त्या काठ्या ते सहजी आमच्याही डोक्यात मारू शकले असते. घरांची होळी झालेल्या, शाळेत न रमलेल्या या अशांत, बेताल अमेरिकन तरुणांना तारतम्य, विवेक कुठला? दिवसअखेर कामानंतर घरी निघालेल्या कुण्या सामान्य माणसाचं भवितव्य त्या बेदरकार मुलांनी क्षणात विस्कटून टाकलं!

दुसरा एक प्रसंग आम्ही भयंकर खून पाहिला होता तो. आजही त्याची आठवण झाली की, अंगावर शहारा येतो.

हिवाळ्यात अंधार लवकर पडतो. युनिव्हर्सिटीच्या इमारतीचा मागचा जिना उतरून आम्ही सबवेच्या दिशेने चाललो असताना समोरच्या बिल्डिंगखाली एका माणसाला डोक्यात गोळ्या घालून दुसऱ्याने मारलेलं आम्ही प्रत्यक्ष पाहिलं. केवळ भयानक! त्या मारेकऱ्याशी क्षणिक नजरानजर होते आहे असं वाटेपर्यंत तो जीव घेऊन पळालाही होता. इमारतीच्या मागच्या बाजूचा दरवाजा ढकलून कुणी बाहेर येईल याची त्याला कल्पना नसावी. तो भाग निर्मनुष्य झाला होता. त्याने त्याचा कार्यभाग साधायला आणि आम्ही ते दार उघडायला एक गाठ पडली. या प्रसंगानंतर साधारण पाच मिनिटांनी तो शॉक आमच्या मेंदूला कळला आणि कापरं भरलं. धावत जाऊन आम्ही जी पहिली आली ती सबवे पकडली आणि शेवटच्या स्टॉपवर जाऊन उतरलो. आपल्याला इथं यायचं नव्हतं, हेही भान सुटलं होतं. अर्थात रात्री झोप लागली नाही. नंतरचे कित्येक दिवस घराबाहेर पडण्याच्या कल्पनेनंही धडकी भरत असे आणि चमचा पडला तरी हृदयाचा ठोका चुकत असे. त्यानं आपल्यावर पाळत तर ठेवली नसेल? तो आपल्याला कुठं गाठेल का? पोलिसांना सांगायच्या कल्पनेनंही पाचावर धारण बसत होती, त्यामुळे ते आम्ही केलं नाही. स्वतःच्या जिवाची भीती वाटणं म्हणजे काय असतं, ते कळलं. शेवटी हळूहळू गोष्टी पूर्ववत झाल्या. काळानं भीतीवर कायमचा पडदा टाकला. कोल्ड ब्लडेड मर्डर!

आर्किटेक्ट म्हणून प्लॅन्स, एलेव्हेशन्स अशी तांत्रिक चित्रं उत्तम काढता आली की सगळं साधलं- हे समीकरण कसं अपूर्ण होतं, ते मी एक-दोन (घोड) चुका करून साग्रसंगीत शिकले. स्वतःच्या ऐटबाज ऑफिसमध्ये बसून ती 'ग्लॅमरस' प्रॅक्टिस चालवायला आपण किती अपुरे आहोत, हे ठणठणीतपणे बजावणारे काही प्रसंग आता आठवतात.

प्रकल्पाच्या बजेट या मुद्द्यावर मी एकदा चुकीच्या ठिकाणी तोंड उघडलं तो प्रसंग असा.

प्रकल्पात किती व्यक्ती, संघ, ग्रुप्स कशाकशा प्रकारे गुंतलेले आहेत, प्रकल्प सरळमार्गी आहे की आडवळणानं जाणारा, वाट चाकोरीतली आहे, की अडनिडी, प्रकल्पातल्या व्यक्तींची मानसिकता ठरवणारे मुद्दे कोणते, नाजूक, संभाव्य अडचणींच्या जागा कोणत्या, प्रकल्पाचं वेळापत्रक काय, ते ठरवण्यामागे कोण कसं कार्यशील आहे, प्रकल्पांतर्गत राजकारण आहे का, असे अनेक मुद्दे उकलावे लागतात, हे मला कळण्याआधीच्या काळातला हा किस्सा आहे.

बॉस्टनमध्ये कुठल्यातरी सरकारी प्रॉजेक्टवर काम करत असताना एका महत्त्वाच्या मीटिंगला मार्था आणि मी गेलो. ड्रॉइंग्ज दाखवून झाली. त्यावरची चर्चा साधारणपणे सुरळीत पार पडली. वेळापत्रकावर एकमत झालं. मग बजेटचा मुद्दा निघाला. हा मुद्दा केव्हाही, कुठंही निघाला तरी नाजूकच असतो. प्रॉजेक्टचं बजेट काय असावं, हे पहिल्यांदा ठरवताना क्लायंट आर्किटेक्टच्या व आम्ही आर्किटेक्ट क्लायंटच्या चेहऱ्याकडे बराच वेळ नीट पाहतो. दोघांनाही वाटत असतं, की तो आकडा प्रथम समोरच्याकडून ऐकू यावा. परीक्षेचा क्षण! पुढे त्या संख्येत कितीही बदल झाले तरी कुठंतरी तो प्रकल्प त्या मूळ संख्येभोवती फिरत असतो.

संबंधित अधिकारी महाकंजूष म्हणून प्रसिद्ध होता. पैसा खर्च न करता त्याला ताजमहाल बांधायचा होता. आम्ही तयार केलेल्या चांगल्या प्रस्तावाला त्यांनी किती खर्च करावा, हे त्यानं सांगितलेल्या रकमेला फिरवून, त्याचा मूड पाहून फेरफार करून सावकाश ठरवावं लागणार होतं. या इथं एका घातक्षणी त्याच्याआधी माझ्याच तोंडून अर्ध्या कच्च्या स्वरूपातला एक आकडा, अनवधानानं निघून गेला! झालं, तो अधिकारी त्या रकमेला घट्ट पकडून बसला. प्रॉजेक्टचं डिझाइन - डिटेलिंग नंतर पुरं करताना त्याला, ही रक्कम वाढवण्याची गरज पटवून देताना मार्थाच्या नाकी नऊ आले... खरंतर तिनं मला या संदर्भात कधीही फार छेडलं नाही. पण मिटिंगमध्ये 'त्या' आणीबाणीच्या पाच मिनिटांत तिनं टाकलेले दोन हताश सुस्कारे मला स्पष्ट ऐकू आले. तिच्या अनुल्लेखातून, आणि पुढे तिला कराव्या लागलेल्या रदबदलीतून आणि खटपटीतून मी डोंगराएवढं शिकून गेले! पंचवीस-वीस वर्षांमागे घडलेली ती मीटिंग- ती मला चार कळीच्या गोष्टी शिकवून गेली. त्यानंतर मला बजेट हा विषय हाताळताना फारशा अडचणी आल्या नाहीत!

केन मिचेल आणि मार्था स्टोक्स आणि त्यांच्या पाठोपाठ आली ॲमहर्स्टची दोन वर्षं. या काळानं, अमेरिकेतच काय, जगभरात कुठंही, कशाही परिस्थितीत, कसंही फेकलं तरी नीट उभं राहता यावं एवढा आत्मविश्वास माझ्यात पेरला.

सपशेल तोंडघशी पडणं या काळात किती वेळा घडलं! शरमांची, अपराधीपणाची, उपरत्यांची, हताशपणाची, कांगाव्यांची उलटीसुलटी वादळं यथावकाश शमून जात आणि मग लख्खपणे समोर अवतरे विचारांचा एखादा तारक मंत्र.

माझी जोपासना सर्वसाधारण भारतीय मध्यम वर्गात होते त्या वातावरणात झाली. विनोदबुद्धी या वातावरणात जरा दुरापास्तच होती. त्यात कधीतरी शाळेत 'हुशार' म्हणून गणना होऊ लागल्यानंतर, खळखळून, भरपूर हसणं, हलक्याफुलक्या गोष्टींवर हसतखेळत वेळ (वाया!) घालवणं या सवयी लागल्या, तर कुठेतरी माझ्या प्रतिमेला बट्टा लागेल, ही धारणा मी करून घेतली होती. भरपूर अभ्यास एके अभ्यास करत राहणं, तरातरा चालणं आणि शिष्टपणानं वागणं हे आमचे व्यक्तिविशेष होऊन राहिले होते. त्याचा अभिमानही वाटत होता. अमेरिकेत गेल्यावर, स्वतःला सिद्ध करायच्या नादात तर माझ्या व्यक्तिमत्त्वाच्या या बाजूनं आणखीच उचल खाल्ली.

मानेवर खडा ठेवून काम करणं म्हणजे इतर निखळ विनोदी, करमणूकवजा गोष्टींना दिनक्रमातून वजा करणं नसतं, हे मला केनच्या बोलण्यातून एक-दोनदा स्पष्ट जाणवलं. अमेरिकन्स या बाबतीत थोर आहेत. कामाच्या वेळी भरपूर काम! (बँकेत जाऊन विणकाम करणारी व्यक्ती तिथं अपवादालाही सापडणार नाही.) काम करताना स्वतःची विनोदबुद्धी ते कधीच गहाण नाही ठेवत. कडक टाय-शर्टचा ड्रेसकोड शुक्रवारी शिथिल होतो. टीशर्ट-जीन्समध्ये रूपांतरित होतो. To Let hair down म्हणजे खऱ्या अर्थी रिलॅक्स होणं, हे बहुतेक अमेरिकनांना शुक्रवारी संध्याकाळपासून ते रविवारपर्यंत चांगलं जमतं. रोजच्या कामाकडेही हलक्याफुलक्या दृष्टिकोनातून पाहता येतं, हे मला केनच्या सहवासातून थोडं थोडं कळायला लागलं. नंतरच्या मोठ्या ऑफिसमध्ये एक-दोनदा चार-पाच जणांच्या ग्रुपनं दुपारी जेवायला बाहेर जाण्याचा प्रस्ताव आणला, तेव्हा मी गंभीर चेहऱ्यानं 'मला खूप काम आहे' या अर्थाचं काहीतरी पट्कन बोलले, आणि प्रतिसाद म्हणून मला त्यांच्या चेहऱ्यावर 'मग आम्हाला ते नाहीय की काय?' या अर्थाचे भाव उमटलेले दिसले आणि स्वतःची चूक कळली. नंतरच्या वर्षांमध्ये मी अशी बरीच निमंत्रणं डावललीही. मला असलेल्या खूप कामावर काहीतरी छोटासा खुसखुशीत विनोद करून निमंत्रणं डावलणं मला हळूहळू जमू लागलं होतं.

दशकं ओलांडताना आपण बुद्ध्या काही सवयी बदलतो. स्वभावात परिवर्तनं आणू पाहतो. सुधारणा, उन्नती, व्यक्तिमत्त्वविकास अशा शीर्षकांखाली खूप गमतीजमतीचे स्वाध्यायही करतो. अशा सायासांमधून थोडेफार बदल घडतातही; पण मूळ प्रकृती कशी बदलणार! मोठं झाल्यावर काही बदल आपल्यात होतात

तसे माझ्यातही झाले. पण गांभीर्य, आणि विषयांवरचे पापुद्रे भेदून खोलवर आत पाहायची सवय कायम आहे. पूर्वी त्याचा मला नुसताच गर्व असे. आजही आहे. पण आता आजूबाजूला जमाव तसा नसेल तर त्या गुणधर्मावर विनोद करता येतो, एवढाच फरक! भराभरा मागे पडणारे पावसाळे तर यामागे आहेतच, पण अमेरिकन सवयी-शिष्टाचारांचा संसर्गही त्याला कारणीभूत आहे.

युनिव्हर्सिटीत असतानाही माझ्या स्वभावाच्या या कंगोऱ्यांचा परिणाम सोसावा लागला होता. आमच्या मार्स्टर्सच्या ग्रुपमध्ये काही प्रकरणं होती. सिगारेट्स, ड्रग्जही चालत. या ग्रुपमध्ये शिरल्या शिरल्या मी सुरुवातीला काहीच कारण नसताना अगदी सोवळा स्टॅन्ड घेतला होता. ग्रुपमध्ये यावं, मी ते सगळं करावं हे काहीही त्या बिचाऱ्यांनी सुचवलं नव्हतं. ते सगळं न करताही मी त्यांच्या ग्रुपमध्ये राहू शकत होते. मात्र हे सगळं कसं हाताळावं हे नक्की न कळल्यानं मी नुसतीच दूरदूर राहायला लागले. त्यातून एकटी पडले. प्रॉजेक्टस तर टीममध्ये करायची होती! पण कालांतराने सगळ्यांचे परिचय घडले. त्यांची अंतरंगं कळली. सिगारेट्स आणि ड्रग्ज तर अगदीच बाह्य गोष्टी होत्या. उपऱ्या आणि बिनमहत्त्वाच्या. गाभ्यात ती सगळी अगदी छान माणसं होती. थोड्याफार फरकाने खूपशी माझ्यासारखीच होती. परंतु हे सत्य उमजेपर्यंतचा काळ भरपूर ठेचकाळण्यात गेला.

स्वतःच्या क्षेत्रात नुसतं तांत्रिकदृष्टया ठीकठाक राहून भागत नाही. प्रॅक्टिसच्या सगळ्या अंगांनी चालू असणाऱ्या उलाढालींचा ताबा घ्यावा लागतो. छांदिष्ट एकटेपणातून उत्तम डिझाइनच्या निर्मितीची उपासना करत असताना चांगल्या जनसंपर्काचं भानही ठेवावं लागतं. कागदावर सुंदर चित्र रंगवत असताना संबंधित जगातलं राजकारणही जगावं लागतं. माझे बॉस, सहकारी, सहाध्यायी, क्लायंट्स सगळेच मला स्वतःमधल्या हातखंडा गुणांची आणि उपद्रवी अवगुणांची नोंद घे, असं बजावत होते.

जॉर्जियातला तुरुंग

अमेरिकेतल्या बहुतेक मोठ्या ऑफिसांमध्ये डिझाइन, प्रॉडक्शन आणि साइट मॅनेजमेंट असे तीन स्वतंत्र विभाग होते. मी मुख्यत्वे वावरले पहिल्या दोन विभागांत. तिथली आव्हानं मला सोपी वाटली. आपण चितारलेली चित्रं प्रत्यक्ष साइटवर बांधून घेण्याची प्रत्यक्ष वेळ माझ्यावर आली नाही. तो विभाग वेगळा असे.

क्लायंटशी चर्चा, साइटची प्राथमिक पाहणी व तपासणी करून घेतल्यानंतर डिझाइनचा एम्ब्रियो जन्म घेई तो डिझाइन विभागात. मोठमोठे ड्रॉईंग बोर्ड्स स्केचिंगचं सामान या स्टुडिओमध्ये इतस्ततः विखुरलेलं असे. कागदांच्या शीट्स आणि

भेंडोळी पसरलेली असत. भिंतीवर चित्रं डकवण्यासाठी सॉफ्ट बोर्ड्स. एकूण माहोल कलाकारी असे. तारवटलेल्या डोळ्यांनी दिवसभर काम करणारे, क्वचित लांब केस वाढवलेले, पोनीटेल्स बांधलेले वेडे आर्किटेक्ट्स इथं सापडत. न्यू इंग्लंडमधल्या, अतिशय देखण्या दगडातल्या आर्किटेक्चरचा निर्माता रिचर्डसन मला वाचता आला, तो अशाच एका स्टुडिओत. बॉस्टनच्या ऑफिसात हार्वर्डच्या जिम मॅकमिलनची ओळख झाली होती, ती ही अशीच.

या डिझाइन स्टुडिओत भेटलेल्या व्यक्तींच्या माळेतला डेव्हिड पार्किन्स मला खूप आठवतो. सातमजली हसणारा काळा अमेरिकन. तो मला अटलांटामध्ये भेटला. त्याची ज्युनिअर म्हणून कामं करणं मला मनापासून आवडलं. ही मंडळी स्वप्नाळू. प्रॉजेक्ट मॅनेजरबरोबर त्यांची होणारी जुगलबंदी पाहण्यासारखी असे. हा प्रोजेक्ट मॅनेजर म्हणजे डिझाइनवर किमतीचा अंकुश ठेवणारा. दोघंही शिक्षणानं आर्किटेक्ट्स; परंतु धंद्याच्या दोन वेगळ्या बाजू हाताळून त्यांची कसबंही वेगळ्या अंगानं तयार होत. स्वभावतःही हे दोघं वेगळे. दोघांमध्ये जाणवण्याइतपत शीतयुद्ध. कारणं नेहमीचीच. मनोरंजक. अहंचे प्रादुर्भाव. एकमेकांच्या कौशल्यांना कमी लेखण्याची सवय. मला स्वतःला प्रॉजेक्ट मॅनेजरविषयी सहानुभूती वाटे. बिचाऱ्याला एकीकडे विक्षिप्तपणा करणाऱ्या डिझाइनरला चुचकारावं लागे. बॉसला उत्तर द्यावं लागे आणि दुसरीकडे क्लायंटशी गूळपीठ साधावं लागे. आमचे डिझाइनर्स अर्थातच कुणालाही उत्तर वगैरे देण्यापलीकडील एका उंचीवरल्या जगात वावरत. तशी या दोघांची स्थानं स्वतंत्र. पूरक; पण एकमेकांपासून अबाधित. परंतु एक तेढ, उपरोध हवेत चकाकत असे. वरचष्मा रंग-रेषांचा की डॉलर फिगरचा? ही सुप्त स्पर्धा सतत जिवंत असे. डिझाइनमधल्या मूळ कल्पनेला सांभाळत, फेरबदल करत, डिझाइन ठाकून ठोकून तयार करणं आणि त्यानंतर पूर्ण प्रकल्पासाठीचा लांब-रुंद करारनामा लिहिणं, या प्रक्रियेत माझा थोडा थोडा सहभाग होता.

दोन-तीन चर्चासत्रांअखेरीस मूळ संकल्पना तावूनसुलाखून पक्की होई. त्यानंतर हा डिझाइनर त्याचं हे कागदाचं आणि विचारांचं भेंडोळं घेऊन प्रॉडक्शन विभागाकडे कूच करी. इथं त्याच्या स्केचेसचं रूपांतर काटेकोर आराखड्यांमध्ये केलं जाई. हे आराखडे म्हणजे दगडावरची रेघ. मिलिमीटरपर्यंतचा ताळेबंद येथेच घडे. याही विभागात लायब्ररी असे. ती साहित्य-साधनांची, मटेरिअल्सची, त्यांच्या नमुन्यांची, निरनिराळ्या कंपन्यांची, वेगवेगळ्या संस्थांच्या बांधकामाविषयक नियमांची, फायर-कोड्सची. इमारतीला लागणाऱ्या परवान्यांसंदर्भात योग्य त्या अधिकाऱ्यांचा सल्ला घेऊन, तसंच बांधकाम सामग्री कंपन्यांच्या प्रतिनिधींशी मसलती करूनच चित्रांचा विचार केला जाई. रेषा ही आमची मुळाक्षरं आणि भाषा. प्रत्येक रेषेला अर्थ हवा. प्रत्येक रेषेचं दुसरं टोक कुठलातरी आकार किंवा आकृती पूर्ण करून परत

सुरुवातीच्या बिंदूला मिळायला हवा. लटकती अपूर्ण रेषा काहीच सांगत नाही. आर्किटेक्चर चित्रांचा आदर्श संच कसा असावा यासाठी आम्हाला ऑफिसनं एक पुस्तिका दिली होती. ती अजूनही माझ्याकडे आहे. कागदावर मारल्या गेलेल्या प्रत्येक रेघेचा, टिंबाचा, अक्षराचा अर्थ गंभीरपणे तपासला गेला पाहिजे हे आमच्या मनावर बिंबवलं गेलं होतं. जवळजवळ शंभर टक्के निर्णय असे अगोदर घेतले जात, त्यामुळे प्रत्यक्ष बांधकामाच्या साइटवर मेंदूला कष्ट देण्याची गरज क्वचितच पडे. भारत-अमेरिकेतल्या कार्यपद्धतीत असणारा हा सगळ्यात मोठा फरक. भारतातल्या साइटवर भिंतीवर, नाहीतर जमिनींवर खडूनं चित्र काढणारे महाभाग मी पाहिले. या चित्रांना कायद्याची बांधिलकी काय? पण तो प्रश्न भारतात जरा कमीच उद्भवतो. चांगलं-वाईट ईश्वर जाणे.

तिसरा आणि शेवटचा विभाग साइट मॅनेजमेंटचा. इथं काम करणाऱ्यांची पत आणि प्रत आणखीच वेगळी. हे खऱ्या अर्थानं हार्ड हॅट लोक. धट्टेकट्टे कुशाग्र, गडगडाटी, रांगडे. आमच्या आराखड्यांच्या प्रिंटवरील रेषेरेषेची अंमलबजावणी करून घेणारे. या इंजिनिअर्सची कॉन्ट्रॅक्टरला भीती वाटे. डिझाइन व प्रॉडक्शन आणि या मंडळींचं सख्यही यथातथाच असे. नकाशावरची एखादी चूक आमच्यापर्यंत आणून पोहोचवण्यात त्यांना कुठंतरी आनंद होतो आहे की काय, असं मला कधीतरी वाटून जाई.

याच विभागाकडे आणखीही एक महत्त्वाची जबाबदारी असे करार राबविण्याची. प्रत्येक प्रकल्पाचं वेळापत्रक, कामाची पद्धत, पैसे देण्याचे टप्पे इत्यादी सगळं कायद्याच्या चौकटीत व लिखित करारामध्ये बद्ध असे. कुठल्याही कारणास्तव कामात झालेले विलंब, चुका, क्वचित होणारे अपघात या सर्वांना कायद्याचं संरक्षण या करारामुळे मिळे. या करारातील कलमांवर बारीक नजर ठेवण्याचं कामही या तिसऱ्या विभागात घडे. साइटवर काम करणं, हा खरा माझा खास आवडीचा भाग. कधी माझ्या कुतूहलाला आणि उत्सुकतेला मान देऊन एखाद्या इंजिनिअरनं मला साइटवर नेऊन आणल्याचं आठवतं. पण बहुतांशी या कामाचं डिपार्टमेंट निराळं होतं.

मला कामं आठवतात ती सरकारी, नाहीतर मोठमोठ्या कॉर्पोरेट क्लायंट्सची. ऑफिस पार्क्स, हॉटेल्स, शॉपिंग सेंटर्सची. स्वतः डिझाइन केलेला स्वतंत्र बंगला बांधणं तिकडे कमीच घडतं. ती खऱ्याखुऱ्या श्रीमंतीची मातब्बरी आहे. नमुन्यादाखलच्या चार-पाच घरांपैकी एखादं निवडून, तुकड्या-तुकड्यांचे प्लॉट्स पाडलेल्या कॉलनीत ते त्या बिल्डरकडून बांधून घेणं ही सर्वांत प्रचलित गोष्ट. याला म्हणतात, कुकी कटर, म्हणजे साच्यातली घरं.

आपल्याकडच्या कॉलेजेसमध्ये हुशार गणल्या गेलेल्या विद्यार्थ्यांच्या वागण्या-बोलण्यातला पसरटपणा व ढिसाळपणा पाहते, तेव्हा खेद वाटतो. अनेकदा, महत्त्वाच्या खुर्चीवर बसलेल्या एखाद्या अधिकाऱ्याच्या शब्दांची निवड चुकीची असते. अप्रगल्भ असते. उद्गार अनुचित, अनौपचारिक असतात. जे खरं सांगायचं आहे, त्यासाठी योग्य शब्द न सापडल्यास वेगळंच काही व्यक्त होतं, ही तर नेहमीचीच गोष्ट. शिष्टाचारांचीही वानवा असते. हालचाली अवघडलेल्या असतात. देहबोलीतून अंगी असलेलं ज्ञान, चापल्य, हुशारी प्रतीत न झाली, तर काय उपयोग!

अशा वेळी डेव्हिड पार्किन्सची आठवण मला हमखास होते. अटलांटाच्या आमच्या ऑफिसमधला डिझाइन डिरेक्टर. भारतात वावरताना अनेकदा मला वाटून जातं की, डेव्हिड पार्किन्सनं आमच्या विद्यार्थ्यांसाठीच नाही तर व्यावसायिकांसाठीही कार्यशाळा घ्याव्यात. स्वतःच्या मनाला मुक्तपणे कल्पना सुचू देणं, त्या झेलणं, पेलणं, त्यांना रेषांमध्ये बद्ध करणं आणि त्यामागचे विचार शब्दांच्या मदतीनं समोरच्या माणसापर्यंत परिणामकारक रीतीनं पोचवणं या क्रियेत जीव ओतताना मी डेव्हिडला जवळून पाहिलं. आपली कलाकृती खुल्या मनानं, आत्मविश्वासानं, अभिमानानं आणि प्रेमानं समोरच्या माणसापुढे मांडता यायला हवी. चित्रकार, शिल्पकारांना या कौशल्याची गरज नाही. ती एकमार्गी अभिव्यक्ती आहे; परंतु वास्तू ही अमुक एका ग्राहकांसाठी घडवली जाते. वास्तुविशारदांठायी हे कौशल्य असणं भाग आहे. आपली आत्मीयता आणि तळमळ रेषांमधून पुरेसा परिणाम साधते, तेव्हाच समोरच्या व्यक्तीसमोर ते चित्र साकार उभं राहतं. मोठमोठ्या दिग्गज क्लायंटसच्या चोखंदळ ग्रुपसमोर केलेली डिझाइन प्रेझेन्टेशन्स जिंकून जाण्यात डेव्हिड वाकबगार होता. त्यानं सुचवलेलं सगळं नेहमीच सहीन् सही मान्य झालं, उचलून धरलं गेलं असं नाही. कित्येकदा त्याच्या कल्पना वादग्रस्त ठरत. मतभेदांच्या आणि नकारांच्या भोवऱ्यात फिरून त्या हेलपाटून चीत होत. त्यानंतरचा काही काळ त्याचं स्मितहास्य किंचित कडवट भासे. कसलीतरी बेचैनी तो पचवतो आहे असं वाटे. पण पाहता पाहता गृहस्थ परत फिनिक्स पक्ष्यासारखी झेप घेई. नव्या कल्पना आकारू लागत. तेवढ्याच हिरिरीनं नवा कन्सेप्ट तयार होई. परत तेच रात्रंदिवस काम. तेच संदर्भ शोधणं आणि सभा जिंकणं!

दगड-मातीच्या ठोस भिंतींची झाली, मात्र तरी वास्तुकला ही शेवटी एक कलाच आहे. म्हणूनच इथंही सापेक्षता आहे. कला कुणाला जवळून स्पर्शून जाते, तर कुणापर्यंत ती पोचतही नाही. कुणाचा जीव तिच्या ठायी रमतो, तर कुणाला तिच्यात काहीच राम दिसत नाही. तिचा प्रपंच अनाठायी वाटतो. इथं कसलेच

नियम लागू नसतात. कलाकृतींचा परिणाम ही केवळ एक संवेदना आहे. तिला परिमाणं लावून मोजता येत नाही. असं असताना, दुनिया फिरून आलेल्या कुणा क्ष व्यक्तीच्या म्हणजेच आमच्या क्लायंटच्या संवेदनेजवळ पोचणारं शिल्प तयार करणं, एक सघन जड रचना निर्माण करणं आणि तीही वेळेच्या आणि पैशाच्या चौकटीत बसणारी, हे मोठंच आव्हान असतं. डेव्हिड पार्किन्समध्ये या कौशल्यांचा छान मिलाफ झाला होता.

ऑफिसमध्ये जॉर्जिया राज्याचं मध्यवर्ती कारागृह बांधण्याचा एक मोठा प्रकल्प चालला होता. तुरुंग! कैदी पाळण्याचं रुक्ष, बंदिस्त ठिकाण. अनेक एकर्स जमिनीच्या मोठ्या तुकड्यावर तो उभा राहताना मी पाहिला. अशा प्रकारच्या वास्तूचा विचार किती बाजूंनी होऊ शकतो, हे मला तेव्हा समजलं.

प्रकल्पाचे कारभार, करेक्शन आणि होल्डिंग असे तीन भाग डेव्हिडनं पाडले होते. ज्या मानसिकतेतून गुन्हेगारांची गुन्हे करण्याची प्रवृत्ती होते तिची आणि पश्चात्ताप, उपरती अशा इतर मानसिकतांची कोंडी फोडण्याचा प्रयत्न त्यानं या योजनेद्वारा केला होता. गरिबी, अनेक प्रकारच्या कमतरता, वातावरणातलं जखडलेपण, मानसिक कुचंबणा, संधीची दुर्मिळता, पराकोटीचं हताशपण, दुःख, संताप या सगळ्या मनोव्यथांना उःशाप देणारे काही मार्ग त्यानं रचनांमधून सुचवले होते. वास्तुशास्त्रात, चौरसात बसणारा आराखडा असणारी इमारत ही गुणी वास्तू असते, असं मानलं जातं. परंतु कारागृहासारख्या प्रकल्पाला हा चौरस खूपच कुचकामी. कारण मध्ये असणाऱ्या पॅसेजेसना हवा-प्रकाश कसा मिळणार? इंग्रजी वाय (Y) या अक्षराचा आकार डेव्हिडनं या कारागृहासाठी निवडला. तीन भागांसाठी तीन स्वतंत्र पंख. त्यातही पॅसेजेस दिले ते एकेरी. त्यायोगे, त्यांची एक बाजू खुली राहिली आणि त्यालगतच्या खोल्यांना भरपूर दारंखिडक्या मिळाल्या.

बांधकामासाठी त्यानं दगड, विटा आणि रंगवलेल्या जिप्समरॉकच्या भिंती अशी माध्यमं आलटून पालटून वापरली. बदलत्या माध्यमांमुळे, रचनेच्या खुलेपणामुळे आणि खुल्या लॅन्डस्केपमुळे या कारागृहाला एक स्वतंत्र चेहरा मिळाला. तुरुंगाला उंच कुंपण त्यानं फक्त सर्वांत बाहेरच्या सीमेवर अपरिहार्य म्हणून दिलं होतं. आतून या कुंपणाचं अस्तित्व जाणवत नव्हतं. आतल्या रचनांना त्यानं जास्तीत जास्त खुलेपणा दिला होता. ताजेतवाने रंग वापरले होते. युनिट-युनिटला जोडणारे लांबरुंद खुले कॉरिडॉर्स दिले होते. निरनिराळ्या ऋतूंमध्ये फुलणारी झाडं लावली होती. शक्य तिथं हिरवेगार झाडांचे आणि रंगीत फुलांच्या झुडपांचे ताटवे दिले होते. जड दगडी बांधकामाला स्मारकासारखं अतिशाश्वत, अप्रवाही रूप येतं. ते

टाळण्यासाठी त्यानं अनेक ठिकाणी बदलत्या रंग-रूपांसाठी जागा ठेवल्या होत्या. उदाहरणार्थ, चित्रं रंगवण्यासाठी मोकळ्या भिंती, स्त्री कैद्यांना निराधार मुलांसाठी बालमानसशास्त्राला आधारून एक छोटीशी शाळा आणि खेळण्याची जागा.

याच्याच आजूबाजूला काळात ख्रिश्चनांचं फ्यूनरल होम, मतिमंद मुलांची शाळा व वसतिगृह अशा विशेष प्रकारच्या प्रकल्पांवर काम करण्याचीही मला संधी मिळाली. प्रत्येक प्रकल्पाचे धडे निराळे होते.

ॲमहर्स्टची वर्षं

- सस्मित सौजन्याची सलामी
- कोर्सेसचं लवचीक ऋतुचक्र
- नॅनटकेट नावाचा स्वाध्याय
- अंगभूत सौंदर्यातला नखरा
- संवेदनेची मूस-ॲमहर्स्टची वर्ष
- लेट इट बी ....
- मॅग्नोलिया
- द बार्न
- पॉल व्होरस
- टेम्परररी मुलं
- ॲन डे

सर्वसामान्यांचं, सर्वसामान्यांसाठी केलेलं डाउन टु अर्थ- वास्तववादी आर्किटेक्चर मला भावू लागलं. परिमाणं, रंग, आकार कशाचंच उदात्तीकरण करण्याची गरज नसते. डिझाइन राहणी सुलभ आणि सुकर करणारं हवं. पृष्ठभागाला किंवा वस्तूला मुद्दाम जडजंबाल ट्रीटमेंट देणं मी कमी केलं. रचनेची, भिंती-दारं-खिडक्यांची आरास मांडण्याचा मोह अनावर होऊन जिथं त्रिकोण-चौकोनांचे, दगड-विटांचे आणि काळ्या-जांभळ्या रंगांचे अनाठायी प्रयोग होत होते, त्याची निष्प्रभता मला प्रकर्षानं बोचू लागली. कॉलम्स, बीम्सना झाकणं, दडवणं, त्यांच्यावर आवरणं चढवणं या अनावश्यक गोष्टींना थारा देणं मी थांबवलं. भौगोलिक संदर्भात बसणारं डिझाइन, ऊर्जाबचतीला प्राधान्य देणारं डिझाइन, स्थानिक कौशल्य आणि साहित्य वापरणारं डिझाइन,नैसर्गिकरीत्या निर्माण केलेलं मायक्रोक्लायमॅटिक डिझाइन माझ्या मनाचा कौल घेऊन जाऊ लागलं. माध्यमाचं अंगभूत सौंदर्य दिसतं तिथंच ते माध्यम खुलून दिसतं. आर्किटेक्चरल स्टाइल म्हणजे संध्याकाळच्या चमकत्या ताऱ्यांच्या पार्टीला जाताना चढवलेला पोषाख आणि मेकअप नसून ती एक जीवनपद्धती असावी ही माझी धारणा घडू लागली. थोडक्यात, मी शिकलेलं शास्त्र हा केवळ मुलामा किंवा एक वर्ख न राहता, खोलवर पोहोचण्याच्या तयारीला लागला. चिंतनात्मक झाला.

आवडलेल्या ठिकाणी थांबून तिथला सुगंध डोळे मिटून पिऊन घेण्याचा आनंद मी पहिल्यांदा अनुभवला तो ठाकठीक चाललेला बॉस्टनमधला जॉब सोडून युनिव्हर्सिटीत दाखल झाले तेव्हा. मला मास्टर्स डिग्री पूर्ण करायची होती. अंतर्मनातून काय संदेश येतो तिकडे लक्ष ठेव, हा संदेश प्रिय मैत्रिणीनं पाठवला होता. असं थांबणं कधी सहज जमतं. जबाबदाऱ्या वाढतात तसा संघर्षही पत्करावा लागतो. परंतु त्या खोल सुगंधित श्वासांनी आयुष्यात मनोहारी रंग भरले आहेत हे नक्की! व्यवसायातला माझा बहुतांश वेळ अमेरिकेतील शहरांमध्ये आणि भारतातही- कंटाळवाणा नसून, सुंदर रंगांनी सजलेला, हलकेच चमकणारा, जिवाला समाधान देणारा, उद्याची आतुरतेनं वाट पाहणारा असतो!

सस्मित सौजन्याची सलामी

मार्थाच्या ऑफिसमधलं माझं काम छान चाललं होतं. प्रॉजेक्ट्स जोरात होती. दीडशे वर्षांपूर्वीच्या वीटकामातल्या एका प्रचंड इमारतीचं पडीकपणातून नव्या कोऱ्या ऑफिसमध्ये परिवर्तन, बॉस्टन बंदरावरचा एक ऐतिहासिक शैलीतला अर्बन पार्क, मतिमंद मुलांची शाळा आणि वसतिगृह, छोट्या मुलांचं डे केअर सेंटर अशी अनेक प्रॉजेक्ट्स. त्यांतल्या काही प्रॉजेक्टच्या महत्त्वाच्या जबाबदाऱ्या तिनं माझ्यावर टाकल्या होत्या. भरपूर काम, त्यामधला आनंद आणि बऱ्यापैकी कमाई या सगळ्यांचा तो काळ. मात्र प्रत्येक दिवसागणीक ती सुंदर, सुखावह नोकरी सोडण्याचा काळ जवळ येत चालला. १९८६ सालचा शिशिर, हा मार्था स्टोक्स व माझ्या एकत्र कारकिर्दीचा शेवटचा ऑटम.

बॉस्टनसारख्या बुद्धिजीवी शहरात आणि स्पर्धेच्या जगात आपला ठसा उमटवण्यासाठी विशेष प्राविण्याची नक्कीच गरज आहे, हे मार्थाबरोबरच्या पहिल्या काही आठवड्यांतच माझ्या लक्षात आलं. स्वतःच्या अपुरेपणाचा आवंढा चुपचाप गिळण्याचे वस्तुपाठ मी तेव्हा घेतले. आता स्पेशलायझेशन कसलं? नगररचना, संगणकीय वास्तुशास्त्र, प्रगत वास्तुशास्त्र, ऐतिहासिक वास्तुजतन, (Historic Conservation) लॅन्डस्केप... अनेक विषय उपलब्ध होते. मात्र आर्किटेक्चरला पूर्णत्व देणारा आणि निसर्गाशी संधान बांधणारा 'लॅन्डस्केप आर्किटेक्चर' हा एक विषय होता, त्याची ओढ पहिल्यापासून वाटत असल्यानं मी तोच पक्का केला.

पदव्युत्तर अभ्यासक्रम आणि युनिव्हर्सिटीच्या वसतिगृहातली दोन वर्षं यांनी माझ्या व्यावसायिक आयुष्यात आणखी एका तऱ्हेनं समृद्धता आणली. जे. जे. मधल्या ज्ञानाची कालबाह्यता त्रास देत होती. याच्या बरोबर उलट अनुभव या दोन

वर्षांत आला. पुस्तकी ज्ञान आणि व्यावहारिक जगातलं शहाणपण यांचा सुवर्णमध्य या काळानं दाखवून दिला. घरापासून दूर वसतिगृहातलं राहणं, बाजारातल्या खऱ्याखुऱ्या वास्तव प्रकल्पांवरचं खऱ्याखुऱ्या क्लायंट्सबरोबर केलेलं खरंखुरं काम, शिक्षणासोबत शिक्षणाचाच अविभाज्य भाग असलेली युनिव्हर्सिटीतली नोकरी, सहाध्यायींचा कंपू आणि अमेरिकन वस्तुनिष्ठतेची जवळून होत चाललेली ओळख या सगळ्यांनी माझ्यातल्या अपरिपक्वतेला, कच्चेपणाला तावून सुलाखायला, आकार द्यायला एक भट्टीच तयार केली.

उत्तर-पूर्व अमेरिकेतल्या न्यू इंग्लंड भागातल्या 'ॲमहर्स्ट' या छोट्या युनिव्हर्सिटी टाउनमध्ये त्या शिशिर ऋतूमध्ये मी मास्टर्सचा अभ्यास करण्याकरता दाखल झाले. इथून पुढची दीड-दोन वर्षं बॉस्टनच्या घरापासून दोन तासांवर हॉस्टेलवर राहून मला तो अभ्यासक्रम पुरा करायचा होता.

युनिव्हर्सिटीत गेल्यानंतर शिक्षणविषयक माझ्या कल्पना व आडाखे भराभर बदलत चालले. हा बदल केवळ शैक्षणिक नव्हता. तथाकथित सुरक्षितता, चांगल्या-वाइटाच्या माझ्या आजपर्यंतच्या कल्पना, रूढ चौकटी यांना तिथे चांगले जोरदार धक्के बसले. तिथल्या एकूण परिसरानं आणि वातावरणानं माझ्यावर छिन्नी-हातोडाच चालवायला घेतला. मी नेहमीच जिज्ञासू होते. परंतु विचार बऱ्याचदा नकारात्मक घडत. दुबळ्या मध्यमवर्गीय सारणीत फिरत. भोवती उगीचच किंतु-परंतु वावरत. दिलखुलास, मोकळं वातावरण, निर्भय अभिव्यक्ती खरंतर आपण नीट पाहिलीच नव्हती, असं प्रोत्साहक वातावरण मला तिथं सापडू लागलं. आमच्या ग्रुपमध्ये, हॉस्टेलमध्ये, प्रोफेसरांबरोबर होणाऱ्या सहज खेळकर मैत्रीत हळूहळू माझ्या दबलेल्या स्वभावावरचं दडपण निरास पावू लागलं. स्वतःची ओळख पटायला सुरुवात झाली. स्वातंत्र्यातलं सौंदर्य सापडू लागलं.

बॉस्टन शहराच्या बाहेर पडलं, की निळ्याशार वळणांचा रूट २०२ लागतो. दोन तासांची सफर करून गर्द जंगलातल्या शेवटच्या अर्ध्या तासानंतर हा ॲमहर्स्टच्या प्रमुख चौकात येऊन उतरतो. हा देखणा चौक प्रथमदर्शनीच मला आवडला. (योगायोगानं याच चौकाच्या पुनरुज्जीवनाच्या प्रकल्पावर नंतर आम्ही बरंच कामही केलं.) युनिव्हर्सिटीचा परिसर हजारएक एकरांच्या जमिनीवर आरामशीरपणे वसला होता. हा जमिनीचा तुकडा साधारण ठेंगण्या टेकड्यांच्या पुढ्यातल्या उथळ बशीसारखा होता. मधल्या खोलगट भागात लांबट आकाराचं अप्रतिम तळं होतं. त्यात हंसाचं जोडपं राहत असे. तळ्याकाठच्या शांत उतरणीवर हिरवंगार लॉन होतं आणि वसंतात अधेमधे ट्यूलिप्सच्या ताटव्यांचे रंगीत गडद पट्टे फुलत. दगडी ओल्ड चॅपेल, लाल विटांमध्ये बांधलेली लायब्ररीची उंच इमारत आणि 'अर्थ फूड्स'सारखे

दोन-तीन स्टायलिश कॅफेज या सगळ्या रचना एकमेकांना आब राखून, एकमेकांपासून हातभर अंतर ठेवून वसल्या होत्या. प्रत्येक ऋतूमध्ये आपापलं सौंदर्य घेऊन फुलणारे वृक्ष, टेकड्या, जलाशय, गवताचे दूरवर पसरणारे गालिचे या निसर्गानं माझं मन पुरतं काबीज केलं. पुढचा सगळा काळ मी त्या परिसराला वश होते. त्याच्या नादी लागले होते. तिथं घडणाऱ्या प्रत्येक नाट्यात, प्रसंगात पुरती भिजून गेले होते!

प्रवेशादाखल निकोलस डाइन्स या हार्वर्ड प्रोफेसरनं घेतलेली माझी मुलाखत आजही आठवते. अर्जावरून त्याला माझी पार्श्वभूमी अर्थातच माहीत होती. दिलखुलास हसून त्यानं माझं स्वागत केलं. खरं तर मुलाखत या अर्थानं ती मुलाखत नव्हतीच. ती फक्त एक भेट होती. त्या मैत्रीपूर्ण वातावरणाचं मला आकर्षण वाटलं. माझ्या व्यक्तिमत्त्वाची तिथं कदर होते आहे, माझं तिथे असणं त्यांना आवडणार आहे, या अर्थाच्या लहरी जाणवल्या. सुखद धक्का देऊन गेल्या. भारतभूमीत समोरच्या माणसाकडून फारशा सौजन्याची सवय नव्हती. इथं सलामीलाच अनेक स्मितहास्यं मिळाली. त्यांच्या कुशाग्र बुद्धीची, विनोदाची छटा आणि खेळीमेळीचे रंग दिसले आणि सगळ्या उपचारांमागचं गांभीर्यही नक्कीच जाणवलं!

कोर्सेसचं लवचीक ऋतुचक्र

ग्रुपमध्ये आम्ही विद्यार्थी होतो बारा, आणि प्रोफेसर्स वीसहून अधिक. आम्ही बारा जण निरनिराळ्या पार्श्वभूमीतून आलो होतो. ही गोष्ट भारतापेक्षा संपूर्ण वेगळी. भारतात मी दिल्लीच्या वा अहमदाबादच्या सुप्रसिद्ध कॉलेजांमध्ये लॅन्डस्केप मास्टर्सकरिता गेले असते, तर माझे सहाध्यायी माझ्यासारखे वास्तुविशारदच असते. इथे पूर्वशिक्षण वास्तुशास्त्रातलं असावं ही गोष्ट गरजेची नव्हती. विद्यार्थ्याच्या पूर्वशिक्षणानुसार त्याला विशिष्ट अभ्यासक्रम आखून दिला जाई. बांधकाम, स्थापत्याचा अनुभव नाही अशांना एक वर्ष जास्त द्यावं लागणार होतं. इंग्लिश लिटरेचर, सायकॉलॉजी, अर्थशास्त्र, जिऑलॉजी अशा नाना विषयांमधून पदव्या घेऊन मंडळी आता लॅन्डस्केप आर्किटेक्चर शिकणार होती. करिअर चेंज हा विचार अमेरिकनांना नवा नाही. बागकाम मनापासून आवडतं म्हणून उठून थेट लॅन्डस्केप मास्टर्स डिग्रीला ॲडमिशन घेऊन, विद्यापीठातल्या वसतिगृहात जाऊन राहायचं, फाटक्या तुटक्या जीन्स घालून परत एकदा मस्त विद्यार्थिदशेत शिरायचं, ही गोष्ट चाळिशी-पन्नाशीतली अमेरिकन व्यक्ती सहजी करू शकते.

विद्यापीठात शिरताना आपण नक्की कसली जबाबदारी घेतो आहे, हे अठरा वर्षांच्या मुलाला कुठे कळतं? व्यक्तिमत्त्व विकास, स्वपरिचय या दृष्टींनी ही किती महत्त्वाची वर्षं! या वर्षांमध्ये अभ्यास आवडला तर ठीक. काही कारणानं त्याची

नावड झाली, आडाखे चुकले, अभ्यास जमेनासा झाला तर सुटका नाही. कोर्स सोडून देणं म्हणजे कमीपणा. बदलावा, तर वर्ष वाया जातं. मग सगळ्या कंगोऱ्यांसहित सगळ्या पृच्छा-शंका-कुशंकांचं ओझं वाहत पदवीपर्यंतची वर्षं मुकाट्यानं पार पाडणारा विद्यार्थी वर्ग भारतात खोऱ्यानं सापडतो. निरुत्साहाची सावली पडलेला असा तरुण वर्ग पाहणं दुःखद आहे. दिशा चुकल्यामुळे कधी त्यांचा आत्मविश्वास डळमळीत होतो. तो परत मिळवण्यात बरंच काही खर्ची पडतं. कधीकधी तर तो सापडतही नाही! बारावीत उत्तम मेरिटमध्ये येऊन लोकाग्रहास्तव इंजिनिअरिंगला गेलेला मुलगा दुसऱ्या वर्गात अभ्यास आवडत नाही म्हणून नापास होताना मी पाहिला. नंतर नैराश्यातून बाहेर येण्यासाठी त्याला डॉक्टरची मदत घ्यावी लागली.

अमेरिकन विद्यापीठांमध्ये अभ्यासक्रम क्रेडिट सिस्टिमचे आहेत. परीक्षा वार्षिक नाही, सेमिस्टरच नाही, तर सेमिस्टरपेक्षाही लहान तुकडा म्हणजे क्वार्टरचीही आहे. शैक्षणिक वर्ष चार क्वार्टर्समध्ये ऋतूंच्या चतुर्थांशात विभागलं जातं. फॉल, विंटर,स्प्रिंग आणि समर. क्वार्टर्समध्ये अनेक कोर्सेस उपलब्ध करून दिले जातात. मूळ विषयांचे आणि त्याचबरोबर पूरकपण. विद्यापीठांच्या विस्तीर्ण कँपसवर विभागांच्या वेगवेगळ्या इमारती असतात. कोर्सची पातळी व विषय प्रकारांवरून त्याची क्रेडिट्स ठरतात. पदवीकरिता जर एकूण ४८ क्रेडिट्स जमा करायची असतील तर विद्यार्थी स्वतःच्या बौद्धिक आर्थिक पात्रतेनुसार क्वार्टरमागे प्रत्येकी २,३ वा ५ क्रेडिट्सचे काही कोर्सेस निवडतो. प्रत्येक क्वार्टरबरोबर ही क्रेडिट्स त्याच्या नावावर जमा होत होत तीन ते चार वर्षांत त्याचा अभ्यासक्रम पूर्ण होतो. या पद्धतीचा फायदा असा की शिक्षण एक-एक वर्ष पुढे सरकतं, तसा आपल्याला स्वतःच्या आवडी-क्षमतेचा अंदाज येत जातो आणि अभ्यासक्रमाचं ओझं वा बांधिलकी जाणवत नाही. कारण या पद्धतीचा लवचिकपणा. स्पेशलायझेशनचा मोहरा आवडत्या दिशेनं वळण्याचं स्वातंत्र्य ही पद्धत देते. कोर्सेसचा आराखडा व्यक्तीनुसार नीट आखून देणारे मार्गदर्शकही असतात. त्यांना म्हणतात कौन्सिलर्स, मेंटॉर्स, अॅडव्हाइझर्स. शाळा-कॉलेज-विद्यापीठांमधल्या मुलांची आयुष्यं सुकर करण्यामागचा हा अमेरिकन दृष्टिकोन मला फारच आवडतो. घरातला आई-वडिलांचा रोल हे मेंटॉर करतात. कॉलेजमध्ये नुकत्याच दाखल झालेल्या कोवळ्या मुला-मुलींचा रूममेट दारू-सिगारेटवाला असो, वॉशिंग मशिनमध्ये नाणी अडकत असोत, एखाद्या विषयाचा अभ्यास झेपत नसो, एखादा विषय फारच आवडत असो, हे मेंटॉर लोक पहाडासारखे मदतीला उभे असतात. त्यांची अपॉइंमेंट घेतली की त्या मिनिटाला ते तुमची वाट पाहत ऑफिसमध्ये तयार असतात. मीटिंग दोन आठवड्यांनंतर असली तरी

सतरा वेळा पक्की करायची, आठवण करण्याची गरज नाही. हे तुमची फाईल काढून, त्यांचा गृहपाठ करून तयार असतात! चालढकल, 'चलता है', गांभीर्याचा अभाव या भारतीय अवगुणांपुढे हे साधं सौजन्य आणि त्यांची व्यावसायिकता मला खूप स्पृहणीय वाटे. आजही वाटते!

कॉलेजमध्ये कोर्सेसचं चक्र वर्षभर चालू असतं. आपल्या आवडीप्रमाणे, योजनेप्रमाणे, वैयक्तिक पात्रतेप्रमाणे या चक्रात शिरावं. वाटल्यास चक्रातून बाहेर पडून एखाद्या सेमिस्टरची उसंत घ्यावी. नोकरी-शिक्षण अशी कसरत करणाऱ्या कष्टकरी विद्यार्थ्याला ही पद्धत फारच लागू पडते. पदवीचा क्रम तीनच वर्षांत पुरा केला पाहिजे असाही नियम नाही! आर्थिक अडचणींमुळे वेळ लागला तरी बिघडत नाही. मुख्य म्हणजे, यावर अवाक्षरानंही वक्तव्य करण्याची पंचाईत कुणी करत नाही. खासगी आणि सार्वजनिक विषयांच्या कक्षा स्पष्ट आहेत पश्चिमेत.

बहुतेक ठिकाणी 'फॉल', 'विंटर', 'स्प्रिंग' या तीन क्वार्टर्समध्ये विद्यार्थी शिकताना दिसतात. उन्हाळ्याचे तीन महिने कुणी एखादा सोपा कोर्स घेऊन कुणी एखादा अवघड कोर्स पुरा करून टाकतं. अनेक जण कुठलातरी एक्स्चेंज प्रोग्रॅम घेऊन जगात कुठंतरी जाऊन राहून येतात. कुणी पूर्ण वेळाची नोकरी करून पुढच्या तीन क्वार्टर्सची आर्थिक बेगमी करून ठेवतात. तर कुणी पाठीवर सॅक घेऊन भटकंतीला निघतात. सधन सुशिक्षित कुटुंबातली मुलं उन्हाळ्यात पॉकेटमनीसाठी जॉब करतात ते हौसेनं; गरजेपोटी नव्हे. शिक्षणाचा खर्च आई-वडील देत असतील तर मुलावर तो ताण पडत नाही. पण सरकारी विद्यापीठांत येणारी अनेक मुलं अंशतः तरी स्वतःच्या जबाबदारीवर वा कर्ज काढून येतात. बहुतेक मुलं शिक्षण सांभाळून लहानशा नोकऱ्या करत असतात. लायब्ररी, कॅफेटेरिया, गॅसस्टेशन, स्विमिंग पूल अशा त्या नोकऱ्या. कुणी कॉम्प्युटर्स सेंटरवर साधी साधी कामं करतात. शेवटच्या समरमध्ये पदवी विषयातलं संशोधन, परदेशी प्रयोगशाळेत अनुभव अशा उत्तम संधी एकवीस-बावीस वर्षांच्या मुला-मुलींना मिळून जातात. पदवीप्राप्तीनंतर हीच नोकरी कायम होते. आणि त्यांची आयुष्य मार्गी लागतात. परंतु अमेरिकेतल्या शिक्षणाची वर्षं कष्टांची आहेत हे नक्की. लोकल ट्रेनने-बसने येण्या-जाण्याच्या वा वसतिगृहातल्या गैरसोयींच्या कष्टांची नव्हेत. समृद्ध करणाऱ्या कष्टांची. ही शिक्षणाची वर्षं अमेरिकेत अत्यंत कष्टांची आहेत. मला वाटतं इथंच त्यांना शिक्षणाकडे पाहण्याचा गंभीर दृष्टिकोन सापडतो. आमच्यासारख्या आर्किटेक्ट्सना पदवीसाठी दोन वर्षं लागणार होती. इतर काहींना तीन, साडेतीनही.

नॅनटकेट नावाचा स्वाध्याय

फॉल सेमिस्टरचे क्लासेस सुरू झाले आणि लॅन्डस्केप आर्किटेक्चर या शास्त्राचा अर्थ माझ्यासमोर उलगडू लागला. ग्रेडिंग-काँटूर्स, इकॉलॉजी, साइट प्लॅनिंग, कॉन्झर्वेशन, इतिहास, प्रादेशिक नियोजन (रीजनल प्लॅनिंग), पर्यावरणात्मक डिझाइनिंग, झाडांचा अभ्यास... अनेक विषय!

अमेरिकेत तेव्हा हा विषय नवीनच होता. जेमतेम तीस-चाळीस वर्षांचा. वास्तुरचनेला या शास्त्राद्वारा कोंदण कसं द्यावं, हे तो शिकवत होताच. परंतु निसर्गाचा समतोल राखण्यासाठी व सुधारण्यासाठीही, ऐतिहासिक वास्तू व परिसरांची जपणूक करणारी दृष्टी देणाराही हा अभ्यास होता. या शास्त्राद्वारा जनमानसात पर्यावरणजागृती होऊ शकते, याची कल्पना आली. जमिनीचे चढउतार धूप रोखण्याच्या दृष्टीतून ठरवणं, पावसाच्या पाण्याचा निचरा करणं, भौगोलिकतेला अनुसरून बांधकाम पद्धत निवडणं, डोंगराळ, खडकाळ, मुरमाड, रेताड जमिनी, पडीक वा लागवडीखालील जमिनी, दलदलीच्या जागा (Marshlands), पाणथळीच्या जागा, (Wet Lands), समुद्रकिनारे व नदीकाठ, (Shores), वाळूच्या टेकड्या (Dunes), अशा साइट्स आमच्या डिझाइन प्रकल्पांसाठी निवडल्या जात. पश्चिम मॅसॅच्युसेट्समधल्या एका प्रचंड मार्शलॅन्डवर आम्हाला नेलं होतं. दलदलीचा तो समुद्र किती कुरूप दिसत होता! प्लॅनिंगकरता ते एक आव्हानच होतं! निसर्गाचा एक नैसर्गिक, भौगोलिक आविष्कार. पाणथळ, दलदल, त्यात राहणारे जीव, तिथं उगवणाऱ्या, जगणाऱ्या, फोफावणाऱ्या वनस्पती या सगळ्यांची ही सुखी-आनंदी वसाहत होती. इतर ठिकाणची जागा संपली म्हणून निर्दयपणे त्या दलदलीत मुरमाची भर घालून तिथं इमारती उठवणं या क्रियेमधून काय काय हानी होते, कुठले धोके संभवतात, याचं ज्ञान आम्हाला त्या ट्रिपनंतर मिळालं. समुद्रकिनाऱ्यावरील नियोजनसाठीची विशिष्ट विचारपद्धतीसुद्धा अशाच ट्रिप्समधून सापडत गेली. समुद्रकाठांवर वाहणारे वारे, त्यांचा वेग, हवेतला खारेपणा व बाष्प, समुद्राच्या भरती-ओहोटीचं काठाशी नातं, वादळी हवेत घडणारे हवामानातले असामान्य बदल या सगळ्याला समजून घ्यायची संधी मिळाली. निसर्गनियमांचा पुरेसा विचार न झाला तर विनाश तर संभवतोच. पण तो विनाश एका फटक्यात होत नाही. त्या विनाशाकडे नेणारी संथ वाटही तेवढीच धोकादायक असते.

भारतात परतल्यानंतरचं लॅन्डस्केप आर्किटेक्चर वेगळं होतं. इकडची मंडळी हे शास्त्र निव्वळ बागकामाच्या पंक्तीला बसवताना सापडली किंवा बिल्डिंगसमोरच्या उर्वरित जागेचं सौंदर्यवर्धन झाडं लावून करणं इतपतच त्यांची उडी होती, असं वाटलं. हा दृष्टिकोन कुचंबित आहे. पर्यावरणवादी विचारसरणीची या शास्त्राला उत्तम जोड आता मिळू लागली आहे. हळूहळू जागृती घडते आहे.

युनिव्हर्सिटीच्या दोन वर्षांत आम्ही बरेच प्रॉजेक्ट्स केले. त्यांतला हा एक उल्लेखनीय प्रॉजेक्ट.

केप कॉड या काजूच्या आकाराच्या आखाताच्या टोकावरून बोटीने दक्षिणेकडे समुद्रात निघालं की अटलांटिक महासागरामधलं एक छोटंसं बेट लागतं. त्याचं नाव नॅनटकेट. इंग्लिश क्वेकर्सनी हे बेट १७व्या शतकात वसवलं. बेटाच्या नैसर्गिक भौगोलिकतेचं सौंदर्य त्याला लाभलं आहे. चारही बाजूंना अथांग सागराला एक उत्कटता आहे. इमारती, झाडं, कारखान्यांच्या चिमण्या, वातावरणात भरलेला धूर, विद्रूप जाहिरातींचे बोर्ड, माणसा-मुलांची गर्दी, आवाज, गोंधळ हे सगळं जेव्हा क्षितिजातून वजा होतं, तेव्हा निसर्गाच्या असीमतेची, स्वतःच्या यःकश्चिततेची भावना आपल्याला निःशब्द करते. जमीन संपते त्या टोकावर उभं असतानाचा हा अनुभव खूप अंतर्मुख करणारा आहे. निसर्गाचाच एक कण, त्या निसर्गाच्या असीमतेत नतमस्तक झालेला. निर्मनुष्य हवेला मोकळा खारा गंध. बेटावरून आरपार वाहत येणारे वारे स्पष्ट ऐकू येतात आणि रात्री किनाऱ्यावर आपटून फुटणाऱ्या लाटांची रौद्र गाज बोलते. अमेरिकेच्या पर्यटन खात्यात या बेटाचं महत्त्व मोठं आहे. त्याचं कारण म्हणजे त्या बेटाचं मानवनिर्मित रूप. तिथल्या वसाहतींवर असलेला श्रीमंती वर्ख. धनवान इंग्लिश-अमेरिकन स्थलांतरितांनी हे बेट मोठ्या अभिरुचीनं वसवलं. त्याची ठेवण सुबक, नीटस आहे. दोन अडीच फूट उंचीची पांढरी लाकडी पिकेट्सची कुंपणं, कौलारू बैठी घरं, पुढच्या छोट्याशा बागेतल्या देखण्या फुलबागा असं दृश्य छोट्याछोट्या निरुंद गल्ल्यांच्या बाजूबाजूनं दिसतं. शेकडो वर्षांचे जुने वृक्ष आपला डेरेदार पसारा सावरत उभे आहेत.

अलीकडे, म्हणजे १९८०च्या दशकात त्या बेटाच्या मूळच्या रेखीव ठेवणीला वेड्यावाकड्या वाढीमुळे तडे जाऊ लागले. बेटाचा टुमदारपणा नाहीसा होऊ लागला. ऐतिहासिक रूप नाहीसं होऊ लागलं. बाजारूपणाची पावलं वाजत होती. अप्रमाणित, चित्रविचित्र इमारती उठत होत्या. सौंदर्य आणि दूरदृष्टीच्या अभावाखाली अमाप वाढणाऱ्या त्या बेटाच्या मूळ स्वरूपाचं भवितव्य धोक्यात येऊ लागताच तिथल्या अधिकाऱ्यांनी पावलं उचलायला सुरुवात केली. येणाऱ्या दशकांचं पद्धतशीर नियोजन करण्यासाठी संबंधित क्षेत्रातल्या सल्लागारांची मदत घेण्याचं ठरवलं. या संदर्भात आमच्या युनिव्हर्सिटीशी त्यांनी संपर्क साधला आणि सल्लागार म्हणून आमच्या डिपार्टमेंटची नेमणूक झाली. अशा प्रकारच्या योजनेमध्ये अनेक कार्यभाग साधले जात होते. इतर प्रथितयश ऑफिसांच्या तुलनेत, शैक्षणिक संस्था म्हणून आमचं मानवेतन कमी असणार होतं. युनिव्हर्सिटी सरकारी, तेव्हा या समाजोपयोगी प्रश्नांची उत्तरं शोधणं हे विद्यापीठाचं उत्तरदायित्वच होतं. विद्यार्थ्यांच्या कल्पनांच्या

नवेपणाचा, ताजेपणाचा फायदा क्लायंट्सना मिळणार होता आणि सर्वांत महत्त्वाचं म्हणजे, एका जिवंत, खऱ्याखुऱ्या प्रॉजेक्टवरचं हे काम आम्हा विद्यार्थ्यांचा शैक्षणिक अनुभव समृद्ध करून जाणार होतं!

साधारण दीडशे चौरस मैल क्षेत्रफळाच्या त्या बेटावर पायी, सायकलींवर आणि इतरही वाहनांमधून भरपूर भ्रमंती करून तिथल्या वातावरणाची माहिती आणि जाणीव करून घेणं हा आमचा पहिला स्वाध्याय होता. सर्वेक्षणाची ही भ्रमंती कशी, कुठल्या उंचीवरून, किती वेगानं होते यावर काही दृश्य जाणिवा अवलंबून असतात. उदाहरणार्थ, पादचाऱ्याच्या उंचीला, वेगाला व दृष्टीला जाणवणाऱ्या चिजा वेगळ्या. गतिमान वाहनाच्या काचेतून डोळ्यांसमोरून धावणाऱ्या दृश्यांच्या मित्या वेगळ्या. हा एक गुणात्मक अभ्यास होता.

बेटाच्या किनाऱ्यांना वेगवेगळी रूपं होती. काही किनारे निर्मनुष्य, एकाकी होते. काही खडकाळ, रानटी, झाडाझुडपांमध्ये शिरलेले. काही पांढऱ्याशुभ्र वाळूचे. काही खासगी बंगल्यांच्या परसातले. प्रत्यक्ष बंदराला आणि बोटींच्या धक्क्याला एक रंगीत, उत्फुल्ल स्वरूप होतं आणि अमेरिकनांनी ते खास आपल्या पद्धतीनं साजरं केलं होतं, रंगीत झेंड्यांनी, पोस्टर्सनी, दिव्याच्या खांबांनी, फुलांच्या परड्यांनी, उत्सवी दिसणाऱ्या रेस्टॉरंट्सनी. गावातले रस्ते घरगुती होते, छोटेछोटे आणि अरुंद. हे रस्ते मला अगदी छान माणसाळलेले वाटले.

'रस्ते' या विषयावर मी अनेक स्वाध्याय केले आहेत. जगभरातल्या वेगवेगळ्या देशांमधले, शहरांमधले, गावांमधले रस्ते पाहिले. क्रेफेल्ड या छोट्याशा जर्मन शहरातला एक रस्ता मला अनेकदा आठवतो. सुंदर रस्ता, भरपूर रुंद, आकर्षक वळणं घेत जाणारा. दुतर्फा झाडांच्या रांगा. आखीवरेखीव फुटपाथ. परंतु या रस्त्यावर एक चिटपाखरूही नसे. विशेषतः फुटपाथवर. अर्थात युरोपातल्या आडगावांमध्ये लोकसंख्येचा आनंदच. विरळ लोकसंख्या, थंड हवामानामुळे बाहेर पडण्याचं प्रमाण कमी, पण कुणी बाहेर पडलंच रमतगमत फिरायला तर त्या रस्त्याच्या अफाट लांबी-रुंदी-उंचीमुळे एकट्या-दुकट्याला हरवून गेल्याचीच तिथं जाणीव होत असावी. आणि असुरक्षितताही वाटत असावी. परिणामी क्रेफेल्डमधला तो रस्ता ओस पडला होता. एवढ्या सुंदर रस्त्याचं ते अपयश पाहताना प्रमाणबद्धतेचं महत्त्व मला कळलं.

नॅनकेटमधल्या या लहान लहान रस्त्यांची स्ट्रीटस्केप्स पायी चालणाऱ्यांच्या उंचीला आवडणारी होती. मुलाबाळांच्या नजरा आकर्षून घेणारी होती. अवाढव्य नव्हे. लहानखुरी. जवळजवळ कौटुंबिकच. आमंत्रण देणारी. खुशाल विंडोशॉपिंग करत भटकावं. एकाद्या कॅफेच्या मेन्यूचा फळा वाचावा. फोटो काढावेत. मणी-

माळांनी लगडलेल्या चमचमत्या दुकानात शिरून गरज नसताना खरेदी करावी. कॉफी पीत फुटपाथवरच्या कॅफेत चिमुकल्या टेबल-खुर्च्यांवर आरामात तासन्तास बसावं. हे रस्ते अमेरिकेच्या भरधाव जाणाऱ्या गाड्यांसाठी नव्हते. प्रचंड निऑनसाइन्स व बिलबोर्ड्सवरील जाहिरातींसाठी नव्हते. तिथल्या घरांची रुंदी-उंची, बाह्य भिंती, खिडक्या-दारांच्या चौकटी, कौलांचे उतार हे सगळं एका विशिष्ट शैलीत बांधलेलं होतं. इंग्रजी घरांची स्पष्ट छाप. अमेरिकन आकरांची नजरेला सवय होते. सगळंच अवाढव्य. 'अति' मध्ये मोडणारं. गरज भागवून वर उरणारं, पसरणारं. इंग्लंडमधल्या घरांचे आकार लहानखुरे आहेत. लाकडाची शोभिवंत मोल्डिंग्ज, ब्रॅकेट्स, कॉर्निसेस, कठडे, कुंपणं यांनाही एक अंगभूत शैली होती. रंगसंगती होती. दुकानाच्या दरवाजांजवळ, फुटपाथवर, खिडक्यांबाहेरही, लटकवलेल्या लाकडी परड्यांमध्ये आनंदी फुलं फुलली होती.

आम्हाला या प्रमाणांचा अभ्यास करावा लागला. बंगल्यांच्या वसाहती आम्ही अभ्यासल्या. त्यांची घनता, मोकळ्या जागांचं प्रमाण जाणून घेतलं. गावाच्या नवीन गरजा समजून घेतल्या. कोणत्या जागा मोकळ्याच राहू देणं गरजेचं आहे, उपलब्ध मोकळ्या जागेचा व नवीन गरजांचा समन्वय साधला जाऊ शकतो का, असल्यास कसा, गावाची वाढ कोणत्या प्रकारानं, दिशेनं व्हावी, या संख्यांना काळाचं परिमाण लावलं गेलं. कोणती वाढ रोखण्याची गरज होती? बहुतेक शहरं उत्क्रांतीच्या नावाखाली भरमसाट व अनियोजित वाढीमुळे आपला चेहरा हरवून बसतात. या सगळ्या विचारांतून आम्ही नियमावली तयार करणार होतो व पुढे त्या गावाच्या अधिकाऱ्यांना त्या नियमावलीची कार्यान्वितता पाहण्यास मदतसुद्धा करणार होतो.

या सूचीमध्ये पुढच्या पाच ते दहा वर्षांत आणखी किती बांधकाम नव्यानं होऊ द्यायचं आहे ते ठरवलं गेलं. बेटाच्या कुठल्या भागात ते कसं विभागलं जावं, हे ठरवलं गेलं. उदा. निवासी बांधकाम हे शांत, निवासी वसाहतींमध्येच, तर व्यापारी बांधकाम बंदराजवळच्या उद्योगी क्षेत्रात. या नव्या बांधकामाचं वास्तुशास्त्रज्ञांनी केलेलं डिझाइन विशेषज्ञ सल्लागारांकडून मान्य झाल्याशिवाय बांधकामाला अनुमती दिली जाऊ नये, अशी अट घालण्यात आली. प्रमाणबद्धता, वापरली जाणारी सामग्री, डिझाइनची शैली, अलंकारिक बारकावे, हे आम्ही तयार केलेल्या सूचीच्या बाहेर नसावं, हीही अट घालण्यात आली. नवं बांधकाम सरसकट कुठल्याही रिकाम्या जागेवर बांधलं का जाऊ नये यासाठीही एक नियमावली आम्ही केली होती. काही रिकाम्या जागांचं महत्त्व अधिक होतं. त्या रिकाम्या राहू देणंच योग्य होतं. अशा ठिकाणी कधीच बांधकाम होऊ नये (No Development Zone) असे नियम केले. उदा. एका विशिष्ट छोट्याशा जमिनीच्या तुकड्यावरून समुद्रात ब्रिटिश खलाशांनी बांधलेला शेकडो वर्षांपूर्वीचा एक देखणा दीपस्तंभ दिसे. ती जागा

टुरिस्टांसाठी नेहमी खुली राहायला हवी होती. दुसऱ्या एका खडकाळ समुद्रकिनाऱ्यावर लाटांचं नाट्यमय नृत्य, कधी भीषण वाटावं असं तांडव दिसे. एक अस्पर्शित, रौद्र निसर्गरूप तिथं प्रकट होत असे. ती जागा कुणा एकाच्या खासगी मालकीची होऊ देणं बरोबर नव्हतं.

या प्रकल्पावर काम करून पंचवीस वर्षं झाली. इतिहासाचा आणि अभिमानास्पद वर्तमानाचा मान राखणारी ही सार्वजनिक दृष्टी मला खूप काही शिकवून गेली. शेकडो वर्षांच्या इतिहासातून निर्माण झालेली, पर्यटन खात्याच्या नकाशावर मानबिंदू ठरून राहिलेली कित्येक प्रेक्षणीय स्थळं मी भारतात पाहत होते. परंतु या स्थळांचं सौंदर्य समजून घेऊन त्याची निगा राखणं, काळाच्या वाहत्या धारेत ते टिकवून ठेवण्यासाठी डोळस प्रयत्न करणं, या विचारांची कृती मी क्वचितच पाहिली. अलीकडे या जाणिवा भारतात निर्माण होत आहेत, हा दिलासा आहे!

अंगभूत सौंदर्यातला नखरा

मास्टर्सच्या अठरापगड कंपूचा सहवास फार दूरगामी उपयोगी ठरला. महत्त्वाचं विचारप्रर्वतन माझ्यात घडलं. सामान्यजनाच्या दृष्टिकोनातून डिझाइनकडे पाहण्याचा मार्ग मला कळला आणि माझ्यासारख्या आर्किटेक्टच्या संगतीत, पद्धतशीर नियोजन आणि डिझाइन या प्रक्रियेशी त्यांची ओळख झाली. स्पेस म्हणजे त्रिमित परिमाणानं व्यापलेलं अवकाश. आमच्या कोशातील 'स्पेस' म्हणजे अंतराळ नाही, नुसतीच 'जागा'. माझे शैक्षणिक संस्कार खास वास्तुशास्त्रीय. तर कलाशाखेत शिकलेल्यांच्या विचारांच्या सवयी वेगळ्या होत्या. त्रिकोण-चौकोनाचे दिसतात त्यापेक्षा वेगळे अर्थ लावत बसण्याची आम्हाला कधीतरी सवय लागते. सरळ रेषेपेक्षा तिरकी रेषा आवडू लागते. आम्हा आर्किटेक्ट्सची बुद्धी एका विशिष्ट चालीनं चालते हे तेव्हा माझ्या लक्षात आलं. माझी रंगसंगती, आकार यांची गणितं, रचनाविषयक विचारपद्धती त्यांना आवडत होती आणि माझ्यातला दुराग्रह हळूहळू निवळत होता. जे. जे.च्या वातावरणात माझ्या विचारांना शिस्त लागली होती; पण विचारांची लवचीकता कमी झाली होती. वेगवेगळ्या पार्श्वभूमी आणि पिंड प्रकृतीवाल्यांबरोबर राहून उच्च शिक्षण घेण्याचे फायदे माझ्या खरे मदतीला आले ते मी स्वत:ची प्रॅक्टिस सुरू केल्यानंतर.

आमच्याकडे सल्ल्यासाठी आलेली क्लायंट ही एक सामान्य व्यक्ती असते. बांधू इच्छित असलेल्या रचनेबाबत तिच्या काही कल्पना असतात. तंत्र आणि सौंदर्यशास्त्रात ती नीट बसवण्यासाठी त्यांना चांगल्या सल्ल्याची गरज असते. ही मतं समजून घेऊन त्यांना योग्य सल्ला देणं, हे आमचं काम. डिझाइनविषयक माझी मतं कितीही ठाम असली तरी त्यांचा अट्टहास न ठेवता मी समोरच्या व्यक्तीचं म्हणणं चांगल्या प्रकारे आज ऐकू शकते, ते तेव्हाच्या अनुभवबळावर. संभाषण

करू शकते हेही त्याच जोरावर. त्यामुळे समोरच्या व्यक्तीच्या मनात एक विश्वास निर्माण होतो व सुसंवादाची शक्यता निर्माण होते. स्वतःला जे करायचं आहे ते क्लायंटवर लादणं, हा तर अक्षम्य प्रमाद! या ग्रुपमध्ये राहताना जनसामान्यांचं आर्किटेक्चर मला विचार करण्यास प्रवृत्त करू लागलं. आज माझ्या व्यावसायिक आयुष्यात ज्या तत्त्वांची बैठक आहे, तिचा पाया त्या दिवसांतला आहे.

पुस्तकांत झळकणाऱ्या उत्तुंग, विशाल, संपत्तीदर्शक, सत्तादर्शक इमारती सर्वसाधारण जनतेचं प्रतिनिधित्व करतात, असं तेव्हा मला वाटलं नाही. आजही वाटत नाही. सर्वसामान्यांचं, सर्वसामान्यांसाठी केलेलं डाउन टु अर्थ (वास्तववादी) आर्किटेक्चर मला भावू लागलं. परिमाणं, रंग, आकार कशाचंच उदात्तीकरण करण्याची गरज नसते. डिझाइन राहणीसुलभ आणि सुकर करणारं हवं. पृष्ठभागाला किंवा वस्तूला मुद्दाम जडजंबाल ट्रीटमेंट देणं मी कमी केलं. रचनेची, भिंती-दारं-खिडक्यांची आरास मांडण्याचा मोह अनावर होऊन जिथं त्रिकोण-चौकोनांचे, दगड-विटांचे आणि काळ्या-जांभळ्या रंगांचे अनाठायी प्रयोग होत होते, त्याची निष्प्रभता मला प्रकर्षानं बोचू लागली. कॉलम्स, बीम्सना झाकणं, दडवणं, त्यांच्यावर आवरणं चढवणं या अनावश्यक गोष्टींना थारा देणं मी थांबवलं. भौगोलिक संदर्भात बसणारं डिझाइन, ऊर्जाबचतीला प्राधान्य देणारं डिझाइन, स्थानिक कौशल्य आणि साहित्य वापरणारं डिझाइन,नैसर्गिकरीत्या निर्माण केलेलं मायक्रोक्लायमॅटिक डिझाइन माझ्या मनाचा कौल घेऊन जाऊ लागलं. माध्यमाचं अंगभूत सौंदर्य दिसतं तिथंच ते माध्यम खुलून दिसतं. आर्किटेक्चरल स्टाइल म्हणजे संध्याकाळच्या चमकत्या ताऱ्यांच्या पार्टीला जाताना चढवलेला पोषाख आणि मेकअप नसून ती एक जीवनपद्धती असावी ही माझी धारणा घडू लागली. थोडक्यात, मी शिकलेलं शास्त्र हा केवळ मुलामा किंवा एक वर्ख न राहता, खोलवर पोहोचण्याच्या तयारीला लागला. चिंतनात्मक झाला. आचार-विचारांत भिनू लागला. माझ्या धारणा कधी अधांतरी, तर कधी उगीचच एका उंचीवर वावरत होत्या. कधीकधी मलाही अगम्य वाटत. आता त्यांना उलगडून पाहण्याची गरज वाटू लागली. चांगल्या आर्किटेक्चरचा आग्रह, प्रेम आपल्या आयुष्याला कलेचा आणि संस्कृतीचा एक परीसस्पर्श देऊ शकतो, याची जाणीव झाली.

त्या दिवसांमधला एक गमतीदार प्रसंग आठवतो, सर्वसमावेशक सौंदर्यसृष्टीच्या संदर्भात. सोफ्यावरच्या चौकोनी उश्यांकरता मी हस्तिदंती रंगाची खादीची कव्हर्स शिवली होती आणि त्यावर आरसे लावून कच्छी भरतकाम करत होते. हा उद्योग पाहून आमचे एक स्नेही चेष्टेनं म्हणते झाले, 'तू आर्किटेक्ट आहेस ना, की शिवणकाम, भरतकाम करणारी?' या प्रश्नानं मी चमकले होते. कलेचा आग्रह काय फक्त वास्तुशास्त्रापुरताच धरावा? इतर घरगुती गोष्टींशी कलात्मक दृष्टीचा

संबंध नसतो? रोजच्या जगण्याला आवश्यक त्या वस्तूही छान, एकमेकांशी नातं सांगणाऱ्या असाव्यात. आपण त्या चोखंदळपणे का निवडू नयेत? मुख्य दरवाजाच्या नावाची पाटी, भिंतीवरच्या चित्रांच्या फ्रेम्स, स्वयंपाकघरातील क्रोकरी-काटे-चमचे, हात पुसण्याचे छोटे नॅपकिन्स, कपबश्यांचे ट्रेज, झाडांच्या कुंड्या अशा असंख्य गोष्टींतून अभिरुची प्रतीत होते. पुढे मिळवतं झाल्यावर स्वतःच्या पेहेरावाबरोबर रोज वापरल्या जाणाऱ्या वस्तूही जागरूकपणे निवडणं घडू लागलं. बैलाच्या गळ्यातल्या सरीसारखे मोठमोठ्या रंगीत मण्यांचे सर वा हातमागावरच्या भडक सुती कपड्याचे घोळदार जिप्सी स्कर्ट अशा उटपटांग जाम्यानिम्यातून एक हसरी, प्रसंगोचित रंगसंगती दिसतेच. प्रांत-रूढींशी तिचा संबंध असो-नसो! आनंद, अभिमान, आत्मविश्वास अशा गोष्टी तिच्यातून दिवसभर झिरपत राहतात. साधेसे रंग आणि त्यांचे पोत त्या विनामूल्य वाटतात. ती मानसिक शक्ती का वेचू नये कुणी?

संपन्नतेनं जगण्यासाठी आवश्यक तेवढा नखरा आपल्याला बहाल करण्याची शक्ती आणि युक्ती कलाशाखेत आहेत. यासाठी आर्किटेक्ट असण्याची गरज नाही. व्यक्ती नाकीडोळी नीटस असते. नेटकी राहते. तिच्यात अनेक गुण असतात. परंतु तिचं खरं इंगित तिच्या दृष्टिकोनात, विचारसरणीत असतं. सौंदर्यदृष्टीतून आणि अभिरुचीतून ते उद्धृत होतं. अशा व्यक्तीचं रूप मनात रेंगाळतं. कधी अविस्मरणीय ठरतं. कुठल्याच बुद्धिवादी, कष्टाळू व्यावसायिकाला हे अपील अप्राप्य नाही. कलांच्या सत्संगात रमलेल्या रसग्राहक आर्किटेक्टला तर नक्कीच नाही!

संवेदनेची मूस- ॲमहर्स्टची वर्षं

सुदैवानं फसवणूक, विश्वासघात यांचं माझं अनुभवविश्व मोठं नाही. युनिव्हर्सिटीमधल्या वर्षांमध्येही ते याहून लहान होतं. परंतु परक्या देशातल्या छोट्या गावात राहून एकटीनं आयुष्य सांभाळताना माझं अननुभवीपण मला फारसं जाणवलं नाही. गोष्टी विश्वासावर चालत. सौजन्य, औचित्य यांची वानवा नसे. व्यवहार स्वच्छ, सुरळीत असत. तरीही एकटीनं राहण्याचा तो काळ माझ्यातल्या अनभिज्ञतेला चार गोष्टी शिकवून गेला.

माझा तेव्हाचा दर्जा परकीय नागरिकत्वाचा. तिकडील व्हिसाच्या अनेक तांत्रिक बाबी सांभाळाव्या लागत. अमेरिकन इमिग्रेशन खात्यामध्ये गलथानपणा नाही. त्या देशात मी राहण्याची मुदत ठरलेली असे. ती ओलांडल्यानंतर तिथं राहणं बेकायदा समजलं जाई. ठरावीक कालानंतर जरूर ते उपचार करून, कागदपत्रं मिळवून ती वाढवून घ्यावी लागे. नोकरी करण्यामागे काही अटी असत. कर भरण्याची कर्तव्यं असत. डिपार्टमेंटमध्ये छोट्याशा पगारासाठी कराव्या लागणाऱ्या कामाचं भान ठेवावं लागे. ती एक छोटेखानी नोकरीच होती. प्रोफेसर्सना प्रॉजेक्ट्समध्ये मदत

करणं, ज्युनिअर विद्यार्थ्यांचे ग्राफिक्सचे वर्ग घेणं या स्वरूपाची ही कामं बहुतेकदा आनंददायक असत. कधीकधी स्वतःच्या परीक्षा, अभ्यासामुळे ती करण्याचा कंटाळाही येई. परंतु पगाराचे चेक्स वेळेवर हातात पाडून घेण्यासाठी मुकाट्यानं ती करणं भाग असे. त्या दिवसांत खरोखरीच हातातोंडाची गाठ असे.

लेक्चर्स बंक करणं, परीक्षेच्या आठवड्यात कुठूनतरी नोट्स पैदा करून बेदम घोकंपट्टी करून परीक्षा पार पाडणं, हे तिथं होण्यासारखं नव्हतं. डोळसपणानं ज्ञानप्राप्ती करून घेण्याची सर्वसाधारण पद्धत आजूबाजूला दिसत होती. 'ओपन बुक एक्झॅम' म्हणजे संदर्भग्रंथ खुशाल समोर ठेवून पेपर लिहिण्याची पद्धत पाहून मी खूपच चकित झाले. खुबीनं विचारलेल्या प्रश्नाला पुस्तकाचा आधार घेऊन का होईना, परंतु योग्य ती उत्तरं लिहावी व विषय पदरात पाडून घ्यावा याला कुणाचीच हरकत दिसत नव्हती. मल्टिपल चॉइस असलेले प्रश्नही (बहुपर्यायी) मूळचे तिकडचेच. त्यातले सगळे पर्याय एकमेकांच्या इतक्या सूक्ष्मपणे जवळचे असत की, चुकीचा पर्याय निवडणं सहज घडून जाई. तशी सगळीच उत्तरं बरोबर असत. प्रश्न असे, तो सर्वांत बरोबर काय याचा! तो ओळखण्यासाठी विषयाचं सम्यक ज्ञान आवश्यक असे.

माझी आणखी एक विशेष आठवण आहे. ख्रिसमसच्या सुट्टीत आम्ही भारतात येण्याचं ठरवलं. परंतु हवी तशी तिकिटं मिळेनात. सेमिस्टर संपण्याच्या दोन दिवस आधीची तिकिटं कशीबशी मिळत होती. निक डाइन्सला मी हे सहज बोलले, तर तोही सहजच म्हणाला, ''मग काय, तू तुझी परीक्षा थोडी आधी देऊ शकतेस!'' माझा विश्वासच बसेना.

म्हणजे काय तो मला वेगळी प्रश्नपत्रिका देणार होता? परंतु खरी गोष्ट निराळी होती. तीच प्रश्नपत्रिका दोन दिवसांनी इतर विद्यार्थ्यांना गेली म्हणून काय झालं? ते सगळे काही लगेच माझ्याकडून ते प्रश्न काढून घेणार नव्हते. त्यांनी विचारलंच, तर मी त्यांना ते सांगण्याचा प्रश्न येत नव्हता आणि अगदी कळलेच त्यांना ते प्रश्न तरी त्यांची उत्तरं सखोल, ज्ञानी असणं-नसणं त्यावर अवलंबून नव्हतंच. ते अवलंबून होतं त्यांच्या प्रामाणिक अभ्यासावर! तो सगळाच अलिखित, अवाच्य विश्वासाचा भाग होता.

विषयांची व्याप्ती मोठी होती. संदर्भवाचन खूप करावं लागे. प्रेझेंटेशन, मीटिंग्ज कुठं आहेत त्याचं भान ठेवावं लागे. कॅम्पसचा पसाराही मोठा होता. कित्येकदा या सपर किंवा कॉकटेल मीटिंग्ज ॲमहर्स्टच्या आजूबाजूच्या टुमदार गावांमध्ये वसलेल्या प्रोफेसर्सच्या सुरेख घरीही होत. कधी कुणा पाहुण्याचा स्लाइड शो ठेवला जाई. कधी क्लायंटच्या ऑफिसात जावं लागे. साइटची पाहणी करायलाही अनेकदा जावं लागे. तिकडच्या रस्त्यांचं जगच वेगळं. तेव्हा GPS किंवा फोनवरचे नकाशे नव्हते. जरूर

ते नकाशे पैदा करून रूटचा गृहपाठ करावा लागे. नकाशा पाहत ड्रायव्हिंग करण्याची सवय होण्यास थोडा वेळच लागला. कोपऱ्याकोपऱ्यावर खिडकीची काच खाली सरकवून पत्ते विचारण्याची पद्धत तिकडे नाही.

संध्याकाळी सात-साडेसातच्या आत घरी परतणं, रात्री घरी शक्यतो एकटं न राहता सोबत शोधणं, एकटं असताना खाण्या-पिण्याकडे दुर्लक्ष करणं, हे वर्षानुवर्षं सवयीचे तद्दन कुचकामी विचार रातोरात निरर्थक वाटायला लागले. आठवड्यातले दोन दिवस माझा क्लास संपे तो रात्री नऊनंतर. डिपार्टमेंट ते हॉस्टेलची खोली एवढं अंतर चालायला पंचवीस मिनिटांची वाट काटावी लागे. हिवाळ्यात तर किट्ट अंधार पडे दुपारी चार वाजताच. या दुपारच्या अंधारात रोज कुणाची सोबत शोधणार! शेकडो मुलांचे खचाखच भरलेले भाऊगर्दीचे दिवस मागे पडले होते. मास्टर्स ग्रुपमध्ये आम्ही इनमिन काही जण. कॅम्पसभर विखुरलेले कोर्सेस आणि क्लासेस. सततच पांगलेले विद्यार्थी, वेगवेगळ्या गतीने चालणारी असंख्य डिपार्टमेंट्स आणि कुठे तणावच नाही असा आभास निर्माण करणारी, ठामपणे पुढे सरकणारी चार महिन्यांची आखीव सेमिस्टर. विद्यार्थ्यांची दिशा तिनं अबोलपणे पक्की केलेली असे. आणि प्रत्येक बापडा विद्यार्थी आपापला मार्ग मुकाट चोखाळताना दिसे. हसत खिदळत इथून तिथे फिरणारे रंगीबेरंगी (आणि रिकामटेकड्या!) मैत्रिणींचे थवे कुठून आणायचे! कितीही उशीर झाला तरी खोलीत बॅक-पॅक टाकून एखाद्या सॅन्डविचकरता मागच्या कोर्टयार्ड कॅफेपर्यंत तरी चालावं लागे. पश्चिमेतली दुनिया स्वतंत्र एकटेपणाला उचलून धरणारी आहे. त्यामुळे माझ्या या दिन (रात्र!) चर्येत 'एकटी कुठे जाऊ! कशी जाऊ!' छाप विचारांना जागाच उरली नाही.

शेवटच्या टर्ममध्ये गुरुवारी रात्री नऊ वाजता क्लास संपला की, मी सरळ ड्राइव्ह करून बॉस्टनची, घराची दिशा पकडत असे. कारण पुढचा वर्ग असे थेट मंगळवारी. बॉस्टनला घरी पोहोचायला मध्यरात्र होऊन जाई. भारतातले लोक काळजी करतील म्हणून या कार्यक्रमातले बारकावे मी अनेक दिवस त्यांना सांगितलेच नव्हते. तसं घाबरण्यासारखं नव्हतंच काही. सरळसोट, बिनखड्ड्यांचे उत्तम रस्ते, तितक्याच उत्तम गाड्या आणि अडचणीला तातडीने पाठीशी येऊन अवतरणारी पोलिसांची यंत्रणा. भारतातल्या बावीस वर्षांत सवयीचं झालेलं सुखकर आयुष्य खडतर वाटावं, अशा सोयी-सुविधा होत्या म्हणा किंवा आधीच्या आयुष्याचा अंगभूत भारतीय खडतरपणा निभावून नेण्याच्या सवयीतून, अमेरिकेतलं आव्हान सहज पेललं जात असेल म्हणा. स्वतंत्रपणानं, समर्थपणानं स्वत:चे व्यवहार माझे मलाच बघावे लागतील ही खूणगाठ मला लवकरच बांधून घ्यावी लागली.

कॅम्पसवर माझं रोजचं चालणं पाच-एक मैल सहज होई. पहिल्या आठवड्यात मी अजून रुळत असताना एवढं चालूनचालून पायाचे तुकडे पडण्याची वेळ आली.

त्यानंतर मात्र त्याचीच सवय पडून फिटनेस वाढत गेला. अनेक जण सायकली वापरत. स्केट्स वापरत. तिकडचे व्यवहार, कामकाज व वावर एकट्यानं सर्रास करताना मुलं-मुली दिसत. बॉस्टनमधलं माझं एक ऑफिस तेराव्या मजल्यावर होतं. ऑफिसमध्ये आम्ही पंधरा-वीस जण काम करत असू. परंतु लंचअवर झाला की, आपापले कोट्स चढवून मंडळी निर्विकारपणे एकेकटी लिफ्टचं बटण दाबून खाली लंचला जात. सुरुवातीला ते पाहून मला स्वतःशीच हसू येत असे. यांना सारखंच एकटं कसं परवडतं? दोन-पाच धक्के खाल्ल्यावर मी सुधारले. ग्रुपमध्ये मोजकी आणि जरूर तेवढीच मिसळू लागले. कॅफेटेरियामध्ये एकटीने जाऊन पेपर वाचत खाऊन-पिऊन येण्यापर्यंत माझी मजल गेली. नंतरच्या काळात लवकरच स्वतःच्या गाडीची देखभाल करण्यातही मी तरबेज झाले. नुसतं ड्रायव्हिंग करणं वेगळं. अमेरिकन ऑटोमोबाइल असोसिएशनच्या सभासदत्वाचे फायदे मला पाठ झाले. इन्शुरन्स प्रीमियम भरण्याच्या तारखांचं भान ठेवता येऊ लागलं. युनिव्हर्सिटीच्या हेल्थ सेंटरमधल्या कन्सेशनमध्ये दिल्या जाणाऱ्या आणि क्वचित फुकट सेवांचा आणि रुटीन चेकअपचा फायदा घेता येऊ लागला. हळूहळू एकटीनं राहण्याचा आनंदही मला सापडायला लागला. नंतरच्या काळात, अनेकदा, अनेकविध ठिकाणी एकटं राहण्याची माझ्यावर वेळ आली. आपल्या प्रेमाच्या माणसांची सोबत, गोंधळ-पसारा कितीही लोभस आणि हवासा असला तरी एकटेपणामध्ये माझा जीव खराखुरा रमतो याची अनुभूती मला त्याच काळात प्रथम मिळाली. कविता लिहिणं, स्फुट लिखाण करणं, खोली भरून टाकणारं गाणं ऐकणं हे माझ्या जिवाभावाचे छंद-सोबतीही त्याच काळात मला मिळाले. आता परिस्थिती अशी आहे की, ते सोबती माझा एकटेपणा, समृद्ध करून जात असतात.

युनिव्हर्सिटीच्या स्टुडंटलाइफचे किती पैलू होते! बापाच्या पैशानं कॉलेज करणं, देखाव्यासाठी, वेळ घालवण्यासाठी कॉलेजमध्ये नाव घालणं, केवळ दुर्लक्षापोटी नापास होऊन वर्ष वाया घालवणं किंवा अगदी कळस म्हणजे शिक्षण घेऊनही न शिकणं हे प्रकार तिकडे नाहीतच. अगदी श्रीमंत, खासगी महाविद्यालयांमध्येही चांगल्या उच्चभ्रू घरातील मुलं पूर्ण प्रामाणिकपणानेच शिकतात. आमच्या युनिव्हर्सिटीचा विद्यार्थी वर्ग हा साध्यासुध्या - कनिष्ठ वा मध्यम - मध्यमवर्गीय अमेरिकनांचा. कित्येकांच्या घरातील परिस्थिती किमान फी देण्यापैकीही नसे. विद्यार्थी स्वतः पार्ट टाइम जॉब्स करत किंवा एक वर्ष डॉलर्स साठवणं आणि पुढचं वर्ष कॉलेज अशा कष्टांच्या कसरती करत शिक्षण पुरं करत. शिक्षणामागची त्यांची आच जाणवे. ज्ञानार्जनाची आवड जाणवे. तिकडच्या कॉलेज विद्यार्थ्यांमध्ये मला सामाजिक संवेदना जाणवल्या. जबाबदार संवेदना. मानवतेच्या खुणाही दिसल्या. जागरूकता दिसली. समाजकारण, राजकारण यांमधील घडामोडींना प्रतिसाद म्हणून कधी

विद्यार्थ्यांची सौम्य निदर्शनं होत. बॅनर्स लटकवली जात. Hunger Walk होत. काही विचार-प्रचारांसाठी मॅरॅथॉन्स होत. रक्तदानासाठी मोहिमा होत. इतरही अनेक कॅम्पेन्स होत. युनिव्हर्सिटी राज्य सरकार पुरस्कृत. सर्वसामान्यांची. 'आयव्ही लीग्जचं' किंवा इतर खासगी महाविद्यालयांचं श्रीमंती वलय तिला नव्हतं. त्यामुळेच, रोजच्या आयुष्याला सरकारी आणि राजकीय धोरणांची झळ पोचणाऱ्या वर्गांमधले बहुतेक विद्यार्थी होते. आपल्या करांचा विनिमय कसा होतो आहे, परकीय राष्ट्रांविषयीची धोरणं काय आहेत, निवडणुकी लढवणारं सरकार रिपब्लिकन आहे की डेमोक्रॅटिक इथपासून ते गावातल्या वाढत्या गुन्हेगारीपर्यंतच्या प्रश्नांवर ती मुलं जबाबदार भूमिका घेत होती. अमेरिकन समाजाच्या बाबतीत, विशेषकरून त्यांच्या कुटुंबसंस्थेमध्ये त्यांच्या आत्मकेंद्री असण्याबद्दलचे बरेच समज-गैरसमज जगभर प्रचलित आहेत. त्या पार्श्वभूमीवरच तरुण पिढीमधील या जाणिवा मला विशेष स्पर्शून गेल्या.

Let it be .... Let it be....

वस्तुनिष्ठता हा मला अमेरिकनांमध्ये जाणवलेला ठळक गुण. तिनं मी प्रभावित झाले. कारण घोळघालू आचारांचा मला कंटाळा आला असावा. पण नंतर नीट पाहता लक्षात आलं की, हीच वस्तुनिष्ठता कुटुंबात मध्यम किंवा उच्चवर्गीय बुद्धिजीवी स्त्री-पुरुष नात्यामध्ये वितुष्ट आणते आहे. आनंद, दुःख, प्रेम हे फायदा-तोट्यांच्या फूटपट्ट्या लावून मोजत बसलं की नितळ प्रतिमा गढूळ होतात. भावनेचा कीस पाडू नये. ती येते तशी नितळ भोगावी. नाहीतर ती विद्रूप आकारहीन होते. भारतातल्या गोंधळ-साधेपणामध्ये सहिष्णुता आणि सोशिकता गोडवा होऊन बेमालूम मिसळलेल्या असतात हे तेव्हा जाणवू लागलं आणि दूर गेल्यावर प्रेम वाढतं तसं दुरूनही भारत जवळचा वाटू लागला.

आमचा ग्रुप असा होता :

लेस्ली, पीटर हे लोक मध्यमवर्गीय संसारी अमेरिकन वर्गातले. मासिक प्राप्ती वृद्धिगंत करावी, अधिक चांगल्या प्रकारे व्यवसाय करावेत अशा शुद्ध हेतूनं मंडळी इथं आली होती. ॲन एसपिना ही आकर्षक फिलिपिनो स्त्री आर्किटेक्ट होती. यशस्वी नवऱ्याची पत्नी व चार मुलांची आई. तिच्यातली निर्मिती त्यांच्या धंद्यापोटी, मुलांच्या खस्तांमध्ये हरवून गेली होती. धुमसत्या मनोवस्थेमध्ये तिनं ही झेप घेतली होती ती केवळ स्वतःसाठी. स्वतःच्या मागे पडलेल्या करिअरसाठी. स्वप्नाळू गप्पा न मारता खरंखुरं काम करण्याची तिची हातोटी होती. दीपक हा अतिशहाणा आर्किटेक्ट अर्थातच माझ्या मायदेशातून उगवला होता आणि ॲलेक्स ग्रीसहून. मेलिसा मध्यमवर्गीय अमेरिकन स्त्री. न्यू हॅम्पशायरमध्ये तिचं स्वतःचं फार्म होतं.

तिनं पैदाशीसाठी डुकरं पाळली होती. वेळ जात नाही म्हणून डिग्री घ्यायला आली असं मला तिच्याकडे पाहून पहिल्यांदा वाटलं होतं. डिझाइनचं काम ती यथातथाच करे. चित्रं तिला काढता येत नव्हती; परंतु प्रॉजेक्टच्या एकूण परिस्थितीचा आढावा घेऊन सोपं, वास्तववादी उत्तर ती चांगलं शोधे. तिच्या वयस्कपणाचा, परिपक्वतेचा तो परिणाम असावा. वास्तुरचना - डिझाइन प्रपंचातून सर्वांत दूर, परंतु वस्तुनिष्ठ उत्तरं शोधण्यात सर्वांत वाकबगार - अशी तिची प्रतिमा माझ्या या आठवणीत अजूनही आहे. मनावर ठसलेल्या शेलक्या व्यक्तींपैकी ती एक. ॲलेक्स, दीपक व मी तिघंच आर्किटेक्ट होतो. ड्रॉइंग्ज आणि तांत्रिक प्रेझेंटेशन्समध्ये आम्ही पट्कन आघाडी घेत असू; मात्र विचारांची सरलता, सोपेपणा यात आघाडीवर असे हा बाकीचा कंपू. या परिस्थितीनं मला विचार करायला भाग पाडलं. नंतरच्या आयुष्यात जेव्हा मला स्टीव्ह, कॅरोल, ज्योती यांसारखी स्वतःच्या विचारांनी, हाता-बोटांनी अप्रतिम वास्तू घडवणारी मित्रमंडळी भेटली, तेव्हा वास्तुरचना, डिझाइन, सजावट या विषयांचे आणखी काही पदर उलगडल्यासारखे वाटले. हे पदर गणित, भौतिक, रसायन अशा असेंद्रिय शास्त्रांना नसतात. जीव, आत्मा, मन अशी अमूर्त अस्तित्वं वावरतात, तिथेच असतात ते पदर.

चित्रविचित्र असा हा आमचा ग्रुप खूपच शहाणा आणि समजूतदार असं वाटे, ते आमचे प्रोफेसर्स भेटेपर्यंत. किंचित वेडेपणा, विक्षिप्तपणा या गुणांचा संचार या अध्यापकांमध्ये स्वच्छ होता. माझ्या लक्षात राहिली, ती त्यांची पॅशन. त्यांचं झपाटलेपण! आपल्या विषयाबद्दलचा त्यांचा आदर, अभिमान. क्षेत्रात चाललेल्या घडामोडींबद्दल ते उत्सुक व जागृत असत. स्वतःची विशिष्ट मतं बाळगत. आमच्या गृहपाठाला अथवा रीसर्चला ते सहजासहजी 'चांगलं' म्हणत नसत. पुरेसं काम करायला आम्हाला भाग पाडणारे ते गुरू होते.

एखाद्या प्रॉजेक्टवर, विशेषतः गावाबाहेरच्या प्रॉजेक्टवर काम करत असताना ग्रुपमधले सगळे जण एकमेकांच्या चांगलेच संपर्कात येत असू. जवळजवळ रात्रंदिवस. या ग्रुपमध्ये काही वेळा मला खूप एकटं वाटे. माझ्या जिवाभावाचं कुणीच नव्हतं त्यात. त्यांच्या अपरिचित आचार-विचारांपासून तेव्हा मी दूरदूरच होते. एकटेपणा, कसलीतरी असुरक्षितता आणि मनातला गोंधळ हे माझ्या जिवाची घालमेल करत. नॅनटकेट बेटाचा अभ्यास करतानाच्या काळात अनेकदा मी या अवस्थेतून गेले. यांतली बहुतेक मंडळी दिवसभर भरपूर काम करीत. संध्याकाळ चढत जाई तसा तो ग्रुप वेगवेगळ्या दिशांना पांगत जाई. अर्धाअधिक ग्रुप अर्ध्या चड्ड्या चढवून मागे समुद्राच्या दिशेनं सुटे. कुणी सायकली घेऊन रपेटींना निघून जात. अनेकांच्या संध्याकाळी आणि मागून येणाऱ्या रात्री रंगेल रसांमध्ये बुडून जात.

निकोटीन, अल्कोहोल आणि इतर पदार्थांच्या अमलाखाली ते जगाला विसरू पाहत. मन रिझवण्याच्या आमच्या कल्पना वेगळ्या होत्या. खूप वेगळ्या! निळ्या चंद्रप्रकाशात समुद्रावर बसल्या बसल्या माझ्या मनात चांदणं उतरे. मला खूप कविता आठवत. आयुष्यातलं काव्य जाणवे. हवा रातराणीची होऊन जाई. इकडे या लोकांची रात्र मात्र कोकेनच्या झटक्यानं झटकन उमले. धुंद होऊन जाई. मनोवस्थांची दोन्ही रसायनं तशी उत्कटच; परंतु एकमेकांना संपूर्ण अनोळखी!

नंतरच्या सेमिस्टरमध्ये त्या प्रॉजेक्टच्या कामात माझ्या टीमला विशेष प्राविण्य मिळालं. आमच्या बेटाच्या वाऱ्या संपल्या. स्वभावांचेही परिचय घडले. संपूर्ण परक्या वातावरणाची आणि त्या कालखंडाची आठवण मात्र अजूनही तेवढीच स्पष्ट आहे!

टर्म सुरू झाल्यानंतरच्या पहिल्या-दुसऱ्याच आठवड्यात माझी रूममेट एमिली एका रात्री खूप उशिरा खोलीवर परतली. अल्कोहोलच्या अमलाखाली पुरती झिंगलेली. त्या दृश्याचा मला धक्का बसला. सवय नव्हती. बरंचसं वाईट वाटलं. पण लवकरच त्या प्रकाराची सवय झाली. पुढे अनेकदा मी तिला त्या मनोवस्थेतून जाताना पाहिलं. एमिली हुशार होती. कष्टाळू होती. स्कॉलरशिपवर शिकत होती. पुढे तिच्या अतिशय उत्कट मैत्र्यांची शकलं होताना मी पाहिलं. हृदय दुभंगणाऱ्या दुःखाला एकटीनं वाहून नेण्याची तिची क्षमता जवळून पाहताना मी अनेकदा स्तिमित झाले. पीटर हा भंगलेल्या कुटुंबातला मुलगा. लहानपणी त्याचा शारीरिक छळही झाला होता. त्याचं घर मोडलं. परंतु पीटरच्या व्यक्तिमत्त्वात, वागणुकीत कुठंही या दारुण भूतकाळाच्या कडवट खुणा नव्हत्या. असल्याच तर त्या त्याच्या हळुवार स्वभावात दिसत. कुणाशीही, कुठल्याही कारणानं वादात शिरणं, शत्रुत्व घेणं या गोष्टींपासून तो जाणीवपूर्वक दूर असे. कुठं काही तुटताना दिसलं, तर ते तो जोडू पाही. तो मुळातच शांतताप्रिय होता. त्याचा भूतकाळ माहीत झाल्यावर त्याच्या स्वभावाचे हे पैलू मला जेव्हा जेव्हा जाणवत, तेव्हा पोटात तुटे. आई-वडील-बहीण-भावंडं-काका-मामा-मावश्या आणि शेजारपाजार, मोठं मित्रमंडळ अशा सगळ्यांच्या प्रेमाच्या, सहवासाच्या गोतावळ्यात, ते प्रेम निःशंकपणे गृहीत धरत वाढलेली आम्ही मुलं. भक्कम प्रेम-आधारानं आमची लहानपणं नकळत किती फुलासारखी जपली होती! मात्र प्रचंड वेदना वाहून पीटरच्या ठायी त्या वेदनेला कुणापासूनही दूर ठेवण्याची एक सुंदर प्रवृत्ती निर्माण झाली होती. पीटरनं पुढे त्याच्यासारख्याच एका साध्यासुध्या अमेरिकन मुलीशी लग्न केलं. चांगली चार मुलं त्यांच्या घरी जन्मली आहेत. ती दोघं त्या मुलांचं संगोपन किती प्रेमानं करीत असतील, ते मी इथं दहा हजार मैलांवरून माझ्या कल्पनेत सहज पाहू शकते!

मनःशांतिसाठी ख्रिश्चॅनिटीचं काम करणाऱ्यांपैकी एक होती लॉरा. तिनं मला धर्मांतरविषयक प्रवचन देण्याचा हास्यास्पद प्रयत्न केला. तिच्या त्या प्रयत्नानं एकच घडलं- समाजकार्याच्या आणि धर्मकार्याच्या गणवेशाखाली अस्वस्थपणे लपलेलं तिचं सैरभैरत्व मला चटका लावून गेलं!

युनिव्हर्सिटीच्या वसतिगृहात राहत असताना अभ्यासाव्यतिरिक्त इतर काही गोष्टी करून झाल्यावरही हातात पुष्कळ वेळ उरे. अंतर्मुख करणारा एकटेपणा, पश्चिम मॅसॅच्युसेट्समधले उत्कट ऋतू आणि आजूबाजूच्या परिसरात अव्याहत घडत असणाऱ्या या सगळ्या नाट्यमय घडामोडी... माझ्या संवेदनेची ही मुशीतली वर्षं होती. वेळोवेळी मला खूप विचारबीजं सापडली. लिखाण घडलं. कल्पना - कल्प - विकल्प - सुंदर - असुंदर विचार रंगीबेरंगी माशांसारखे सुळकांड्या घेत विचारांच्या पटलावर उमटून जात. त्या काळात पुष्कळ प्रसंगांवर, व्यक्तींवर, विचारांवर आधारित मी लेखवजा कथा लिहिल्या. मनुष्यसुलभ स्वभावाच्या हेलकाव्यांवर लिहिली- 'समानशीलांचा तळ.' मला आवडणाऱ्या मॅग्नोलियाच्या फुलाभोवती एमिलीबरोबर घडून गेलेली एक हृद्य घटना गुंफली- 'मॅग्नोलिया'. आणि वावटळीत सापडलेल्या पानांसारखी आयुष्यात भिरभिरणारी लॉरा रंगवली 'द बार्न' मध्ये. याखेरीज ॲन डे, पॉल वोरस आणिही खूप कुणी कुणी. दृश्य प्रसंगामागची अदृश्य परिस्थिती, त्यात गुंतलेल्या व्यक्तींच्या मनोवस्था माझ्या पापण्या ओलावून जात. टोकाच्या प्रतिक्रिया स्वाभाविकपणे बंद झाल्या. मनाचा कोन रुंदावू लागला. तडजोडी सह्य वाटू लागल्या. अनेक प्रसंग, उचित-अनुचित उद्‌गार मनात सामावून घेताना म्हणावंसं वाटू लागलं, "Let it be... Let it be...."

१९८५च्या ख्रिसमसच्या सुमारास ॲमहर्स्टमध्ये काढलेला एक फोटो परवा अचानक सापडला. बॅरी ग्रीनबी या आमच्या अवलिया प्रोफेसरच्या घरी काढलेला. दरीच्या उतारावर त्यानं काचेची भिंत असलेलं सुरेख घर बांधलं होतं. नववर्षाच्या स्वागतात आम्ही सगळ्यांनी शॅम्पेनचे पेले उंचावले होते. सेलिब्रेशनचं हसरं, सौम्य रूप मी प्रथम तेव्हा पाहिलं. 'हिल्स नॉर्थ' (उत्तरेकडच्या टेकड्या) या छोट्याशा इमारतीत काही काळासाठी एका हेतूने जमलेल्या मित्रमंडळींशी जुळलेली नाती आठवली. त्यातली बरीचशी काळाच्या ओघात वाहून गेली; परंतु आठवणींमधील त्यांची प्रतिमा फिकट नाही झाली!

मॅग्नोलिया

(रूममेट एमिलीच्या प्रत्यक्ष घटनेवर आधारित कथा)

सकाळचे सात.

मी आहे प्रिन्स हाउस या पदव्युत्तर विद्यार्थ्यांच्या वसतिगृहात. ॲमहर्स्टच्या युनिव्हर्सिटीत.

माझी खोली आहे दुसऱ्या मजल्यावर. पूर्वाभिमुख. बिछान्यासमोर मी सूर्यास्ताचं मोठं पेंटिंग करून लावलं आहे. सूर्यास्त हा माझा खास जिव्हाळ्याचा विषय. सूर्यबिंब बुडतानाचे वेध आणि नंतरचं रिकामं क्षितिज. मनात कालवाकालव करणारी रंगांची उधळण. किती सुंदर रसायन! खिडकी उघडली की दिसतो सूर्योदय आणि झोपेतून डोळे उघडले की रंगीत सूर्यास्त.

काल रात्री खूप वेळ ग्राफिक्सच्या विद्यार्थ्यांची चित्रं तपासत बसले होते. डोळे अजून जड आहेत. एमिली अजूनही गायब दिसते आहे. आता वाटतं, उगीच मी तिचं काल बौद्धिक घेतलं. त्याची गरज होती असं नाही आणि नव्हती असंही. पण जेव्हा तिची विवशता बघवेनाशी झाली, तेव्हा मी न राहून तोंड उघडलं.

एमिली इंग्लंडहून इथं शिकायला आलेली माझ्याच वयाची मुलगी. माझी रूम-मेट. ती हुशार होती. कष्टाळू होती. स्कॉलरशिपवर शिकत होती. आम्ही चांगल्या मैत्रिणी झालो होतो. पाश्चात्त्य राहणीविषयी जे ज्ञान-अज्ञान माझ्या पदरी होतं ते एमिलीच्या सहवासात पडताळून निघे. माझ्यात अस्सल भारतीय मध्यमवर्गीय बाळकडू भिनलेलं. लहानपणापासून टुकी, बचत, काटकसर, नियमितपणा, हिशेबीपणा, घाबरटपणाकडे जाणारी काळजी- असले अळणी कित्ते गिरवलेले. इकडच्या राहणीतले बारकावे मी कुतूहलाने पाहत असे. आपण गिरवलेले धडे आपल्याला खरंच पटले का, हा विचार बऱ्याचदा येई. (त्या धड्यांचं यश किती, आनंद किती, अंतर्मनातून येणारी मान्यता किती, राष्ट्रनिर्मितीची ऊर्मी किती, लोकापवाद-भयाचा भाग किती आणि नव्या वाटा शोधण्यामागची आस्था किती, हे प्रश्न अजून अनुत्तरित होते. बुद्धिवादी तर्ककर्कशपण अजून अंगात संचारलं नव्हतं. भारतात आजूबाजूचे बहुतेक जण या पद्धतीत चपखल बसले होते आणि सुरक्षित आयुष्य सुखेनैव जगताना दिसत होते. मना-मनाची गाठ पडते तेव्हा कुठले तरंग उठतील याचं वयसुलभ अप्रूप मला होतंच. पण या गाठी जन्मजन्मांतरीच्या वगैरे असून, त्यातच इतिकर्तव्यता असते, हा खास भारतीय चकवाही मला पडला होता....)

तसे भारतीय आयुष्यपद्धतीत धोके, झोके, हादरे फारच मर्यादित. इथं पश्चिमेत

मंडळी आरूढ असायची एका वादळी लाटेवर. एमिली याचं टिपिकल उदाहरण होती. मुंबईत कॉलेजच्या कोर्टयार्डवर मी 'आबा'सारख्या युरोपियन ग्रुप्सची गाणी ऐकली होती. मीलन, प्रेम, विरह, ताटातूट. गाण्यांमधली दुःखं गाण्यांपुरतीच असावीत असं वाटे. नंतर पश्चिमेतल्या वर्षांमध्ये त्या गायक-गायिका-कवींच्या विव्हल प्रेमाभोवती गिरक्या घेणाऱ्या आवृत्त्या सारख्याच भेटू लागल्या तेव्हा समजलं, की कविकल्पनांसारखी वाटणारी ती गाण्यांमधली दुःखं खरीच असतात तर! झोकून देऊन प्रेम करायचं. एखाद्या व्यवहारी क्षणी वेगळ्या वाटांचा अश्रूभरला निर्णय घ्यायचा. काही काळ सहन न होईलशा दुःखातून जायचं... पण यातूनही हे लोक लवकरच बाहेर पडतात आणि आयुष्य नव्यानं हातात घेतात... हे ज्ञानाचे कण मी लवकरच जमा केले. एमिली याही ज्ञानाचा पडताळा मला देत असे. कधीकधी एक गमतीचा विचार चमकून जायचा - सात जन्म किंवा वटसावित्रीसारख्या कल्पना यांना जवळ बसवून घेऊन सांगाव्यात काय?

कालचा दिवस स्टुडिओत खूप गडबडीत गेला. दुपारनंतर आलेल्या पाहुण्या फ्रेंच प्रोफेसरनं दक्षिण फ्रान्समधल्या आर्किटेक्चरच्या अप्रतिम स्लाइड्स दाखवल्या. शहरी झगमगाटापासून दूरवर असलेल्या फ्रेंच गावामधल्या रचना विशिष्ट नजरेतून त्यानं टिपल्या होत्या. संध्याकाळी खोलीवर परतल्यावर थकवा जाणवला. कॅफेकडे थोडं चालून यावं म्हणून बाहेर पडले. कॅफे स्वेअरची झाडं व फुलांची रंगसंगती या लोकांनी फार छान साधलीय. सध्या झाडं पांढऱ्या-गुलाबी ॲपल्सच्या फुलांनी बहरून गेलीत. त्यांच्या तळाशी बाकावर बसावं, तर त्या फुलांचा सडा हलकेच आपल्यावर पडत राहतो.

कॉफीचा कप हातात घेऊन एका बाकाच्या दिशेने जाताना समोर दिसली एमिली. शून्यात नजर लावून बसलेली. विटलेल्या जीन्स. बाजूला अर्धवट वाचलेलं पालथं पुस्तक, समोर गार झालेली कॉफी.

तिच्या इथे जावं-न जावं करत असतानाच तिनं मला पाहिलं. मी 'हाय ' केलं. 'काय गं झालं, अशी का बसली आहेस?' असे प्रश्न मनात येतायेताच मला एकदम आठवलं- तिचा तो फर्नांडो आज सकाळीच त्याच्या देशी परत जाणार होता! आता कुठलेच प्रश्न विचारण्याची गरज नव्हती. तिच्यासमोर नुसती जाऊन बसले. बसले एवढंच, ती ढेपाळलेली होतीच, एकदम कोलमडल्यासारखी झाली. एमिली एवढी गोरी आहे की, हसते तेव्हाही लाललाल होते. आता तर ती धरण फुटल्यासारखी रडायलाच बसली होती.

खरंतर गेले आठ-दहा दिवस ती साधारण याच मूडमध्ये होती. एरवीचा तिचा फुलपाखरी आनंद दिसेना, तेव्हा मी एकदा विचारलंही तिला; तेव्हा हे फर्नांडोचं वृत्त

तिनं पुरवलं होतं. मध्यंतरी एकदा त्या दोघांना कॅम्पसमधल्या हंसांच्या तळ्याकाठी मी ओझरती भेटले होते. सोनेरी उन्हात, ट्यूलिपच्या ताटव्याशेजारी गवतावर पहुडली होती एमिली आणि फर्नांडो. सोनेरी केसांची निळ्या डोळ्यांची ती जोडी किती छान दिसत होती! आज मात्र एमिली अश्रूंमध्ये बुडाली होती.

विशेष काही न बोलता आम्ही दोघी रूमवर परतलो. त्यानंतरच्या चढत्या संध्याकाळीही बाईंचा नॉर्मलवर येण्याचा काही विशेष विचार दिसेना. थोड्या वेळानं तर तिनं आपली आवडती उशी पोटाशी घेऊन खिडकीबाहेर नजर लावून अश्रू गाळण्याचा कार्यक्रम पुन्हा सुरू केला.

त्यानंतर मात्र मला राहवेना. मी विचारलंच तिला, "एवढी दुभंगून जाणार होतीस, तर का गं नाही गेलीस त्याच्याबरोबर? त्याची होऊन? एवढा जीव लावणारी माणसं भेटतात, त्यांना परत परत हातचं जाऊ देऊन स्वतःच्या इच्छा-मुरादींसाठी एकटं झगडायचं ही कसली तुमची सवय? जिवाची गुंतवणूक करावी, सहजीवनात रंगून जावं, कुणाच्या तरी संगतीत सौंदर्य शोधावं, क्षणभंगुरच असेल; पण कष्टांनी आपलं म्हणून छोटंसं जग वसवावं याच्यातलं आव्हान कधी कळणार तुम्हाला?"

त्राग्यानं, न राहवून हे विचार मी तिला ऐकवत होते खरी. माझा आवाज थरथरायला लागला होता. डोळे भरून आले होते. ती ऐकत होती. माझं बोलणं पटतही असावं तिला काही अंशी. कुणास ठाऊक! आपलं काहीतरी चुकलंय... पण नाही... या कमिटमेंट्‌ची तयारी नव्हती आपली... शिवाय त्याला त्याच्या देशात राहायचं होतं... अशा सगळ्या विचारांत गुंतून बिचारी नुसतीच भळाभळा रडत होती. आणि आतवर मला माहीत होतं की, तिच्या पश्चिमेतल्या रीती-पद्धती तिच्या मागे उभ्या आहेत. तिला दिशा देताहेत...

पृथ्वीच्या आवरणावर ठिकठिकाणी सापडणारी माती वेगळी. तिचा रंग वेगळा. तसेच तिच्यात रुजणारे विचारही वेगळे असतात आणि त्या विचारांतून उगवणारे तृणांकुरही. असं जर नसतं, तर ॲमहर्स्टमधला तो ओंजळीत न मावणाऱ्या फुलांचा मॅग्नोलिया माझ्या मुंबईत अचानक बहरताना नसता का दिसला मला!

द बार्न

(धर्मांतरवादी लॉराची गोष्ट)

उत्तर अमेरिकेवर अप्रतिम निसर्गाची खैरात झालेली आहे. देवाच्या पंक्तिप्रपंचात, हा त्याचा खास आवडता देश असावा! उत्तरेकडच्या प्रदेशात दर वर्षी चार स्वतंत्र, रंगीत ऋतू उतरतात. स्वयंभू रूपांचे ऋतू. गाताना दैवी सूर लागावेत आणि सुरावटींची उधळण श्रोत्यांच्या हृदयाचा ठाव घेऊन जावी, तशी ही गाभ्यातून उमटणारी निसर्गाची अदाकारी. हा निसर्ग अशक्त किंवा मनुष्याच्या अविचाराला बळी पडणारा नाही. तो विराट, उत्कट, ताठ कण्याचा आहे!

बर्च, मेपल, ओक या वृक्षांचा ऋतुप्रवास तर फारच सुस्पष्ट आणि विलोभनीय. हिवाळ्यात ती बर्फाच्या माऱ्यानं गोठून उजाड होतात. शून्याखाली पोहोचून अनेक महिने तिथं मुक्काम करणारी पराकोटीची थंडी. परंतु झाडांचे चिवट सांगाडे अबोलपणे तिचा सामना करतात आणि थंडीपाठोपाठ येणाऱ्या वसंतात अप्रतिम फुलतात. हिवाळ्यावर जणू सूड उगवत वेड्यासारखे बहकतात. त्यांची ही मनमोकळी फुलकारी पाहणं, हा एक भाग्ययोगच असतो. आपल्याकडे ग्रीष्माचं नातं रखरखीत, वैराण उन्हाळ्याशी आहे. परंतु इकडचा ग्रीष्म अधोरेखित होतो तो नजरेचं पारणं फेडणाऱ्या हिरव्या रंगानं. एकेक रसरशीत पान नवी हिरवी झिलई घेऊन उमलतं आणि चकाकणाऱ्या सूर्यप्रकाशाच्या लांबलांब उन्हाळी दिवसात, वाऱ्याबरोबर लाटांचे हेलकावे घेत सळसळतं. तीन महिने हा हरित संभार सांभाळल्यानंतर मग येते शिशिराची लाल-पिवळी पानगळ. मॅसॅच्युसेट्सच्या माझ्या पहिल्याच शिशिरऋतूनं, आपल्या लाल-पिवळ्या रंगांना घेऊन थेट माझ्या मनात घर केलं. अशाच एका शिशिरातली ही गोष्ट. एका बार्नमध्ये घडलेली.

ऑक्टोबरच्या हॅलोविननंतर, आपल्या गणपती-दसरा-दिवाळीसारखा आनंदी सणांचा एक ऋतू इथंही उतरतो. नोव्हेंबरअखेरचा थँक्स गिव्हिंग, नाताळ, नववर्ष- हा तो ऋतू. शिशिर आता उतरणीला लागला आहे. झाडांची पानं पुरती गळून गेलीत. रंगीत ऑटमची दृश्यं अजून हवेत रेंगाळताहेत. थंडी सावकाश वाढते आहे. दिवस-रात्रींमध्ये चाळीस-पन्नास डिग्रीचा फरक! थंड, मोठ्या होत जाणाऱ्या रात्री. आणि तितकेच ताजे, चमकदार लहान होणारे दिवस. हवामान जेवढं विषम, तेवढे पानांवर चढणारे रंग जास्त गडद खुलतात. आठवड्यामागे एक छोटंसं चक्रीवादळ झालं. त्यात झाडांवरची उरलीसुरली पानंही भिरभिरत गळून पडली. अशा शेवटच्या पानगळीनंतर रस्त्याकडेनं चालणं मला फार प्रिय आहे. निळंभोर आभाळ आणि मी, यांच्यातलं हजारो लाखो पानांचं छत्र रंग बदलून हलकेच गळून पडलं आहे. 'माती

असशी, मातीत मिळशी' या सुंदर तत्त्वाला धरून वसुंधरेत विलीन होण्याच्या मार्गावर आहे. एक निसर्गतत्त्व मला निःशब्दपणे समोर उलगडून दाखवतं आहे. सळसळता तरुण हिरवा रंग आता उतरला आहे आणि आसमंतात पानगळीची भगवी छटा आता भरून राहिली आहे. पाचोळा उबदार उन्हात छान चुरचुरीत झालेला आहे. पाऊल रुतेल एवढ्या केशरी-पिवळ्या पानांतून चालताना पावलांच्या लयीचा आवाज येत राहतो.

थँक्स गिव्हिंग नुकताच झाला. आता वेध आहेत ख्रिसमसचे.

कॅलेंडर पाहून जाणवलं की, संपत्या सेमिस्टरची धावपळ आता जवळ आली. केवढं तरी मटिरियल वाचून संपवायचं आहे. दोन साइट्स पाहून यायच्यात. त्यानंतर त्यांचे रिपोर्ट्स. ग्राफिक्सच्या विद्यार्थ्यांना ज्यादा तास हवे आहेत. रात्री जागून दिवे लावून काम केलं तर माझी रूममेट एमिली नाराज होते. म्हणून मग खूप उशिरापर्यंत डिपार्टमेंटमधल्या स्टुडिओत बसून काम उरकणं क्रमप्राप्त.

स्टुडिओत काम करायला मला आवडतं. तिथं पसारा मुक्तपणे घालता येतो. मंडळी कसलंकसलं म्युझिक लावून ठेवतात. कॉफीब्रेक्स सुकर करणारा आणि चोवीस तास खुला असणारा कॅफेटेरियाही समोरच. या सरंजामात कधी एरवी सहज न भेटणाऱ्या बॅचमेट्सबरोबर गप्पांची तार जुळते.

मध्ये एकदा मी स्टुडिओत असाच अगाध पसारा घालून बसले होते. बोर्ड तर चितारला होताच. शिवाय क्रमाक्रमानं उलगडत जाणारं लांबलचक भेंडोळं टेबलावर मावेना म्हणून मी ते जमिनीवर पसरलं होतं. त्याच्याभोवती फिरून माझं काम माझ्याच नादात सुरू होतं. तो जरा मोठाच व्याप पाहून रीजनल प्लॅनिंगमधली सोनेरी केसांची, फुटाण्यासारखी उडणारी हायपर लॉरा माझ्या दिशेनं आली. मला ब्रेक हवाच होता. काम थांबलं आणि गप्पांची ओळ पडली. विषय होते पुस्तकं, प्रोफेसर्स, नवे आलेले चित्रपट, तिचा देश माझा देश, समाजरचना, पद्धती (हे तर नेहमीचंच!). मला लॉराशी बोलताना मजा येत होती. गप्पा संपेनात तेव्हा मग आम्ही ठरवलं की, सेमिस्टर संपल्यावर एकदा 'बार्न'मध्ये जेवायला जाऊ या. सेमिस्टर संपली की कुठूनकुठून येऊन एकत्र जमलेला आमचा मूठभर ग्रुप पाखरांसारखा पांगणार ख्रिसमससाठी. ऐकून होते की बार्न नावाचं नवं रेस्टॉरंट्स शेजारच्या गावात उघडलं आहे. बार्नचा अर्थ : गायी-गुरं बांधायचा गोठा. एक उंच चौकोनी कौलारू रचना, जुनाट, गोदामवजा दिसणारी. या रेस्टारन्टनं एका जुन्या बार्नचा अद्ययावत जीर्णोद्धार केला आहे. डिझाइनमुळे ते लोकप्रिय झालं आहेच; पण तिथं जाणं हे आपल्या आवडीनिवडीचं एक विशिष्ट विधान असतं म्हणे. आम्ही आनंदानं एकमेकींना शुक्रवारची तारीख दिली.

शुक्रवारी सकाळी एमिलीचा प्रश्न येतो-“या वीकएंडला घरी बॉस्टनला जाणारेस का?”

“बहुतेक नाही.”- मी.

तिचा प्रश्न केवळ उत्सुकतेपोटी नसतो. मी बॉस्टनला घरी गेले की, दोन दिवस पूर्ण सूट मनमानी करायला तिला हातात मिळतो, म्हणून ही चौकशी.

“ढिगांनी काम आहे. रिपोर्ट्स लिहायचेत. शनिवार-रविवार मी बहुधा बोर्डला नाक लावून बसलेली सापडेन तुला! पण आता संध्याकाळी ‘बार्न’ पाहायला जाणार आहे. लॉरा पेरीबरोबर. ओळखतेस का गं तू तिला?”

“ओ द चर्च गर्ल! तिच्याबरोबर जातेस? कल्पना कुणाची?”

“तशी तिचीच. पण माझीही.”

अमेरिकन स्वभावभूत साधेपणा, अलिप्तपणा यांची सवय मला होत होती. या तुलनेत एमिलीचं अधेमधे कपाळाला किंचित आठ्या घालून बोलणं, कारणाविना नाटकीपणा करणं, माना उडवणं, ‘बिकरिंग’ (गॉसिप) करताना आवाज बारीक करणं- या ब्रिटिश लकबी जाणवून माझी करमणूक होई.

लॉरा पेरीबरोबर जेवायला जाण्याच्या माझ्या कार्यक्रमावर तिनं न उडवलेलं नाक मला दिसलं. तिचं कुतूहलही जाणवलं; पण त्याकडे मी दुर्लक्ष केलं. मला आता त्या बार्नचा रस्टिक डेकोर खुणावत होता. शिवाय, लॉराबरोबरच्या चांगल्या गप्पांचंही आकर्षण वाटत होतं.

संध्याकाळी साडेसहाला ठीक लॉराच्या गाडीचा हॉर्न वाजतो. मी तयार असते.

बार्नच्या रस्त्यावरून जाताना, अंधारात ख्रिसमससाठी केलेल्या शांत-स्निग्ध दिव्यांच्या सजावटी अतिशय सुखद दिसत आहेत. इकडे सण साजरे होणं म्हणजे आपल्यासारखी हरतऱ्हेच्या कर्कश आवाजांची मोट नाही. रोषणाई हेच यांच्या सजावटीचं खरं रूप. निरनिराळ्या यांत्रिक आवाजांचे चिरके, धारदार कंगोरेही हे लोक बिनधारेचे, गोलसर करून टाकतात. नेत्रसुखद गोष्टींचं सौंदर्य शांतपणात थोडं जास्तच भावतं!

बार्नमध्ये शिरताना त्या जुनाट, आणि आता त्या जुनेपणाचंच मुद्दल झालेल्या छोट्याशा कलोनिअल रचनेचं कुतूहल वाटून गेलं. जमीन, भिंती, छत- सगळीकडे पुरातन लाकडी कामाचा ठसा आहे. शेकडो हिवाळे पाहिलेलं प्रौढ, बुजुर्ग लाकूड. साधारण एकोणिसाव्या शतकाचा पूर्व-मध्य असावा... नव्या डिझायनर चमूनं काटे-चमचे-पेले-भिंतीवरची म्यूरल्स, अक्षरांची लिपी सगळं त्याला शोभेशा कालखंडात चपखल बसवलं आहे. टेबलं-खुर्च्या, दिवे, दारं-खिडक्यांची लांबी-रुंदी, रंगसंगती सगळीकडे एक संवेदनशील मॉडर्निझम दिसतो आहे. जुन्या चांगल्या वास्तू जपून

ठेवण्याचा, आदरानं वापरण्याचा आणि त्यातूनच सौंदर्यनिर्मितीचा कुशल प्रयत्न.

गरम ॲपल सायडरचे घोट घशाखाली जाताच छान ऊब येते. त्याच्या गोडीनं एकदम उत्साह जाणवतो. लॉरा पेरी काहीतरी बोलायला थांबली आहे असं मला मध्येच वाटून जातं. पण या सुबक देखण्या वातावरणानं मला आनंदाचा कोश केला आहे!

इकडचं तिकडचं थोडंफार बोलून होतं आणि मग लॉरा पेरी अचानक हात घालते धर्माला. अच्छा, तर ही घुटमळ होती या बेतामागे!

लॉराबाईंनी स्वतःच्या शांती-समाधानासाठी ख्रिश्चन धर्मप्रचार हाती घेतला होता. अमेरिकेत समाजातल्या वेगवेगळ्या थरांमधली अनेक तरुण मुलं हे करत असतात. कुणाचं कुटुंब कर्मठ चर्चबेल्टमधील, कुणी सत्कार्याच्या ऊर्मीनं, तर कुणी धुमसत्या कुटुंबातून भोगलेल्या व्यथा-वेदनांचा निचरा व्हावा म्हणून. विशेषतः युनिव्हर्सिटीजमध्ये कोपऱ्या-कोपऱ्यावर उभं राहून धर्माची पानं वाटत ही मुलं समोर येईल त्याला धर्मांतरासाठी पकडतात. समोरच्या व्यक्तीची ती गरज आहे का, त्याच्या भावनिक-धार्मिक भावनांना आधी थोडं चाचपून बघावं का, हे त्यांच्या मनात येत नसावं.

बार्नच्या सौंदर्यास्वादात रमलेलं माझं मन आता इच्छेविरुद्ध धर्मात शिरलं आहे. मी कुठल्याच धर्माविरुद्ध नाही. धर्म कुठलाही असो, तो कुणालाही चुकीची दिशा दाखवत नसतो. गुडघ्यात डोकं असलेल्या मानवानं धर्मसूत्रांचा अर्थ स्वतःच्या सोयीप्रमाणे बदलला. ख्रिश्चॅनिटीच्या उदयाच्या काळात असेतसे संप्रदाय रोमन तणावांच्या दबावांखाली गुदमरून नामशेष झाले. क्रूर छळ आणि पर्सीक्यूशनच्या भीतीला बळी न पडता कडव्या धर्माभिमान्यांनी प्रसंगी बलिदान करून हा ख्रिश्चन धर्म टिकवून ठेवला. जनसामान्याला, जनसमुदायाला भावणारा हा सोपा धर्म त्यानंतर हा खूप वेगानं जगभर पसरला. त्यातली गरीब-श्रीमंत समानता, दया-क्षमा-अनुकंपा माणसाला भावली आणि ख्रिश्चॅनिटीचा प्रसार करणं म्हणजे ईश्वरापर्यंत पोचण्याचा सोपा, जलद मार्ग ही शिकवण धर्मगुरूंनी पसरवली. आज जगात सर्वाधिक अनुयायी या धर्माचे आहेत. तरीही यांचा प्रसार सुरूच आहे!

व्यक्ती तितक्या प्रकृती. माती तितक्या संस्कृती. पण कुटुंब तितकी गोकुळं मात्र नाहीत! कुटुंब तितके कलह... अग्रक्रमांची सरमिसळ आणि एकच सावळा गोंधळ! अमेरिकन संहितेतलं विख्यात स्वातंत्र्य व्यक्तिगत पातळीवर कसे तऱ्हेतऱ्हेचे वेष चढवतं त्याचेच हे दाखले होते. इथल्या हक्क-कर्तव्य नाण्याचा धातू भारतापेक्षा वेगळा आहे. सामाजिक पातळीवर हे जीव अति कर्तव्यदक्ष आहेत. हक्कांपेक्षाही

कर्तव्याबाबतीत जास्त हळवे आहेत. व्यक्तिगत आयुष्यात मात्र त्यांचे हक्क खडबडून जागे झालेले दिसतात. आनंद हा त्यांचा हक्क आहे आणि त्याबद्दलची जागरूकता जरा अवाजवी आहे. आनंदासाठी लोक सहधर्मचारी सहजपणे बदलतात. करिअर्स बदलतात. मागास देशांतली कुपोषित मुलं दत्तक घेतात. तसाच धर्मप्रचारही करतात. एक मूर्तिमंत उदाहरण बार्नमध्ये माझ्यासमोर बसलं होतं. ख्रिश्चॅनिटीची तत्त्वं, तिच्या धर्मात आलेल्यांचं कल्याण कसं झालं, तू या धर्माची दीक्षा का घे, तुला या धर्मात शांती कशी लाभेल; किंबहुना तुझ्या ओळखीतही तू हे का, आणि कसं सांग... हे आणि ते!

लॉराचं हे धर्मविक्रीवर भाषण मला अगदीच नवीन आहे. आणि संपूर्ण अनपेक्षित. तिचं माझ्यातलं स्वारस्य एका चांगल्या मैत्रीसाठी नव्हतं तर...

माझं मन बार्नमधून आता पूर्ण उडालं आहे.
नंतरच्या गप्पा उगीच निरर्थक.
लक्षातही न राहाव्यात एवढ्या कंटाळवाण्या.
एमिलीचा शंकित शेरा आठवून जातो आहे.
आमची भेट संपली आहे.

रात्री झोप लागत नाही. मनावरचा बेचैन तवंग विरायला तयार नाही. धर्म ही काय गृहशोभेची, नाहीतर आणखी कसली स्वयंपाकघरातल्या कुचकामी उपकरणासारखी चीज आहे की तिला लोकांच्या गळी उतरवायला लागावं? लोकांची मानसिकता या लोकांना ओळखू येत नाही? की तिला बगल देऊन हे सरळ आक्रमकच होतात? त्या धर्माला हा असला प्रचार मान्य आहे? की स्वातंत्र्याच्या हव्यासातून एकटी पडलेली माणसं काही काळापुरती नुसती सजीव साथ शोधू बघताहेत? आणि असा सफरचंदाचं सरबत पिता पिता स्वीकारलाच कुणी तो धर्म तर तो किती आतवर पोचतो? भिनतो? टिकतो?

पूर्वी फारशी कधी न जाणवलेली एक गोष्ट मला अचानक प्रकर्षानं जाणवली. माझ्या परिचयाच्या धर्मातले संयम, सोशीकता, त्याग, कर्तव्य, तडजोड असे उत्तुंग शब्द. ते नजरेला दिसत नाहीत. त्यांची दीक्षा घ्यावी लागत नाही. त्यासाठी कुणाचा अनुग्रह आवश्यक नसतो. देवघरातल्या निरांजनाच्या सौम्य ज्योतीतून, चंदनाच्या सुवासातून, घरंदाज पूर्वजांच्या पुण्याईतून ते फक्त 'तथास्तु' म्हणत असतात. त्यांचं अस्तित्व लखलखीत स्पष्ट; परंतु अलिखित, अवाच्य असतं. माझ्या घराच्या भिंतींमधून, दया-क्षमा-शांती म्हणत ते शांतपणे माझ्या मागे उभे असतात.

ॲमहर्स्टमध्ये उतरणारा केशरी-भगवा शिशिर ऋतू तर अविस्मरणीय ठरला होता. अमेरिकन विद्यार्थीजीवनाचे किती पैलू मला घडवत होते. बार्न नामक त्या सुरेख रचनेची आठवण तर आजही मनात जागी आहे. त्या वास्तूनं एक नवी अभिरुची माझ्या मनावर कोरून ठेवली, आणि ध्यानीमनी नसताना उपटलेल्या अस्थायी धर्माच्या चर्चेमुळेही ती जिवंत आहे.

सेमिस्टर संपली. पुढच्या समरमध्ये कोर्सही संपला. डिग्री मिळाली. युनिव्हर्सिटीचं स्थान भूतकाळाच्या सदरात गेलं. त्या बार्नमध्ये परत जाणं झालं नाही. बार्नच्या एकुलत्या आठवणीशी लॉरा कायमची जोडली गेली. भिरभिरत खाली येणारी शिशिराची पानगळ आणि हवेत भिरभिरणाऱ्या पानासारखी लॉरा यांची एक अस्वस्थ सांगड माझ्या मनानं तेव्हा घातली.

पॉल व्होरस

(एक विसंवादात अडकलेला शास्त्रज्ञ)

मला पॉल व्होरस आठवतो. आमच्या परिचयातला एक शास्त्रज्ञ. अमेरिकेतल्या विद्यापीठांमध्ये शिकत असताना तिथं होणारं संशोधनकार्य जवळून दिसत होतं. त्यात स्वतःला झोकून दिलेल्या तेजस्वी ऋषितुल्य शास्त्रज्ञांना जवळून पहात होतो. तीव्र बुद्धिमत्ता, संधींची रेलचेल आणि साधनांची मुबलकता. त्यांचं अध्ययन-अध्यापनाचं कार्य उत्तम सुरू असे. इथल्या विद्यापीठातल्या रिसर्चची प्रतच वेगळी होती.

कुटुंबवत्सल भारतात वाढलेल्या मला, भावलेल्या व्यक्तीच्या आयुष्याबद्दल नेहमीच जिज्ञासा असते. बोलघेवडी बायकी जिज्ञासा नाही. त्या व्यक्तीतले बिंदू कुठून जमा झाले, रसायन कसं घडलं ही जिज्ञासा. घर-मुलं-विस्तारित भाऊ-बहिणी-काका-माम्यांची कुटुंबं, घरसजावट, बागेची आवड/निवड, छंद... या सगळ्या गोष्टींमधून ती व्यक्ती असंख्य रूपांतून डोकावत असते. अशी अष्टांगी ओळख झाली आणि पटली तर, मग सुंदर मैत्रीही फुलते.

तनमन विसरून स्वतःला संशोधनकार्याला वाहून घेतलेल्या या शास्त्रज्ञांचे संसार विसंवादात अडकलेले दिसत. कामाचे तणाव घरी आणणाऱ्या नवऱ्यांबद्दल अमेरिकन बायकांचे संयम मर्यादित असतात, हे गुपित नाही. नऊ ते पाच पलीकडचं काम आणि वाढदिवस विसरणं घडलं की अनर्थाची नांदी नक्की!

एकमेकांना महाचिवटपणे दामटून गृहित धरत पन्नास-साठ-सत्तर वर्षांचं सहजीवन गाजवणाऱ्या भारतीय जोडप्यांना हे तकलादूपण समजणं मुश्किल. करिअर अग्रक्रमी, घर दुय्यम हे तर (भारतीय पुरुषांकडून) सरधोपट बडवले जाणारे विषय. त्यात विशेष ते काय! आपल्या माणसाला आपणच नसतं का समजून घ्यायचं! अमेरिकेत मात्र हे विषय म्हणजे नात्यातल्या कर्करोगाला सुरुवात.

अशांत, असमाधानी सहचारांची कैफियत एकमेकांपर्यंत पोचणं थांबत जातं. प्रेम आटतं. दरी वाढते. भराभर मोठी होत जाणारी मुलं शरीरानं आणि मनानं दूर निघून जातात. असल्या परिस्थितीला ठाम बिनदिक्कतपणे पुरून उरणारा भारतीय नात्यांचा जिवटपणा मला पश्चिमेतल्या जोडप्यांत फारच कमी दिसला!

पॉल हा असाच एक शास्त्रज्ञ.

त्याचं घर अप्रतिम होतं. हिरव्या, उंच वृक्षांच्या रानात लपलं होतं. या कौलारू एकमजली उंच घराला काचेच्या भिंती होत्या. त्यांच्यामधून बाहेरचं हिरवं रान

त्याच्या घरात उतरे आणि घराचा बंदिस्तपणा बाहेरच्या निसर्गात विरघळून जाई. घराच्या उतरत्या छपरांमध्ये स्कायलाइट्स होते. उत्तरेतल्या लहान, थंड दिवसांमध्ये या काचांतून येणारी चकाकती किरणं घर उबदार ठेवत. घरामागे अप्रतिम निळं तळं होतं. तिन्ही बाजूंनी ते रानानं वेढलं होतं. त्याचा किनारा पांढऱ्या वाळूचा. त्या वाळूत पडून पाहिलेलं आकाशाचं निळं रूप मला अजून आठवतं. कुठं शहरी गजबजाटातला दोन-अडीच खोल्यांचा अंधारा फ्लॅट आणि कुठं ही अशी निसर्गात सामावून गेलेली सुंदर वास्तुरचना!

घराच्या बाहेर निसर्गवैभव आणि घरात पॉलच्या निळ्या डोळ्यांच्या दोन मुली. दुर्दैवानं, पॉल या कुठल्याच वैभवाच्या सान्निध्यात फारसा नसे. कॅन्सर पसरवणाऱ्या विशिष्ट पेशींचा अभ्यास आणि त्यावरची उपाययोजना अशा विषयांवर त्याचं संशोधन चालू होतं. त्या एकाच ध्यासानं तो झपाटलेला असे. स्पेसिमेन्स, मायक्रो-स्पेसिमेन्स, त्या प्रकल्पाला पैसा पुरवणाऱ्या मोठमोठ्या लॅब्ज आणि कंपन्या, हाताखाली संशोधन करणारे डॉक्टरेटचे विद्यार्थी, कॉन्फरन्सेस, रिसर्च पेपर्स वाचणं, जर्नलमधील प्रकाशनं या कार्यप्रणालीला पॉलनं आपले अणुरेणू वाहून टाकले होते. त्याच्या डोळ्यांतली चमक, आवाजात येणारा उत्साहित आनंद, त्याच्या हालचाली सतत त्याच्या सद्य घडामोडींबद्दल सतत बोलत असत. मात्र लिंडा (बायको) आणि मुलींची चौकशी करताच तो विझून जाई. एखादं वाक्य बोललाच तर तो विषाद जाणवून ऐकून अंगावर दुःखाचा काटा येई. पॉल दिवसरात्र लॅबमध्ये असे. माझ्या साध्याशा मनाला प्रश्न पडत असे की हा याचा दिनक्रम, हे याच्या कामाचं स्वरूप, स्वतःच्या सुरेख घरामागचं ते निळं तळं आणि निळ्या डोळ्यांच्या पऱ्यांसारख्या दोन मुली तो डोळे भरून पाहत तरी असेल का?

त्याच्या आयुष्यातली करिअरची ती वर्षं महत्त्वाची होती, त्याच काळात आम्ही त्याला जवळून पाहिलं. पुढच्याच वर्षी त्याचं घर मोडल्याचं कानावर आलं. आश्चर्य नाही; पण दुःख वाटलं. सुख-दुःखाच्या देवघेवी बाप-लेकींच्यात रोजपुरत्या संपल्या होत्या. या मोडतोडीनंतरही आयुष्य सावरतील, प्रवाहाविरुद्ध पोहून कदाचित बळ वाढेलही... पण तरीही.

या कथेनंतर संशोधन, मानवी बुद्धिमत्ता, आकांक्षा याबद्दल अपार आदर बाळगणारं माझं मन दुसऱ्याच वाटेनं जाऊन विचारात पडलं.

मधमाशीसारखं कार्यरत राहून, शास्त्रांची मोट बांधून, कोट्यवधी पेशींना भिंगाखाली घालून न्याहाळत बसल्यानंतर हळूहळू त्या पेशींचं बेताल वर्तन माणसाच्या ध्यानी येतं. या प्रयत्नांत अफाट वेळ आणि श्रम जातात. निसर्गाची ही एक साधी करामत!

आपण मात्र नेटानं वर्ष-महिने-दिवस-तास-वेळ-शक्ती-बुद्धी-पैसा त्यावर लावून शोध लावतो. जे आहेच, त्याला सापडलं म्हणतो. शोध-संशोधन कष्टपूर्वक सुरू ठेवतो. निसर्गाचा पाय मात्र आपल्यापुढे असतो. एका शोधाचा आनंद पुरता होईपर्यंत तो एक नवाच विषय आपल्यापुढे सरकवतो. रोग समजला की उपचार सुरू होतात. म्हणजे शरीराची धडपड, चिरफाड, तडफड.... ऑरगॅनिक आहे ते सिंथेटिक्सनं जगवत ठेवण्याची हौस. जगणाऱ्यांची आणि जगवणाऱ्याची.

मात्र, या सगळ्याच धडपडीला एक मर्यादा असते. आयुष्य किती सुंदर! मग ते दोन क्षणांनी वाढलं, तर कोण नाकारणार? परंतु ते दोन क्षणांनी वाढवताना, कुठंतरी कुणाच्या तरी हातातले दिवस-तास खर्ची पडत असतात. घरं मोडत असतात. आशा-निराशेचा खेळ निर्घृण होत असतो. जिवाची दमछाक होत असते. 'निसर्ग' ही शक्ती आतून-बाहेरून नीट ओळखण्यात आपण कमी पडतो का? पंचमहाभूतांचा धाक कसा नाही आपल्याला?

निसर्गातल्या अप्रिय, अनियमित गोष्टींशी सामना करण्याची तंत्रं विकसित करताना लागणारी शक्ती-बुद्धी आपण निसर्गाचा नुसता आदर करण्यावर लावली तर....?

आणि निसर्गाशी सामना करण्याची युक्ती-शक्ती तशाच काही अटीतटीच्या खेळासाठी जपून ठेवली तर...?

ही एवढी बुद्धी मनुष्यप्राण्याला झाली, तर डिव्हाइन सोसायटीसाठीचे मंत्र देणारे अनेक गुरू-स्वामी-माता क्षणात निष्प्रभ होतील आणि तोल सुटलेली कॉर्पोरेट, भांडवलशाही धेंडंही चीतपट होतील!

टेम्परी मुलं

(मार्टिन नावाच्या शेजाऱ्याची अपूर्व कथा)

व्यक्तिगत स्वातंत्र्याच्या (अतिरेकी) कल्पना वजा जाता अमेरिकन लोक फार चांगले आणि साधे आहेत. उगीच कुणाच्या अध्यात मध्यात नसतात. चांभारचौकश्या, नावं ठेवणं, तिरकस शेरे मारणं, हे थोडी जवळीक झाली तर घडतंही; पण फारच सौम्य स्वरूपात. बहुतेक गोष्टींना खास अमेरिकन विनोदाचा रंग असतो. त्यामुळे उगीच येता-जाता जिव्हारी लागणाऱ्या गोष्टीबिष्टी घडत नाहीत. काही लोकांना भारतीयांमध्ये स्वारस्यच नसतं. यामागे जातिभेद, वंशभेद, रंगभेद, महासत्तेतून येणारी अलिप्तता किंवा वेळ नसणं यातलं कुठलंही कारण संभवतं. काही जण तुम्ही मैत्रीची इच्छा दाखवलीत तर अत्यंत सावकाश, मोजूनमापून, सौजन्य-दिलगीर यांसह, तुमच्या व्यक्तिगत प्रदेशाला चुकूनही धक्का लागणारी नाही इतक्या नाजूकपणे थोडे पुढे येतात. पण तरीही धर्म, कौटुंबिक विषय यांपासून अंतर राखूनच.

अमेरिकनांचा एक उत्तम गुण म्हणजे तोंडपुजं वा तोंडदेखलं न बोलणं. ते "घरी या" म्हणतात तेव्हा ते दोन शब्द हे खरंखुरं, हार्दिक आमंत्रण असतं असं बिनदिक्कत समजावं. जेवायला थांबा म्हणतात तेव्हा वेळ/इच्छा असली तर बिनधास्त थांबावं. आपण "नको, नको, कशाला" करणं, मग त्यांचा आग्रह, तरीही आपलं द्विधा असणं, न जाणं, उशिराच किंवा 'उगीच आपलं' थोडा वेळ जाणं- वगैरे म्हणजे नाहक गुंतागुंतीला आणि गैरसमजांना आव्हान. मैत्री झाली आणि असं चहाला-ब्रंचला-जेवायला भेटायचं ठरलं की जरूर प्रसंगोचित पोशाख करून, त्या वेळेच्या ठोक्याला, ठरलेला पदार्थ वा एखादी भेट घेऊन त्यांची बेल वाजवावी. त्यांच्या आमंत्रणवेळेला मान देऊन तुम्ही छान कपडे घालून आलात त्याचा पारदर्शक आनंद तुम्हाला यजमानाच्या चेहऱ्यावर आणि देहबोलीत दिसणारच. तेही घर आरशासारखं चकचकीत करून, तयार होऊन स्वागताला तयार - आतुर असतात, हे नक्की. "क्यूँ बे साले! कहाँ मर गया था?" छाप मैत्रीला किंवा भूक लागली असेल तर थेट त्यांचा फ्रिज उघडायच्या मोकळेपणाला मात्र जरा वेळच लागतो. त्यांच्या-त्यांच्यातही या अशा मैत्र्या असल्या, तरी संख्येनं कमीच. मग भारतीय-अमेरिकन यांचं या पातळीवरचं गूळपीठ जमणं हे जरा नवलच असतं.

शेजारच्या मार्टिनशी आमची चांगली ओळख झाली होती. त्याच्या कँडी नावाच्या त्याच्यासारख्याच गलेलठ्ठ बायकोला घेऊन जेवायला आला तेव्हा मालबेकूच्या

आस्वादानं सगळे सैलावले होते आणि मग झणझणीत चिकन करीच्या जेवणानंतर चक्क हात वाळेपर्यंत आम्ही टेबलावर गप्पा मारत बसलो. त्याच्या ऑफिसमधलं काम, माझी गाणी-चित्रं, अमेरिका, निवडणुका, टॅक्सेस, मुलं-बाळं, टेक्सासचं कॅरेक्टर.. असा सगळ्या जगाचा आढावा घेऊन झाला. कॅंडी फारशी बोलकी नव्हती. पण कुणीही काहीही साधासा विनोद केला तरी मनापासून हसायची. बोलण्याबोलण्यात कॅंडी-मार्टिनला सहा मुलं आहेत असं कळलं. तीन त्याची (म्हणजे त्याच्या आधीच्या दोन लग्नांची) आणि तीन तिची (तिचं आधी एकच लग्न झालं होतं, त्या लग्नाची). या दोघांची अशी मुलं नव्हती. ती दोघं पन्नाशीतली दिसत होती. म्हणजे या सहांपैकी निम्मी हायस्कूलमध्ये आणि उरलेली अर्धी कॉलेजात शिकत असावीत असा आम्ही तर्क केला तो बरोबर ठरला. मार्टिन चांगला हुशार इंजिनिअर होता. पण पैसा पुरत नाही, पैसा उरत नाही असा उल्लेख त्यानं सहज केला. (मध्यमवर्गीय अमेरिकनांमध्ये ही परिस्थिती अपवाद नाही, तर नियम आहे आणि त्याचे उघड उल्लेखही लोक विधिनिषेधांविना सहज करतात; कारण थोड्याफार फरकानं सगळेच तसे असतात!) कसा उरणार पैसा? गणित सरळ होतं. आधीच्या दोन बायकांच्या घटस्फोटानंतरच्या पोटग्या आणि तीन (की सहा?... किमान तीन तरी नक्की!) पोरांची शिक्षणं. शिवाय घराचे हप्ते, दैनंदिन खर्च, तब्येतींची गाऱ्हाणी आणि त्याचे खर्च. (पन्नाशीतल्या आतबाहेरच्या या जोडप्याचं आकारमान आमच्या सडसडीत शाकाहारी भारतीय बांध्यांना अगम्य वाटावं एवढं पसरट. इतके कसे पसरतात हे लोक...? व्यायामाशी वाकडं आणि फास्ट फूडशी सख्य. यातून कारभार एवढा अनागोंदी होतो? यांची हृदयं, सांधे बंड कशी नाही पुकारत....?) आणि एवढं सगळं करून उरलाच पैसा तर अमेरिकेत तो खर्च व्हायला कितीसा वेळ? हजारो प्रलोभनं मूलभूत गरजा असल्यासारखी आजूबाजूला घिरट्या घालत असतात. क्रेडिट कार्डनं उधारीवर जगायचं व्यसन लावून टाकलेलं असतं, त्यालाही दशकं उलटलेली. त्याचे व्याजासकट हप्ते. मला हे कधीच कळलेलं नाही की अश्या जाताजाता सहज गोळा केलेल्या बायका आणि मुलं यांना एकमेकांची माया लागते तरी का? कितीशी? आणि किती टिकते ती? कॅंडीनं बरोबर आणलेल्या तीन मुलांचा मार्टिन नक्की कोण लागतो? त्यांचं तो नक्की काय देणं लागतो? त्याला ते सावत्र बाप समजत असावेतही. पण मग याच्या पहिल्या लग्नाच्या मुलांनी दुसऱ्या लग्नाच्या बायकोला काय म्हणायचं? सावत्र आई? पण तीही गेली की? आणि आता आलेली तीन क्रमांकाची कॅंडी कोण? सावत्र आई क्रमांक दोन..? धन्य आहे!

मला वाटतं, अति झालं आणि हसू आलं! एक-दोन वेळा हे घडलं की सगळी नाती आई-बाप-मुलं वगैरे बुरसट संज्ञा सोडून नुसती आपली मित्रत्वाची होत

असावीत. मानसनात्यांच्या पोटातही माया असतेच की! प्रश्न पडतो यांच्या आर्थिक व्यवहारांचा. कोण कुणासाठी किती खर्च करतं? विचार येतो या मोडतोडी-बांधकामांदरम्यानच्या ताणतणावांचा. सहा मुलांनी आपले आई-वडील एकत्र येताहेत, भांडताहेत, दूर जाताहेत, दुसरा जोडीदार आणताहेत- तोही सोडताहेत- हे किती वेळा बघायचं आणि सोसायचं? जडणघडणीच्या वयात आपण मुलांना फुलासारखं सांभाळतो. त्या बिचाऱ्या टीनएज मुलांना किती भावनिक सुरक्षितता मिळत असेल? त्यांचे राहत्या घराचे पत्ते किती वेळा बदलत असतील? आणि अशा क्रॉस मॅरेजेसमध्ये, जुळणाऱ्या-तुटणाऱ्या भावनिक संकटामागे मुलांचं परस्पर नातं काय असेल? आधार-प्रेमाचं की हेवा-मत्सराचं? आधार घ्यावा तर तो पट्कन कधीही तुटेल, ही टांगती तलवार त्रास देत असेल का त्यांना?

राम जाणे!

पण खरा धक्का आहे तो मार्टिनकथेच्या उत्तरार्धात.

दोन वर्षांपूर्वी फेसबुकवर अचानक त्याला कॅथी भेटली. त्याची अठ्ठावीस वर्षांपूर्वीची मैत्रीण/प्रेयसी!

कॅथीचं आणि त्याचं तेव्हा का तुटलं ते विचारण्याएवढी कधीच आमची भीड चेपली नाही. पण कॅथी भेटल्यानंतर हा हलला होता एवढं नक्की.

कॅथीनं फेसबुकवर बॉम्बगोळा टाकला.

''मार्टिन, तुला माहीत नाही, पण आपल्याला एक छान मुलगी आहे. लिंडा.''

''ओ माय गॉड्! ओ माय गॉड्!''

''हो, स्वीटहार्ट.. ती सीॲटलमध्ये असते.. आपल्या पूर्वीच्याच गावी. लग्न झालंय तिचं, आणि तिला दोन मुलं आहेत छोटी छोटी...''

..आपली सहा मुलं, कँडी, ह्यूस्टनमधला इंजिनिअरिंग जॉब, सद्य आयुष्य- या सगळ्यात तो आकंठ बुडला होता, गंटागळ्याही खात असावा अधेमधे. त्यात आता हे वादळ. या लिंडाच्या, त्याच्या आद्य आणि सातव्या अपत्याच्या कल्पनेनं अंतर्बाह्य विचलित झाला.. कॅथीवर त्याचं खरं प्रेम असणार. कारण तो तिच्याकडे सरळसरळ ओढला गेला पुन्हा एकदा अठ्ठावीस वर्षांनी, स्वतःच्या उतारवयात. आणि तिलाही मार्टिनबद्दल लोभ असावा. तिनंही त्याला जीव लावलेला दिसला. माणूस शब्दात बोलो न बोलो, त्याचे डोळे आणि चेहऱ्यावरचा आनंद वा वेदना गोष्ट सांगून जातात. आम्ही या दरम्यान त्याला एक-दोनदा भेटलो होतो.

नवऱ्याचं कॅथीशी वाढतं संधान बघून आधीच गप्प गप्प असणारी कँडी निघून गेली. जाताना तिनं आपल्या तीन मुलांना नेलं का..? पण न्यायचं कुठे? ती तर आधीच कॉलेजच्या वसतिगृहांमध्ये राहत होती. त्यांच्यासाठी दूर राहणारे टेम्पररी आई-वडील एकमेकांपासूनही दूर गेले ही एक बातमी असावी केवळ! हेही बारकावे

कधी आम्हाला कळले नाहीत. आता कधी कुठे मार्टिन भेटला तर 'हा दोन वर्षं माझा बाप होता' असं ती मित्रांना सांगतील का?

यथावकाश मार्टिन आणि कॅथी भेटले आणि त्यांनी एकत्र येण्याचा निर्णय घेतला. लग्नाची आवश्यकता दोघांनाही वाटली नसावी. कॅथीबाईंच्या प्रवासातही एक-दोन सहप्रवासी येऊन गेले होते. मुलाबाळांची कथा थोड्याफार फरकानं याच्यासारखीच होती. आता आम्ही मोजणं सोडून दिलं होतं. केवळ मनांचे व्यापार दुरून पाहत होतो आणि जरूर पडल्यास श्रोत्याची भूमिका वठवत होतो.

ह्यूस्टनची भूमिका संपली होती. ही दोघंही मूळची पश्चिमेकडच्या सीॲटल जवळच्या एका खेडेगावातली. लिंडानं त्याच गावात मोठी रँच घेतली होती. आणि सहकुटुंब ती तिथं राहत होती. वाटेत भेटलेले नवरे, बायका, सख्खी-सावत्र-मानस मुलं, शहरं, नोकऱ्या सगळं सोडून मार्टिन आणि कॅथी लिंडा-रॉबिन आणि नातवंडांच्या ओढीनं ह्यूस्टनहून दोन हजार मैल दूर गेले आणि तिथं सुखेनैव राहू लागले. इकडचा समाज तुमच्या वैयक्तिक आयुष्यात नाक खुपसत नाही, त्यामुळे 'कोण काय म्हणेल'चा प्रश्नच नव्हता. पण मनुष्य एक मोठं वर्तुळ पुरं करून परत त्या जागी येत असतो. तेवढा लोभ-प्रेम हवं! अनामिक ओढ हवी. लिंडा-रॉबिन खूपच कुटुंबवत्सल असणार. किंवा या बिनलग्नाच्या, अचानक अवतरलेल्या ऐसपैस आई-वडिलांच्या आगमनाच्या सन्मानार्थ असेल, पण तिनं तिच्या दोन सख्ख्या मुलांच्या जोडीला, इथिओपिया देशातली आणखी तीन गरीब कोवळी मुलं नुकतीच दत्तक घेतली. या अमेरिकन गोकुळात फक्त याचीच उणीव होती!

यांचा वंशवृक्ष काढला तर तो फांद्या-फुलं-फळं या रूढ झाडाकृतीपेक्षा कोळ्याच्या जाळ्यासारखाच जास्त दिसेल असा विचार माझ्या मनात आला. असो. सुखानं नांदोत बापडे सगळे, हीच आपली शुभेच्छा!

ॲन डे

(कलाकारी मनं आणि मृत्युलोकीचे संघर्ष)

विस्तीर्ण गवतावर पिवळी रानशेवंती फुलली आहे. परवा-परवापर्यंत शुष्क असलेल्या झाडांना भराभर फुलं यायला लागली आहेत. डॉग वुड्स, क्रॅब-ॲपल्स. परागांचा उग्र वास हवेत आहे. न्यू इंग्लंडमधला हा वसंत. समोरच्या काचेसारख्या निळ्या-हिरव्या जलपटलावर वीपिंग विलो झाडाच्या माळा वाकून खालपर्यंत झुकल्यात. पाण्याला टेकल्यात. मागे फोरसीथियांचं उंच पिवळंजर्द रान उंचवट्यांवर बहरलंय. कुठूनतरी हनीसकल फुलांचा मधुर वास येतो आहे. मी गुडघे दुमडून बसले आहे तळ्याच्या काठावर. हाताच्या मुटक्यावर चेहरा टेकवून. रंगीत रानाचं पाण्यातलं मनस्वी प्रतिबिंब पाहत आहे. निरभ्र आकाशही छानपैकी पाण्यात उतरलं आहे. माझं मन मात्र जड आहे. उदास झालं आहे. ॲन डेची आठवण वर आली आहे. बरोबर दोन वर्षांपूर्वीच्या वसंतात मी इथंत, याच गावात ॲनला भेटले होते.

ॲन डे. माझी चित्रकार मैत्रीण. तिच्या चित्रांचं प्रदर्शन पाहायला गेले. ॲनची चित्रं नजरेत भरली. मनात घर करून राहिली. भिंतीवरच्या त्या चित्रांची मध्यवर्ती कल्पना होती- फुलं. व्हायोलेट्स आणि डेझीज आणि डॅफोडिल्स. एका चित्रात होतं संध्याकाळच्या कलत्या सोनेरी उन्हात सुंदर पारदर्शक झालेलं लालबुंद जास्वंदीचं फूल. त्याच्या शिरा, पराग तर तिने फारच नाजुकपणे चितारल्या होत्या. आपल्या इम्प्रेशनिस्ट शैलीत वसंतात बहरणाऱ्या फुलांना हलकेच रंगवणाऱ्या ॲनला भेटायचा योग वसंतातच आला होता, हे विशेष.

प्रत्यक्ष ॲन डेची भेट मी विसरू शकत नाही. जिच्या कलाकृती एवढ्या जवळून स्पर्शून गेल्या, ती स्वतः कशी असेल, कशी बोलेल, हे कुतूहल होतं.

...परंतु प्रत्यक्ष ॲन ही व्यावहारिक, रुक्ष जगाशी दोन हात करायला निघालेली युद्धप्रेमी स्त्री निघाली. तिच्या डोळ्यांत, नजरेत अंगार होता. शांती हे मूल्य तिच्या ठायी मुळीच दिसत नव्हतं. मोठ्या हौसेनं तिनं प्रदर्शनानंतर आम्हाला तिचं घर दाखवायला नेलं. या विस्तीर्ण, शांत जलाशयाला काचेच्या मोठ्या तावदानांतून नजरबंद करणारं तिचं ते दोनमजली घर ही एक सुरेख वास्तू होती. ती तिनं तिच्या शास्त्रज्ञ नवऱ्याशी घटस्फोटात कटू मुकाबला करून, भांडण-तंटा करून मिळवली होती आणि त्याचा तिला बराच अभिमानही दिसत होता. जगरहाटीच्या, जगण्यासाठीच्या जीवघेण्या चढाओढीच्या आहारी गेल्याच्या अनेक तणावखुणा तिच्या वागण्याबोलण्यात दिसत होत्या. शर्ली म्हणजे कॉलेजमध्ये जाणारी एक उनाड मुलगी. ॲनचे एकुलते पोर. शर्लीच्या पोशाखाचा एकूण राग-रंग, तिची भाषा, मूळच्या रेखीव, निकोप

चेहऱ्यावरची अमाप-समाप भडक रंगोटी आणि भयानक भूकंपातून गेल्यासारखी दिसणारी भलीमोठी खोली. बेताल शर्लीच्या या प्रतिमा मला बघवत नव्हत्या. निर्बंध, विनातडजोडीच्या आयुष्याच्या हव्यासापोटी विनाशाचं कसलं तरी कटू बीज कधीतरी ॲननं स्वतःच्या मुक्तांगणात उधळून दिलं होतं आणि आता ते जोमानं फोफावलं होतं...

ॲनच्या भेटीनंतर अपेक्षाभंगाचा, विरोधाभासाचा अनुभव मला खूप काळ बोचत राहिला. कुठं तिच्या चित्रांमधली नाजूक फुलं, तिचे रंगांचे शिडकावे; आणि कुठं स्वतः ॲनचं कुटिल अवतरण! कलाकृती आणि तिचा कलाकार - यांच्यामधलं हे अवघ्या आयुष्याचं अंतर नक्की कधी निर्माण होतं?

रोजच्या घडामोडींशी, गरजांशी सामना करायला जेव्हा एखादा कलाकार पदर बांधतो, तेव्हा त्याच्या कोवळ्या जाणिवांचा असा चुराडा होतो का?

कलाकाराची संवेदना हळवी असते म्हणतात.

त्याच्या आजूबाजूच्या माणसांना त्याची ही हळवी मनस्विता पेलत नसेल का?

तडजोडींचं आयुष्य कलाकारांच्या संवेदनेला क्रुद्ध बनवत असेल का? की निर्मितीचे काही भारलेले, मंतरलेले क्षण वजा केले तर कलाकार हा चारचौघांसारखं किंबहुना त्याहूनही सामान्य आयुष्यच जगत असतो?

कलाकाराला दैवी स्पर्श झालेला असतो असं म्हणतात. आपल्या हातांचं कडं त्याच्याभोवती घालून त्याचं रक्षण करणारं, त्याचं देवत्व जपणारं त्याला कुणी भेटत का नाही?

ॲन डेच्या भेटीनंतरची माझी बेचैनी दुहेरी-तिहेरी होती. तिचा कोमल कलाविष्कार आणि तिच्या व्यक्तिमत्त्वाचा उग्रपणा- हा विसंवाद तर मला भेडसावत होताच; परंतु एक स्त्री म्हणून ॲनचं व्यक्तिमत्त्वही फार शुष्क वाटत होतं. तिच्या वागण्यात-बोलण्यात, आविर्भावात, आवेशात आणि विचारांत कुठंही, कसलीच स्त्रीसुलभता नव्हती. ओलावा नव्हता. समोरच्या संथ जलाशयावर वेडेवाकडे रंग उठले होते. ॲनची मोडलेली प्रतिमा त्या पाण्यावर आकारहीन दिसत होती.

हे निराश विचार मला थांबवायचे होते; बरंच काही लक्षातही येत होतं. जिद्द, महत्त्वाकांक्षेच्या वाटेवर धोके दबा धरून बसलेले असतात. मनाची तरलता, ओलावा यांना सहज शह बसतो. छोटे-मोठे आनंद टिपण्याची वृत्ती आर्द्रतेवाचून सुकून गळून पडण्याची भीती असते. मुग्धता, कुतूहल कसल्यातरी दुष्टचक्रात सापडतात. दुराभिमान, अहंच्या वर्चस्वात कशाचं अप्रूप वाटेनासं होतं. बोथट होतो माणूस.

आणि स्त्री-पुरुष नात्याचा गोडवा? विखार बळावतो तसा तोही धोक्यात येतो. आयुष्याने भारदस्त, परिपक्व रूप घेतलं किंवा हलक्या-फुलक्या विनोदबुद्धीनं

तणाव वरच्यावर झेलले तर ठीक; नाहीपेक्षा सगळा एकमार्गी विलोपच! A pitiful irrversible change!

अर्थात ॲन डेचं उदाहरण प्रातिनिधिक नाही. अमेरिका-भारत या भूगोलाशीही तिचा संबंध नाही. परंतु प्रगती-उत्क्रांतीच्या मार्गावर ॲन डेचा जन्म अस्वाभाविकही नाही! स्व-परीक्षण, परिष्करण यांना पुरेसा वेळ न काढला तर मग ॲन डे जन्म घेते. असमाधानी, संतप्त ॲन डे. कलासौंदर्याच्या पारदर्शित्वाला तळातच सुरुंग लावणारी ॲन डे. स्वतःच्याच कलाकृतीच्या नाजुकपणाशी विसंगत असणारी ॲन डे!

इंद्रधनुषी शक्यतांचा कॅनव्हास

- इंद्रधनुषी शक्यतांचा कॅनव्हास
- युद्धभूमीतले मुक्त, विमुक्त, अल्पसंख्यांक
- सुखासन, सुखासीनता
- टेरेस गार्डन ते टाउनशिप
- चांदण्यांचे तरंग आणि बर्डबाथची नादमयता

भारतात घडणाऱ्या घटनांचा सर्वसाधारण वेग, संख्या, आव्हानांची स्थळं हे सगळंच अत्यंत जिवंत आणि उत्कट आहे. अडचणींचा, त्रुटींचा महासागर रोजच्या रोज पोहून जाऊनही माणसातलं माणूसपण इथं तरून राहतं. नशिबाच्या नावानं रोज खडे फोडावेत एवढे हाल सर्वसामान्य माणूसही जवळजवळ रोज आनंदात काढतो. जगणं हसून साजरं करतो हे विजिगीषु एक जिवंत आयुष्य जगताना दिसतात. नुसतं कोरडेपणाने नाही, तर आनंदाने, हौशीने, स्वेच्छेने, सद्‌भावनेनेही. जगात मी मनांच्या अनेक परी पाहिल्या. परंतु मनुष्याच्या हृदयातली सच्ची सहिष्णु सद्‌भावना माझे डोळे ओले करून जाते ती इथं भारतात. जगभरात पाहिलेल्या आणि शिकलेल्या चांगल्या गोष्टींचे आणि ज्ञानाचे रंगीत, सुगंधी कण मग मीही या गढूळलेल्या गंगेमध्ये त्रिपुरी पौर्णिमेच्या दिव्यांसारखे सोडते. त्याच सद्‌भावनेनं. परतफेडीच्या ओलाव्यानं. दिगंत आशाभावानं...

पंचविशी ते पस्तिशी हा उमेदपूर्ण कालखंड संपन्न अमेरिकन भूमीवरच्या भ्रमंतीत पार पडला. तिथली व्यावसायिक कलंदरी मी पाहून चुकले. जगून राहिले. भारतात परतताना या वर्षांचे अनुभवकण मी खूप अभिमानानं माझ्या धारणांमध्ये गुंफले. भारत देशाची ओळख क्षीण झाली होती. सीमेबाहेरून वेचून आणलेल्या शेलक्या कणांची श्रीमंती जाणवत होती. सुखावत होती. पण नीट अंदाज येत नव्हता. ही श्रीमंती आमचं आयुष्य समृद्ध करू शकणार की बासनातलं निर्जीव जवाहीर होऊन राहणार? अमेरिकेच्या स्वप्नभूमीचे दरवाजे आपल्या मागे कायमचे बंद होतील का? आपणच समोर शंभर पर्याय उभे करायचे आणि गोंधळात पडायचं - ही त्रेधा आमच्या पिढीला नवी नाही!

इंद्रधनुषी शक्यतांचा कॅनव्हास

कर्मभूमी म्हणून भारत- मुंबई निवडून इथं परतल्यानंतर या जगानं नित्यनूतन अनुभव माझ्या झोळीत टाकायला ताबडतोबीनं सुरुवात केली. एक प्रॉजेक्ट पुरा होईपर्यंत दुसरा हातात पडला. तो संपण्याच्या आत तिसरा आणि मग चौथा. माझ्या शिकवण्याच्या प्रेमाखातर मी ज्या महाविद्यालयांची दारं सहज म्हणून ठोठावली, तिथं माझं मनापासून स्वागत झालं. पाहता पाहता एका वेगवान वेळापत्रकात मी गुंतून गेले. डिझाइन कन्सल्टन्सी, टर्न-की ऑपरेशन्स, फी प्रपोझल्स, स्टुडंट ट्रेनीज या शब्दांची आवकजावक वाढली. स्टुडिओ पाहता पाहता रंगांनी, घटनांनी गजबजून गेला. दिवसांना, महिन्यांना गती आली. शब्दांना महत्त्व आलं. राजस्थानी कडियांच्या म्हारेक्यांचे, कुशल कारागीर सुतारांचे, नव्या कामाच्या संदर्भात कुणा लांबच्या काका-मामांचे फोन घणघणू लागले. या सगळ्या गोंधळाच्या केंद्रस्थानी आपण विराजमान झालो, की मीच माझ्या भोवती हा प्रपंच विणत चालले, हा विचार करण्याएवढीही फुरसत मिळेनाशी झाली. अनेक चांगली कामं मुंबईबाहेर होती. त्यायोगे अथक प्रवास घडायला लागले. त्या प्रवासांभोवतीही एक विश्व तयार होऊ लागलं. होता होता अमेरिका व भारत या दोन ठिकाणी एकच व्यवसाय करतानाचे काही विशेष फरक प्रकर्षानं माझ्या लक्षात यायला लागले.

अमेरिकेत मी पाहिलं मुख्यत्वेकरून एक आखीवरेखीव, सुबक, काहीसं साचेबंद व्यावसायिक जग. प्रसंगी मला ते सपाट, गुळगुळीत वाटलं. कंगोरे झिजून गेल्यासारखं. कुठे धक्के नाहीत. गडबडून जाणं नाही. आरडाओरडा नाही. ही सुरक्षित वाटचाल कधी छापील, कंटाळवाणी वाटून गेली. एक खरं, की अमेरिकेतल्या वर्षांमधलं माझं काम नोकरीच्या स्वरूपातलं होतं. तेव्हा माझी ज्येष्ठता कमी होती. काही आव्हानं कदाचित माझ्यापर्यंत पोहोचलीही नसतील. कदाचित तिथल्या

व्यवहारांच्या गुणी वागणुकीमुळे वायफळ कामांची आणि शक्ती -वेळेची बचत होत असेल, आवाज चढवून बोलण्याच्या त्यांच्या अभावामुळे संघर्षाचे क्षण अदृश्य राहत असतील, किंवा सोयी-सुविधांच्या मुबलकतेतून कित्येक आवश्यक गोष्टींना एक आपसूक सुसूत्रता येत असेल. कोण जाणे!

भारतात घडणाऱ्या घटनांचा सर्वसाधारण वेग, संख्या, आव्हानांची स्थळं हे सगळंच अत्यंत जिवंत आणि उत्कट आहे. अडचणींचा, त्रुटींचा महासागर रोजच्या रोज पोहून जाऊनही माणसातलं माणूसपण इथं तरून राहतं. नशिबाच्या नावानं रोज खडे फोडावेत एवढे हाल सर्वसामान्य माणूसही जवळजवळ रोज आनंदात काढतो. जगणं हसून साजरं करतो हे विजिगीषु एक जिवंत आयुष्य जगताना दिसतात. नुसतं कोरडेपणाने नाही, तर आनंदाने, हौशीने, स्वेच्छेने, सद्भावनेनेही. जगात मी मनांच्या अनेक परी पाहिल्या. परंतु मनुष्याच्या हृदयातली सच्ची सहिष्णु सद्भावना माझे डोळे ओले करून जाते ती इथं भारतात. जगभरात पाहिलेल्या आणि शिकलेल्या चांगल्या गोष्टींचे आणि ज्ञानाचे रंगीत, सुगंधी कण मग मीही या गढूळलेल्या गंगेमध्ये त्रिपुरी पौर्णिमेच्या दिव्यांसारखे सोडते. त्याच सद्भावनेनं. परतफेडीच्या ओलाव्यानं. दिगंत आशाभावानं...

या व्यवसायात माझी गरीब मजूर कामगारांशी सारखीच गाठ पडते. त्या अडाणी, अशिक्षित कामगार-कारागिरांच्या बोटामधलं कौशल्य आणि डोळ्यांमधलं कारुण्य- ही दरी पाहून मनात अनुकंपा दाटून येते. शांतपणे परिस्थितीचा स्वीकार करून कष्टांनी जगणारा हा पापभीरू वर्ग आहे. इथला प्रत्येक इसम हा असामी आहे. तो स्वतःच्या ठायी वसलेल्या स्फुल्लिंगाच्या शक्तीनं, अभिमानानंच जगत असतो. स्वतःच्या कुवतीनं, हिमतीनं, रीतीनं आणि गतीनं जगत असतो. जगाच्या उद्धारार्थ बाणेदारपणे निघालेल्या कुणा अशातशाचा उपदेश तो उगीचच मानत नाही. आयुष्याबद्दलच्या त्याच्या ठाम कल्पना असतात. त्यांची जिवापाड जपणूक करतच तो जागतो. चांगलं काम करण्याची इच्छा असणाऱ्याला तर कुठलीच अडचण रोखत नाही. अमेरिकेतून निघताना आमच्या निर्णयाबद्दल साशंक कुणीतरी भारतातल्या मूषकस्पर्धेबद्दल आम्हाला नाउमेद करण्याचा प्रयत्न केला होता. भारतासारख्या रसरसून जिवंत असणाऱ्या, फोफावणाऱ्या देशाबाबतीत कुठलंही व्यावसायिक क्षेत्र कधी थंड पडेल, संपृक्त झालं असेल, हे समजण्याची चूक कुणीही करू नये! रॅट रेस किंवा सॅच्युरेशन हे शब्द भारतात मला अस्तित्वहीन वाटतात. इकडची प्रत्येक व्यक्ती ही स्वतःच्या परीनं स्वतंत्र, निराळी असते. क्षितिजावर अनेक संधी कायम चमकत असतात. अनेक छान छान शक्यता त्या संभवत ठेवतात. या इंद्रधनुषी शक्यतेमुळेच हा देश, ही शहरं म्हणजे मला एक खुला, मोठा कॅनव्हास वाटतो!

भारतातलं दारिद्र्य, अंदाधुंदी, घाण, प्रदूषण यांच्या तक्रारी करणं हा भारतीयांचा आवडता आणि छापील उद्योग! मग हे भारतीय भारतात राहणारे असोत वा परदेशी. पाऊल रुतेल अशा गालिच्यांच्या आलिशान परदेशी दिवाणखान्यात बसून उंची मद्यांसोबत मित्रांची मैफल जमली, की तर या निष्फळ चर्चांना अतीच ऊत येतो. भारताच्या या गोष्टी संतापजनकच; परंतु संतापाच्या जनक व्हायलाही त्या लायक नाहीत, हा माझा दावा आहे. संतापामुळे पेशी जाळण्याएवढं तरी त्यांना का महत्त्व द्यायचं! आपला खारीचा वाटा प्रामाणिकपणे उचलावा आणि पुढे चालू पडावं! आपली धाव असेल तेवढं समाजकार्य करावं. पेशी न जाळता. दारिद्र्याच्या विळख्यात अडकलेला, धुळीनं माखलेला, मलिन मरगळलेला हा देश... परंतु भारताचं बाह्य रूप आणि अंतरात्मा आणि या दोन्हींमध्ये एक भारलेली पोकळी आहे. तिचं तेज जाणवलं, वैभव दिसलं तर तसा भाग्ययोग नाही!

आध्यात्मिक, वैचारिक, आर्थिक, सामाजिक, सांस्कृतिक, ऐतिहासिक, भौगोलिक, बौद्धिक या सगळ्या पातळ्यांवर बहरणारा हा देश म्हणजे बावनकशी सोनं. आपलं स्वयंभू असामान्य व्यक्तिमत्त्व घेऊन तो उभा आहे. त्याला आपल्या वैगुण्याची चाड नाही. असामान्यत्वाची जाण नाही. ती असती तर साडेचार हजार वर्षांमागे लिहिलं गेलेलं तत्त्वज्ञान आणि विद्वत्ता त्याच्या विस्मरणात गेलीच नसती. आज पश्चिमेकडच्या संशोधकांना या ज्ञानाची कुणकुण लागली म्हणून तो तारला जाईल कदाचित. नाहीपेक्षा, भारतीयांना लागलेल्या पश्चिमी भपका आणि ऐहिकतेच्या व्यसनांपुढे या बहुमोल वारशाची वासलातच नक्की! 'हेरिटेज सोसायटी' किंवा 'इनक्रेडिबल इंडिया'मध्ये झळकणाऱ्या एखाद्या सूर्यमंदिर छाप फोटोवर भाळून दूरवरचे रसिक इथं मोठ्या उत्सुकतेनं पोचतात आणि त्यांच्या भारतात उतरलेल्या विमानाचा दरवाजा ते सूर्यमंदिर या यात्रेचे भयानक दृष्टान्त पाहून थिजून जातात. भारतात असेपर्यंत त्यांचं सौजन्य त्यांना तोंड ताणून हसायला भाग पाडतं; परंतु मायदेशी सलामत पोचून सुटकेचा निःश्वास टाकताना ते माझ्या या देशाबद्दल नक्की काय बोलत असतील, या विचारानं माझं मन झाकोळून जातं. भारतातल्या वाईट आठवणींनी त्यांच्या आठवणीतलं सूर्यमंदिरही पार झाकोळून जात असेल! अशा दृश्य भारतापलीकडे पोचून भारताचं सौंदर्य समजून घ्यायचं तर पूर्वीजन्मीचं सुकृत आणि भारताशी पूर्वाश्रमीचे बंध हवेत!

घराबाहेर पडलं की घराची किंमत कळते म्हणतात. परदेशी राहून आल्यानंतर भारताच्या अंगभूत वैभव-सौंदर्याशी मी जवळून जोडली गेले. हे सौंदर्य कुरूपतेतून आरपार दिसतं. आणि या अनुभवाची सवय पडली की प्रेम आणि अनुकंपा आपोआप जन्माला येतात. त्यानंतरचा प्रवास वेगळ्या पातळीवरचा आहे. रक्त-मांस-हाड-कातडी-आत्मा-प्राण सगळ्यांना तो गुंतवून ठेवतो. आणि अपरिमित श्रम, धैर्य,

साहस, हुन्नर यांच्या बदल्यात अमर्याद आनंद, समाधानाचं वचन देतो. भारतीय रंग-ढंग-संग सगळंच अफाट आहे. मध्यमवर्गीय साधेपण, शहरी अलिप्तता, गावाकडची अगत्य-आपुलकी आणि रांगडं इरसालपण, उथळ नवश्रीमंती, एके काळच्या संस्थानिकांचा जळलेला सुंभ,दर बारा मैलांवर बदलणारी बोलीभाषा, निसर्ग, लोककला, संस्कृती, संगीत-नृत्य-निसर्ग-इतिहास-वारसा-परंपरा, काव्य-शास्त्र-विनोदांवरची असामान्य ग्रंथसंपदा... या वैविध्यातून 'देता किती घेशील दो कराने' मधली लयलूट आणि स्वतःच्या मर्यादा यांची जाणीव होते. अन्नाचा आणि अन्नपूर्णेचा मान ठेवून सगळ्या अवयवांना प्रेमानं 'हा तुमच्यासाठी' असं सांगत कृतज्ञतेन तोंडात घातलेला साधा घाससुद्धा अंगी लागतो, असं म्हणतात. खरोखरीच आपल्या दृष्टिकोनावर समोरच्या सजीव-निर्जीव वस्तूंकडून येणारा प्रतिसाद आणि पुरस्कार अवलंबून असतो! भारतभर प्रेमानं फिरताना आणि व्यवसायात मग्न असताना मला हा देश सततच त्याचे सौंदर्यपट उलगडून दाखवत असतो!

युद्धभूमीतले मुक्त, विमुक्त आणि अल्पसंख्यांक

माझ्या एका पत्रकार मैत्रिणीने कुणाच्यातरी व्यक्तिचित्रात वर्णन केलं होतं- "You either love her, or hate her, but you can never be indifferent about her."

भारतातल्या व्यावसायिक जगतालाही हे वर्णन चपखलपणे लागू होतं. हृदयाला भिडणाऱ्या, तसंच दुःख-संतापाचा उद्रेक करणाऱ्या घटनांचा इथं सुकाळ असतो. शांतपणे, अलिप्तपणे, घड्याळाच्या काट्यांसोबत शिस्तीनं, एअरकंडिशन्ड ऑफिसातल्या चामड्याच्या मुलायम खुर्चीत रेलून वास्तुशास्त्राची प्रॅक्टिस चालवणं हे कठीणच नाही, तर अशक्य आहे!

गौरी देशपांडेच्या कुठल्यातरी एका पुस्तकात भारतातल्या राहणीविषयी एक बोलकं वाक्य होतं-

"आपल्याकडच्या राहणीत रोज उठूनच्या साध्या दिनक्रमातच युद्धाचे एवढे प्रसंग येतात, की...."

भावनिक संघर्षांना यानंतर मग ना वेळ उरतो; ना शक्ती! भारतात असताना याची प्रचीती मला दिवसाकाठी असंख्य वेळा येते. व्यवस्थितपणा, शिस्त यांचा कितीही आग्रह धरला तरी अनेकदा दिवस बेशिस्तीच्या भेगांमधून घरंगळून सांडून जातो. उपद्रवी फोनकॉल्स घ्यावेच लागतात. अडलेल्या बाळंतिणीसारखा, साइटवरचा एखादा प्रश्न तिथं लगोलग धडपडत जाऊन सोडवावाच लागतो. कधी प्लम्बिंगचं काम सुरू असताना कुठलातरी अगम्य पाइप फुटून अंधारात तळी साचतात. कधी मोठे ट्रक्स लहानशा गल्ल्यांमध्ये ना पुढे-ना मागे अशा स्थितीत अडकून बसून

आजूबाजूच्या रहिवाशांची कोंडी करतात. बांधकामाच्या साइटवर सुरू असलेले तऱ्हेतऱ्हेचे कर्कश आवाज कधी लोकांच्या सहनशक्तीची परिसीमा गाठतात आणि मग तक्रारींची फैर झडते. कधी ओळीनं साइटवर येऊन पडू पाहणारी सामग्री कुठंतरी अशाच खास भारतीय कारणानं अडकून राहते. ऑक्ट्रॉय म्हणजे हद्दींवरचे जकातनाके हे याचं उत्तम उदाहरण. सरकारी नियम बिनदिक्कतपणे धाब्यावर बसवून चालणाऱ्या या सरकारी यंत्रणा. वेळ, पैसा कशालाच धरबंध नाही. तिथं नक्की ट्रक कधी पोहोचतो, किती वेळ अडकतो, नक्की किती पैसे भरतो सगळंच रहस्य! पण 'व्हाइट लाय'सारखं हे 'डार्क ट्रुथ' आहे असा जप करायचा आणि गुमान पुढे सरकायचं. असा उशीर होतो तेव्हा कॉन्ट्रॅक्टरनं भरमसाट दरानं कबूल करून साइटवर आणून हजर केलेल्या कसबी कारागिरांचा ताफा त्या सामग्रीची वाट बघत आपला मीटर चालूच ठेवतो. पैशाचा असा अपव्यय म्हणजे तर कामाच्या क्रियेमधील मोठीच धोंड. लोकांचा पारा क्षणार्धात चढतो. चकमकी घडतात. कधी वेगानं सुरू असणाऱ्या कामाचा आकारउकार मालकाच्या अपेक्षेहून निराळाच निघतो आणि नापसंती उद्भवते. मग साइटवर धांदलीत घेतलेल्या मीटिंग्ज, वेळापत्रकाची मोडतोड, चर्चामसलती, काही काळासाठी कामाची तहकुबी, आणि त्या अनुषंगानं होत जाणारा विलंब... कधी अमावास्येची सुट्टी घेऊन घरी बसलेल्या अडेलतट्टू राजस्थानी कारागिरांची मनधरणी करावी लागते. कावलेल्या क्लायंटचा बाबापुता करून त्याला शांत करावं लागतं. प्रसंगी 'पेबल डॅश'सारखं प्लॅस्टर सांगता सांगूनही मंडळींना न समजल्यानंतर स्वतः मातीत हात घालावे लागतात. कुणा चढेल सप्लायरला फोन करून दम भरावा लागतो. कॉन्ट्रॅक्टरच्या नाड्या आवळाव्या लागतात. आणि वर दिवसाअखेरीस घरी आल्यावर "did you have a nice day?" या प्रश्नाचं उत्तर तोंड ताणून हसून, "अर्थात्" असं द्यावं लागतं आणि संध्याकाळच्या बेतांमध्ये उत्साहानं सामील व्हावंच लागतं!

या माझ्या मायदेशाची तऱ्हाच काही और आहे. इथं उत्तमोत्तम कामं क्षितिजावर दिसतात. आंतरराष्ट्रीय दर्जाच्या तोडीची. त्यांच्या मागे खूप धनवान, प्रभावी क्लायंट्सही आहेत. परंतु प्रकल्पांच्या कामाची एकूण संस्कृती, प्रक्रिया मात्र अगदी अघळपघळ. हौशीनं घरातलं एखादं मोठं कार्य काढल्यासारखी. त्यामध्ये गोष्टी निकडीनं तडीस नेण्यापेक्षा करण्यापेक्षा खुशीनं आणि सवडीनं त्या करण्याचा वा त्या आपसूक घडण्याचा भरपूर भाग आहे. नेमकेपणा, पैशाची-वेळाची पाबंदी - या (उपद्रवी!) प्रकारांचा जवळजवळ संपूर्ण अभाव आहे. उगीच नाही त्या गोष्टींचा आग्रह धरायला मंडळी राजी नसतात. आर्किटेक्ट नेमण्यापर्यंतचा कार्यभाग ठाकठीक घडतो. त्यानंतर मात्र बऱ्याचदा गाडी बाह्यतः

गुण्यागोविंदानं नांदणाऱ्या आणि आत भरपूर हेवेदावे पसरलेल्या एकत्र कुटुंबाच्या फलाटाला लागते. मंदबधिर वाटणाऱ्या विचारप्रक्रियेला एकदम धार चढते. फार महत्त्वाच्या नसलेल्या घटना एकदम निकडीच्या होऊन बसतात. आणि आपण त्या निकडीकडे दुर्लक्ष केलं तर त्या परत आळसावतातसुद्धा! महिनोन्‌महिने चालणारी प्रॉजेक्ट्स कधी सुसाट वेगानं पळतात तर कधी निवांत असतात. अशा प्रॉजेक्ट्सची चाहूल अनेक दिवस-महिन्यांपूर्वी माझ्या कानावर आलेली असते. परंतु कुठे कुठे रेंगाळत ती मागे राहिलेली असतात. त्यांना जेव्हा अचानक जाग येते, त्यानंतर मग सगळंच युद्धपातळीवर घडायला त्यांना हवं असतं. आपणच जणू त्यांच्या विलंबाला कारणीभूत झालो आहोत, या निरर्थक टोचणीसकट ती माझ्या गळ्यात पडतातही. अशी ही कामं कधी शांतपणे एकेकटी दारात येतात, तर कधी वादळांसारखी दोघा-तिघांची एकजूट करून... आणि मग मी स्वतःची तारांबळ उडवून घेते. वद्य, कृष्ण, शुक्लपक्ष, चंद्रोदय... कसलंच वेळापत्रक नसलेली ही भरती-ओहोटी!

भारतातल्या क्लायंटमीटिंग्ज हाही एक अति गंमतशीर प्रकार आहे. यामध्ये भिनून असलेला अनौपचारिकपणा माझ्या अंगवळणी पडायलाच तयार नाही. मीटिंगसाठी पुरेशी पूर्वसूचना न देण्यामागे मंडळी बहुधा मोठेपणा मानत असतात. वक्तशीरपणाचा आनंद अचाट असतो. मीटिंग पक्की न झाल्याने आपण न जावं, तर अगदी निराश होत्साता फोन वाजतो. नाराजी व्यक्त होते.

"आम्ही म्हटलं, तुम्ही येणारच. तेव्हा कशाला मग उगीच फोन करून मुद्दाम त्रास द्यावा म्हटलं..."

किंवा अर्धवट पक्क्या ठरलेल्या मीटिंगला जाऊन आपण वेळेवर हजर व्हावं तर

"अरे वा मॅडम, तुम्ही आलात काय! वाऽवा वा! आम्ही म्हटलं येताय की नाही!"

हे असं विश्वासदर्शन!

काही वर्षांचा अनुभव गाठीला मारून आता मीही ही परिस्थिती स्वतःच्या सोयीकडे लावून घेण्यात वाकबगार झाले आहे. दोन-तीन वेळा अशाच काही (निम) महत्त्वाच्या कारणाने रद्द झालेली मीटिंग जेव्हा अखेर घडते, तेव्हा ती अगदीच निकडीची गोष्ट झाली आहे आणि तुम्ही आता अजिबात विलंब न लावता प्रप्रोजल द्या, अशा तातडीयुक्त विनंतीने संपते. आणि या सगळ्याच्या अखेरीसही, परत एकदा तो प्रॉजेक्ट त्या माझ्या प्रपोजलसकट धूळ खात शेल्फवर जाऊन बसण्याचे प्रसंगही कमी घडत नाहीत!

गळेपडूपणा, अनाठायी अगत्य यांची आपल्याकडे वानवा नाही. चहा-कॉफी-सरबतांचे वर्षाव अतिआग्रहाने करणाऱ्यांची एक जमात इथे अजूनही अस्तित्वात आहे हे मी भारतात परतताना जवळजवळ विसरून गेले होते. विशेषतः शहरगावांपासून दूर ग्रामीण प्रदेशांत, दक्षिण महाराष्ट्र, कर्नाटक या प्रांतांमधलं अगत्य तर मला बऱ्याचदा नको होतं. "पसरटपणा थोडा आवरता घेऊन आता मुद्द्याची गोष्ट घेऊ या का?" असं काहीसं रुक्षपणे, थेट सुचविण्याच्या सीमारेषेवरून मी अनेकदा माघार घेतली आहे, ती आपण आता भारतात आहोत हे स्वतःला बजावून. त्यामानानं पुण्या-मुंबईकडची अनेक मंडळी किंचित दांभिकपणाच्या प्रभावाखाली का असेना, चटपटीत वागतात.

वरवर पाहता निखळ विनोदी किस्से घडवणाऱ्या 'क्लायंट्स' या जमातीबद्दल - म्हणजे खरं तर आमच्या अन्नदात्यांबद्दल- खूपच लिहिण्यासारखं आहे. काट्यासारख्या टोचणाऱ्या, कसरीसारख्या पोखरणाऱ्या, डासासारख्या गुणगुणणाऱ्या त्यांच्या सवयींशी हसून सामना करता करता जन्मलेला हा उपरोधिक विनोद आहे.

या जमातीमध्ये मुक्त, विमुक्त, अल्पसंख्याक अशा अनेक पोटजमाती मोडतात. सुरुवातीला सगळ्यांचाच उत्साह और असतो. अथक परिश्रमांनी ते आमच्यासारख्या डिझायनर सल्लागारांचा माग काढतात. आवर्जून भेट घ्यायला येतात. याच्या त्याच्या ओळखी सांगतात. त्यांचे हेतू स्पष्ट असतात. प्रयोजनं स्वच्छ असतात. अपेक्षाही ठाकठीक असतात. हे सगळं अत्यंत आतुरतेनं, आत्मीयतेनं आमच्यापर्यंत पोचवण्यात येतं. काम सुरू होतं आणि हळूहळू या जाती-जमातींचं खरं रूप दिसायला सुरुवात होते.

काही मुक्त जमाती आपलं स्वप्नाळूपण जाम सोडत नाहीत. भरपूर वेळ घेऊन भेटायला येतात. हवेत हातवारे करीत, प्रसंगी डोळे मिटून हे लोक त्यांच्या मनातल्या कल्पना आपल्याला स्पष्ट करून सांगायला घेतात. त्यांच्या मनातल्या कल्पना, आकार-उकार, रंगसंगती जाणून घेताना आपलं आहे-नाही तेवढं कौशल्य पणाला लागतं.

"You Know Anita, this is going to be my dream bathroom interior. You do whatever it takes...."

संबंध मोठ्या इंटीरिअरमध्ये एवढ्या धूसर इशाऱ्यातून त्या स्वप्ननगरीतल्या बाथरूमचं चित्र पूर्ण करणं सोपं नसतं. बरं, त्यांच्याच तोंडून त्यांची ती स्वप्नातली रंगसंगती जाणून घ्यायला जावं, तर ते जांभळ्या रंगाला निळा म्हणतात, आणि भिंतीवरच्या प्लॅस्टरिंगला कॉंक्रीट.

आणखी एक जमात एकदम थेट ठाम कल्पना उराशी बाळगते. या कल्पनांनी त्यांच्या लवचिकपणाशी जन्मतःच फारकत घेतलेली असते. 'काय हवं - काय नको' याचं या लोकांचं खातं अगदी अपटुडेट असतं. त्यांची आत्मविश्वासाची पातळी हेवा करण्यासारखी असते. प्रश्न उरतो तो एवढाच, की या पक्क्या, ठाम कल्पनांनी ठासून भरलेली ही बंदिस्त संदूक उघडायची तसदी आपण घ्यायची आहे की नाही! बरं, मंडळी आपणहून आमचा पत्ता शोधत आलेली असतात हीही गोष्ट खरी. पहिल्या एखाद-दुसऱ्या चर्चा-मसलतीच्या दरम्यानच त्यांच्या त्या "I Know it all" स्वभावाचं सादरीकरण असं काही तडाखेबंद होतं, की त्यानंतर अदबीनं त्यांना एकच प्रश्न करावासा वाटतो- "हवाय कशाला तुम्हाला आर्किटेक्टचा प्रपंच? करून टाका झालं तुमचं तुम्हीच हे काम. काही लागलं तर फोन टाका एखादा...!"

आणखी एका जमातीजवळची कल्पनांची पाटी नुसती कोरीच नाही, तर चक्क रिकामी, वा प्रसंगी निकामीही असू शकते. त्यांच्याकडे स्पष्ट वा अस्पष्ट आराखडे नसतात. योजना नसतात. बेतही नसतात. आपण सुचविलेलं काहीएक त्यांच्या डोक्यात शिरत नाही. त्यांची कुवत नसते की इच्छा - याचं उत्तर मी अजून शोधते आहे. या मंडळींची Visualisation चीही क्षमता नसते. मग त्यांच्यासमोर आकृत्या काढा. त्यांना सॅम्पल्स दाखवा. मॉडेल्स करून पहा; अगर आणखी कसला आटापिटा करा. त्यांच्या नजरेपुढे ती जागा काही केल्या उभी म्हणून राहत नाही. मग शेवटचा उपाय म्हणून हताशपणे त्यांना केवळ एक दिलासा देणं आपल्या हातात उरतं- "Relax! Just trust my judgement!"

त्या दिलाशाची त्यांच्याकडून स्वीकारणा होते, तीही काहीशी नाइलाजापोटीच. या मंडळींची आत्मविश्वासाची पातळी यथातथाच असते. ते सगळ्यांवरच कायम अविश्वास दाखवतात. सल्लागाराला अविश्वासदर्शक, हास्यास्पद प्रश्न विचारत राहतात. निवडलेल्या रंगसंगतीविषयी मनात शंकांचं वारूळ बांधून ठेवतात. खर्च होत असलेल्या पैशाबद्दल समाधान राहोच, पण भीती बाळगतात. बांधकामाच्या क्रियेदरम्यान तर त्यांना पुढचं पूर्ण चित्र पाहता येत नसतंच; परंतु हे चित्र प्रत्यक्ष पूर्ण झाल्यानंतरही ते खुल्या दिलानं त्या चित्राची वाखाणणी करू शकत नाहीत. त्यांच्या मनातला अविश्वास अजून कार्यरत असतो. शंकांनी ग्रासलेली कुचकुचणारी बिचारी माणसं!

मग हळूहळू नव्या घरात नातेवाईक येतात. चोखंदळ मित्रमंडळी येतात. मत्सरापोटी शेजारीपाजारी डोकावून जातात. उत्सुकतेपोटी कानेकोपरे फिरून पाहतात. त्यानंतर त्या एकेकांच्या हर्षोद्गारांच्या वर्षावानं गायब असलेला विश्वास एकदाचा त्यांच्या ठिकाणी निर्माण होतो. गेलेला पैसा सुस्थळी लागला असावा ही त्यांची खात्री पटते. हळूहळू त्यांना आपल्या स्वतःच्या वास्तूचा अभिमान वाटू लागतो.

आर्किटेक्टशीही जिव्हाळ्याचं नातं जडतं. खडी-सिमेंटच्या रुक्ष पसाऱ्यातून आपण एक छान वास्तू घडवली याचा आनंद माझा माझ्यापाशी असतोच. शिवाय जाता जाता अखेरीस हातात आलेलं हे नवं नातं माझ्या फील गुड माळेत अभिमानाचा नवा चमकता मणी ओवून जातं.

घरांच्या या प्रॉजेक्ट्सना मात्र त्यांचा उदय होताहोताच एक खंडग्रास ग्रहण लागलेलं असतं. क्लायंट्सच्या स्वरूपात माझ्यासमोर साक्षात अवतरलेलं 'नवरा-बायको' नावाचं अशक्य द्वय!

नवरा-बायकोच्या कुप्रसिद्ध नात्यातल्या प्रियाप्रिय गुंतागुंती इथं आपला परमोच्च बिंदू गाठताना सापडतात. बंगला बांधणं ही तशी कुणाही गरीब-श्रीमंताच्या आयुष्यात एखाद्याच वेळी घडणारी गोष्ट. या गोष्टीचं हे 'एकदा'च घडणं ही त्यांच्या आर्किटेक्टची गेल्या जन्मीची घोडचूक वा या आयुष्यात घडलेलं पाप असावं. हे पती-पत्नी आपल्या त्या स्वप्नातल्या घराच्या इंचा-इंचाविषयी प्रचंड आग्रही असतात. पण परस्परविरोधी तऱ्हेनं. आर्किटेक्टचं कौशल्य तर त्यांना हवं असतं; परंतु स्वतःच्या तऱ्हेनं. त्यांचीच मूळ कल्पना आम्ही उचलून धरली आणि तिला चांगल्या तऱ्हेने हाताळू पाहिलं तरी त्यांना कळत नाही. प्रचंड संवेदनशीलता, तिची नवलाईच फार. बायकोचं ऐकावं तर नवरा दुखावतो. त्याचं भलं करावं तर ती नाराज होते. कधीकधी तर परिस्थिती अतिच होऊन बसते. डिझाइन मीटिंगसाठी टेबलावर बसून गुणीपणानं करत असलेल्या चर्चेदरम्यान दोघांमधली दुवाक्यता एवढी चिरडीस जाते, की मीच कानकोंडी होऊन हे-ते इलाज करू पाहते. इथं डोळे भरून येणं, एकानं उठून जाणं, कुठल्याही निष्कर्षाविना तडकाफडकी बैठक संपवणे अशा अनेक घटना संभवतात. अनेकदा या द्वयीपैकी एक जण नंतर मला फोन करून दुसऱ्याच्या नाकदुऱ्या काढण्याची वा त्याचा/तिचा मुद्दा पटवून देण्याची विनंती करतो. या सगळ्यात मध्येमध्ये विरोधी पक्षाची निंदा, झोंबरे ताशेरे यांचीही सजावट असते. बरं, एकाच्या रुसव्यानंतर दुसऱ्यानं सूत्रं हातात घ्यावी असंही घडत नाही. कारण तेच... घराचं स्वप्न! नवरा-बायकोंचे आपापसातले स्वभावविषयक वाद या कामाच्या मार्गातली मात्र धोंड होऊन बसतात! आमच्या वेळेचा, सल्ल्याचा आणि कल्पनांचा खुर्दा. आणि वर, मॅरेज काउन्सेलिंगची जबाबदारीही आमच्याच शिरावर! या खाशा न्यायानंच त्या प्रकल्पांची मार्गक्रमणा होते.

मी अनेक जोडप्यांबरोबर काम केलं. कुठं नवरा अतिउत्साही, स्वारस्यानं सळसळणारा; तर कुठे बायको सूत्रधार. अनेकदा आमच्यापर्यंत पोचण्याआधी या लोकांचा नको इतका गृहपाठ झालेला असतो. तऱ्हेतऱ्हेच्या मासिकांच्या पानांमध्ये

त्यांनी खुणा घालून ठेवलेल्या असतात. माझ्याच स्टुडिओतलं एखादं पुस्तक उघडून त्यातलं एखादं चित्र माझ्या पुढ्यात आपटून 'हे असं कर' असं जेव्हा मला कुणी सांगतं, तेव्हा त्यांच्या नाहीतर माझ्या स्वतःच्या तरी डोक्यात कुठल्यातरी जड वस्तूनं प्रहार करण्याची एक अनावर हिंस्र ऊर्मी माझ्यात जागी होते. ती मला स्मितहास्यात रूपांतरित करणं भाग असतं.

या कहाणीचा उत्तरार्ध म्हणजे तर खरा उपद्रव. दोघांच्यामधील दुराग्रही दुमतामध्ये अनेक लहान-मोठे निर्णय अडकून पडतात. आराखड्यांमध्ये बदलांवर बदल होत राहतात. गोष्टी निर्णयाप्रत पोचतच नाहीत. परिणामी, कामानं अपेक्षित गती न घेतल्यामुळे संक्रांत येते ती बजेटवर. परिस्थिती मनासारखी नसली की मग आमच्यासारखे सल्लागार आणि कंत्राटदार यांच्या आर्थिक नाड्या आवळणं यातच मंडळींचा पुरुषार्थ सुखावतो!

मोठमोठ्या प्रकल्पांवर काम करणाऱ्या, उच्च स्थानांवर विराजमान असणाऱ्या अनेक अधिकाऱ्यांमध्ये मी एक उर्मट मानसिकता पाहिली. आमच्यासारख्या सल्लागार डिझायनर्सना काम देऊन आपण त्यांच्यावर उपकार करत आहोत, हे सरळसरळ दर्शवून देण्याची. स्वतः नोकरदार असलेल्या बड्या कंपनीचे वा उद्योगसमूहाचे भारदस्त नाव हे अधिकारी वापरू पाहत असतात. आमच्या फीविषयी घासाघीस करत असताना, या अशा कंपन्यांच्या मोठ्या नावांची आम्हाला म्हणजे आम्हा सल्लागारांना किती निकड आहे, हे पुनःपुन्हा बोलून दाखवतात. खूप वर्षांपूर्वी एका मोठ्या प्रकल्पाविषयी बोलणी चालू असताना त्या गृहस्थाने विचारलेल्या एका प्रश्नानं मी सर्दच झाले होते.

"तुमको कौन जानता है? हमारे साथ काम करोगी तो तुमको दुनिया जान जाएगी!"

हे त्याचं वक्तव्य. मला जर कोणी ओळखत नव्हतं, तर त्या प्रकल्पाविषयीची विचारणा, मी कुठलीही हालचाल न करता माझ्यापर्यंत कशी काय पोहोचली होती, हे त्याला विचारणं मी अर्थातच टाळलं. आणि हा त्याचा दृष्टिकोन प्रॉजेक्ट सुरू होण्याच्या आधी मला समजला, त्याबद्दल माझ्या भाग्याचे आभारही मानले. नंतर एकदा हात दगडाखाली अडकल्यानंतर वस्तुस्थिती समजून फायदा झाला नसता. हे असे प्रकल्प- ते कितीही मोठे, प्रतिष्ठित असोत- गंगार्पण करण्यात मला काडीचंही दुःख होत नाही.

अशाच मानसिकतेचा दुसरा एक आविष्कार. विनामूल्य सल्ल्याची लोकांची मागणी व अपेक्षा. हेच लोक इतर ठिकाणी वारेमाप खर्च करत असतात; परंतु आमच्या सरळ, प्रामाणिक कष्टांचा मोबदला देताना मात्र त्यांचा हात आखडतो वर

‘आर्किटेक्ट्स ना? ते भरपूर पैसा कमावतात! त्यांना काय कमी आहे!’ हा शेराही असतो. कुणाही व्यावसायिक व्यक्तीचे श्रम व वेळ विनामूल्य वापरणे, मी नेहमीच नाकारते. त्यामुळेच कदाचित, ही वागणूक सहन करणं मला विशेष जड जातं.

काही चांगल्या प्रकल्पांचा मार्ग वेगळ्याच अडचणींच्या खाचखळग्यांमध्ये अडकून राहतो. जिथं ‘कमिटी’ नामक प्रकार अस्तित्वात आहे, तिथं हे असले खाचखळगे अमाप. अ‍ॅक्ट ऑफ कॉंग्रेस. कलुषित मानसिकतांचे झगडे या मार्गावरची वाटचाल असंभव करून ठेवतात. वैयक्तिक हितसंबंधांची गुंतवणूक, गैरप्रकारांचा वावर, मेंबरांचा अहंमन्यपणा, प्रत्यक्ष विषयाबद्दलचं प्रगाढ अज्ञान व त्याची गैरहजर जाणीव, जनहिताबद्दलची अनास्था, सामाजिक मूल्यांची वानवा, ही व अशी अनंत कारणं आहेत.

अलीकडेच पुण्यातल्या एका, महाराष्ट्राचा अभिमान असणाऱ्या अशा एका शैक्षणिक संस्थेमध्ये आमच्या काही बैठका झाल्या. इंग्लंडमध्ये स्थायिक असणाऱ्या कुणा हितचिंतकानं अनेक पौंडांची देणगी या संस्थेला द्यायची ठरवली, तिचं रूप ऑक्स्फर्डसारखं प्रेक्षणीय करायचं या हेतूनं. संस्थेच्या मित्रपरिवारातल्या एका सद्‌भावी लेखिकेनं, माझ्या थोड्याशा पूर्वपरिचयातून माझं नाव संस्थेला सुचवलं. उचलून धरलं. परंतु तिचा हा सद्‌भावी प्रयत्न काही जणांना रुचला नसावा. शहरात मध्यवर्ती अनेक एकर जागा व्यापून असणारी ही संस्था, तिच्या बाह्यरूपात अगदीच ओसाड, केविलवाणी दिसत होती. परिसराला काहीच रंग रूप नव्हतं. विद्येचा, विद्वत्तेचा वास असलेली ऑक्सफर्ड, केंब्रिजसारखी विद्यापीठं, त्यांचे रम्य परिसर याचं दर्शन या संस्थेतलं नुकतंच कोणीतरी घेऊन आलं होतं. आणि त्या प्रेरणेतून अशा तऱ्हेचा परिसरविकास इथंही करू पाहत होतं. म्हणून हा प्रस्ताव बैठकीत मांडला गेला खरा. आमच्या एकामागोमाग एक, दोन, तीन, चार बैठका झाल्या. परंतु आठ दिशांनी जाणाऱ्या आठ विचारप्रवाहांना अडवून त्यातून एक सलग संहिता तयार करणं होईचना. कारणं अनेक. त्या बैठकांना अजेंडा नाही. मुद्दे नाहीत. मुद्देसूदपणा नाही. कूपमंडूक राजकारणी वृत्तींमध्ये मुळातच नसलेले हे मुद्दे नुसतेच गटांगळ्या खात राहिले व यथावकाश तळाला पोचले. नुकतंच आमच्या शेवटच्या बैठकीला एक वर्ष पूर्ण झालं. पुण्यात गेले की येता जाता मला तो कॅम्पस दिसतो. तसाच ओसाड, भकास, मळकट. त्या कमिटीची मानसिकताच त्या ओसाडपणामध्ये प्रतिबिंबित झालेली मला दिसते.

सुखासन आणि सुखासीनता

पांढराशुभ्र शर्ट, काळा कडकडीत सूट, लाल टाय, वागण्यात-बोलण्यात नागरी सौजन्याची रेलचेल, गुळगुळीत नर्म विनोदबुद्धी आणि मऊ चामड्याच्या

खुर्चीवरचं सुखासन ही न्यू यॉर्कच्या वॉल स्ट्रीटवरच्या कसबी अर्थकारण्याची प्रतिमा खरी. मात्र कुठल्याच क्लासिकल वा टिपिकल भारतीय आर्किटेक्टची ही खरी प्रतिमा नाही. हाडाचा आर्किटेक्ट हा कलाकारी पिंडाचा सच्चा कामकरी असतो. कारागीर असतो. निर्मितीचा अस्फुट क्षण क्षितिजावर उमटताना त्याला पाहायचा असतो. तसंच कागदावरची रेखाटनं कामगारांच्या बुद्धीला समजावून सांगण्याचं कौशल्य त्याच्यामध्ये असावं लागतं. प्रसंगी त्याला स्वतःच्या हातानं दगड-विटा रचाव्या लागतात. हव्या त्या पोताचं प्लॅस्टर स्वतः लिंपावं लागतं. बांधकामाचा कुठलाही नवीन प्रयोग करून पाहताना हात मातीत घालणं, हे ओघानंच येतं!

बंद गळ्याचे शर्ट्स, अमानुष उंची सुती वा रेशमी अंगरखे, घोळदार ट्राउझर्स, जीन्स-टी शर्ट, स्कार्फ्स, विचित्र केशभूषा, प्रसंगी संपूर्ण तासलेलं डोकं, पुरुषांनी बांधलेली पोनीटेल्स, कानातले रिंग्ज, लांब वाहणारे रंगीत कुडते, पठाणी-अफगाणी पायजमे, चामड्याच्या वहाणा ही असली चित्रमय वेशभूषेची रूपं या क्षेत्रात अपरिचित नाहीत. कलानिर्मिती हा स्थायीभाव असणाऱ्या या पेशाला ही रूपं शोभून दिसतातही. चालण्याबोलण्यातली सभ्यता अनेकदा ऑफिसच्या चार भिंतीपुरती राहते. साइटवरचं चित्रच वेगळं. तिथं तऱ्हेतऱ्हेच्या ठाकठोकीचे, ग्राइंडर्सचे कर्कश आवाज सुरू असतात. उन्हातान्हात श्रमांची कामं करून मंडळी कावलेली असतात. आधी लक्षात न आलेल्या एखाद्या प्रश्नाशी येऊन काम अडून थांबलेलं असतं. जिथल्या तिथे निर्णय घेण्याची गरज असते. या परिस्थितीत आवाज चढतात. शब्दाशब्दी होते. आमच्या पेशाची ही एक दुर्लभ बाजू!

भारतात या व्यवसायात काम करणं हा एक वेगवान, रंगीबेरंगी, प्रचंड चढ-उतारांचा, प्रेमादराचा, दुःख-संतापाच्या लाटेवर आरूढ असल्याचा मनस्वी अनुभव आहे. बाजारातली उत्तमोत्तम प्रॉजेक्ट्स आपण मिळवणं, ती चांगल्या प्रकारे डिझाइन करणं, त्यांची चोख ड्रॉइंग्ज व कागदपत्रं तयार करणं आणि त्यांची अंमलबजावणी करणं, साइटवर बांधकाम करून घेणं, क्लायंटशी आर्थिक बाबी नक्की करणं व टप्प्याटप्प्यानं आमचं मानवेतन वसूल करणं- या सगळ्या आघाड्या कुठल्याही प्रॉजेक्टवर जगाच्या पाठीवर कुठंही उपस्थित असतातच. मात्र, भारतातला या आघाड्यांची कार्यपद्धती विशिष्ट आहे. मासिके-वर्तमानपत्रांतून जाहिरात करून मिळणारा धंदा - ही खरी कुठल्याच व्यवसायाच्या यशाची खरीखुरी खूण नाही. खरा धंदा मिळावा तो सर्वमुखी होणाऱ्या नावामधून. अमेरिकेत गॉल्फ कोर्सेस व कॉकटेल पार्टीज ही मोठमोठ्या प्रकल्पांची जन्मस्थानं असल्याचं मानलं जातं. आपल्याकडेही सर्वसाधारणपणे नातेवाईक व मित्रमंडळांच्या छोट्याशा वर्तुळातूनच या धंद्याची सुरुवात होते. सजगपणे हे वर्तुळ वाढवत नेल्यास पाहता पाहता धंद्याची

बरकत होते. समाजात महत्त्वाच्या मानल्या गेलेल्या व्यक्तींच्या डोळ्यांसमोर असणं, हा एक साधा मूलमंत्र पाळला गेला आणि त्याच बरोबर चांगलं, प्रामाणिक काम करत राहिलं, तर कामाला भारतात कमतरता नाही.

प्रचंड धावपळीच्या माझ्या स्वतःच्या भारतातल्या व्यावसायिक पर्वात माझ्या कडूगोड अनुभवांना मी अगदी 'गोड' नाही, तरी आनंददायी, सकारात्मक या सदरात नक्कीच टाकेन. कला शाखेच्या या शास्त्रात तांत्रिक, आर्थिक बाजूंचं भान ठेवून, तऱ्हेतऱ्हेच्या माणसांची मोट बांधून पुढे जाण्यात कौशल्य पणाला लागत होतं. एका कठीण प्रक्रियेतून पार होतानाचा अनुभव!

आमचा पेशा हा डॉक्टरी पेशासारखा जन्म-मृत्यू, जीवघेण्या वेदनांतून मुक्त करणारा धन्वंतरी पेशा नाही. केवळ व्यावसायिक गुणांमुळे कुणाही आर्किटेक्टला देव मानणं, त्याच्यावर श्रद्धा ठेवणं ही उंची आमचं सल्लागार-ग्राहक नातं गाठू शकत नाही. क्लायंटबरोबर आमचा लांब मुदतीसाठी संपर्क येतो. काही कामं महिनोन्‌महिने नव्हे, तर अनेक वर्षेही चालतात. विचार जुळवून घेत येणाऱ्या अनेकविध अडथळ्यांना पार करत करत प्रॉजेक्ट समाप्तीला नेऊन पोचवणं हे एक आव्हानच.

कला व कलाकारी हा गाभा असलेल्या ग्लॅमरस मानल्या गेलेल्या आमच्या या व्यवसायाला अनेक कठीण, खडबडीत बाजू आहेत. मोठमोठी कामं प्रत्यक्षात आणताना कंत्राटदार आणि त्यांच्या हाताखालचे कारागीर व मजूर यांच्यावरच आमची म्हणजे क्लायंट्‌सची व आर्किटेक्ट्‌सची मदार असते. सरकारी, निमसरकारी व मोठमोठ्या खासगी प्रकल्पांवरचं कामकाज आता भारततही करारानुसार चालतं. परंतु खासगी क्षेत्रात अजूनही असंख्य, किंबहुना बहुतांशी कामं ही करारनाम्याशिवाय चालताना दिसतात. दुर्दैवानं या परिस्थितीत एक प्रकारची असुरक्षितता मनावर टांगती तलवार होऊन राहते. प्रत्येक खेळी वाजवीपेक्षा अधिक काळजीपूर्वक खेळली जाते. संशयाचं जाळंही विणलं जातं. शब्दाला न जागणारे, आमच्यासारख्या सल्लागारांना व कॉंट्रॅक्टर्सनाही वेठीला धरून ठेवणारे बरेच महाभाग क्लायंट्‌स असतात. आमच्या मानधनाचा शेवटचा हप्ता अथवा कंत्राटदाराच्या शेवटच्या बिलाची रक्कम गडप होणार, ही खूणगाठ प्रथमपासूनच बांधून ठेवलेली बरी असते. काही वेळा मात्र, शब्दाला जागून हा अलिखित करार पूर्णही होतो आणि एक सुखद व धक्कादायक अनुभव मिळून जातो! क्लायंटच्या या वागणुकीमागे कारणं बरीच आहेत. जागा डिझाइन करताना त्या व्यक्तीला जे अभिप्रेत आहे, ते तांत्रिक व सौंदर्यदृष्टीतून पुरविण्याचं डिझाइनर आर्किटेक्टचं कर्तव्य. त्यानंतर हे डिझाइन

कुठल्या माध्यमांतून कसं घडवलं जाणार आहे त्याचे बारकावे त्या व्यक्तीला समजावून देणंही त्याचं काम. अनेक गैरसमजांचं मूळ धरण्याची ही एक जागा. ज्यांना सर्वसाधारण समज असते, त्यांना हे समजावून सांगणं सोपं. परंतु कधीकधी आमच्या नकाशामधून स्पष्टपणे प्रतीत झालेले बारकावेही त्यांच्या नजरेतून सुटून जातात. ड्रॉइंग्जचा संच मोठा असतो. त्यावरची रेषान्‌रेषा समजावून देणं वास्तवात अशक्य. प्रत्यक्ष बांधकाम सुरू झाल्यानंतर गोष्टी लक्षात येऊ लागतात. आपली समजूत काही वेगळीच होती, ते त्यांच्या ध्यानात येतं. परंतु याचा स्वीकार करणं त्यांना जड जातं. वेगात सुरू असलेल्या बांधकामात बदल करणं अवघड होऊन बसतं. सामान येऊन पडलेलं असतं. एका विशिष्ट दिशेनं काम सुरू असतं. ते मोडून काढून नवी दिशा पकडणं, यात पैशाचा, वेळेचा व शक्तीचा व्यय अपरिहार्य बनतो व नाखुशी निर्माण होते.

कधी मोठ्या विश्वासानं सगळी जबाबदारी आमच्या खांद्यावर टाकून क्लायंट्स मोकळे होतात. योग्य ते निर्णय घेण्याची, त्यांची वाट न पाहण्याची संपूर्ण मुभा मोकळेपणानं आम्हाला देऊ करतात. हा त्यांचा मोठेपणा आणि आमच्यावरचा विश्वास खराच. परंतु असं असलं तरी काही विशिष्ट निर्णय आणि व्यवहार त्यांच्या नजरेखालून एकदा घालण्याचा एक शिरस्ता मी नेहमी पाळते. शेवटी साधनसामग्री त्यांची. वास्तू त्यांची. त्यांच्यासाठी तेव्हा त्यांच्या मतसंमतीनंच पुढे जाणं उचित. हे क्लायंट्स सतत त्यांच्या उद्योगात. देश-विदेशाच्या सफरींत. त्यांना गाठून त्यांचा वेळ मिळवणं महा दुरापास्त. तरीही त्यांना महत्त्वाच्या वळणांवर गाठून खबर देणं, सल्ला देणं-घेणं आणि या सगळ्याची नोंद ठेवणं महत्त्वाचं आहे. क्लायंटला आखुडशिंगी, बहुदुधी सगळं काही लवकरात लवकर तयार हवं असणं आणि त्याला स्वतःलाच वेळ नसणं, अशी एक गोल गोल फिरणारी परिस्थिती तर मी अनेक वेळा पाहिली. अवघड जागचं दुखणं! विलंब होतो आहे तो तुमच्याच मुळे, हे त्याला सांगणार कसं? हल्ली मात्र माझ्या अनुभवीपणाचा फायदा घेऊन मीही त्यांना थोडं मित्रत्वानं, थोडं नाराजीनं, पण बरंच अधिकारानं, ठणकावून सांगायला शिकले आहे. कधीकधी मात्र अशा काही कारणांनी झालेला विलंब हा नुकसानीचा नाही; तर चक्क फायद्याचा ठरतो. उपलब्ध नसलेला माल बाजारात येतो. डिझाइनमध्ये काहीतरी नवं सुचतं. ठरल्या वेळी कामं पुरी होणं ही गोष्ट भारतात महाकठीण आहे. त्याचा त्रास न करून घेता हल्ली मी कामाचा आणि वेळापत्रकाचा सर्वसाधारण आराखडा आणि मध्यवर्ती कल्पना (Concept) नक्की करून शांतपणे कामाला सुरुवात करते. या पद्धतीत सर्वांच्या कौशल्याचा चांगला उपयोग करून घेता येतो. क्लायंटच्या आवडीनिवडी जवळून कळतात. साइटबरोबर चांगला परिचय होतो. 'कम्फर्ट झोन' निर्माण होतो आणि योग्य निर्णय समोर येतात!

मुख्य एलेव्हेशनचं रूप ठरवताना हा विलंब माझ्या पथ्यावर पडल्याचं एक उदाहरण आहे. भरपूर चर्वितचर्वण करून गोव्याजवळच्या 'खानापूर'ची विशिष्ट वीट वापरून बाहेरची भिंत बांधायचं ठरलं. त्या विटेची ऑर्डर कॉन्ट्रॅक्टरनं दिली. भट्टीतून निघून वीट साइटवर पोचणं म्हणजे दोन महिन्यांची निश्चिंती. दोन महिने पुरे होत आले आणि ती संपूर्ण भट्टीच बिघडल्याची खानापूरहून खबर आली. निम्म्याहून अधिक विटा जळून काळ्या झाल्या होत्या आणि उरलेल्या अर्ध्या-कच्च्या. तोपर्यंत पावसाळा सुरू झाला होता. पुढचा चांगला घाणा मिळायला किमान तीन-चार महिने! नव्या दुसऱ्या पर्यायाचा विचार करणं आलं. मग गोकाकच्या लाल दगडातून घडाईकाम करून काही मोजक्या ठिकाणी तो दगड वापरून मी एक एलेव्हेशनचं चित्र तयार केलं. भिंतींच्या इतर पृष्ठभागावर फिक्क्या तपकिरी रंगाचं मेक्सिकन खरबरीत प्लॅस्टर सुचवलं. ते चित्र सगळ्यांच्याच पसंतीला उतरलं. माझ्या हिरव्या लॅन्डस्केपला ही रंगसंगती खानापुरी विटेहून फारच चांगली शोभणार होती!

उलटा प्रकार म्हणजे भुंग्यासारखे मागे लागणारे क्लायंट्स. हे सकाळ-संध्याकाळ फोन करून 'झालं का?' 'झालं का?' हा प्रश्न विचारतात. चार खोल्यांच्या शहरी फ्लॅटचं संपूर्ण इंटीरिअर करायला, कुठल्याही हिशेबानं किमान तीन महिने लागतातच. बंदुकीतून सुटणाऱ्या गोळीच्या वेगानं स्क्रू फिरवणारे पॉवर-ड्रायव्हर्स, बांधकामसाइटवर सर्वार्थानं झालेला यंत्रांचा प्रवेश, कंत्राटदार-मजूर यांच्यात संचारलेलं जादुई सौजन्य आणि वेळेची पाबंदी या गोष्टी जोपर्यंत ओघानं येत नाहीत, तोपर्यंत या तीन महिन्यांचं आयुष्य नव्वद दिवस गुणिले आठ तास एवढंच राहणार. त्यात काटछाट होणं नाही. आर्किटेक्ट जाणूनबुजून चालढकल करीत आहे की नाही, हेही न समजणारा मठ्ठ क्लायंट असेल तर तो असे फोन करून आम्हाला जीव नको करतो. त्यांना क्वचित *"आम्ही शिकस्त करतोय. परतपरत विचारून त्रास नका देऊ!"* या अर्थाचे संदेश पाठवणं शिकावं लागतंच आपल्याला!

भारतातली बांधकाम क्षेत्रातली 'मजुरी' हा एक विचित्र विषय आहे. बांधकाम प्रकल्पासाठी आवश्यक असणाऱ्या सुतार, लोहार, गवंडी इत्यादी बलुतेदारांसाठी आपल्याकडे म्हणावी तशी शिक्षणपद्धती नाही. कौशल्य बोटात असणं वेगळं; परंतु त्या कौशल्याला योग्य त्या व्यवसायविषयक विचारांची जोड असावी लागते. पिढ्यान्‌पिढ्या चालत आलेले कसबी व्यवसाय भारतात खूप सापडतात. डोळ्यांनी काम पाहून पाहून कारागीर तयार होतो. स्थानिक भौगोलिकताही कुशल कामगार तयार करते. उदाहरणार्थ, राजस्थानातील संगमरवरात घडाई करणारे कारागीर. कारण तिथं उपलब्ध असणारा उत्तम संगमरवर. रोजी-रोटीचं साधन म्हणून ही कामं शिकली जातात; परंतु 'खऱ्याखुऱ्या' शिक्षणाअभावी हे कारागीर तसे

अशिक्षितच राहतात. मोठमोठ्या प्रकल्पांवर, विशेषतः शहरगावांमध्ये अत्यावश्यक असणारा प्रोफेशनॅलिझम आणि संस्कृती त्यांच्यात रुजू शकत नाही. त्यांना वेळेचं, वेळापत्रकाचं गांभीर्य कळत नाही. प्रत्यक्ष कंत्राटदार म्हणजे त्यांचा म्होरक्या कितीही हुशार आणि कार्यक्षम असला, तरी शेवटी त्याची भिस्त असते ती या कामकऱ्यांवरच. आमची तांत्रिक ड्रॉइंग्ज अशिक्षित मंडळींना वाचता येत नाहीत. आमच्या हातून कितीही बिनचूक नकाशे घडले, तरी त्यांची अंमलबजावणी डोळ्यांत तेल घालून करावी लागते. साइटवरचा पर्यवेक्षक, कारागीर, कारागिरांचे हस्तक असा प्रवास करताकरता ती माहिती अनेकदा आपला चेहरामोहरा बदलते. कानगोष्टींसारखी! मग आमच्या साइट-व्हिजिटमध्ये अनेक चमत्कार लक्षात येतात. तिथल्या तिथं निर्णय बदलून घ्यावे लागतात. याच कारणाकरता, आमची सुपरव्हिजन आत्यंतिक गरजेची!

हाती घेतलेलं काम मन लावून, वेळेवारी, चोखपणे बजावून तडीस नेणं हे आपल्याकडे एवढं दुरापास्त का? इन्टिरिअर्समधली काही उदाहरणं. कपाटांची दारं त्यांच्या सगळ्या कड्या-बिजागऱ्यांसकट पूर्ण करणं, त्यांचे काटकोन तपासणं, त्यांच्यावरील सनमायका अगर रंग योग्य तऱ्हेनं लावणं, एका रेषेत, कोनात त्यांची हॅन्डल्स लावणं व शेवटी हे काम त्यात कुठलाही दोष न ठेवता तपासून घासूनपुसून क्लायंटच्या हातात देणं - ही क्रिया किती साधी-सरळ असायला हवी. तिला फाटे फुटण्याचं कारणच नाही! परंतु तरीही 'पूर्ण झालेल्या' या दारांचे काटकोन बिघडलेले असतात. बिजागऱ्या तपासलेल्या नसतात. एखादा स्क्रू राहून गेलेला असतो. परिणामी दरवाजा अचानक खाली पडून अपघात होऊ शकतो. रंगांचे डाग निघालेले नसतात. हॅन्डल्स वेडीवाकडी लावलेली असतात. माझ्या स्वतःच्या घरी, स्वयंपाकघरात ओट्याचा ग्रॅनाइटचा उतार बरोबर उलटा दिला होता. परिणामी कोपऱ्यात भिंतीजवळ पाण्याचं तळं साठत होतं. काम पूर्ण होऊन आम्ही किचन वापरू लागल्यानंतर ते लक्षात आलं. अर्थातच बारा फुटी लांब ग्रॅनाइट काढून परत बसवण्याचा व्याप परत एकदा करावा लागला. तीन-चार-पाच महिन्यांच्या गैरसोयीनं, धुळीनं, खर्चानं आणि विलंबानं आधीच कावलेला तो मालक खरोखरीच संतापतो तो अशा कारणांनी. हे सगळे दोष सहज टाळता येण्याजोगे असतात. परंतु तसं होत नाही. कारण केवळ हलगर्जीपणा! असे दोष अंगवळणी पडून गेलेला, भरपूर मेहनत करणारा बिचारा कंत्राटदार आमच्या रागास पात्र होतो. मन लावून डिझाइन-ड्रॉइंग्ज करूनही शेवटी हे असे दोष सापडल्यानं आमचीही प्रतिमा डागाळते. सुरुवातीच्या मोठ्या आघाड्या सर करूनही शेवटी या असल्या किरकोळ बाबींमुळे वातावरण गढूळ होतं. यातून येणाऱ्या असंतोषाला खरंतर क्षमेशिवाय पर्याय नाही.

या सगळ्या परिस्थितीत सल्लागाराच्या भूमिकेतून पाहता जरी आम्हाला पैसे

अडवून धरणारा क्लायंट अवाजवी वाटला, तरी त्याचा असंतोष समजण्यासारखा असतो. वाइटात चांगलं एवढंच, की या सगळ्या प्रकारात वैयक्तिक फसवणुकीचा किंवा विश्वासघाताचा भाग नसतो. कामगारांचं नाकर्तेपण आणि चांगल्या व्यावसायिकतेची नसलेली समज हे आपल्याकडचे खोलवर भिनलेले दोष त्यामागची कारणं बनून आहेत. जोपर्यंत आपल्याकडील कंत्राटदार आणि त्यांचे कामगार यांच्यासाठी उत्तम प्रशिक्षण, योग्य ते परवाने, व वेळापत्रक आणि गुणवत्ता यांच्या अंमलबजावणीकरता वकिली करार हे सक्तीचे होत नाहीत, तोपर्यंत या क्षेत्राची ही खडबडीत बाजू, चांगल्या प्रतीच्या अव्वल निर्मितीच्या मार्गामध्ये एक अडथळा होऊन अशीच कार्यरत राहणार आहे. आणि सुपरव्हिजन या आत्यंतिक निकडीच्या गरजेपोटी आम्हा आर्किटेक्ट्सची जी आर्थिक-मानसिक-शारीरिक धावपळ घडते, ती आमच्या निर्मितिमूल्यांचा कसही शोषतच राहणार आहे!

बेवारशी विजयची गोष्ट

उत्तर प्रदेशी सुतारांविषयी मला आदर वाटतो. त्यांच्या बोटातल्या कौशल्यासाठी; पिढीजात चालत आलेला व्यवसाय लाकूडकामातल्या बारकाव्यांच्या त्यांच्या समजेसाठी. सांध्यांची व जोडकामांची त्यांची उपजत समज पाहून मला पुस्तकी ज्ञानाचं तोकडेपणं सारखं जाणवतं.

घराणेदार गायकी, 'जुनं ते सोनं', 'शंभर नंबरी' वस्तू, अस्सल केशर - यांच्याच ओळीत जुनं सागवानी लाकूड आणि त्याचं अनुभवी सुताराच्या कुशल हातांतून झालेलं जोडकाम बसतं. कुठलंही 'बलुतं' ही खरी तर कारागिरीच. सुतारकाम याला अपवाद नाही. औद्योगिकीकरण आणि सगळ्या 'झटपट' जमान्यानंतर प्लायवूड आणि पार्टिकल बोर्ड्सना चलती आली. चिकटवण्यासाठी फेव्हिकॉल आणि खिळ्यांशिवाय यांचं पान हलत नाही. परंतु जुन्या अस्सल सुतारकामात उत्तम सीझन केलेल्या भक्कम सागवानी लाकडांचे सांधे खिळे आणि फेव्हिकॉल शिवाय घडत होते. हाफ लॅप, बट, मॉर्टिस-टेनन, टंग-ग्रूव्ह, डोव्हटेल, मायटर- हे लाकूडकामातले सांधे म्हणजे सुतारांच्या कसबी बोटांतून घडलेली छोटी-छोटी शिल्पंच! फक्त ती दर्शनी नसून सांधा तोलून धरत. अत्यंत नाजूक आणि काटेकोरीचं काम. एका तुकड्यात लहानसं चौकोनी बीळ करायचं, आणि दुसऱ्या तुकड्याला त्या बिळापेक्षा तसूभर मोठी - पण त्या बिळात चपखल बसेल अशी पुढे आलेली जीभ करायची. मग ती जीभ त्या बिळात हलकेच ठोकायची. हा सर्वांत प्रचलित टंग ॲन्ड ग्रूव्ह सांधा. तर मायटर म्हणजे पंचेचाळीस अंशाच्या कोनात दोन तुकडे बरोबर कापून ते काटकोनात जोडणं. जिगसॉ कोड्याचे दोन तुकडे एकमेकांत बसतात तसा असतो डोव्हटेल सांधा. हे समजायला सोपं आहे. पहिल्या वर्षी

कॉलेजमध्ये आम्ही या सांध्यांची ड्रॉइंग्ज केली होती. त्यामुळे सांधे डोक्यात पक्के बसले. आणि पुढे व्यवसायात सुतारांना समजावून सांगायला नेहमीच उपयोगी पडले. छिन्नी, हातोडा, रंधा, बारके चिझल घेऊन सुतार हे सांधे मिलिमीटर्स, अंश, काटकोनांच्या ज्या नेमकेपणानं घडवतात, त्याला तोड नाही. उत्तम घडवलेल्या पूर्वीच्या सागवानी कपाटं-पलंगांना दोन-दोनशे वर्षांचं आयुष्य असतं ते घडवलेल्या लाकडामुळे आणि या सांध्यांमुळेच. आजकालचं कारखान्यात बनलेलं स्वस्त प्लायवूडचं फर्निचर त्या मानानं टिकत नाही.

माझ्याकडे दोघं-तिघं मध्यमवयीन, या कामात अगदी मुरलेले, कुशल कारागीर होते. गप्प, शांत, मितभाषी. एक, दीड, झालंच तर दोन दोन पाळ्यांमध्ये काम करायलाही प्रसंगी तयार. इतरांशी गप्पाटप्पा राहूच देत, त्यांचं एकमेकांशीही बोलणं असे दिवसाकाठी तोकड्या आठ-दहा शब्दांत. हे पकड, ते दे, याला धार लाव, हे असं सगळं त्यांचं खाणाखुणांनी चाले. रंधा मारणं, ठोकणं, कापणं, जोडणं ही सगळी प्रचंड श्रमांची कामं सलग दहा-दहा तास अबोलपणे करत राहणारे हे लोक होते. या जमातीतले फारच कमी लोक विडीकाडीवाले. किंबहुना, भुकेच्या वेळी कुठं नाक्यावर जाऊन काहीही अरबटचरबट पोटभरू खातानाही त्यांना मी पाहिलं नाही. घरी बनवलेला 'शुद्ध घी'मधला साधासुधा खाना त्यांचा सर्वांत आवडता. कसल्या-बसल्या तेलाचं त्यांना वावडं. हे घरून रोट्या आणत. किती वेळा, आणि साइटवर व्यवस्था असेल तेव्हा दूध तापवून घेऊन केळी, दूध, घरच्या रोट्या असं सात्त्विक जेवत. बहुतेकांची बायको, मुलं उत्तरप्रदेशी दूरदेशीच्या खेड्यात. श्रम एके श्रम हेच त्यांचं आयुष्य. दारिद्र्य नसलं तरी बऱ्यापैकी ओढगस्तीचं, मौजमस्तीला फारसा वाव नसलेलं त्यांचं आयुष्य. पण मौजमजेच्या आपल्यासारख्यांच्या कल्पनांतून ही लोकं मला विरक्तच दिसत. स्वतःच्या आवाक्याबाहेर असणाऱ्या ऐहिक, सुखलोलुप गोष्टींची आस मला त्यांच्यात दिसली नाही. हा एक बिनशर्त स्वीकारच त्यांनी केलेला होता, की त्या गोष्टींची कधी ओळखच झाली नसल्याने त्यांना त्यांचा लोभ नसे कुणास ठाऊक! मला वाईट वाटे. यातलाच एखादा हुशार, चाणाक्ष, आकांक्षी निघाला तर थोडा पल्ला गाठून कंत्राटदार होई. तरीही त्याच्या मूळ आयुष्यात 'सुधारणा' अशी तेवढीच!

परदेशात या अशा बोटात कौशल्य असलेल्या गवंडी सुतारकामाला केवढी प्रतिष्ठा आहे. त्यांना ताशी भरपूर मानवेतन मिळतं. विमे असतात. कायद्याचं संरक्षण असतं. खाऊनपिऊन सुखीच नाही तर नेहमीच खूप मागणीत असलेले हे अमेरिकन बलुतेदार. कमावलेल्या सणसणीत शरीरयष्टीचे सहा फुटी अडीचशे पौंडी अमेरिकन सुतार, प्लम्बर, इलेक्ट्रिशियन आपापल्या स्वतःच्या पिकअप ट्रक्समधून साइटवर येऊन उतरताना पाहून मला हमखास भारतीय कामगारांची आठवण येते!

साधारण २३०० वर्षांपूर्वी भारतात एक कालखंड जन्मला होता. डोळस नेतृत्व हरवून बसलेली तत्कालीन परिस्थिती. वास्तुशास्त्राचे प्राचीन नियम कारागिरांना क्लिष्ट वाटत होते. मार्गदर्शक ठरण्याऐवजी चांगल्या वास्तुनिर्मितीत ते अडथळाच आणत होते. कलानिर्मितीच्या इतिहासात हा कालखंड असा अंधारलेलाच राहिला असता. पण उत्तमोत्तम वास्तुशिल्पं आणि शिल्पकृती पत्थरातून स्वयंस्फूर्तीनं घडवत राहण्याची सर्वांगीण जबाबदारी त्या काळच्या कारागिरांनी अलिखितपणे उचलली. पिढ्या-पिढ्यांतून उतरलेली माध्यमांची त्यांची जाण आणि बोटात उतरलेली कसबाची दैवी देणगी यांमधून किती अप्रतिम, कालातीत शिल्पं उभी राहिली! 'गिल्ड्स'ही ऐतिहासिक संकल्पना याच काळात जन्मली आहे. प्रांतिक कौशल्यांची जपणूक व्हावी, म्हणून गिल्ड्स स्थापन केली गेली. उत्तम कारागिरीची हमी आणि त्याचबरोबर कारागिरांचे स्वतःचे हक्कही प्रस्थापित करणारी ही गिल्ड्स. या गिल्डच्या नियमानुसार, मुलगा साधारण हातात हत्यार धरण्याच्या वयात आला, की दगडाच्या ओबडधोबड ठोकळ्यावर त्याचे शिल्पकलेचे धडे कुटुंबाच्या जाणकारांच्या मार्गदर्शनाखाली गिरवणं सुरू होई. कौशल्याच्या वारशाची ही देणगी, एवढीच त्याला त्यांच्या पूर्वजांची भेट! शतकांना पुरून उरणारा भारतीय कारागिरीचा वारसा आज मंदिरं-राजवाड्यांच्या मूर्त स्वरूपात आपल्यापर्यंत सुखरूप पोहोचला त्यामागे या परंपरा आहेत. आजच्या अनागोंदी बांधकाम क्षेत्रात या गिल्ड्चे अवशेष तरी निदान का सापडू नयेत? धर्म, शास्त्र, वैद्यक, समाजनियम या क्षेत्रांनी भारतात हजारो वर्षांपूर्वी केवढी प्रगल्भता गाठली होती! माहिति तंत्रज्ञानाचा विस्फोट, भोग-उपभोगवाद यांच्या मौजमस्तीत सुसंस्कृतपणाची प्राचीन शिकवण आपण गमावून बसलो का?

कारागिरांच्या या नाकर्तेपणाची दुसरी करुण बाजू. निमकुशल कामगार आणि त्यांच्या हाताखालचे मजूर फार अनौपचारिकपणे कंत्राटदारांकडून कामं घेतात. ही फक्त तोंडी बोली. ना करार, ना दरांची पाबंदी, ना कसली लिखापढी. कामाच्या जागा म्हणजेच आमच्या कन्स्ट्रक्शन साइट्स प्रचंड असुरक्षित असतात. अपघातप्रवण असतात. पत्र्याची टोपी घालणं, सोबत संरक्षक, आतले धोके लक्षात आणून देणारे बोर्ड्स असणारा 'हार्ड हॅट झोन' हे सगळं अजून आपल्याकडे प्रचलित नाही. गरीब मजुरांचं आणि त्यांच्या कुटुंबांचं आयुष्य हलाखीत आणि धोक्याच्या जागांवर 'वाचलो तर वाचलो' या तत्त्वावर ते कंठत असतात. हक्कांच्या जाणिवांच्या त्यांच्या अभावामुळे या धोक्याचं त्यांना कधीच पुरेसं भान येत नाही. ही स्वस्तातली सोय कंत्राटदाराला अर्थात फायद्याची! कधी विजेच्या अर्धवट झालेल्या कामातून विजेचा प्रवाह पाण्यात उतरतो. त्या पाण्याचा स्पर्श होताच अपघात घडतो. स्कॅफोल्डिंगचे पाइप किंवा बांबू कोसळून जागच्या जागी मृत्यू घडतात. अशा वेळी

कागदपत्रं, विमे-भरपाई दूरच राहो, मजुराचं साधं संपूर्ण नाव-पत्ताही उपलब्ध नसतो. उत्तर प्रदेश-बिहारकडून शहरात आलेले हे खरे अनामिक. दोन वेळच्या जेवणाच्या आशेनं. त्यांच्या कुटुंबांना ती वार्ता कधी तर कळतही नाही...

मला एक दुःखद घटना नेहमी आठवते.

एका मध्यरात्री, मुंबईला घरी मी एकटी असताना अचानक फोन वाजला. पलीकडचा माणूस महालक्ष्मी रेल्वे पोलीस स्टेशनमधून बोलत होता.

"रात्री गाडीतून पडून 'विजय' नावाचा एक माणूस मृत्यू पावला आहे. तो ओळखू येण्याच्या अवस्थेत नाही. त्याच्या खिशात मिळालेल्या फोन डायरीत तुमचं नाव होतं. त्याचा पत्ता लावण्यासाठी तुम्हाला फोन केला आहे. तुम्ही कृपया येऊन त्याला ओळखून त्याचा ताबा घेऊ शकता का?"

अशी पृच्छा ऐकून विचारात पडले. माझ्यासमोर झट्कन कुणी 'विजय' येईना. रात्री दोन वाजता मी एकटीने उठून त्या ठिकाणी जाणं अर्थातच शक्य नव्हतं. तोतया फोन तर नसेल? मिनिटभर विचार करून मी तिथं जाणं नाकारलं व असा कुणी इसम मला माहीत नाही, एवढं सांगून फोन बंद केला.

सकाळ होता होता परत फोन वाजला. हा फोन त्याच पोलीस स्टेशनमधील वरिष्ठाचा होता. त्याचा हा फोन मला बोलावून घेण्यासाठी नव्हता. तो एवढंच म्हणाला, *"मॅडम, तुमचा रात्री कदाचित गैरसमज झाला असेल. परंतु आमचा आताचा फोन तुम्हाला एवढीच माहिती देण्यासाठी आहे, की कुणीही वारस न मिळाल्यामुळे, बेवारशी म्हणून त्या विजयवर अंत्यसंस्कार केले गेले आहेत..."*

माझ्या मनात दुःखानं चर्र झालं. 'विजय' नाव अतिप्रचलित. माझ्या माहितीत विजय या नावाचे दोन-तीन कारागीर/कामगार तरी सहज होते. कामाच्या आशेनं कुठून कुठून मुंबईत येऊन थडकणाऱ्या अशा कारागिरांना आम्हा आर्किटेक्टचे फोन नंबर कुठूनतरी मिळतच असतात. रोजमितीला 'मॅडम, हमारे लायक कुछ काम है?' असे फोन येत असतात. यातून मला यापूर्वी चांगले कामगार मिळालेलेही आहेत. तशा कुणी इच्छुकाला माझा नंबर नव्यानं माहीत झाला होता का? मला कामाच्या आशेने फोन करण्याआधीच बिचाऱ्याचं आयुष्य संपलं होतं का? त्या कुणा विजय बाबतीत हे माझे प्रश्न कायमचे अनुत्तरित राहिले होते.

मोठ्यामोठ्या, बड्या, कंत्राटं घेणाऱ्या कंपन्या अर्थातच आपल्या नोकरदारांना संरक्षण देऊ शकतात. परंतु बहुसंख्य मध्यम व लहान कंत्राटदार हे आपलं कामकाज अनौपचारिकपणे चालवत असतात. त्यांच्या मजुरांना कुठं माहीत असतो कायदा? संरक्षणाचे प्रकार? विम्याचे हप्ते आणि प्रॉव्हिडंट फंड? वेठबिगारीवर रोजच्या दोन वेळच्या भाकरीची हमी ही त्यांच्या गरजांची इतिकर्तव्यता असते. तीही

आयुष्य असेपर्यंतच. आणि त्या असुरक्षित जगात त्या आयुष्याचा तरी फार भरवसा कुठं असतो...?

टेरेस गार्डन ते टाउनशिप

प्रचंड गजबलेल्या मुंबईतल्या बाजारपेठेत एकदा मी पाच बाय पाच फुटी एक दाटकं दुकान पाहिलं होतं. तऱ्हतऱ्हेच्या चपलांनी लगडलेलं चर्मकाराचं दुकान. स्वच्छ, हौसेनं सजवलेलं, मधल्या जागेत पंचाहत्तरीच्या पुढचा काळा चश्मा लावलेला धोतर-बंडीतला वृद्ध चर्मकार आणि त्याच्या शेजारी दुकान चालवणारा तरुण मुलगा, समोर लोखंडी स्टॅन्ड ठेवून कामात गढलेला. एवढ्याशा जागेत चामड्याच्या वाद्या, हातोडे, पाती, डिंकाचं भांडं सगळा सरंजाम होता. भिंतीवर चपलांच्या सजावटीतून छोटीशी जागा बाजूला काढून तिथं अंबाबाईचा फोटो, उदबत्ती हेही उपस्थित होतं. म्हातारा पैशाची लोखंडी पेटी सांभाळून होता आणि मुलगा मागेल ते सामान बसल्या जागेवरून त्याला पुरवत होता. जागेवरून उठण्याची गरजच नव्हती. सगळंच अर्ध्या हाताच्या अंतरावर! फॅक्टरीच्या बाहेरच विक्री चालावी तशी लहानशी यंत्रणा. विकत घेतलेल्या चपलांमध्ये काही लहानसा बदल करून घेण्याच्या सबबीनं मी तिथं त्यांच्या एक बाय एक फुटी लोखंडी स्टुलावर अर्धा तास बसले. तो व्यापार जवळून पाहिला आणि परतीच्या वाटेवर त्यांच्या छान चर्मकर्मयोगावर विचार करत करत आले.

स्वतःचा व्यवसाय! काही एका शिस्तीनं करण्यास स्वतःला भाग पाडतो. जगाच्या गतीत गती मिसळून चालण्याचा तो अनुभव देतो. वेळ सत्कारणी लावतो. रिकामपण उसवल्यानं येणारं रितेपण दूर ठेवतो आणि घरच्यांच्या अनादरापासून वाचवतो! पेशांच्या प्रतवारीत शेती सर्वश्रेष्ठ, व्यापार-व्यवसाय त्यानंतर व चाकरी निकृष्ट- असं म्हटलं गेलं आहे. या मूल्यमापनामागे मोठे निकष असतील. पण साध्या-सोप्या आयुष्याच्या कल्पनेत बसणारे आणि निष्क्रियतेतून उद्‌भवणाऱ्या दृष्टचक्रांपासून दूर ठेवणारे दोन उत्तम मार्ग. एक - स्वतंत्र व्यवसाय आणि दुसरा- अध्यात्म. बुद्धी चालती आणि बोलती ठेवण्याचा, समाजाच्या उपयोगी पडण्याचा उत्तम मार्ग म्हणजे व्यवसाय. स्वार्थ-परमार्थाची जोड. स्वतंत्र व्यवसाय हा माणसाचा कर्मयोग व्हावा आणि आयुष्याच्या शेवटच्या क्षणापर्यंत तो करत राहण्यातली सकारात्मकता प्रत्येकाला सापडावी! उतारवयात बुद्धी चालती ठेवण्यासाठी बुद्धिबळं वा सुडोकूसारखे खेळ सुचवले जातात. स्वतंत्र व्यवसायाच्या वरदानाला तुलना नाही! हा वृद्ध अर्धांध चर्मकार तेच सांगून गेला.

स्वतंत्र व्यवसायाच्या कर्मयोगात रमून जाण्याचं सौभाग्य मला आयुष्यानं दिलं. टेरेस गार्डन ते टाउनशिप अशा पल्ल्यातल्या शेकडो प्रकल्पांवर माझं एव्हाना तीन

दशकांवर श्रमदान झालं. प्रेमाची मजुरी ही एक असामान्य चैन आहे. श्रमिक कामकऱ्याला गर्भश्रीमंतीचं तेज आणणारा हा पंथ. अशी मजुरी एकदा पत्करली की बुद्धिमेहनतीला पर्याय उरत नाही. या मजुरीत कंटाळा, शीण, चालढकल, सबबी सांगणं हे प्रकार कोशातून कधीच गळून पडले. गुळाची ढेप, अंगाला मोड येणं, गजगती - हे वाक्प्रचार ऐकूनही आता करमणूक होते. टेरेस गार्डन म्हणजे गच्चीत केलेल्या बागा, मोठमोठ्या बंगल्यांच्या बागा, ऑफिस पार्क्स, कारखाने, हॉस्पिटल्स, शाळा, कॉलेजं आणि टाउनशिप्स म्हणजे हजारो एकर्स जमिनीवर वसलेल्या कारखान्यांच्या वसाहती. छोटीशी स्वायत्त गावंच! अशी ही असंख्य कामं! लहान-मोठा-गरीब-श्रीमंत असे भेदभाव न करता यातला प्रत्येक प्रकल्प मला आनंद देऊन गेला. शास्त्रीय संगीताच्या मैफलीत एक राग कितीही वेळ रंगवता येतो. लताबाईंचं चाळीस वर्षांपूर्वीचं एखादं गाणं तीन मिनिटांत संपतं. तर आज ए. आर. रेहमानचा शंभर कलाकारांचा वाद्यवृंद हिंदी चित्रपटात पार्श्वभूमीवर निसटत्या लकेरी वाजवून जातो. श्रोत्यांच्या संवेदनेला हात घालण्याची शक्ती यात तीनही संगीत प्रकारांत सारखीच असते, तसंच या प्रकल्पांचं आहे!

सगळ्याच प्रकल्पांवर आपापल्या परीनं माझ्या तांत्रिक कौशल्याचा आणि सौंदर्यदृष्टीचा कस लागला. परंतु याहीपलीकडे जाऊन आणखी चार गोष्टी कसाला लावणारा एक प्रकल्प आहे तो कर्नाटकातल्या साखर कारखान्याचा. वैराण प्रदेशावर स्वर्ग उभा करण्याची अवघड जबाबदारी श्री. समीर सोमय्यांनी माझ्यावर सोपवली, ती खूपच विश्वासानं. आव्हान-आव्हान असं कुठल्याही प्रकल्पाला म्हणताना माझ्यात साक्षेपीपण नसे, त्याची जाणीव झाली हे काम सुरू केल्यानंतर. रुक्ष खडकाळ भूमीशी, पाण्याच्या मुबलकतेपेक्षा भयानक कमतरतेशीच, भाषा न समजणाऱ्या खेडेगावातल्या कर्मचाऱ्यांशी, इंजिनिअरांच्या मानसिकतांशी, इत्थंभूत वेगळ्या संस्कृतीशी जमवून घ्यायला भाग पाडणारा हा प्रकल्प होता.

उत्तर कर्नाटकातल्या बनहट्टीजवळच्या छोट्या गावात सोमय्या ग्रुप यांच्या मालकीची सेंट्रल बोर्डाची एक शाळा आहे. टप्प्याटप्प्यानं तिचा एकेक भाग पुरा करत आम्ही ती नुकतीच पूर्ण केली. साखर कारखान्याच्या परिसरातला आमच्या अनेक प्रकल्पांपैकी हा एक प्रकल्प.

'शाळा' या शब्दाबरोबर अंधाऱ्या खोल्यांचे मजले चढवून बांधलेला जो भलामोठा, रंगहीन ठोकळा आपल्या नजरेसमोर येतो, त्यापेक्षा ही शाळा खूपच वेगळी आहे. वर्गांच्या खिडक्यांच्या मळकट माळका इथं नसून, तिथं मी 'इनसाइड-आउटसाइड' हे तंत्र वापरलं आहे. चार-सहा वर्गांचे छोटे छोटे पुंजके हिरव्या लॅन्डस्केपमध्ये विखरून टाकले आहेत. आवारात कलमी आंबा, भराभर उंच वाढणारे देखणे सिल्व्हर ओक, पसरट मोठ्या हिरव्यागार पानांचे साग अशी शेकडो

झाडं लावली आहेत. अर्ध्या कापलेल्या षट्कोनाकृतीची लायब्ररीभोवतीच्या लॅन्डस्केपमध्ये मिळून मिसळून गेली आहे. लाल फरशांची रीडिंग रूम अगदी मोकळीढाकळी आहे. या हॉलच्या फरशीत खड्डे ठेवून मी चक्क मोठी झाडे लावली आहेत. छपरातल्या पारदर्शक झापांतून येणाऱ्या प्रकाशात ती छान वाढत आहेत. लायब्ररीच्या बाहेर तसाच मोठा अर्ध-षट्कोनी कौलारू व्हरांडा आहे. तिथं वाचत बसलं तर मधुमालती नाहीतर जाई-जुईच्या फुलांचा सुगंध झुळकेबरोबर येत राहतो. फुलपाखरं दिसतात. आणि रंगीत पक्षीही. सागाच्या खोडांचं रान हातभराच्या अंतरावर असतं. निसर्गात रमून जात ज्ञानसाधना करावी, असं आमंत्रण देणारी ही वास्तू आहे. वास्तू आणि लॅन्डस्केप यांचं मोहक साहचर्य मला अभिप्रेत होतं, ते प्रत्यक्षात उतरलं याचा आनंद होतो!

याच रचनेच्या आजूबाजूला आम्ही डेरेदार झाडांच्या छताखाली फरश्या बसवून लहान लहान वर्गांसाठी जागा तयार केल्या आहेत. लहान-मोठे ग्रुप्स त्या जागा आनंदानं आज वापरताना दिसतात. अंधाऱ्या वर्गात पेंगत घेतलेल्या शिक्षणाहून कितीतरी मूल्यवान शिक्षण केवळ निसर्गातली अंतस्थ चेतनाच नकळत देऊन जाते! बऱ्याच पूर्वी म्हणजे १९२१ साली बंगालमध्ये शांतिनिकेतनात रवींद्रांनी या पद्धतीचा पायंडा घातला होता. इंदिरा गांधी, सत्यजित रे, अमर्त्य सेन असे किती विद्वान या शिक्षणसंस्कृतीत घडले! आमच्या या शाळेच्या शेवटच्या टप्प्यात योजलेल्या म्युझिक रूम आणि आर्ट्स स्टुडिओ याही रचना एका विशिष्टतेनं लॅन्डस्केपमध्ये अलगद मिसळून जातील. बंदिस्त नीरस खोलीत बसून त्या पोरांना कला प्रसवावी ही अपेक्षा किती चुकीची आहे! ताजातवाना निसर्ग ती ऊर्मी अलगद जागवेल!

कारखान्याचा परिसर आठशे एकर्सवर पसरला आहे. पन्नास वर्षांपूर्वी तयार झालेला हा कारखाना तीन पिढ्यांच्या हाताखालून सरकत आज इथपर्यंत पोहोचला. आज त्याचा व्याप प्रचंड आहे. समीर सोमय्यांच्या तरुण, महत्त्वाकांक्षी, अमेरिकन उच्च शिक्षणाने झळाळी चढवलेल्या सात्त्विक भारतीय नीतिमूल्यांच्या पीठिकेवर तो भरभराट करतो आहे. ऊस-साखर हे त्यांचं मूळ उत्पादन. त्या प्रक्रियेतच वीज-उत्पादन, उसाच्या मळीपासून केलेलं खत उत्पादन, स्पिरिट्स, ऑरगॅनो केमिकल्स, उसाच्या बी-बियाणांवरचे प्रयोग आणि शोध, असे अनेक कारखाने इथं कार्यरत आहेत. आणि त्याचबरोबर सोमय्यांच्या शिक्षण क्षेत्रातल्या दानशूर विख्यात वृत्तीतून जन्मलेले इतर अनेक उद्योग. यात शाळा, कॉलेजं, ग्रामीण विकास योजना, गरीब विद्यार्थ्यांचं शिक्षण, अंध-उद्योग योजना - असे कित्येक समाजकार्याचे उद्योग राबवले जात असतात. त्यांच्या कॉर्पोरेट सोशल रिस्पॉन्सिबिलिटीज या खात्याला अनेक प्रतिष्ठित पुरस्कार मिळून चुकले आहेत.

या कंपनीसाठी मी आर्किटेक्ट म्हणून काम पाहते, त्याला एक तप झालं. क्लायंटबरोबर माझी तार उत्तम जुळली याचं एक महत्त्वाचं कारण त्यांचं 'होलिस्टिक थिंकिंग' हे असावं. आज हा कारखाना बायो-रिफायनरीज या सदरात मोडतो. कारण इथं कुठलाही माल वाया जाऊ दिला जात नाही. 'रिसायकलिंग'चं हे एक उत्तम औद्योगिक उदाहरण. मला आठवतं, काम हातात घेतल्यानंतर लगेचच कर्नाटकाच्या या दुर्गम, ग्रामीण भागातल्या प्रकल्पाच्या गरजा आणि त्यातील आव्हानं माझ्या लक्षात येऊ लागली. भारतातल्या माझ्या व्यावसायिक पर्वातला हा एक उत्तम, संपन्न काळ आहे. पूर्वी अमेरिकेत लॅन्डस्केप शिकताना या ज्ञानाचा भारतात उपयोग होईल की नाही, ही शंका माझ्या मनात होती. तिचं निराकरण या काळात झालं. लॅन्डस्केपिंग म्हणजे शोभेची चार झाडं लावून केलेलं निव्वळ बागकाम किंवा आजूबाजूच्या झाडा-झुडपांतला चार लुकलुकते दिवे सोडलेला निळा पोहण्याचा तलाव या समजुतीच्या उथळपणाला या प्रकल्पात जागा नव्हती. आपण अमेरिकेत शिकलेल्या Landscape Architecture या शास्त्राची सर्वसमावेशकता, उंची, खोली आता माझ्या उपयोगी पडणार या विचारानं माझा मेंदू आणि हात शिवशिवलेले आठवतात.

या मागास भागाकडे अद्याप कुणाच चांगल्या आर्किटेक्टचं लक्ष पोचलं नसावं. पर्यावरण, मायक्रो-क्लायमॅटिक डिझाइन दूरच राहो. वर्षाकाठी दहा इंच पाऊस मुश्किलीनं पडणारा हा प्रांत सदासर्वकाळ धुळीनं भरलेला असतो. बोर आणि बाभूळ ही उजाड माळरानाची प्रतीक काटेरी दुक्कल, एवढेच काय ते इथले हिरवे ठिपके. खुरटलेले आणि निस्तेज. या एकादशीत शिवरात्र म्हणून वातावरणात भरून राहिलेला मळीचा आंबट-चिंबट उग्र दर्प, रात्रंदिवस काळा धूर ओकणाऱ्या चिमण्या आणि सारखे वाजणारे कर्णकर्कश भोंगे. वर परिसराचा यच्चयावत अनमान करणारे ट्रॅक्टर्स आणि ऊसशेतकरी, भारताच्या कृषी प्रांताच्या माथी आलेलं दारिद्र्य, अज्ञान आणि मंगळावर वस्ती करू पाहणाऱ्या उन्नतिप्रधान जगाविषयीची अनास्था... मूलभूत गरजांसाठी हातपाय मारताना थकलेल्या जिवाला कुठली सौंदर्यदृष्टी...? अख्ख्या कर्नाटक राज्यात साखर उत्पादनात पहिल्या-दुसऱ्या क्रमाकांवर असणाऱ्या कारखान्याचं दृश्य स्वरूप आणि सौंदर्यदृष्टीचा खडखडाट पाहून मी अवाकच झाले होते. अर्थातच उत्तम डिझाइनिंग आणि नियोजन करून कारखान्याची गुणवत्ता आणि प्रतिमा उंचावण्याला इथं वावच वाव होता!

सुदैवानं माझ्या सूचनांची श्री. समीर सोमय्यांनी वेळोवेळी गांभीर्यानं नोंद घेतली. मला साक्षेपी दाद दिली. कंपनीच्या अंदाजपत्रकात, अमंलबजावणीत माझ्या प्रस्तावतल्या अनेक सूचनांना आवर्जून अग्रक्रम दिला. त्यांच्या या पाठिंब्यामुळेच, मी योजलेल्या अनेक कल्पनांना आज मूर्त स्वरूप आलं आहे. या प्रकल्पात त्यांच्या जुन्या कन्नड

माध्यमाच्या शाळेची नवी रचना, अद्ययावत इंग्रजी शाळा, लायब्ररी, योगा-जिम-बॅडमिंटन व स्क्वॉश कोर्ट्स, हेल्थ फूड बार आणि उत्तम स्विमिंग पूल या सोयींनी युक्त क्लब हाउस, अशा अनेक वास्तू मी डिझाइन केल्या; करते आहे. याशिवाय एका नवीन धर्तीवर योजलेला 'किसान खजाना' नावाचा मोठा प्रकल्पही होणार आहे. स्थानिक गावकरी-शेतकरी व त्यांच्या कुटुंबियांना आकर्षित करतील अशा अनेक सोयी-सुविधा व आकर्षणांचा यात अंतर्भाव असेल. भौगोलिक संदर्भात बसणारं आर्किटेक्चर. पंचक्रोशीपलीकडून मुद्दाम येणाऱ्या जमावांवर छाप पाडणारी 'आधुनिक मेला'सारखी संकल्पना. तीही विकसनशील देशाच्या ग्रामीण संस्कृतीचं प्रतिनिधित्व करणारी. अशा चौकटीवर हे नियोजन आधारलेलं आहे.

याखेरीज अनेकविध ठिकाणांचं लॅन्डस्केपिंग इथं सुरू आहे. साइटवर चार चार दिवस राहून रोज दहा तास काम केलं तरी वेळ पुरत नाही. गाडीत बसेपर्यंत सूचना, स्केचेस काढून देणं सुरूच असतं. प्रमुख रस्ते, इमारतींच्या आजूबाजूचे परिसर, खेळाची मैदानं, सायकल ट्रॅक, आंबा-सीताफळ-चिंच-आवळा यांच्या कलमी फळबागा, भाज्यांची लागवड, शोभिवंत झाडं-फुलांचं सुशोभीकरण, पाण्याचे तलाव, धबधबे, कमळांची छोटी छोटी तळी, हे सगळं आमच्या लॅन्डस्केपमध्ये अंतर्भूत आहे. पर्यावरणात्मक योजनांमध्ये पावसाचं पाणी जमवणं-वापरणं ही अति महत्त्वाची योजना राबवली जात आहे. सोलर दिवे, झाडझाडोरा-पाचोळा-किचन वेस्ट जिरवणारे कंपोस्ट व गांडूळ खताचे खड्डे हे कायमस्वरूपी घटक आहेतच. सोक पिटमधून निघणारं सांडपाणी बागांमध्ये फिरवून वापरलं जाणार आहे. फॅक्टरीचं दूषित पाणीही शुद्धीकरणानंतर परत वळवून लॅन्डस्केपमध्ये वापरण्याचा प्लॅन तयार झाला आहे. कमतरतेनं उपलब्ध असणारं पाणी काटकसरीनं वापरता यावं म्हणून मी ठिबक सिंचनाचा आग्रह धरला. या प्रांतात कमी पाण्यावर येणारी झाडं व फळझाडं सल्लागारांना विचारून हजारोंनी लावली. कॅम्पस हिरवा करता करता उत्पन्नही सुरू व्हावं, ही कल्पना. लॅन्डस्केपचे बहुपदरी उपयोग सुशोभीकरणापुरते संकुचित का ठेवावेत? आज सगळीकडच्या साइट्स, पडीक-निरुपयोगी जागांचं पुनरुत्थापन दहा-एक हजार झाडांची ॲग्रो फॉरेस्ट्री, उत्तम लागलेली रोपांची नर्सरी - या सर्वांमुळे परिसराचं वैराण काटेरी 'बोरी-बाभळी' रूप पालटतं आहे..

'200 KLPD' हा डिस्टिल्ड स्पिरिट बनवणारा प्लॅन्ट नवा आहे. प्रदूषण रोखणारी उत्तम बाग आणि भारतात प्रथमच बांधल्या गेलेल्या या दिमाखदार प्लँटची सविस्तर माहिती देणाऱ्या फलकांची प्रदर्शन गॅलरी आणि स्कल्पचर गार्डन सध्या माझ्या मनात घोळतं आहे. दर वर्षी पावसाळ्याच्या अखेरीस या विकसनशील परिसराचं बदलतं रूप 'बिफोर-आफ्टर' फोटोंतून पाहणं हा आमच्या टीमचा आवडता श्रमपरिहार असतो!

दहा-अकरा वर्षांपूर्वी या प्रकल्पास सुरुवात करताना मनात उडालेला गोंधळ आजही स्पष्ट आठवतो. कुठून सुरुवात करावी?... या अशक्य साइटचं सुशोभीकरण करायचं कसं! हातात मिळालेले आठशे एकर्स. पाच वर्षांची मुदत; आणि त्या पसाऱ्याच्या पासंगालाही न पुरणारं आखडतं बजेट. अपेक्षा मात्र आकाशाला गवसणी घालणाऱ्या. स्वर्गीय सौंदर्याची खणखणीत मागणी करणाऱ्या! (अर्थात क्लायंट या वंशाचा मुळातला गुणधर्मच आहे तो, तेव्हा तक्रारीला जागा नाही...) पहिल्या ट्रिपमध्ये मी जीपमधून साइट विंचरून काढली. मग गेस्ट हाउसमधल्या मोठ्या टेबलावर त्या कारखान्याचा अवाढव्य नकाशा पसरून बराच वेळ ध्यान लावल्यासारखी- खरं तर नुसतीच सुन्न होऊन बसले! खुणांसाठी रंग वापरले. पाण्याच्या, रसायनांच्या टाक्या, पाइपलाइन्स, गोदामं, कारखान्यांच्या भल्यामोठ्या शेड्स, रस्ते.. त्या नकाशावर गोल, चौकोन, काळ्या-निळ्या रेषा यांचं नुसतं जंजाळ झालं होतं. काही वेळाच्या एकाग्रतेनंतर मला हव्या तशा जागा दिसत गेल्या. उत्तरं सापडू लागली. इंजिनिअरांच्या टीमबरोबर बसून आम्ही महत्त्वाच्या जागा निश्चित केल्या. त्यांना अग्रक्रम दिले. चौरस फुटांमागचे प्रचलित बांधकाम दर काढून अंदाजपत्रकं तयार केली. सहा-सहा महिन्यांच्या वाटा आखल्या. भूमिपूजन झालं आणि काम सुरू झालं. आणि झालं ते झालंच, कारण पाचाची दहा वर्षं आज होऊन गेली तरीही टप्प्याटप्प्यानं नवनव्या जागा आज आम्ही हाताळतच आहोत. मंडळीही सर्वसाधारणपणे आनंदात आहेत. मुंबईतलं चकचकीत हेडऑफिस, उत्तर कर्नाटकातल्या कोपऱ्यातलं हे तीन हजार वस्तीचं गाव आणि पुणे-मुंबई-अमेरिका अशा वाऱ्या करत स्वतःचा डोलारा सांभाळणारी कन्सल्टंट मी- यांची मोट बांधणं आजही सोपं नाही.

प्रकल्पाच्या दरम्यान खूप गमती घडल्या, असंख्य अनुभव आले. मालकाचं स्वप्न आणि त्याची अंमलबजावणी करणारा मोलावरचा नोकर वर्ग यांच्यात फारच खोल दऱ्या असतात! इच्छित वा ठरलेलं काम ''झालं नाही'' एवढंच मालक त्याच्या मुंबईतल्या अलिशान केबिनच्या, सोयीनुसार उघडणाऱ्या चिंचोळ्या झरोक्यातून पाहतो, आणि ती झडप तातडीने बंद करतो. त्याच्या पसाऱ्यातल्या उणिवा त्याला माहीत नसतात असं नाही, पण विलंबाचा घाऊक दोष बाह्य सल्लागारावर टाकणं केव्हाही सोपं! कारखान्याचं इच्छित स्वरूप नक्की करून, त्याच्या अधिकाऱ्यांशी माझी ओळख करून देण्याचा उपचार पार पाडून, माझी नेमणूक करून तो बाजूला झाला होता. प्रत्यक्ष साइटची आर्थिक, मानसिक बाजू समजून घेण्याचा खटाटोप नंतर मलाच करावा लागला. या कामासाठी तीन इंजिनिअर्स आमच्या टीमसाठी मला देण्यात आले. दोघांची कामाची समज उत्तम होती. पर्यावरणात्मक सुशोभीकरणात त्यांना नावीन्य दिसत होतं. त्यामुळे त्यांचा उत्साह जाणवत होता. मात्र लवकरच

माझ्या लक्षात आलं की साखर कारखान्याच्या नित्य कामाच्या अभियांत्रिकी रगाड्यात ते इतके रुतले आहेत की त्यांचं डोकंच वर निघत नव्हतं.

दक्षिण महाराष्ट्र आणि कर्नाटकातल्या ऊसशेतीच्या वेळापत्रकावर चालणारे हे कारखाने. सहा महिने सुरू, सहा महिने बंद. म्हणजे पावसाळ्यानंतर ऊसतोडणी सुरू झाली की साधारणपणे ऑक्टोबरच्या सुमारास, वाजतगाजत हा तोडलेला ऊस ट्रॅक्टर्सवर घालून कारखान्याच्या दिशेने निघायला सुरुवात होते. त्यानंतर साधारण मार्चपर्यंत उसाची ही रहदारी त्या खड्डेदार रस्त्यांवर अव्याहत सुरू असते. टनांवर वजन करून कारखान्यात घेतलेला ऊस त्या अजस्र गुऱ्हाळाच्या यांत्रिक पट्ट्यावर घातला जातो. तिथून पुढे रस काढणं, तो आटवणं, त्याची मळी बाजूला करून साखर करणं, ती पोत्यात भरून गोडाउन्सना पाठवणं - हा चरकासारखा कार्यक्रम अहोरात्र सुरू असतो. रोजच्या रोज लाखो टन ऊस पिळणारा करणारा कारखाना त्याच्या सर्व तांत्रिक बाजूंनी व्यवस्थित चालवण्याचं काम अर्थातच महाव्यापी. कामगारांची धावपळ, पट्ट्यांचे आवाज, पाळ्यांचे भोंगे, वातावरणातला उसाचा गोड गोड वास, घोंगावणाऱ्या माश्या, हवेत उडणारा 'बगॅस', पर्यवेक्षण करत फिरणारे विभाग अधिकारी अशी कारखान्याची सफर त्यांनी माझ्या पहिल्याच भेटीत घडवून आणली, तरी 'सहा महिन्यांनी हे गुऱ्हाळ थांबलं की होतील हे इंजिनिअर मोकळे आमच्या कामासाठी' असा मी सोयीस्कर अंदाज बांधून होते. पण चुकलंच! त्या वर्षी उसाचं उत्पादन भरपूर आलं होतं म्हणून मार्चअखेर संपणारं गुऱ्हाळ एप्रिलपर्यंत गेलं. साखरेची गुदामं भरत होती आणि मी नुसतीच नखं चावत आमच्या इंजिनिअरांच्या प्रतीक्षेत होते... यथावकाश शेतातला ऊस संपला. शेवटचं पीक कर्कश कर्ण्यांवर जोरदार कन्नड गाणी वाजवीत शेतकऱ्यांनी आणून घातलं आणि माझ्या कल्पनेतल्या लॅन्डस्केपला धुमारे फुटू लागले पण...!

पण ऊस थांबल्यानंतर, सात महिने अविरत राबलेला कारखाना आता तेलपाण्याच्या मशागतीसाठी आणि निगुतीनं हात-पाय रगडून घेण्यासाठी आतुर झाला होता. मे-जूनमधल्या ट्रिप्समध्ये इंजिनिअर्सनी आमची कामं कागदोपत्री हाती घेतली खरी, पण साइटवरचं प्रत्यक्ष दृश्य निराळंच होतं. त्या विक्राळ यंत्रांचे एकन्एक मेणचट नट्स-बोल्ट्स काढून आता कामगारांनी आम्ही जिथे अप्रतिम बागा योजल्या होत्या त्या जागेवर धुण्या-पुसण्यासाठी मोठ्या शिस्तीने मांडलेले बघून मी हतबुद्ध. इंजिनिअर्स माझ्या आविर्भावाकडे 'आता काय होणार!' म्हणून पाहत आणि मी 'हसू की रडू' या संभ्रमात. शेवटी मस्त हसून आम्ही ती परिस्थिती साजरी केली आणि यादीतल्या पुढच्या जागेकडे वळलो. अग्रक्रमांची अशी अदलाबदल हा तर इथला नेहमीचाच प्रकार!

तिसरा इंजिनिअर एकदम ढिसाळ वृत्तीचा. कामांच्या मोठमोठ्या याद्या वगैरे करून त्या सर्वांना पाठवण्याची कारकुनी कामं तो हौसेने करी. परंतु प्रत्यक्ष ती कामं करून घेण्याचा आनंद होता. कारखान्याच्या इतर विभागांकडून होणारी कामं झाली नाहीत, ती का? अशा प्रश्नाला तो 'ते करीत नाहीत' असं उत्तर देई व शांत बसे. यंत्रणेच्या सर्व विभागांना सरळ करण्याचं काम माझं नव्हतं, तरीही अनेकदा मला ते करणं भाग पडलं. अंतर्गत राजकारण आणि हास्यास्पद अहंचा संसर्ग त्या बापड्या खेड्याला का असू नये? त्याचं दर्शन मला विभागांतून दिसणाऱ्या असहकारातून होई. पण या सगळ्याला वळसे घालत, शह देतच माझं काम करणं मला भाग होतं! मालक मुंबईत, तेव्हा साइटवर स्वतःला राजे समजण्याची सवय पडलेल्या अनेकांचा मला उपद्रव झाला. 'मी डिझाईन्स दिली आहेत, आता तुमचे अंतर्गत कारभार-कलह तुम्ही पाहा. मला फक्त काम फत्ते झाल्याची तोफ द्या' असा पवित्रा मी घेऊ शकले असते; परंतु त्याचा परिणाम एकच झाला असता- शहरी बहुश्रुतपणा आणि दूरगामित्वापासून दूरवर वसलेल्या या आडगावी आलेली 'जग सुंदर करण्याची' ती संधी तत्काळ अंतर्धान पावली असती!

मालकाच्या आणि माझ्याही दृष्टिआड असलेल्या या नाठाळ कार्यपद्धतीला शह देण्याचाच मी चंग बांधला. स्टुडिओत बसून कागदांवर सुंदर चित्रं काढणं सोपं होतं. हताश होऊन प्रयत्न सोडून देणंही अवघड नव्हतं.. इंजिनिअर्सबरोबर गप्पा मारून सगळ्या संबंधित विभागांची आणि व्यक्तींची माहिती मी नकळत करून घेतली. प्रत्येक व्हिजिटमध्ये त्यातल्या काहींना स्वतः भेटले. कँपस प्रत्येकाचा आहे, हे काम तुमच्यातल्या प्रत्येकासाठी होत आहे, त्यातून काय काय फायदे आहेत- हे सगळं मी बऱ्याच जणांना बऱ्याच वेळा समजावलं. नव्या कामात सगळ्यांना सामील करून घेण्याचा माझा प्रयत्न होता. आम्ही बांधलेल्या नर्सरीत आता हजारो रोपं तयार होत होती. यातली हवी ती आपल्याला घरं-ऑफिसांसाठी घेऊन जायला त्यांना मुक्तहस्त दिला. त्यांच्या मातीत उगवलेल्या रोपांची कटिंग, बिया, कलमं वाटून कुणी छोटंसं हिरवं बेट हौसेनं करत असेल तर ते आमच्या उपक्रमांना धरूनच होतं! गृहिणी-मुलं-शेतकरी यांना समजेल अशा भाषेत आमचं काम समजावून सांगणारी प्रेझेन्टेशन्स पॉवरपॉइंटवर तयार केली. नव्यानं तयार होत असलेल्या लॅन्डस्केपवर त्यांनी कचरा फेकू नये, थुंकू नये, झाडं-फुलं उपटू नयेत, गवताची हानी करू नये, ठरल्या ठिकाणीच वाहनं थांबवावीत, यासाठी पोस्टर्स लावून बहुमुखी प्रचार केला. गोदावरीच्या परिसरात ही असली नानापरीची कामं करताना मी अमेरिकेत शिकलेली, मुंबईहून अवतरलेली सर्वज्ञ देवता नसून, साधी त्यांच्यासारखीच एक कामकरी स्त्री आहे, हे मी त्यांना पटवत असे.

हळूहळू या सगळ्या उपद्व्यापाचे दृश्य परिणाम मला दिसू लागले. विभागांकडून सहकार्य मिळू लागलं. त्या कुचकामी इंजिनिअरला हेडऑफिसकडून तंबी देऊन त्याचंही काम सुधारवलं. होता होता इच्छित वाटचाल नक्कीच सुरू झाली.

आधी मुंबईत आणि नंतर अमेरिकेच्या तारांकित जगात वावरणाऱ्या मला ग्रामीण कर्नाटकातल्या या प्रकल्पानं वन्य जीवनाचंही जवळून दर्शन घडवलं, त्याची एक आठवण आहे.

एकदा सकाळी आवरून साइटवर जायला निघताना गेस्ट हाउसवरच्या तळमजल्यावरच्या माझ्या खोलीत बूट घालू लागले तर उजवा पाय नीट आत जाईना. काहीतरी गार लागत होतं पुढे बोटांपाशी. डोक्यात कामाचे विचार, त्यामुळे प्रयत्न करतच राहिले. शेवटी बूट उलटा केला तेव्हा एक बेडूक उडी मारून निघून गेला. मी अवाक आणि शिसारीने त्या बेडकासारखी थंडगार. आपल्या तर्कांना आणि सतर्क असण्याला किती मर्यादा असतात ते तेव्हा कळलं.

मॅनेजिंग डायरेक्टरच्या बंगल्यापुढे चार एकर्सच्या मोठ्या परिसरावर आम्ही लॅन्डस्केप केलं आहे ते मुख्यत्वे शोभेचं. रोज उठून गवत कापायला लागू नये म्हणून मेक्सिकन ग्रास नावाची गवताची जात तिथं लावली आहे. खूपच मोठं अंगण. त्या गवतात मुळ्या धरून छोटेमोठे गड्डे तयार होतात. पूर्ण पाऊल घोट्याएवढं रुजेल एवढे मऊ गड्डे आणि सर्वत्र तशाच मऊ, बारीक दाट पात्यांच्या गवताचा हिरवा गालिचा. हे गवत अतिशय हळू वाढतं. आणि महिनेच्या महिने कापावं लागत नाही. त्याचा दाट हिरवा रंगही सुरेखच असतो. पण या गड्ड्यात विशेषतः उन्हाळ्यात, थंडाव्याला साप बसतात हे कळूनही तेच गवत ठेवण्याचा निर्णय सर्वानुमते घेतला गेला होता. शेताडीच्या त्या गावरान दुर्लभ भागात खरं राज्य प्राण्यांचंच; आपणच उपरे. त्यात फॉरेनच्या कल्पनांचं वारं डोक्यात गेलेले आमच्यासारखे कन्सल्टंट्स तर फारच उपर हे एकदा जाणलं की कुठल्याच प्राण्याची भीती वाटेनाशी होते. नम्र शरणागत भाव ही गोष्ट कळीची आहे, यात वाद नाही! या साइटवरच्या अनुभवांची विविधता या साप-बेडकांनी विशेषच खुलवली. किती साप पाहिले त्याचा हिशेब नाही!

महाराष्ट्र सरकारच्या पाटबंधारे विभागाने नागपूर-मध्य प्रदेश हद्दीवर पेंच नदीवर 'पेंच प्रकल्प' योजला. अनेक हेक्टर क्षेत्रफळ व्यापून राहिलेल्या उंचसखल, डोंगराळ भागात पेंच नदीवरच्या धरणावर हा प्रकल्प होता. मोठी वनराजी, वन्य पशू-प्राणी अभयारण्य, टायगर रिझर्व्ह, जलक्रीडा केंद्र, फिशरीज्, उत्तम लॅन्डस्केप्स, बागा, गिर्यारोहण, असा हा प्रचंड पंचवार्षिक प्रकल्प होता. मुंबईची लॅन्डस्केप आर्किटेक्ट रत्ना धारिया हिच्या भागीदारीत मी या प्रकल्पावर प्रचंड काम केलं.

मुंबईचे प्रसिद्ध वास्तुविशारद शशी प्रभू यांनी आमची नावं पाटबंधारे विभागाला सल्लागार म्हणून सुचविली होती.

या प्रकल्पासाठी आमच्या नागपूरला बऱ्याच वाऱ्या घडल्या. इथं डिझायनिंगची छान संधी तर होतीच; शिवाय सरकारी पाहुणचाराचीही. एअरपोर्टपासूनच दिमतीला लाल बत्तीची पांढरी ॲम्बेसिडर गाडी असे. नागपूरमध्ये आणि पेंच धरणावर/ उत्तम सरकारी गेस्ट हाउस, शाही खाना, मंत्री-महोदयांबरोबर सल्लामसलती, साइट्सवर फिरताना सोबत माणसांचा ताफा आणि पांढऱ्या गाड्यांचा तांडा अशा इतमामात हा प्रकल्प चालला. माझ्या स्टुडिओत तो साधारण दीड वर्षं चालला होता. वस्तुनिष्ठ अमेरिकन राहणीची सवय पडलेल्या माझ्या मनाला हा भपकेबाज सरंजाम अनावश्यक वाटला तरी राज्य सरकारकडून मिळालेला हा मानसन्मान मला कुठंतरी सुखावून गेला, हेही खरंच आहे!

चांदण्यांचे तरंग आणि बर्डबाथची नादमयता

१९९५ ते २००५ या दशकात मी मालेगाव, पनवेल, अलिबाग या आड ठिकाणी बऱ्याच फार्महाउसेससाठी लॅन्डस्केप्स केली. बंगले आणि फार्महाउसेस हा व्यक्तिशः माझा आवडता प्रॉजेक्ट प्रकार. हिरवळ (लॉन), शोभेची झाडं, फुलझाडं, पाण्याचे धबधबे, गझीबोज् (अष्टकोनी कौलारू पॅव्हिलियन), पूल, पायवाटा, रंगीत छत्र्यांखालच्या शोभिवंत टेबल-खुर्च्या, स्विमिंग पूल, सुंदर मंद दिवे, एखादं शिल्प किंवा भिंतीवरचं म्यूरल, वेली चढवलेले मांडव अशा मन रमवणाऱ्या-रिझवणाऱ्या गोष्टींचा या लॅन्डस्केपमध्ये अंतर्भाव असे. यातल्या प्रत्येकाचं मनातलं डिझाइन तांत्रिक बारकाव्यांसहित कागदावर उतरवताना सिव्हिल, इलेक्ट्रिकल आणि प्लम्बिंग क्षेत्रातील माहिती-ज्ञान गरजेचं असतं आणि अर्थात झाडांचंही. एका ठिकाणी मी अमिबाच्या आकाराचं एक तळं बांधलं. त्याच्या तळात, फायबर ऑप्टिक्स या नव्या तंत्राचा उपयोग करून लाइटिंग केलं होतं. स्टारलिट बॉटम! ऑप्टिक्सच्या केसासारख्या बारीक नळ्यांची पन्नास-साठ टोकं तळ्याच्या तळावर सोडली होती. काळ्या रेशमी आकाशात चमकणाऱ्या चांदण्यांसारखी ही टोकं पाण्यातून चमकताना दिसतात. पाण्यात कमळं लावली आहेत. हलक्या झुळकीबरोबर पाणी हलतं, आणि हा स्टारलिट बॉटमही! सुगंधित बागेतले चांदण्यांचे तरंग!

'गेल'साठी अलिबागजवळच्या एका टाउनशिपवरही माझं काम घडलं. हॉस्पिटल्स, कारखान्यांच्या टाउनशिप्स- ही कामं संपूर्ण परिसराच्या नियोजनाची आहेत. यात प्रमुख, दुय्यम, तिय्यम इमारती, कारखाना, घरं, शाळा, पोस्ट ऑफिस, दुकानं, बागा, वेगवेगळ्या श्रेणींचे लहान-मोठे रस्ते, वाहनतळ, पायवाटा- अशा खूप गोष्टी असतात. शिवाय सिक्युरिटी केबिन्स, पंप हाउस, इलेक्ट्रिक हाउससारख्या

सेवा-इमारती. नियोजनात या सगळ्या गोष्टींचा अंतर्भाव करावा लागतो. जमिनीचे मूळ चढ-उतार लक्षात घेऊन हे प्लॅनिंग करावं लागतं, जेणेकरून खोदकाम आणि भर घालणं शक्यतो समतोलात राहतील आणि जमिनीवरून वाहणाऱ्या पाऊस पाण्याचा निचरा व्यवस्थित होईल. मोठ्या परिसराच्या नियोजनात हा एक महत्त्वाचा अध्याय आहे. याशिवाय योग्य ते लायटिंग, आधीपासून साइटवर असलेली मोठी झाडं वाचवणं, वारा-वादळ-पाऊस-ऊन यांच्या दिशा लक्षात घेऊन योग्य त्या उपाययोजना करणं, कंपाऊंड वॉल्स व मोठी गेट्स देणं, रखवालीच्या छोट्या केबिन्स योग्य त्या जागी पुरवणं. टाउनशिप नियोजन हा माझ्या विशेष आवडीचा विषय आहे.

गर्दी आणि जागेच्या अभावानं दाटलेल्या मुंबई शहरात मात्र लॅन्डस्केपिंग म्हणजे पर्वणी. एका चकचकीत कॉम्प्युटर कंपनीसाठी मी दहा फूट रुंदीच्या लांब पट्टीचं लॅन्डस्केपिंग केलं. तिन्ही बाजूंनी समुद्रानं वेढलेल्या या चिंचोळ्या महानगरीतली जागेची टंचाई पाहता, दहा फूट जागाही नसे थोडकी! या निरुंद हिरव्या पट्ट्यानंही त्या उंच काचेच्या इमारतीपुढची जागा उत्तम साजरी झाली! लॅन्डस्केपिंग करण्याकरता नेहमीच हातात एकरा-एकरांचं मोकळं मैदान मिळतं असं नाही!

याच इमारतीच्या आत तळमजल्यावर मला एक हजार चौरस फुटांचं सुंदर एट्रियम हातात मिळालं. एट्रियम म्हणजे दुधी काच किंवा पॉलिकार्बोनेट तावदानांचं छप्पर असलेली इमारतीच्या अंतर्भागात असलेली जागा. या दुधी छपरातून सूर्यप्रकाश आत झिरपतो. अनेकदा हे छप्पर चांगलं आठ-दहा मजले उंचीवर असतं. या उंचीमुळे तर एट्रियमची नाट्यपूर्णता आणखीनच वाढते! झाडांना पोषक असा उत्तम सूर्यप्रकाश हे छप्पर पुरवतं. प्रखर ऊन, अपुरं ऊन किंवा सावलीमुळे झाडांना एरवी तडजोड करत राहावं लागतं आणि त्यांची वाढ, तजेला खुंटतात. एट्रियम हे झाडांना आदर्श मायक्रोक्लायमेट पुरवतं. झाडं उत्तम वाढतात. तजेलदार दिसतात. शिवाय इमारतीच्या आत असल्यानं धुळीचा कहार नाही! अर्थातच इथं लॅन्डस्केप करताना विशेष मजा येते! अमेरिकेत दक्षिणेला टेनेसी राज्यात एका ठिकाणी मी एक प्रचंड एट्रियम पाहिलं. तिथं तर घनदाट जंगलच लावलं होतं! तांत्रिकतेचा उत्तम उपयोग आणि सौंदर्यदृष्टी - यांतून तिथं एक अविस्मरणीय जागा निर्माण झालेली मी पाहिली.

आमच्या एट्रियममध्ये मी भरपूर बांबू लावले आणि अरेका पाम, अनेक प्रकारचे नेचे, सिंगोनियम, पिलिया ही सावलीत वाढणारी झाडं-झुडपं. यातल्या बहुतेक झाडांना थोडा सूर्यप्रकाश-थोडी सावली हेच प्रमाण आवडतं. ही सगळी मंडळी तिथं फारच छान रमली. काही महिन्यांतच बांबूंचे नव्या हिरव्या फांद्यांचे कोंब पार दुसऱ्या मजल्यावरच्या गॅलरीतून हाताशी येऊ लागले! मातीतल्या पाण्याचा योग्य तो

निचरा, हवेतल्या बाष्प-तपमानाचा समतोल, झाडांना पाणीपुरवठ्याचं तंत्र हे एट्रियममध्ये अति महत्त्वाचे आहेत. इरिगेशनची drip (ठिबक), misters (अत्यंत बारीक तुषारांचे फवारे सोडणारे रबरी पाइप्स), foggers (हवेत बाष्प सोडणारे पाईप्स) ही तंत्रं आम्ही वापरली. झाडं इमारतीच्या अंतर्भागात असल्यानं कीड वगैरे लागू नये म्हणूनही काळजी घ्यावी लागते.

मुंबईतच मी काही टेरेस गार्डन्सही केल्या. गच्चीतल्या या बागेचंही स्वतंत्र तंत्र आहे. स्लॅबचं वॉटरप्रूफिंग आणि तिच्यावर घातलेल्या माती-पाण्याचा उत्तम निचरा अति महत्त्वाचा. इथे स्लॅबला पाणी वाहून जाण्यासाठी पुरेसा उतार आणि पाइप्स द्यावे लागतात. इमारत जुनी असेल तर ती जुनी स्लॅब हे बागेचं नवं वजन पेलू शकते का, हे तपासणं अति महत्त्वाचं. जलसंपृक्त मातीचं वजन भरपूर असतं. गच्चीत वाढणाऱ्या झाडांचे प्रकार निवडणं ही एक परीक्षा असते! गच्चीत अंशमात्र सावली नसते; फक्त प्रखर ऊन. गच्ची उंचावर असेल तर खूप वाराही असतो. या उग्र परिस्थितीशी सामना करणाऱ्या बळकट झाडं-रोपांच्या व्हरायटीज निवडणं गरजेचं. एट्रियमच्या विरोधी वातावरण गच्चीत. तिथं सावली आवडणारी झाडं छान येतात, तर गच्ची ही थेट उन्हात फुलझाडांची पंढरी! एका गच्चीत मी मोठमोठ्या कुंड्यांत चिकू, पेरू, नारळ, डाळिंब, आंबा अशी फळझाडंही लावली. यातल्या बहुतेक झाडांचा 'फॉर्म' छान आहे. म्हणून ती जवळजवळ वर्षभर हिरवी, दाट राहतात. डाळिंब, पेरूवर तर सुरेख फुलंही येतात. नारळ-सुपारीचं उंच रूपही माझ्या खास आवडीचं. फळं धरलीच त्यांच्यावर आणि चार पक्षी आले तर लॅन्डस्केपला एक वेगळं नादमय रूप येतं! फळं वाढली, पिकली तर आणखी उत्तम! गाजराची पुंगी! बागेचं हिरवंगार रूप, बागेनं बरोबर आणलेला ओलावा आणि काहीशी उष्मा-कपात, भरीला फुलपाखरं-पक्षी. मुंबईतल्या राहणीत हा नंदनवनाचाच अनुभव!

दाट फुलझाडं-फळझाडं लावलेल्या बागेत सुंदर कोरीव काम केलेल्या मातकामातल्या 'बर्डबाथ्स' मी अनेक ठिकाणी वापरल्या. पक्षी छान आंघोळ करू शकतील अशी पसरट बशी मातकामात करून घेता येते. बर्डबाथ्स ही कल्पना इंग्लिश कॉटेज गार्डनची आहे. या उथळ थाळीत पाखरांना दाणापाणी ठेवलं की ती हमखास येतातच. अगदी मुंबईच्या काँक्रीट जंगलांत, सातव्या मजल्यावरच्या गच्चीतही आवर्जून येतात. मध असलेल्या पिवळ्या लँटेना फुलांवरची फुलपाखरं, आंघोळ करून मजेत फळझाडांवर न्याहारी करणारे पक्षी, संध्याकाळी, रात्री, पहाटे, चंद्रप्रकाशात, पावसाळ्यात, उन्हाळ्यात उमलणारी जाई-जुई-रातराणी....रंग-गंध-नादाचा अनुभव देणारी ही लॅन्डस्केप्स... कामकऱ्यांना भर उन्हात सूचना देताना मला ती कवितांसारखी वाटत!

नियोजित लॅन्डस्केप साधारण एका वर्षानंतर समोर येतं, काडीसारख्या दिसणाऱ्या रोपांनी मूळ धरल्यानंतर. उत्तम व्यावसायिक मशागतीमुळे त्यांचा निकोप पर्णसंभार फोफावतो, एकमेकांत मिसळून जातो. हिरव्या रंगाच्या किती छटा! शिवाय लाल, मखमली गुलाबी, ठिपक्यांची, पिवळी.. फुलांची कमतरता भासू नये इतके हे पर्णप्रकार अगणित आणि सुंदर आहेत. विशेषतः समुद्रकिनाऱ्यावरच्या मुंबईत बाष्पाचं प्रमाण मुबलक असल्याने पर्णशोभेची झाडं तिथं खूप आनंदात फुलतात. पिसोनिया अल्बा, पिलिया, शफ्लेरा, पाम्स, डक-फूट सिंगोनियम, मनी प्लन्टचे प्रकार या मुंबईत अप्रतिम फोफावतात. फुलांना मात्र हवी कोरडी, विषम हवा. ती देशावर (घाटावर!) छान बहरतात.

पुणे विद्यापीठात 'आयुका' समोर कॉम्प्यूटेशनल मॅथमॅटिक्स लॅब या संस्थेचं प्रवेशद्वार आहे. ही संस्था मुंबईच्या प्रतिष्ठित T.I.F.R. बरोबर संलग्न आहे. नव्या रचनेच्या परिसराचं मी लॅन्डस्केप केलं. ही रचना वास्तुविशारद शिरीष बेरी यांची. आंतरराष्ट्रीय दर्जाचं संशोधन या संस्थेत होतं. चढाव असलेल्या हिरवळीच्या डोंगरातून ही दगडी रचना निघते आहे, असं काहीसं रूप बेरींनी या रचनेला दिलं आहे. सतत कॉम्प्यूटर्स वापरणाऱ्या संशोधक, विद्यार्थी यांना बाहेर बागेत झाडे फुलांच्या सान्निध्यात बसून काम करता यावं याकरता या इमारतीच्या अवतीभोवती दगडी चौथरे, बाक, व्हरांडे अशा जागा आम्ही तयार केल्या. या जागांवर, उतरत्या बांबूंच्या मांडवांवर वेली चढवण्याची बेरींची कल्पना होती. त्याप्रमाणे आम्ही विस्टेरिया व थुंबर्जीया नावाच्या जांभळे तुरे फुलणाऱ्या वेली त्यावर चढवल्या. त्या यथावकाश वाढून छानच फोफावल्या. जांभळ्या रंगांचे घोस खाली झेपावत असतात आणि पंचेंद्रियांना हलकेच भिडणारं वातावरण त्या लोभस व्हरांड्यांत तयार होत असतं.

पुण्यात साक्षात सिंहगडचं पुनरुत्थापनात्मक नियोजन प्लॅनिंग करण्यातही माझा थोडा हातभार लागला होता. पुण्यातल्या 'लोटस' या पी.एम. कंपनीनं याकरता माझ्याकडे सल्ला मागितला होता. ऐतिहासिक गडाची जपणूक हा मूळ हेतू. पर्यटन, सहली, निसर्ग-निरीक्षण हे आणखी काही हेतू.

Architecture कॉलेजमध्ये शिकवण्याची माझी आवड विषय विशद करून सांगण्याच्या आवडीतून आली. अर्थप्राप्तीच्या दृष्टीनं याला महत्त्व शून्य. कॉलेजमध्ये मिळणारं मानवेतन अगदीच तुटपुंजं. मात्र आमचे विचार, अनुभव, भूमिका हे ताज्या दमाच्या विद्यार्थ्यांपर्यंत पोचवण्याचं सत्कार्य करण्यासाठी कॉलेज एक उत्तम बैठक पुरवतं. चर्चासत्र, कार्यशाळा- हेही समाजप्रबोधनाचे मार्ग आहेत.

तीन दशकांपूर्वीचं कॉलेजचं शिकणं-शिकवणं मला आठवतं. शिकवल्या जाणाऱ्या इतिहासाइतकंच इतिहासकालीन! निर्जीव आणि एकसुरी. ते ज्ञान मौलिक होतं खरं; पण आमच्या नावडीची भिंत ओलांडून ते आमच्यापर्यंत पोचणं, त्यानं

आमच्या संवेदनेला स्पर्श करणं.. हे सगळं त्या मौलिकतेलाही पेलत नसे. ही आठवण अजूनही ताजी असल्यानं शिकवण्याची जबाबदारी स्वीकारताना मी बराच विचार केला. जाणीवपूर्वक काही अपारंपरिक पद्धती अवलंबल्या. माझी लेक्चर्स आणि स्टुडिओज सहभागात्मक पद्धतीनं घेणं, प्रश्नोत्तरांना प्रोत्साहन देणं, विद्यार्थ्यांच्या कल्पनांचं स्वागत करणं, किमानपक्षी त्यांच्या भलभलत्या-महागड्या- तांत्रिकदृष्ट्या गौण अशा स्वप्नाळू विचारांना मनापासून ऐकून घेणं, कधी विषयाला सोडूनही असणाऱ्या त्यांच्या प्रश्नांचं गांभीर्य समजून घेणं, अशा गोष्टी मी आवर्जून करते. अमेरिकन शिकण्या-शिकवण्याचा हा प्रभाव असेल. स्वतःच्या इतरत्र सुरू असलेल्या प्रकल्पांविषयी, विद्यार्थ्यांशी बोलत असते. समाजातल्या चर्चित-अचर्चित व्यक्तींविषयी, भूत-वर्तमान-सामाजिक घटनांविषयी, सिनेमा-नाटकांविषयी, शास्त्रीय संगीत-नृत्यांविषयी, पेपर्समधल्या कॉलम्स-सदरांविषयी, नवीन आलेल्या पुस्तकांविषयी, त्याच्या लेखकांविषयी, माझ्या प्रवासांविषयीसुद्धा बोलते. आर्किटेक्चर हे अभिव्यक्तीक्षम आहे, संवादजन्य आहे. आर्किटेक्टचं कौशल्य संकुचित राहू नये. डिझाइन प्रोफेसर आणि विद्यार्थी यांच्यातली वैचारिक देवघेव ते केवळ समृद्धच करतं!

जे. कृष्णमूर्ती फाउंडेशनसारख्या तत्त्वज्ञानी संस्थांसाठीही मी काम केलं. या संस्थेच्या दहावीपर्यंतच्या शाळा एका खुल्या, निर्भर विचारप्रणालीवर आधारलेल्या आहेत. सातवी-आठवीपर्यंत मुलांना इथं परीक्षा नाही. त्यांच्यातलं माणूसपण, स्वतःला, आयुष्याला जाणून घेण्याची शक्ती, त्यांच्या ठिकाणी असलेली कलामूल्यं, नीतिमूल्यं या सगळ्यांचा विकास या प्रणालीला अभिप्रेत आहे. मुशीत घडत असलेल्या शेकडो छोट्या छोट्या आनंदी मुलांच्या जागा घडवण्याची अनमोल संधी या प्रकल्पांनी मला दिली.

प्रसन्नतेचा परीसस्पर्श

- शिल्पामागची फोडणी
- कपारीतलं रंगीत रानफूल
- प्रसन्नतेचा परीसस्पर्श
- भिंतींनी आर्किटेक्चर घडत नसतं...
- परिमाण, परिणाम आणि झेन
- 'वास्तू' : गफलतीतून गल्ला?

उत्क्रांतीच्या या महत्प्रवाहात गोवून जाण्याच्या आधीच्या काळातली मानवाची साधी मनोधारणा मला या स्थानिकतेत (व्हर्नाक्युलरिझम) मध्ये सापडते. कवाडातून आत आल्यावर फुलझाडांमधून आत जाणारी पायवाट, घराच्या पडव्या, जोती, माजघरं, देवघरं, आड, आडावरचा पोहरा, न्हाणीघराचं खाचर, पाटावर फुललेली फुलं, परसातलं तुळशी वृंदावन, आंबा-निंबाची डेरेदार झाडं मला आजही त्यांच्या साधेपणाकडे आकर्षित करून घेतात. साध्या सरळ विचारांची प्रतिबिंबं! या रचनांचा काळाशी एक सुंदर संवाद सुरू असतो. साहचर्यासारखा. एकविसाव्या शतकाचं 'एजलेस बॉडी'चं खूळ त्यांच्यात शिरलं नाही. किंबहुना या रचना 'ग्रेसफुल एजिंग'चं एक जिवंत उदाहरण होतात. कालमानाप्रमाणे आणि वयपरत्वे त्या रचना समंजस, परिपक्व दिसू लागतात. कारण वयाचा तिथं गंड नाही. 'बुड्ढी घोडी लाल लगामा'तून निघणारा विनोदही नाही. नवेपणात घरांची कौलं लालबुंद असतात. लिंपलेली माती ताजी दिसते. दगडी चिरे बंदिस्त असतात. पावसाळे पाहत जाताना ही घरं सुरेख जुनी होतात. शहरातल्या इमारती पावसाळे खाऊन, धूळ-माती लेऊन नुसत्याच कळकट, जुनाट दिसतात. खेड्यातल्या या साध्या घरांचं जुनेपण मात्र फार मोहक दिसतं. त्यांची कौलं वारा-पाऊस क्वचित गारांच्याही माऱ्यानं फुटतात. कौलांवर गवत माजतं. झापं परत शाकारायला होतात. धूळ खाऊन खाऊन पडव्या जुन्या दिसायला लागतात. कंदिलांसारखी काजळी दिव्यांवर चढते. पायऱ्यांचे दगड उखडतात. माझ्या नजरेला त्या घराचं घट्टे पडलेलं हे रूपही भावतं. कारण आता त्याला नुसत्या परिसराचाच वा लांबीरुंदीचा नाही, तर काळाचाही भारदस्त संदर्भ मिळालेला असतो!

'टेरेस गार्डन ते टाउनशिप' या प्रवासातले वास्तुशिल्पांचे नमुने खास माझे. पण ते घडवत असताना उघड्या डोळ्यांनी आजूबाजूची वास्तुशिल्पंही मी पाहत होते. या क्षेत्रातले विचारप्रवाह, प्रचलित व्यावसायिकता यांचं निरीक्षण म्हणजेही एक समग्र अध्याय होता. अजूनही आहे. मनात भरलेली एखादी जागा कशी तद्दन निरुपयोगी आहे हे कळल्यानंतर दिखाऊपणासाठी वापरली गेलेली तंत्र उथळ वाटू लागतात. वास्तुशास्त्राच्या नावाखाली बाजारात सुरू असलेले मठ्ठ व्यापार पाहून उबग येतो. मानसोपचारतज्ज्ञ त्याच्या मित्र-मैत्रिणींच्या, दुकानदारांच्या, हॉटेलमधल्या वेटरच्या मनोव्यापारांकडेही क्ष-किरणांनी बघतो तसं आम्हा आर्किटेक्ट्सच्या मनात, ऑफिसांमध्ये, रेस्टारन्टमध्ये किंवा घरांत शिरताच मनातल्या मनात बेरजा वजाबाक्या सुरू होतात. 'कुकिंग रेंज-फ्रिज-सिंक' हा किचनचा क्लासिक त्रिकोण बिघडलाच! किंवा 'त्या चित्राच्या फ्रेमवर सोनेरी महिरपी जरा जास्तच आहेत!' छाप. खेडेगावांमधल्या बांधकामात तिथल्या स्थानिक हवामानाप्रमाणे दिलेले गेलेले झरोके-कोनाडे असतात. त्याची नोंद आपसूक घेतली जाते मनात आणि त्याला एक सहज दादही निघून जाते!

या झगमगाटी पेशाचा (जरा जास्तच?) अभिमान मी बाळगून असताना, आर्किटेक्ट नसूनही काही जण किती सुंदर वास्तू घडवून गेले ते मी अनेकदा जवळून पाहिलं आणि खिलाडूपणे 'मान लिया!' म्हणत कान पकडले. या पार्श्वभूमीवरचे हे काही लेख. काही रसग्रहणं, काही वृत्तं-परीक्षणं आणि अनेक चिंतनं.

शिल्पामागची फोडणी

शाळेत असताना पाहिलेल्या एका आधुनिक बंगल्याच्या रचनेने मी भारावून गेले होते. ते घर इतर घरापेक्षा वेगळं होतं. त्यात एकाला एक जोडलेल्या चौकोनी डब्यांसारख्या खोल्या नव्हत्या. कमीत कमी भिंती बांधून त्याचा प्लॅन अगदी मोकळा ठेवला होता. मला आवडलेली ती एक गोष्ट. दुसरी म्हणजे त्या घराच्या आतून दिलेला पांढराशुभ्र रंग. तो जमाना गुलाबी, निळ्या आणि पिस्ता हिरव्या रंगांचा होता. पांढऱ्या रंगाचं वेगळेपण मला विशेष आवडलं. या बंगल्याच्या दिवाणखान्यात मध्यभागी दहा फूट व्यासाची अर्धवर्तुळाकार, खरखरीत, पांढरी भिंत होती साधारण सहा फूट उंच. त्या भिंतीमागे काय होतं ते तेव्हा कळलं नाही; मात्र तिचा फॉर्म आवडला. तो एखाद्या कलात्मक शिल्पासारखा वाटला.

हे घर खूप काळ माझ्या लक्षात होतं. मात्र आर्किटेक्चर शिकायला लागल्यानंतर परत कधीतरी तिथं जाण्याचा प्रसंग आला आणि पूर्वी खूप आवडलेल्या त्या

घराचे कितीतरी दोष दिसले. प्रवेशापाशी फॉयरसारखी जागा तिथं नव्हती. आलेला प्रत्येक माणूस चपला-बुटांसहित थेट मुख्य लिव्हिंग रूममध्येच प्रवेश करत होता. आणि मला खूप आवडलेल्या त्या गोल भिंतीमागे होतं स्वयंपाकघर. माझ्या शिल्पाच्या आतल्या अंतर्गोल भागातून चरचरीत फोडण्यांचे वास, भाजी परतल्याचे, नळ सोडल्याचे आणि कपबश्या धुण्याचे आवाज जेव्हा दिवाणखान्यातल्या पाहुण्यांच्या गप्पा अवघडलेपणातून थांबवू लागले, तेव्हा त्या भिंतीची नवलाई ओसरली.

स्थानिक हवामानासारखी स्थानिक संस्कृतीही वास्तुनियम लिहीत असते. न्यू यॉर्क शहरात बत्तिसाव्या मजल्यावरच्या झगमगाटी अपार्टमेंटमध्ये राहणाऱ्या श्रीमंत ब्रह्मचाऱ्याला स्वयंपाक, फोडण्या यांच्याशी फारसं कर्तव्य नाही. पियानोवर वाजणाऱ्या संगीतासोबत एखाद्या सुंदर सोनेरी कुंतलेसाठी कॉर्क स्क्रूने 'मर्लो' नाहीतर 'केबरने सोव्हियों' अशी उंची वाइन उघडण्याकरता, दालचिनीच्या स्वादाचा चहा बनवायला आणि अति झालं तर तयार सुपाचा कॅन उघडण्यापुरतं त्याचं किचन जागं होणार. ना तिथं भांड्यांचा अतिवापर, ना मसाले, ना वाटणंघाटणं, ना नोकरांची वर्दळ; पण भारतीय शहरं-गावांतील भरपूर राबता असणारी ही मोठी घरं! त्यांचे शिरस्तेच वेगळे! या गोल शिल्पामागे मिरचीचा खाट उसळला तोपर्यंत तरी ठीक होतं; पण त्याच्या जोडीला दोन नोकर बायकांची खडाजंगीही तेव्हाच वाजायची होती. 'दबल्या' आवाजात म्हणून त्यांनी लावलेले स्वर, एकमेकींचा आणि मालकिणीचा केलेला उद्धार ऐकून आम्ही बाहेर लिव्हिंग रूममध्ये सर्दच झालो. आवाज-वासांची एकच इरसाल जुगलबंदी!... त्या अर्धवर्तुळाकार शिल्पामागे एक स्वतंत्र दुनियाच होती आणि अर्ध्या भिंतीच्या खुल्या भागातून ती बिनदिक्कतपणे बाहेर बैठकीच्या खोलीत शिरली होती! ते गोलाकार शिल्प म्हणजे सौंदर्याचा आविष्कार वगैरे नसून बनली होती नियोजनातील घोडचूक, आणि एक मोठा विनोदही!

मुंबईत एक लाल इमारत आहे. मी आर्किटेक्चरला गेले त्याआधी नुकतीच ती पुरी झाली होती. त्यामुळे तिचा बोलबाला तेव्हा होत होता. म्हणून आम्ही मोठ्या ग्रुपमध्ये ती मुद्दाम पाहयला गेलो. दगडातलं काम, कमी होत जाणारे लगोरीसारखे मजले, त्यांच्या पश्चिम गॅलऱ्यांमधली हिरवी झाडं आणि तळमजल्यावरचे नुसते खांब अशा त्या नावीन्यपूर्ण रचनेचं कुतूहल नक्की वाटलं. ती लक्षवेधक झाली होती; मात्र काहीतरी चुकल्यासारखं वाटलं. उंटाच्या पायावर हत्तीचं धड ठेवल्यासारखा असमतोल?

आणखी एक उदाहरण रंगाचं. रंगांना हेतू आणि स्थान असावं. गुलाबी रंग आणि त्रिकोण-चौकोन-वर्तुळ हे आकार यांना एकेकटं वेगळं काढलं तर ते बरे

दिसतात. गुलाबी रंग झिरझिरीत पडदे, तलम साडी, लेस लावलेला सॅटिनचा गाउन किंवा फार तर रोझ मिल्क शेकसाठी योग्य आहे, पण अख्ख्या इमारतीला? सिल्कच्या साडीवर मॉडर्न इमारतींच्या डिझाइनचे बुट्टे शोभणार नाहीत. (दक्षिण भारतीय टेम्पल बॉर्डर हा एक सन्माननीय अपवाद!) एका उंची साडीच्या पदरावर होते ताजमहालचे छाप. साडी सुंदर, ताजमहाल तर अतिसुंदर. मात्र त्यांच्या मिलापात दोन्ही गोष्टींचं वाटोळं झालं होतं. अशा अस्थानी, बदनाम गुलाबी रंगासाठी मला गवतामधल्या तणाची उपमा आठवते. तण हे तण कधी म्हणवतं? बंगल्यापुढच्या नाजूक लॉनच्या गालिच्यावर उगवतं तेव्हा. ते डोंगरात उगवतं, तेव्हा त्याला तण म्हणत नाहीत!

कपारीतलं रंगीत रानफूल : व्हर्नाक्युलर आर्किटेक्चर

युरोपमध्ये, विशेषकरून दक्षिण फ्रान्स आणि स्वित्झर्लंडमधल्या छोट्या छोट्या गावांमधून फिरताना मला तिथल्या आर्किटेक्चरच्या स्थानिकतेचं मर्मस्पर्शी स्वरूप जाणवून गेलं. युरोपसारख्या सुंदर देशांतली घरं असणारंच सुंदर असं आपलं सरधोपटपणे धरून चालण्याची मी गफलत करत होते. मात्र त्यांच्या मर्मस्पर्शित्वाचा उगम माझ्या लक्षात आला आणि त्यानंतर तशीच लाघवी घरं मला जगात इतर कित्येक ठिकाणी सापडत गेली. आजूबाजूच्या निसर्गात सामावून, मिळून-मिसळून जाण्याचं वरदान काही रचनांना मिळालेलं असतं. हा तर व्हर्नाक्युलर आर्किटेक्चरचा गाभा!

न्यू यॉर्कच्या मॅनहॅटनमध्ये वावरत असताना, भोवळ आणणाऱ्या उंचीच्या, काचेच्या चकचकीत देखण्या इमारतींच्या रूपाची सवय पडली नाही. आश्चर्य वाटे. कौतुक वाटे. त्या मानवनिर्मित भव्यतेचा अभिमान वाटून जाई. परंतु आजही मनाला खराखुरा निखळ आनंद होतो, तो छोट्याशा टुमदार गावांमधून हिरव्या झाडीत लपलेली साधी घरं पाहताना. मुंबईच्या थोडं बाहेर पडून वेगवेगळ्या दिशांना गेलेल्या हायवेजच्या दोन्ही बाजूंची खेडी बारकाईनं न्याहाळायला मला खूप आवडतं. पुस्तकी पढीकपणातून अथवा बऱ्याच चर्चा-मसलतींनंतर हातात आलं असं वाटणारं बांधकामशास्त्राचं एखादं तत्त्व, एखादा बारकावा जाता जाता अनपेक्षितपणे कुठंतरी नजरेला पडून जातो. तो स्थानिक मातीतून उगवलेला असतो. म्हणूनच त्याचं रूप असं निकोप, निरोगी दिसतं!

भारतात अनेक ग्रामीण ठिकाणी मातीच्या भाजलेल्या विटांच्या नाहीतर जवळपास सापडणाऱ्या निनावी दगड-चिऱ्यांच्या भिंती बांधलेल्या दिसतात. जांभा, बेसॉल्ट, मालाड स्टोन हे तर झाले उच्चभ्रू दगड. हातानं लिंपताना येणारा खडबडीतपणा त्यांच्या पृष्ठभागावर उतरतो. किंबहुना त्या पृष्ठभागाचं

ते वैशिष्ट्य झालेलं असतं. लिंपण म्हणून तयार केलेल्या मातीत अनेकदा एखादी वनस्पती, औषधी मुळी आणि बाइंडर म्हणून गुळासारखा पदार्थ मिसळला जातो. जमिनीला बसवलेला दगड तळपायांना थंडावा देऊन जातो. कौलांचा विशिष्ट आकार व उतार धो धो बरसत्या पावसाच्या पाण्याला दिशा देतो. व्हर्नाक्युलर आर्किटेक्चरमध्ये अशा उतरत्या कौलांच्या कडेला तयार होणारा पागोळ्यांचा पडदा हे एक अप्रतिम सौंदर्यस्थळ आहे! छपरामध्ये विशिष्ट ठिकाणची झापं कौलाविना मोकळी ठेवलेली सापडतात. ती अंधाऱ्या खोल्या उजळून टाकतात. त्या झरोक्यातून निळ्या आकाशाचा लोभस तुकडा दिसतो. झरोक्यातून आत झेपावलेली वृक्षाची एखादी फांदी त्या खोलीच्या छपरातून पाहणं, हाही एक अनुभव आहे. त्या फांदीवर खार सरसरत जाते. तर कधी पिलाला पोटाशी धरून उड्या मारणारी माकडीणही दर्शन देते.

वासे, तुळया, झाडांचे बुंधे, दगडात घडवलेले खांब हे खेड्यातल्या स्थापत्यबुद्धीचे आविष्कार. भिंतीमध्ये काढलेली कपाटं, कोनाडे, चोरकप्पे, माड्या, चुली, धुराडी, दारं-खिडक्यांच्या चौकटी, वाहत्या पाण्याचे पाट, अळवाची खाच. स्थानिक स्थापत्याच्या भाषेची ही मुळाक्षरं-व्यंजनं. अशा रचनांचं साधे, सोपेपण पाहून कधीकधी मला वाटतं, की मूलभूत गरजा भागविण्यासाठी अश्मयुगात सुरू झालेला मानवाचा प्रवास पुढे पुढे सरकत या रचनांच्या स्वरूपात एका सुंदर टप्प्यावर येऊन थांबला होता. सुरक्षित निवाऱ्याच्या शोधार्थ निघालेल्या कुटुंबप्रिय माणसाला त्या टप्प्यावर 'घरा'ची सुंदर संकल्पना सापडली होती.. या 'घरा'च्या चौकटीत, व्यवस्थित आखल्या गेलेल्या सीमारेषेमध्ये माणसाला त्याच्या निरनिराळ्या भूमिकांचा सूरही सापडला होता. आपल्या गरजा वाढवत नेऊन मग त्या भागवत बसण्याचा उद्योग त्यानं सुरूच नसता केला तर? फाटे फोडून फोडून भलंथोरलं अवडंबर माजवणाऱ्या त्या गरजांच्या जाळ्यात तो अडकलाच नसता तर?... अर्थात स्वतःच्या प्रवाही विचारांना आणि उत्क्रांतीच्या ऊर्मीला रोखून धरणं त्याला जमलं नसावं.

उत्क्रांतीच्या या महत्प्रवाहात गोवून जाण्याच्या आधीच्या काळातली मानवाची साधी मनोधारणा मला या स्थानिकतेत (व्हर्नाक्युलरिझम) सापडते. कवाडातून आत आल्यावर फुलझाडांमधून आत जाणारी पायवाट, घराच्या पडव्या, जोती, माजघरं, देवघरं, आड, आडावरचा पोहरा, न्हाणीघराचं खाचर, पाटावर फुललेली फुलं, परसातलं तुळशी वृंदावन, आंबा-निंबाची डेरेदार झाडं मला आजही त्यांच्या साधेपणाकडे आकर्षित करून घेतात. साध्या सरळ विचारांची प्रतिबिंबं! काय खावं-कधी खावं-किती खावं यासाठी पक्ष्यांना महागडा आहारतज्ज्ञ लागत नाही. किंवा काटे-चमचे-बशांचं गरम वाफेनं जंतुनाशन करणारा डिशवॉशरही.

तसंच निसर्गदत्त हुशारीवर बहरणारं ग्रामीण वास्तुशास्त्र! या रचनांचा काळाशी एक सुंदर संवाद सुरू असतो. साहचर्यासारखा. एकविसाव्या शतकाचं 'एजलेस बॉडी'चं खूळ त्यांच्यात शिरलं नाही. किंबहुना या रचना 'ग्रेसफुल एजिंग'चं एक जिवंत उदाहरण होतात. कालमानाप्रमाणे आणि वयपरत्वे त्या रचना समंजस, परिपक्व दिसू लागतात. कारण वयाचा तिथं गंड नाही. 'बुड्ढी घोडी लाल लगामा'तून निघणारा विनोदही नाही. नवेपणात घरांची कौलं लालबुंद असतात. लिंपलेली माती ताजी दिसते. दगडी चिरे बंदिस्त असतात. पावसाळे पाहत पाहत जाताना ही घरं सुरेख जुनी होतात. शहरातल्या इमारती पावसाळे खाऊन, धूळ-माती लेऊन नुसत्याच कळकट, जुनाट दिसतात. खेड्यातल्या या साध्या घरांचं जुनेपण फार मोहक दिसतं. त्यांची कौलं वारा-पाऊस-क्वचित गारांच्याही माऱ्यानं फुटतात. कौलांवर गवत माजतं. झापं परत शाकारायला होतात. धूळ खाऊन खाऊन पडव्या जुन्या दिसायला लागतात. कंदिलांसारखी काजळी दिव्यांवर चढते. पायऱ्यांचे दगड उखडतात. माझ्या नजरेला त्या घराचं, घट्टे पडलेलं हे रूपही भावतं. कारण आता त्याला नुसत्या परिसराचाच वा लांबीरुंदीचा नाही, तर काळाचाही भारदस्त संदर्भ मिळालेला असतो!

भारतीय स्थानिक आर्किटेक्चरमध्ये, भारतीय भाषा-धर्म-पंथ-संस्कृतीइतकेच अगणित प्रकार आणि पद्धती सापडतील. महाराष्ट्रातलं घाटावरचं तंत्र वेगळं आहे. कोकणपट्टीतलं, समुद्रकिनारचं वेगळं. भरपूर पाऊस पडणाऱ्या सह्याद्रीच्या रांगा असलेल्या गावांमधलं वेगळं. दक्षिणेकडचं आणि गोव्याचं वेगळं. गुजरातचं वेगळं. आणि राजस्थानातलं अतिउष्ण वाळवंटी भागांमधलं तर पूर्ण वेगळं. हवामान, भौगोलिकतेप्रमाणे या घरांची योजना बदलते. आणि भौगोलिक, प्रांतिक संस्कृती आणि घरांची योजना यांचं नातंही एकमेकांत प्रतिबिंबित झालेलं दिसतं. त्या त्या ठिकाणची आर्थिकताही या योजना-रचनांचं रंग रूप ठरवत असते. पिढ्यान्‌पिढ्या चालत आलेल्या कौटुंबिक व्यवसायांना त्या पूरक असतात.

महाराष्ट्राच्या निरनिराळ्या भागांत हवामानानुसार या रचनांचं स्वरूप बदलतं. देशावरचे माळवद आणि चौकांना हवेत थंडावा आणण्याचा हेतू असतो. तर राजस्थानातल्या घराच्या भिंती, खिडक्यांच्या दिशा, लांबी-रुंदी हे तिथल्या प्रखर उन्हाळ्याच्या झळा हलक्या करणारं असतं. दिल्लीतल्या जंतरमंतरमध्ये पृथ्वीचं सूर्याभोवतीचं भ्रमण, हवामान, ऋतू, यांची मनुष्यानं केलेली उकल दर्शवली आहे. शतकांपूर्वीची असामान्य विद्वत्ता! व्हर्नाक्युलर आर्किटेक्चरमध्ये निसर्गाला समजून घेण्याची दृष्टी आढळते. दिनक्रमाशी जोडणारी. एक सुंदर प्राकृतिकता

दर्शवत ही घरं उभी असतात. साध्या सरळ राहणीचं हे रूप. कसला बडेजाव न मिरवणारं, अल्पसंतुष्ट. पण ताठ, खंबीर!

डोंगरकपारीत आपसूक फुललेल्या रानफुलाचं सौंदर्य मला Vernacular आर्किटेक्चरमध्ये दिसतं. त्याला मशागत नाही, निगा नाही. हेतुपुरस्सरतेचा हेतू नाही, योजना नाही. मतलब नाही. पैसे आणि वेळापत्रकाच्या अवाजवी अटी नाहीत. नफा-तोट्याची गणितं नाहीत. निसर्गानं घातलेल्या सादेला ते फक्त प्रतिसाद देतं, आपलं अभिजात सौंदर्य घेऊन उमलतं. साध्यासुध्या परंतु हुशार, आयुष्यावर प्रेम करणाऱ्या माणसाच्या प्रयत्नांची त्याला जोड मिळते, अनावश्यक गुंतागुंतींना ते दूर ठेवतं. सुसंस्कारित हालचालींना आवश्यक तेवढाच त्यांचा व्याप वाढतो, ही 'किमाना'ने 'कमाला'वर केलेली मात आहे.

या रचनांचं जमिनीशी एक घट्ट नातं आहे. माझ्या बुद्धीला ही घरं सुखावलेली अशी दिसतात. आईच्या सहवासात समाधानानं पहुडल्यासारखी. जमिनीच्या एवढ्याशा तुकड्यावर मजल्यावर मजले चढवून वरवर जाण्याचं, तद्नुषंगाने जमिनीशी असलेलं नातं तोडण्याचं ओझं ती वागवत नाहीत. निसर्गातल्या घडामोडींची खबर ती वेळोवेळी प्रेमानं घेत असतात; त्यांच्या आनंद-दुःखात ती सहभागी होतात. उन्हात तापतात, धुळीनं माखतात. गप्प दमट ओलाव्यात हळवी होतात, पावसात टपटपणाऱ्या कौलांखाली गारठतात. पहिल्या पावसानंतरच्या जमिनीचा गंध मन भरून हुंगतात. फुललेल्या मोगऱ्याच्या ताटव्याचा आणि रातराणीचा गंध माळतात.

आर्किटेक्चरच्या इतिहासात आणि परंपरेत रचनेचं निसर्गाशी असलेलं नातं उलगडून पाहण्याचा प्रयत्न बऱ्याच प्राचीन तत्त्वप्रणालींमध्ये झालेला दिसतो. उदा. जपानी झेन तत्त्वज्ञान. झेनमध्ये दुर्दम्य पर्वतरांगा आणि घनदाट जंगलांची प्रतिकृती त्यांच्या गूढरम्यतेसकट त्यांच्या मनुष्यनिर्मित लॅन्डस्केपमध्ये केलेली दिसते. जपानी बागेत खूप सिम्बॉलिझम आहे- सूचकता आहे. जुने वृक्ष, पाण्याचा झरा, एखादा अचल खडक, छोट्या खड्यांच्या 'ग्रॅव्हल'ची वर्तुळं.. ही काळाची अर्थपूर्ण द्योतकं होऊन या झेन बागांमध्ये विशिष्ट ठिकाणी, विशिष्ट कोनात दिलेली सापडतात. निसर्गदेवतेला शरण जाणारी सुंदर मानसिकता जपानी Zen Architecture मध्ये दिसते. एखाद्या झऱ्याकाठी अथवा झाडाखाली शांत ध्यानाला बसावे अशी खुणावणारी शांत बाग या शरणागत मनोवस्थेतूनच निर्माण होऊ शकते. मी, मी चा दंभ-दर्प असतो, तिथं फार तर कचरा-दुर्गंधी तयार करणाऱ्या भेळेच्या गाड्या लागतील आणि बाजारू करमणुकींचा कलकलाट भरेल. फ्रँक लॉइट राइटनं 'अनावश्यकाची काटछाट' (Elimination of the Insignificant)

सुचविली. जेफ्री बावा या श्रीलंकेच्या वास्तुशास्त्रज्ञानं प्रकाशाच्या लालित्यपूर्ण खेळासाठी 'इनसाइड-आउटसाइड' नातं जवळून तपासलं. त्यांच्या रचनांमध्ये अनेक भिंती नसतातच; अगर काचेच्या असतात. परिसर एकमेकांशी संवाद साधत असतात. चौक, कोर्टयार्ड्स, अंगणं अशा जागा बांधीव रचनेत बेमालूम विणल्या गेलेल्या असतात. झाडं-फुलांचं अस्तित्व सगळीकडे जाणवतं.

युरोपमधल्या गावांवर, घरे-रचनांवर तिकडच्या विशिष्ट भूगोलाचा, हवामानाचा, समृद्धतेचा आणि सौंदर्यदृष्टीचा सुबक ठसा आहे. स्वित्झर्लंडमध्ये आल्प्सच्या हिमाच्छादित शिखरांच्या पर्वतांच्या रांगांचे काही पदर अगदी रस्त्याला येऊन मिळत असत. हे उतार मला अगदी शांत, रौद्र नसणारे वाटले होते. ऐन वसंतात ते हिरवेगार झाले होते. त्यांच्यावर गायी चरत असत. त्या उतारांवर हलकेच गुंजणारा त्यांचा घंटानाद मला अजून आठवतो. तिथं वसलेली घरं, छोट्यामोठ्या शेड्सना सीडरसारख्या वृक्षाच्या लाकडापासून मिळवलेल्या पट्ट्यांचं सायडिंग म्हणजे फळ्याफळ्यांच्या भिंती बसवलेल्या असत. वर कौलारू छप्पर. फायरप्लेसचं वरपर्यंत गेलेलं धुराडं. नाजूक लांबी-रुंदीच्या प्रमाणात बद्ध झालेली ती घरं, पऱ्यांच्या राज्यातली वाटावीत, एवढी सुरेख. आणि त्यात मागच्या बाजूनं आगगाडीचे रुळ गेले असले, तर त्या चित्राला मिळे खरंच एक काव्यात्मक पूर्णत्व! एक गोष्ट वजा झाली, तरी ते चित्र अपुरं वाटावं!

फ्रान्सच्या दक्षिणेकडे अधिकाधिक जावं, तशी हवा गरम होते. तिकडच्या गावांमधून दिसायला लागतात तिथल्याच दगडांना घडवून बांधलेली एक वा दुमजली घरं. सफेदी केलेली, देखणी. दगडाच्या भिंती उन्हाळ्यात थंड, आणि हिवाळ्यात उबदार राहतात. दक्षिणाभिमुख या सफेद भिंती कडक सूर्यकिरणांचा उष्मा परतवतात. या भिंतीवर वेलीही सोडलेल्या असतात, त्यायोगे भिंत आणखी थंड राहते. पाना-फुलांच्या या संगतीत मनही प्रफुल्लित होतं. चिमुकल्या मोकळ्या जागांमध्ये द्राक्षाचे वेल वाढवून त्यापासून वाइन काढण्याचे छंदफंदही दक्षिण युरोपियन बांधव किती हौसेनं जोपासताना दिसतात!

उत्तर अमेरिकेत मात्र तिथल्या अनेक गोष्टींच्या स्टॅन्डर्डायझेशनसारखं आर्किटेक्चरमधल्या उत्स्फूर्ततेचंही नियमन झाल्याची भावना मला आली. गोष्टी स्थानिकतेपेक्षा स्थलातीतच अधिक. या शैलीला 'कुकीकटर' म्हणजे छापातून घडवलेला साधेपणा, सोपेपणा आहे, आणि अर्थात स्वस्तपणाही. सामान्य माणसाच्या आवाक्यात सहजी येणारं हे वास्तुशास्त्र. त्याचं सौंदर्य याच गुणांसाठी मोजावं; पण अभिजात सौंदर्याच्या मोजमापात तो आविष्कार मला संकुचित वाटला. सगळीकडे त्याच त्या विशिष्ट शैलीमध्ये बांधलेली घरं! अपवाद होते; परंतु कमी. इमारतींमध्ये शान, देखावा असे. ती व्याकरणदृष्ट्याही ठीकठाक असत. पण गावरान बोलीभाषेचं

माधुर्य, अगत्य त्यांच्यामध्ये नसे. जगाच्या कुठल्याही कोपऱ्यावरून माणसानं यावं आणि अशा ठिकाणी आयुष्य सुरू करावं. विजेचं बटण दाबल्यासारखा सुरळीत, सुरक्षित नवा अध्याय सुरू. नेमकेपणाला आणि सोयी-सुविधांना तोड नाही. चकचकीत, गुळगुळीत पृष्ठभाग, चटकन उमजेल अशी यंत्रसामग्री, मनात उमटणाऱ्या नव्या प्रश्नाला पटकन उत्तर देणारं कल्पवृक्ष डिझाइन. अंध-बधिर माणसालाही सहज झेपाव्यात अशा उत्कृष्ट सोयी मी अमेरिकन घरांमध्ये पाहिल्या. नावं ठेवायला जागाच नाही! अशा जागांना यांत्रिकपणाचा शाप म्हणावा, की वर...? सोयींच्या, अवाक्यातल्या, परवडणाऱ्या अट्टाहासापायी त्या आपला खटका, चटका, साहसीपण कुठंतरी हरवून आल्यासारख्या वाटतात का...?

प्रसन्नतेचा परीसस्पर्श

आर्किटेक्चर व्यवसायाला एक अंगभूत चार्म आहे. मूलभूत गरजा ज्यांच्या आयुष्यात केव्हाच पूर्ण झाल्या त्या श्रीमंत, उच्चभ्रू वर्गाचा या पेशाला आश्रय आहे. कलात्मक वास्तूच्या अपेक्षेनं क्लायंट्स आमच्याकडे येतात. पण या कलात्मकतेच्या नावाखाली तद्दन रुचिहीन आकार जन्माला घालणाऱ्या वास्तुकारांचीही एक जमात आहे.

अलाबामा राज्यातल्या एका लहानशा गावात कॅरोल आणि स्टीव्हन पीटर्सन नावाचं रसिक जोडपं आम्हाला मित्र म्हणून भेटलं होतं. ते वास्तुविशारद नव्हते. पण त्यांनी स्वतः बांधलेलं घर मी पाहिलं आणि त्याच्या प्रेमात पडले. आमच्या पेशाचा तोरा मिरवणाऱ्या आर्किटेक्ट्सना कॅरोल-स्टीव्हनचं स्वनिर्मित, स्वरचित सौंदर्यपूर्ण घर ही मर्मी लागेल अशी चपराक आहे. सारासार आणि सौंदर्यदृष्टी यांचा छान मिलाफ झाला तर कुणीही व्यक्ती वास्तुशिल्प छान डिझाइन करू शकेल, याचंच हे उदाहरण होतं. दुर्दैवानं बऱ्याचदा खुद्द वास्तुविशारदांमध्येच या दोन गोष्टी अनुपस्थित दिसतात!

रेनबो सिटी हे त्या छोट्या गावाचं नाव. जगाच्या नकाशात त्या गावाचा बिंदूही नाही. कॅरोल-स्टीव्हन ही दोघं या गावात जन्मली. तिथंच मोठी झाली. शिक्षण-चरितार्थाचा व्याप त्यांनी त्याच गावात मांडला आणि आवरला. आता उतारवयातला शांत कालखंडही ते तिथंच व्यतीत करत आहेत. कोणा डिझाइनरच्या हस्तक्षेपाविना या दोघांनी आपलं घर रेनबो सिटीच्या पश्चिम सीमेपाशी बांधलं आहे. स्वतःच्या कल्पनेतून आणि स्वतःच्या हातांनी.

ऐंशी एकरांच्या मोठ्या शेतात त्यांचं हे घर होतं. थोडीफार शेती करत ही जोडी तिथं समाधानानं राहते, एवढं मी ऐकून होते. त्या गावच्या चेंबर ऑर्केस्ट्रानं सादर केलेल्या एक सिम्फनीच्या संध्याकाळी ती दोघं मला पहिल्यांदा भेटली.

कडक औपचारिक पोशाखात, त्या दोघांमधलं सहज स्त्री-पुरुष दाक्षिण्य, मुलायम एटिकेट्स, चांगुलपणा आणि आरस्पानी हास्य हे सगळंच माझा ठाव घेऊन गेलं. त्यांच्या मैत्रीचं मला आकर्षण वाटलं आणि खरंच नंतरच्या काही महिन्यांत त्यांच्या निकट सहवासानं मन उजळून टाकणारे कित्येक क्षण मला सापडले. त्यांनी स्वतः बांधलेलं घर पाहण्याचा आनंदही मिळाला. त्यांच्या घराकडे जाणारा रस्ता रानातून जात होता. गाडी पार्क केल्यानंतर घराकडे नेणारी निरुंद नागमोडी पायवाट नाजूक पांढऱ्या डेझीज, जांभळी व्हायोलेट्स आणि पांढऱ्या-गुलाबी गुलाबांच्या गच्च ताटव्यातून गेली होती. मुख्य दरवाजातून आत गेलं की समोर मागचा आडवा डेक (व्हरांडा) दिसत होता. पश्चिमेकडे पाहणारा. मावळणारा शेंदरी सूर्य, कमरेइतका वाढून, वाळून जुना सोनेरी झालेला गवताचा माळ, त्यापलीकडच्या निळ्या-हिरव्या डोंगरांच्या रांगा, वर निरभ्र निळंभोर आकाश- एवढ्या अथांग दृश्याला त्या डेकनं नजरेत घेतलं होतं. जमिनीच्या टोकावरचं शेवटचं घर असावं इतका निर्मनुष्य, नीरव निसर्ग. श्वास रोखणारा निसर्ग आणि तसंच श्वास रोखणारं नियोजन! मग मी त्यांची मुलाखतच घेतली.

एवढ्या मोठ्या शेतातला घर बांधण्याजोगा नेमका तुकडा निवडण्याआधी चारही दिशांकडची दृश्यं त्या दोघांनी अनेक दिवस अभ्यासली. दिवस-रात्रींच्या वेगवेगळ्या प्रहरी ही दोघं तिथं जाऊन बसत. घराच्या बांधणीमुळे एकाही झाड-झुडपाला धक्का लागला नव्हता. पूर्व-पश्चिमेला आणि उत्तर-दक्षिणेला आखणीत विशेष स्थान होतं. वर्षातील सूर्यभ्रमणाचा त्यांनी अभ्यास केला होता. सूर्याची उगवती, कलती आणि मावळती किरणं विशिष्ट खोल्यांच्या खिडक्या आग्रहाने घरामध्ये आणत होती. कॅरोलला पक्षीनिरीक्षणाचा छंद होता. आजही कॅरोल मला आठवते ती तिच्या त्या सुरेख मांडलेल्या गोर्मे स्वयंपाकघराच्या षट्कोनी खिडकीपाशी पक्ष्यांचं पुस्तक घेऊन, फ्लायकॅचर नाहीतर इंडिगो बंटिंग पक्ष्यांची वाट पाहत बसलेली. कॅरोल उत्तम गृहिणी, कुशल सुगरण. तिचा खूप वेळ किचनमध्ये जात असे. हे स्वयंपाकघर पूर्वेकडे पाहणारं होतं. भल्यामोठ्या 'बे' विंडोमधून भल्या पहाटे जागे होणारे अनेक पक्षी तिला निरखता येत. याच बाजूला त्यांनी फुलांचे सुंदर ताटवेही केले होते. रानातली क्रॅबॲपल (सफरचंदाची एक रानटी जात) आणि चेरीची झाडंही त्या खिडकीतून दिसत. फुलपाखरांच्या आणि पक्ष्यांच्या विहारात ती रमून जाई.

भरपूर सूर्यकिरणं आत आणणाऱ्या या खिडक्यांजवळ खोल्यांच्या छतापर्यंत जोमानं पोचलेली हिरवीगार झाडं होती. त्यांच्या पानांवर पॉलिश केल्यासारखी तकाकी असे. घराच्या प्रत्येक कोपऱ्यावर, भिंतीवर त्या दोघांचा कलात्मक हात

फिरलेला दिसत होता. प्रवासांमधून जमवलेल्या, जपलेल्या स्मरणिका जागोजागी होत्या. उत्कृष्ट संगीतसंग्रह होता. भिंतींवर विख्यात कलाकारांच्या चित्रांच्या फ्रेम्स होत्या. अक्रोडाच्या लाकडाचं फर्निचर होतं. नजर सुखावून टाकणारी रंगसंगती सगळीकडे साधली होती. पाहुण्यांच्या खोलीची मांडणी मंद निळ्या रंगातली होती. बाथरूममध्ये नक्षीकामातल्या पितळी वस्तू होत्या. आरशांच्या चौकटी आणि दिव्याच्या बटणापर्यंत, वस्तू-वस्तूची चोखंदळ निवड स्पष्ट दिसत होती.

जेवणाच्या खोलीचा बाज आणखीच निराळा. टेबलाच्या मध्यभागी जंगलातून तोडून आणलेल्या ताज्या पानांची व फुलांची सुंदर रचना. मागे त्या संध्याकाळला साजेसं मंद, रिझवणारं संगीत. पांढरेशुभ्र तलम झिरझिरीत पडदे सोडलेल्या मोठमोठ्या तावदानांपलीकडे तीनही बाजूंना त्यांचं विस्तीर्ण शेत दिसत होतं. आम्हाला अबोल सोबत करत होतं.

नव्या मैत्रीच्या सन्मानार्थ आम्ही सोनेरी वाइनचे पेले उंचावले. नर्मविनोद करीत, गोष्टीरूपात, सौम्यपणे बोलणाऱ्या, खेळकर, कष्टाळू कॅरोलनं मग अतिशय कलेनं आणलं बागेतल्या ताज्या पानांचं सॅलेड. घरी भाजलेला रुचकर ब्राऊन ब्रेड. आणि आणखीही कित्येक पदार्थ. सुरुवात करण्याआधी आम्ही सगळ्यांनी डोळे मिटून प्रार्थना म्हटली. संध्यारंगात बुडलेल्या त्या वातावरणात ते जेवण, मैफलीच्या गाण्यासारखं रंगत गेलं. जेवणानंतर हातात ग्रॅन मार्निअरचे चिमुकले पेले घेऊन आम्ही सोफ्यांवर कललो. आनंद माझ्यात तोपर्यंत पुरा झिरपला होता. स्टीवनच्या झुळझुळणाऱ्या बोटांनी मग पियानोवर वाजवल्या परिचित सुरांच्या रचना. बीथोव्हनचा मून-लाइट सोनाटा आणि टर्किश मार्च. आणखीही बरंच काही काही...

त्या संपूर्ण संध्याकाळभर मला जाणवत होतं ते तिथलं सर्वस्पर्शित सौंदर्य. परंतु त्यापलीकडच्या जगात वसलेली त्या दोघांची जगण्याची कला. त्यांच्या आयुष्याला प्रसन्नतेचा परीसस्पर्श करणारं त्यांच्या विचार-आचारांचं आर्किटेक्चर!

अमेरिकेतल्या माझ्या सख्ख्या मैत्रिणीचं- कलाकार ज्योती जोशीचंही असंच एक घर आहे. कितीही अगणित वेळा मी तिच्या घरी गेले तरी प्रत्येक वेळी सुंदर लागलेल्या तानपुऱ्याचे षड्ज-पंचम माझ्यासाठी झंकारू लागतात. भेटीचा आनंद सुरुवातीच्या हास्यविनोदातून मनसोक्त खळखळत पुरेसा व्यक्त होऊन आमच्या गप्पा ओघाला लागल्या तरी त्या षड्ज-पंचमाची सुरेल आस कुठंतरी मागे, आजूबाजूला सतत जाणवत राहते. जागेचं हे झंकारणं कसं घडतं? मिटल्या डोळ्यांना दिसणारा अमूर्त, अनाहत नाद उमटतो कसा?

मूर्तामूर्त या सुरेल अनुभवाच्या मागे अनेक गोष्टी 'तथास्तु' म्हणत उभ्या असतात. ज्योतीचा मृदू मार्दवी स्वभाव, आर्द्र प्रेम आणि स्नेह हे अग्रक्रमी. या स्नेहाला, निखळ, निर्मळ आनंदाला मूर्त स्वरूप देते तिची कला आणि अभिरुची. ज्योती-मधुकरच्या घरांचा डेकोर कधीच अवजड, बोजड, अंगावर येणारा नसतो. लिव्हिंग रूमच्या पांढऱ्या सोफ्यावर रेशमी रंगीबेरंगी उश्यांमध्ये आरामशीर रेलून डोळे मिटले, की पाण्याचा नाद ऐकू येतो. हे मागच्या कोपऱ्यातलं फंग श्वीचं कारंजं. ते दिसत नाही. फक्त ऐकू येतं. तिच्या नजाकत आणि नेमकेपणाला मी दाद देते. घरात दोन-तीन भिंतींना मातकट जांभळा, हळदी असे रंग तिने दिले असूनही घराची रंगसंगती हलकी, सुखद दिसते. तिची स्वतःची उत्कृष्ट चित्रं भिंतींवर असतात. ज्योती जे. जे. स्कूलची आर्टिस्ट. छाया-प्रकाशाचा अप्रतिम मेळ घरात साधलेला असतो. खिडक्यांपाशी तजेलदार झाडं असतात. ज्योतीची कल्पकता, भावुकता तर जागोजागी छोट्या-मोठ्या औचित्यपूर्ण वस्तूंमधून भेटत राहते. कधी बाहेर दारापाशी फुलांच्या ताटव्यात पावलांच्या आकारांचे छान छान दगड ठेवलेले सापडतील. बोटांच्या सूचक रेघा आणि नखांच्या जागी रंगाचे छोटेसे ठिपके दिलेले. स्वयंपाकघरातल्या बेटावर (मोठ्या अमेरिकन किचन्समध्ये कधी बेटासारखा मध्येच एखादा काउंटर दिलेला असतो. स्वयंपाकघरातल्या चिरणं-कापणं-किसणं-दळणं या अनेक कामकाजांकरता तो खूप उपयुक्त. पण चारी बाजूंकडून त्यावर अनेकांना काम करता येतं, हा त्याचा सर्वांत मोठा गुण!) छोट्याशा फुगीर काचेच्या फुलदाणीत गुलाबांच्या थाटात ठेवलेली दिसेल सामान्य कोथिंबीर नाहीतर बागेतून तोडलेल्या पुदिन्याच्या डहाळ्या. देखण्या बाथरूममध्ये दिसेल सुंदर नक्षीकामातला पितळी गडू आणि मेंदीने रंगलेल्या हाताचा साजरा फोटो. बाथरूमच्या टबसमोरच्या भिंतीवर असतील तिने रेखाटलेल्या न्यूड्सची छोटी छोटी स्केचेस...

ज्योतीची घरं ही समकालीन (Contemporary) शैलीतली आहेत. अद्ययावत आणि मॉडर्न. तिच्या घराची मूळ इमारत आणि तिनं केलेली अंतर्गत सजावट हे दोन भाग वेगळे दिसत नाही. म्हणून तिच्या घरांचं रूप बेगडी वाटत नाही. आर्किटेक्चर जिवंत होतं, ते भिंती घर लावण्याच्या मैफलीत सहभागी होतात तेव्हा. खुर्च्या-टेबलं, सोफे, डायनिंग हच, झाडंझुडं, कॅक्टस आपापली नेमकी जागा शोधतात. वाळलेल्या-रंगवलेल्या कसल्या झाडाच्या बिया, शेंगा, फांद्या अशा काही खास वस्तूही या मैफलीत उत्साहानं हजेरी लावतात. ब्रेकफास्ट टेबलवर नवीन स्टाइलच्या रंगीबेरंगी काचेच्या प्लेट्स आणि मिश्र रंगांचे नॅपकिन्स असा जामानिमा दिसतो. टेबलावर ताजी फुलं, सुवासिक मेणबत्ती तर नेहमीच असतात आणि सगळा डेकोर साधूनही, मोकळाढाकळा

ऋतुरंगी श्वास घ्यायला मोकळी जागा घरभर सापडते! *“नुसतं पीनट बटरचं गरीब सॅन्डविच खाऊन राहा; पण टेबलावर ताजी फुलं रोज ठेवायला विसरू नका!”* असा तिचा मुलींना, सौंदर्याचा मूलमंत्र. तिचं घर ठासून भरलेलं असत नाही. तिथं काही अति झालं आहे, असं वाटत नाही. माझ्या अमेरिका-भारत अशा वाऱ्या-भटकंत्यांमुळे चार-सहा महिन्यांनी तर कधी दोन वर्षांनी तिच्याकडे जाते तेव्हा कुतूहल-कौतुकानं आधी तिच्या घराला वाखाणत, दाद देत घरभर मनसोक्त फिरते. ज्योतीच्या इतक्या वर्षांत काही बदल्या झाल्या. तिची निरनिराळी घरं मी पाहिली. तिची घरं पाहताना, हसन फादेच्या (जगन्मान्य इजिप्शियन आर्किटेक्ट) ओळी मला परत परत आठवतात ‘भिंतींना आर्किटेक्चर नसतं...भिंतींमधल्या जागांना...!’

पाहू गेलं तर ज्योतीची घरं इतर शेकडो अमेरिकन घरांपेक्षा वेगळी नाहीत. प्रवेश, खोल्यांच्या रचना, आकार-उकार, थोड्याफार फरकाने सारखंच असतं, मग तिच्या घरांना हे एवढं वेगळेपणा कुठून मिळतं?

आतिथ्य, सद्भाव यांचं सौंदर्य तिच्या अंगभूत सौंदर्यदृष्टीला आणखी वरच्या पातळीवर अलगद नेऊन ठेवतं. ज्योतीची ओळख होते तिच्या एका वाक्यातून ‘I love life’. ज्योतीची घरं, तिच्या उत्साहाची, सकारात्मकतेची, सद्भावाची, निर्मलतेची, आयुष्यावरच्या प्रेमाची, तिच्या सौंदर्यदृष्टीची नितळ प्रतिबिंबं आहेत!

भारतातही माझ्या मित्रमंडळात पेशाने आर्किटेक्ट नसूनही उत्कृष्ट आर्किटेक्चर घडवणारे कलावंत वास्तुकार आहेतच. शांता रति मिश्रा या माझ्या नर्तिका मैत्रिणीचं घर हीही एक सुंदर आणि अभिरुचिपूर्ण वास्तू आहे. शांता ही कुचिपुडी नृत्यांगना. तिच्या घराच्या भिंतींमध्ये, घराच्या सजावटीमध्ये, घराच्या संपूर्ण व्यक्तिमत्त्वात मला जाणवतो भक्तिभाव. शांता मूळ दक्षिणी. दाक्षिणात्य कुटुंबामध्ये, विशेषतः शास्त्रीय नृत्यांचा अभ्यास करणाऱ्यांमध्ये भक्तिभाव स्वाभाविक असतो. हृदयातला हा स्थायीभाव भिंतींमध्ये आणि भिंतींमधल्या जागांमध्ये कुठून कसा कसा उतरला, हे तो भक्तिपात्र देवच जाणे! (हे सत्य उकलून पाहण्याची इच्छा अनावर होते तेव्हा मला फ्रँक लॉइड राइटचं एक बोलकं वाक्य आठवतं. *‘ढोलाच्या अंतरातून उमटणाऱ्या बोलांचं सौंदर्य कुठून आलं, हे पाहायला कधी ढोल फोडून बघायचा असतो का...?’)*

शांताच्या घरी लाकडाचा मुबलक वापर केलेला आहे. नृत्यसरावासाठी आवश्यक म्हणून मुख्य रियाजाच्या खोलीच्या लांबीएवढा आरसा मुख्य भिंतीवर बसवला आहे. ही भिंतच आरसा झाली आहे. कोरीवकामातल्या लाकडी आणि रेखीव पितळी नटराज, गणपतीच्या आणि बुद्धाच्या प्रतिमा तिनं जमवल्या आहेत. तिच्या

घरात शिरतानाच प्रसन्न निरांजन, समई दिसते. धुपाचा सुगंध येतो आणि जाणवतो तो तिच्यातला खास भारतीय स्नेह, भक्तिपूर्ण, भावपूर्ण कलासक्ती.

शांता, ज्योती या मैत्रिणींची घरं सजवणारी कुणी व्यावसायिक मंडळी नाहीत. त्या दोघींचीच ही निर्मिती. कदाचित म्हणूनच भिंतींचे आणि त्यांचे स्वतःचे सूर जुळण्याचा सुरेल, प्रेक्षणीय अनुभव तिथं उभा राहिला असेल. स्वतःची जागा स्वतःच्या सौंदर्यपूर्ण रुचीनं, परिश्रमांनी घडवली जावी, हा दुग्धशर्करा योग आहे. आमच्यासारखे व्यावसायिक दुसऱ्या कुणासाठी अशा जागा मोलानं घडवत असतात. तिथं जाणिवा कितीही तरल, प्रवाही, दुसऱ्याला समजून घेणाऱ्या ठेवल्या, तरी घडवलेली जागा दुसऱ्या कुणाची आहे हे सत्य उरतंच. तालाचं आवर्तन पूर्ण होण्यासाठी एखाद दुसरी मात्रा कमी पडते, असं आपलं मला वाटतं!

तऱ्हेतऱ्हेच्या माणसांच्या जागा आणि जुन्या-नव्या वास्तू मी उत्सुक आणि जागरुक नजरेनं पाहत आले. आता माझी ठाम धारणा अशी झाली आहे की, अगदीच मोडकळीला आलेली नसेल, बऱ्यापैकी उजेड-वारा असेल, गलिच्छ-गलथान परिसरात अडकलेली नसेल तर कमी भांडवलावर कुठंही, कधीही, लक्षवेधी वास्तू उभी राहू शकते; कारण वास्तूचं सौंदर्य, गुणवत्ता ही तिच्या गगनचुंबित्वावर किंवा छोटेखानी बैठेपणावर अवलंबून नसतेच मुळी. उत्तम शारीरिक आरोग्य हे निरोगी मनाचं प्रतिबिंब असतं, तशीच वास्तूची गुणवत्ता. तिचं सौंदर्य हे तिला व्यक्तिमत्त्व देणाऱ्या विचारांचं, दृष्टिकोनांचं प्रतिबिंब असतं. कुणी पेशानं डॉक्टर, कुणी इंजिनिअर. त्यांच्यातला हरहुन्नरी डिझायनर उत्स्फूर्तपणे प्रकटत असतो. कधी बांबू-चटयांसारख्या निसर्गसामग्रीच्या रूपात, तर कधी फुललेल्या, डवरलेल्या बागेच्या रूपात. कृत्रिम, जड-अवजड महागड्या सजावटीच्या आहारी गेलेल्या खऱ्याखुऱ्या आर्किटेक्टना हे माझे प्रसन्नतेचा परीसस्पर्श असलेले मित्र-मैत्रिणी थेट शहच देतात. कधी कधी सरळसरळ त्यांच्यावर मातही करतात!

भिंतींनी आर्किटेक्चर घडत नसतं, भिंतीमधल्या जागांनी...

रूथ झाबवाला या लेखिकेच्या एका गाजलेल्या पुस्तकाची-(Heat And Dust) ची नायिका ऑलिव्हिया, मनावर चढलेली उदास काळोखी आणि आपला सज्जन नवरा डग्लस यांच्या सोबतीनं बऱ्याचदा गावाबाहेरच्या स्मशानभूमीमध्ये फिरायला जाते. ग्रेव्हयार्डातला अबोल, शून्यवत सन्नाटा ऑलिव्हियाला खुणावत असे, आकर्षून घेत असे. दोन वैगुण्यांचा एक गुण बनतो, तसं तिचं उदास मन आणि त्या दफनभूमीच्या अवकाशात दाटून राहिलेली स्तब्ध, उत्कट उदासी यांच्या रसायनात तिच्या मनावरची काळोखी विरघळून जात असे, असा वेधक उल्लेख या कादंबरीत येतो.

ध्यानधारणेसाठी दफनभूमी हे एक उत्तम ठिकाण आहे असं मी नुकतंच एका तत्त्ववेत्याच्या पुस्तकात वाचलं. ध्यानमग्न होण्यासाठी प्रथम मनात रुतून बसलेला विचारांचा पसारा आवरून टाकावा लागतो. तेव्हाच समाधिवत ध्यानधारणा साधता येते. अशा ध्यानधारणेसाठी साक्षात स्मशानाच्याच अवकाशाचा शून्यवतपणा पूरक ठरावा, हे त्या अवकाशाचं केवढं सूचक सामर्थ्य!

प्रत्यक्ष मृत्यूचा वावर असलेल्या जागांनाही एक जिवंत अस्तित्व असतं हे सांगणारं दुसरं एक बोलकं उदाहरण फ्यूनरल होमचं. (मृत पार्थिव देहावर ख्रिस्ती धर्माप्रमाणे संस्कार करण्याचं ठिकाण. आप्तेष्टांची औपचारिक शोकसभा, सांत्वनं हेही इथंच घडतं, आणि या फ्यूनरल होमच्या विशिष्ट दिशेला असणाऱ्या छोट्याशा चर्च-चॅपेलमध्ये मृतात्म्याकरता सद्‌गतीची प्रार्थना केली जाते.) अमेरिकेतल्या ऑफिसमध्ये असताना मी एक फ्यूनरल होम डिझाइन केलं होतं. फ्यूनरल होमच्या दर्शनी भागाचं रंगरूप ठरवताना मला एक नवी दृष्टी स्वतःमध्ये निर्माण करावी लागली. या होम्समध्ये अतीव नेटनेटकं सौंदर्य असतं. कम्पाउंड वॉल, गेटजवळचं दगडातलं घडीव काम, इमारतीची सुखद प्रमाणबद्धता, संयमित रंगसंगती, उत्कृष्ट लॅन्डस्केपिंग या सर्वांनी अपेक्षित परिणाम साधला होता. उदास, निर्जीव तरीही शांत, स्थिर असा परिणाम. विशेषकरून, पार्लरकडे जाणाऱ्या खोल्या, धर्मग्रंथातल्या तात्त्विक उक्ती आणि बाहेरच्या निसर्गदृश्यांतून दिलासा आणि सांत्वन शोधणाऱ्या खिडक्या यामागचा संवेदनशील विचार मला स्पर्शून गेला.

त्यानंतर अलीकडेच मी कलाकारी मनाच्या टीनएज मुलांचं आर्किटेक्चर आणि Design या विषयावर एक वर्कशॉप घेतलं होतं. एखादी जागा बोलकी असते. एखादी जागा गात असते. कधी कुठे जिवंत, प्रसन्न वाटत राहतं. एखादी जागा मुग्ध किंवा मन लावून ऐकणारी असते. एखादी जागा अगदीच निर्विकार असते, चेहराहीन असते. कुठल्या जागेत पाऊल ठेवताच 'छान' वाटून जातं. कुठल्या एखाद्या जागेची एनर्जी जाणवते. कधी कुठे बेचैनी जाणवते. निर्जीव वाटतं. कुठे सौंदर्य साधेपणात असतं, तर कुठे हौसेची सीमारेषा हव्यासात फसलेली दिसते. कुठे सरल आनंद प्रतीत होतो, तर कुठे कुचंबणा. काही जागा संवादी असतात, तर काही विसंवादात अडकलेल्या...

तऱ्हतऱ्हेची उदारहरणं देऊन, चित्रं काढून, फोटो दाखवून त्या मुलांपर्यंत मी हे विचार नेऊ पाहत होते. एखाद्या जागेला तिचा विशिष्ट भाव, व्यक्तिमत्त्व कसं मिळतं, जागांची परिमाणं, रचना, रंगसंगती कसे असावेत, जागेतून नक्की काय प्रतीत व्हावं, काय प्रतीत होऊ नये, असे अनेक प्रश्न आम्ही एकमेकांना विचारले. मुलांनी निःसंकोच उत्तरं दिली. या वर्कशॉपअखेरीस परीक्षा नव्हती. त्यामुळे निर्भयपणे ती मुलं या अनुभवाला सामोरी गेली.

"Harmony"

"Airiness"

"Coolness"

"Warmth"

अशी अनेक एकशब्दी उत्तरं मला शेवटी मिळाली.

या वरकरणी विविध उत्तरांमध्ये एक गोष्ट समान होती. मनाच्या सुख-आनंदाच्या इच्छा व अपेक्षेची. हिंदीत याला 'सुकून' असा शब्द आहे. घराच्या एखाद्या कोपऱ्यात ठेवलेल्या झाडाची फांदी प्रकाशाच्या दिशेने झुकते आणि वाढीला लागते तसंच मानवी मनही कम्फर्टच्या शोधात असतं. खुलायला, फुलायला त्या मनाला वाव मिळतो, तेव्हा ते खऱ्या अर्थी सुखावतं आणि फुलू लागतं. परकेपणा, अवघडलेपणा वातावरणातून निघून जातो तेव्हाच हे घडतं. खुला उजेड, खेळती हवा, सुखद रंगसंगती, नेमकेपणा आणि संयमजन्य मोजकेपणा एवढ्या विचारांना धरून राहिलं तरी असे चांगले परिणाम अवाक्यात येतात. हसन फादे हा इजिप्शियन आर्किटेक्ट म्हणतो, *"भिंतींनी आर्किटेक्चर घडत नसतं. भिंतीमधल्या जागांनी..."*

व्यक्ती आणि तिच्या सभोवतालचे सूर जुळले की ही एकतानतेची कंपनं वातावरणात भरून राहतात. ही एक सुंदर साखळी आहे. सुहृद, जाणकार मनांना ही कंपनं नेमकी जाऊन भिडतात. हीच दाद. एक प्रवास इथं पूर्ण होतो. एक प्रवास इथं सुरूही होतो- निर्मितीचा! मान्यतेच्या उत्तेजनानं आपली पुढची दोन पावलं अधिक जोमानं पडतात!

परिमाण, परिणाम आणि झेन

संथपणे धक्क्यावाचून फिरणाऱ्या निसर्गक्रमातही काही निर्णायक क्षण येतात. जमिनीत पुरलेलं बीज कधीतरी उकलतं. आणि द्विदलाच्या चिरेतून आकाशाच्या दिशेनं एक हिरवा अंकुर जोमानं जमिनीबाहेर पडतो. किंवा नुसत्याच फोफावणाऱ्या झुडपाला पानांच्या बेचक्यात कळी लागते.

डिझाइन करत असताना वाचन-मनन चिंतनादरम्यान सीमेची अस्वस्थता येऊ लागते. असंख्य शक्यता संभवताहेत; पण हातात काहीच येत नाही, अशी एक बेचैनी. मग कधीतरी एका क्षणी आधाराला ओंडका सापडतो. दिशादर्शक किरण अचानक चमकतो. पुढचा प्रवास अवघड नसतो.

आर्किटेक्चर हे उथळ नाही. अचानक उपटलेल्या पाहुण्यांसाठी कसलातरी उठवळ स्वयंपाक दणकावून द्यावा, अनपेक्षित अंगावर शेकलेल्या प्रश्नाला उत्तर

म्हणून आठवेल ती थाप ठोकून मोकळं व्हावं किंवा खोलीला खोली जोडून वेळ मारून नेणं म्हणजे आर्किटेक्चर नाही. चांगल्या रचनांचा महागडेपणाशी किंवा दिखाऊपणाशी सुतराम संबंध नाही. गुणवत्ता आणि सौंदर्याशी मात्र जवळचं नातं आहे. मूळ हेतूला अनुसरून हवामान आणि व्यवहार यांची कलात्मक सांगड घालताना एक त्रिमित कलाकृती निर्माण होते. नजरेला आणि मनाला ती आनंद देते आणि राहणीचा दर्जा निश्चितच वाढवते, ते खरं आर्किटेक्चर.

ठळक, बोजड रचनांच्या नवलाईचं आकर्षण फार लवकर संपतं. रंग-रूपहीन, अशक्त रचनांबद्दल तर कधी आकर्षणच वाटत नाही. मात्र सात्त्विक वास्तुकृती साधेपणातून आपल्याशी आनंदी संवाद साधून जाते. आपली दाद घेऊन जाते. तिचं रूप वर्षानुवर्षं तसंच सुंदर राहतं. काही उत्कृष्ट वास्तुशिल्पं तर कालातीत होऊन आपल्या जागेवर उभी असतात. मोसमाचा, अल्पायुषीपणाचा शाप त्यांना नसतो. प्रथमदर्शनी यथातथाच वाटलेल्या रचना कधी द्वितीयदर्शनी आवडून जातात. मैफलीला सावकाश रंग चढतो, तसं त्यांचं सौंदर्य आपल्यात हळूहळू उतरतं.

परिणामकारकता हा रचनेच्या गुणवत्तेचा एक निकष आहे. आपण पाहिली ती नवी रचना किंवा नवी जागा किती लक्षवेधी होती? तिनं आपल्या मनाला नक्की कसा स्पर्श केला? तिची छाप पडली का? की ती लगेच विस्मरणात गेली? सुमार आवडणं, कोमट मत होणं, श्वास रोखणं पहिल्या दर्शनात यातलं काय घडलं? निर्मितीमागची अस्वस्थता 'द डिव्हाइन डिस्कंटेन्ट!' त्रिमितीत आविष्कृत होते, तेव्हाच तिची मागे रेंगाळणारी प्रतिमा होते. कशातून येते ही परिणामकारकता?

माध्यमांचा नाट्यपूर्ण उपयोग, प्रमाणांचं औचित्य, रंगसंगती आणि पोत, डिझाइनमधलं प्रवाहीपण, आणि साधेपणा. रंगचक्रातले प्राथमिक रंग आणि मिश्र छटा. सर्वांची परिणामकारकता वेगळी. मातीचे वा तपकिरी वा करडे रंग, गडद रंग, यांचीही. एखादीच प्रधान जागा, एखादा कोपरा वा एकच भिंत उठून दिसावी, तर रंगाचा वा पोताचा उत्तम उपयोग करता येतो. चाकोरी मोडून अंदाज तोडून अवतरणारं एखादंच लांबी-रुंदी-उंचीचं परिमाण फार मोठं नाट्य निर्माण करू शकतं. यातला अनपेक्षितपणा ही त्यामागची मेख असते. हे म्हणजे सरळसोट रस्त्याला अकस्मात पडलेलं वळण! माणूस तिथे थबकणारच. बाळबोध सुरक्षिततेला धक्का देणाऱ्या अशा भिंतीपलीकडे अनेकदा उभी असते एक दिलखुलास दाद! रचनेची ती इमेज होऊन जाते. तो 'जांभळ्या भिंतीचा' बंगला किंवा 'बांबूच्या टेबलांचं' रेस्टॉरंट्स....वगैरे.

या इमेजच्या संदर्भात किती रचना, किती ठिकाणं, साइट्स मला आठवतात. नावासोबत मनात क्षणात उमटणारं चित्र! पक्की आठवण. हीच 'इमेज.' त्या

रचनेचं, तिच्या डिझायनरचं यश. २००२ मध्ये सिंगापूरच्या वाटेवर असताना आम्ही बंगळूरला थांबलो आणि तिथं नुकत्याच उघडलेल्या 'फॅब इंडिया' या सुरेख दुकानात गेलो. 'फॅब इंडिया' ही भारतीय कारागिरांची आणि अव्वल भारतीय सुती आणि रेशमी कापडांची आणि कपड्यांची एक अद्ययावत बाजारपेठ आणि एक उत्कृष्ट दुकान. बंगळूरचं फॅब इंडिया चार्ल्स कोरिआ या प्रसिद्ध आर्किटेक्टनं केलेल्या एका अतिसुंदर बैठ्या बंगलावजा इमारतीत मांडलं होतं. हा त्याचा स्वतःचा बंगला आणि ऑफिस होतं, हे आम्हाला नंतर कळलं. लाल फरशीचे पाथवेज, एक सुबक कोर्टयार्ड आणि वर कौलारू छप्पर. ऑरगॅनिक भारतीय वास्तुरचनासौंदर्य आणि आतलं फॅब इंडिया असं सुंदर रसायन तिथं बनलं होतं. पण सगळ्यात लक्षात राहिलं ते प्रवेशाच्या कमानीतून आत शिरलेल्या लाल वाटेला समांतर फुललेलं पिवळ्या बांबूंचं बन! त्या लोकांनी सहा फुटांखालचा बांबूचा पाला नीट छाटून टाकला होता. चालताना आपल्या उंचीला फक्त बांबूंची ताजी पिवळी खोडं आणि त्यावरच्या ताज्या हिरव्या रेघा. पोपटी पानांच्या हिरव्या छत्र्या शिस्तीत सहा फूटांच्या वर, ओळीने. बांबू ही वनस्पती रानात असो, वा चार फुटी शहरी पट्टीत- कशी समरसून फोफावते! तिचं निकोप तेज माझ्या मनात कायमचं ठसलं.

पुढे सिंगापूरला पोचलो आणि एअरपोर्टच्या बाहेरचा आणि रासा सिंटोसा रिझॉर्टच्या परिसराचा गर्द हिरवा शॉक मनात घेईपर्यंत धो धो पाऊस आला, आणि घड्याळ लावल्यासारखा एक तासानं थांबला. सिंगापूरला रोज पडणारा पाऊस. सदा तकतकीत ताजातवान्या दिसणाऱ्या तिथल्या पानोऱ्याला हा पाऊस रोज आईनं मुलाला घालावी तशी सचैल अंघोळ घालून जातो. नित्यनेमानं. बाकी खुल्या परिसराचा चौरस इंच न् इंच उत्कृष्ट रस्ते, फूटपाथ, लॉन, लॅन्डस्केपिंग यांनी व्यापलेला. स्वच्छतेच्या संस्कृतीमुळे वातावरणात धुळीचा कण नाही. अर्थातच ही झाडं आणि त्यांचं फुललेलं पर्णवैभव पॉलिश केल्यासारखं चकचकीत दिसत राहतं! मला धूर आणि धुळीचे राप बसलेली माझ्या मुंबईतली केविलवाणी पेल्टोफोरमची झाडं आठवून वाईट वाटलं. झाडं आम्ही एक वेळ सढळहस्ते लावू ; पण त्यांना रोज आंघोळ घालून शुचिर्भूत करणारा विषुववृत्ताजवळचा पाऊस कुठून आणायचा? आणि जडावाचा दागिना जपावा तशी त्यांची जपणूक करणारी सार्वजनिक संवेदना कुठं मिळते? शिवाय त्यांच्या शास्त्रोक्त निगराणीला लागणारा पैसा....? असो. विषुववृत्त इंडोनेशियामधून जातं. सम-वातावरणाच्या या देश-प्रदेशांत रोजचा पाऊस, हवेतलं बाष्प आणि उष्ण हवामान हे फुलं-पानांचं आवडतं वातावरण तिथं सापडतं. म्हणून या ठिकाणी डोळे निववणारा हिरवा रंग सर्वत्र सापडतो!

आर्किटेक्ट मित्र शिरीष बेरीचं कोल्हापूरजवळचं फार्महाउस हाही एक इमेजचा बिंदू. कोल्हापूरकडून कोकणात जाणाऱ्या घाटानंतर खेडेगावात जाणारा एक कच्च्या रस्त्याचा फाटा येतो. त्यावरून काही किलोमीटर गेलं की धरणावरचा मोठा जलाशय आणि हिरवागार डोंगर असा निसर्ग सापडतो. लोकांना अजून या ठिकाणाचा शोध लागलेला नाही. त्यामुळे निर्मनुष्य नीरव निसर्गातल्या या डोंगरउतारावर शिरीषनं लाल चिऱ्यांचं बांधलेलं अप्रतिम घर म्हणजे सुरस गोष्टीतला कल्पनाविलासच वाटतो. पण हे घर खरंखुरं आहे. त्याच्या खुल्या व्हारांड्यातून समोरचा विस्तीर्ण जलाशय आणि डोंगरच्या रांगा दिसतात हेही खरं आहे. वरच्या मजल्यावरचा जलाशयाकडे पाहणारा त्याचा खुला डिझाइन स्टुडिओ खरा आहे. आणि हाच सुकुमार अनाघ्रात निसर्ग कविमनाच्या या वास्तुविशारदाला संकेत आणि प्रेरणा पाठवतो, हेही खरं आहे!

खडकाळ नदी-नाले-ओढे ओलांडून आम्ही तिथं पोचलो तेव्हा जुलैमधलं आभाळ गच्च भरून आलं होतं. पोचलो आणि कोकणचा धुवाधार पाऊस सुरू झाला. छपरावर केवढा तडतडतड मारा करणारा मुसळधार पाऊस! तो थांबल्यानंतर परतीच्या वाटेवर वाहणारे ओढे पाहून चक्करच आली आणि ते ओलांडता येणं अशक्य वाटल्यामुळे परत फिरावं लागलं. निसर्ग कवेत घेणारं, निसर्गात सामावून जाणारं हे अप्रतिम घर. सगळाच अनुभव मनात बंदिस्त झाला. पण विशेष आठवतात त्या दोन प्रतिमा. त्या लाल दगडांचं आणि घरात शिरलेल्या समृद्ध हिरवाईचं नातं, आणि झाडं-आकाश यांच्या छपराखालचं खरं छप्परच नसलेलं सुंदर न्हाणीघर!

इमेजच्या उल्लेखांची यादी 'फॉलिंगवॉटर' खेरीज अपूर्ण आहे.

अमेरिकेत पेनसिल्व्हेनियातल्या पिट्सबर्ग या महानगरापासून दोन तासांवर बेअर रन नावाचं छोटं गाव आहे. त्याच्या नावावरूनच तिथल्या जंगलं-झाडीची कल्पना येते. 'अस्वलं धावतात ते' गाव बेअर रन. असा त्याचा अर्थ. वळणावळणांचे कंट्री रोड्स घेत घेत इथं पोचलं की शेवटच्या उजव्या वळणाअखेरीस उंच सरळ बुंध्यांच्या झाडीत लपलेलं वेलकम सेंटर येतं. आजूबाजूच्या रानातून उचलेले रंग, आणि सामग्री या रचनेत वापरली आहे. लाकडी कठड्यांचे व्हरांडे, छताच्या लाकडी तुळ्या, अशा रूपाचं हे वेलकम सेंटर स्टायलिश कॅफे आणि आर्ट गॅलरीनं सज्ज आहे. अमेरिकन अभिरुचीची ही एक विशिष्ट निशाणी. जंगला-डोंगरात खोलवर लपलेल्या, दूरवर असणाऱ्या, दर्शनी ग्रामीण, मागास वाटणाऱ्या ठिकाणीही अकस्मात देखण्या इंटिरिअर्सची, उच्चभ्रू, फॅशनेबल जागा प्रकटून जाते! या लोकांची शहरी रुची अशी खेड्यापाड्यांतल्या जागांमध्ये प्रवेश करते!

या ठिकाणी तिकीट घेऊन पाऊलवाटेनं जंगलात शिरायचं. थोडी रपेट झाली की समोर जगप्रसिद्ध 'फॉलिंगवॉटर' रचना अवतरते. वास्तुविशारद फ्रँक लॉइड राइटनं पिट्सबर्गच्या गर्भश्रीमंत कॉफमन कुटुंबासाठी १९३५ मध्ये बांधलेला, आणि धबधब्यावर तोललेला हा आठ हजार चौरस फुटांचा जगद्विख्यात बंगला. तसं पाहिलं तर पैसाप्रेमी अमेरिकेत याहीपेक्षा मोठमोठे बंगले-मॅन्शन्स सापडतील. पण या संकुलाची त्यांच्याशी तुलना नाही. आर.सी.सी.चा नुकताच लागलेला शोध आणि राइटनं घडवलेली या धबधब्यावरच्या दिवाणखान्याची तरंगती आडवी स्लॅब यामुळे हे डिझाइन वास्तुशिल्प क्षेत्रात क्रांतिकारी ठरून गेलं. 'कँटिलिव्हर' या क्रांतिकारी रचनेचा इथं त्यानं वापर केला. अतिशय नाट्यमय! पाऊलवाटेवरून दिसणारा हा बंगला म्हणजे निसर्गाच्या कोंदणात मानवानं साधलेल्या समतोलाचं अद्वितीय उदाहरण आहे. आडवी स्लॅब, उभी झाडांची खोडं आणि खालून ओतणारा धबधबा! फॉलिंगवॉटरच्या दिवाणखान्यात मनावर ठसा उठवणारं आणखी एक दृश्य दिसतं. फायरप्लेसपाशी मूळ डोंगरातला कातळ राइटनं जसाच्या तसा, मूळ जागेवर राखला आहे! म्हणजे खरंखुरं डोंगरात घडवलेलं हे घर. याच डोंगरातला दगड छिनून या घराच्या भिंती बांधल्या गेल्या. त्यामुळे प्राकृतिक संदर्भात मिसळून जाणारं रूप फॉलिंगवॉटरला मिळालं.

वैद्यक/आरोग्यशास्त्रासारख्या डिझाइनच्याही पँथी आहेत. जपानी पँथी म्हणजे झेन. तत्त्वज्ञान्यांनी मानवाला दिलेली अमर्त्य, नितांत सुंदर भेट! या जपानी रचनासौंदर्यशास्त्राची तत्त्वं सुरेख आहेत. लाकडाचे नैसर्गिक रंग, हस्तिदंत वा पांढऱ्या रंगाचे पारदर्शी, जैविक कागद, चटया वापरून जपानी इंटिरिअर्स घडवली जातात. एकावर एक रचलेल्या उंच जड शोभेच्या गोष्टी, अभिरुचीहीन सजावट, भडक रंग या सर्वांपासून झेन दूर उभं आहे. तिथं गर्दी, बजबजाट नाही. कसलाच अतिरेक नाही. खूप मोकळी जागा आहे. किमान वस्तुसंचय आहे. अष्टांग योगातल्या 'अपरिग्रह'सारखी तत्त्वं इंटिरिअर्समध्ये दिसतात. जमिनीला समांतर जाणाऱ्या रेषा दिसतात. म्हणजे बुटक्या बैठकी, बैठी टेबलं इत्यादी. रेषा कमी, आणि अगदी सरळ. त्यांचं जमिनीशी नातं कुठंही सुटत नाही. या हॉरिझाँटलिटीमध्ये (समुद्रसपाटीला समांतर सरळ रेष) मनावरचे ताणतणाव कमी करण्याची शक्ती आहे असं झेन पद्धती मानते.

नैसर्गिकता, साधेपणा आणि संयम या तीन तत्त्वांवर ही प्रणाली आधारित आहे. प्रत्यक्ष पूर्णत्वापेक्षा, पूर्णत्वाकडे जाणाऱ्या प्रवासाचं रूपक म्हणून, काहीशी अपूर्ण अशी त्या असिमेट्री विचारांमध्ये दिसते. शांततेचं प्रेम दिसतं. गडद,

गहिऱ्या रंगांतून तो परिणाम साधलेला दिसतो. निसर्गाजवळ पोचण्याचा किंवा निसर्गाची प्रतिकृती तयार करण्याचा तो प्रयत्न आहे. त्यांच्या तत्त्वानुसार, मूळ वस्तूवर थर वा बेगड चढवलं जाऊ नये. ते मूळ माध्यम रंगरंगोटीविना जास्तीत जास्त नैसर्गिक रूपात जतन करावं, म्हणून लाकडाच्या शिरा रंग किंवा पॉलिशच्या थराखाली झाकल्या जात नाहीत. त्या तत्त्वात निसर्गाच्या शाश्वततेची बूज राखली जाते. म्हणून दगडांचं, कातळांचं, लाकडांचं, नैसर्गिक रूप वा लाकडांच्या पृष्ठाभागावर वाढलेलं हिरवं मखमली शेवाळं सुकलं तरी तसंच राखलं जातं. जपामधल्या लॅन्डस्केपमध्ये लाकडांवरचे पापुद्रे (patina) बराच काळ तसेच सुंदर दिसत राहतात. काहीसे गूढ, शिणलेले आणि ध्यानस्थ! पुण्यातील कोरेगाव पार्कमधील 'ओशो' बाग हे झेन लॅन्डस्केपचं एक उदाहरण आहे. ही बाग कायम गडद हिरव्या रंगाच्या अमलाखाली असते. सूर्योदयाला तिथं पोचलं तर आत शिरताक्षणी काळ्या दगडांमधला धबधबा दिसतो. पाण्याचं संजीवन दर्शन होतं. आणि नाद ऐकू येतो. हिरव्या घट्ट बेटावरच्या जमिनीशी असंख्य कोन साधून फोफावलेले वेडेवाकडे हिरवे बांबू दिसतात. सूर्यकिरणांच्या चमकत्या त्रिज्या, पक्ष्यांचे मंजुळ आवाज- असा निसर्गाचा अप्रतिम संच पाहून खरोखरच 'झेन' विचारांनी अधोरेखित केलेलं निसर्गाचं शाश्वतपण जाणवतं आणि याच निसर्गाचा आपणही एक अंश आहोत, अशी आनंदमय जाणीव जिवाला सुखावते!

'वास्तू' : गफलतीतून गल्ला?

युरोप-अमेरिकेत आणि भारतातही Modern Architecture साधारणपणे बरं चाललेलं असताना दहा-पंधरा वर्षांपूर्वी अचानक आपल्याकडे यमाची दक्षिण दिशा, व्याघ्रमुखी-गोमुखी प्लॉट्स, पूर्वेकडचं स्वयंपाकघर अशा शब्दांची वर्दळ सुरू झाली. आणि चांगल्या राहत्या घरां-ऑफिसांमध्ये अनाहूत, अनाकलनीय कारणांस्तव भराभर भिंती वगैरे पाडल्या जाऊ लागल्या. दरवाजे-खिडक्यांची अदलाबदल करणाऱ्या कंत्राटदारांना अचानक चलतीचे दिवस आले. जमिनीच्या तुकड्यांचे खरेदी-विक्रीचे भराभर व्यवहार होऊ लागले. हे कसं घडलं? तर हजारो वर्षांपूर्वी आपल्याकडे लिहिल्या गेलेल्या वास्तुशास्त्र नामक शास्त्राचा आपल्याला नव्याने लागलेला शोध. वास्तू लाभणं, वास्तुदोष दूर करणं, यांसारख्या कारणांसाठी या शास्त्रात आधार शोधणाऱ्यांची संख्या वाढीला लागली. आणि पाहता पाहता, वास्तू सल्ला देणारे आणि तो घेणारे यांनी या शास्त्राला चलनी नाणं बनवून टाकलं.

इतकंही सगळं ठीकच होतं. मात्र या नाण्यांचा जेव्हा गल्लोगल्लीच्या गल्ल्यांवर खुर्दा होऊ लागला, तेव्हा नशिबाला विटलेल्या लोकांच्या भाबड्या अंधश्रद्धाळूपणाचा

फायदा घेऊन त्यांना वास्तुशास्त्राचे काही अर्धवट, वरवरचे सल्ले मिळताहेत की काय, ही शंका उपस्थित झाली. बऱ्याच अंशी ती खरीही ठरली. 'योगाचं अंधानुकरण करून निर्वाण साधता येत नाही; फक्त इतरांना उपद्रव होतो,' या अर्थाची संत ज्ञानेश्वरांची उक्ती आहे. वास्तुशास्त्राच्या अर्धवट ज्ञानानंही असंच उपद्रवी रूप घेतलं. आयुष्यातल्या खडतरपणाला आणि अपयशाला आपली वास्तू जबाबदार धरावी, की 'वास्तू वगैरे थोतांड आहे, माझ्या अपयशाची जबाबदारी मी घेतो,' असं तडफडदारपणे म्हणावं, या गोंधळात पाडून सर्वेजनांना कोड्यात टाकणारं कसलं हे शास्त्र!

वास्तविक वास्तुशास्त्राची पाळंमुळं फार खोलवर रुजली आहेत. आज आपल्याला परिचित असणाऱ्या आर्किटेक्चरच्या कितीतरी युगं आधी स्थापत्यातलं सर्वसमावेशक असं हे प्राचीन शास्त्र भारतवर्षातल्या विद्वान साधकांनी लिहून ठेवलं. अनेक शास्त्रं यात अंतर्भूत आहेत. या विचारांना अध्यात्माची सुंदर बैठक आहे. मनःशांती आणि आरोग्यसंपन्न आयुष्य यांचा लाभ देणारी वास्तू निर्माण करणं, हा या शास्त्राचा गर्भितार्थ आहे. "होम ईज व्हेअर द हार्ट ईज!" या अर्वाचीन उक्तीत या शास्त्राचं सार आहे.

पाश्चात्त्य आणि पौर्वात्य वास्तुकलांच्या तत्त्वांमध्ये काही मूलभूत फरक आहे. पाश्चात्त्य तत्त्वं ही तर्कत्रयीवर आधारली आहेत. पाश्चात्त्यांची सौंदर्यनिर्मिती 'कलेसाठी कला' आणि इतर तर्कप्रधान विचारांमधून होते. उदा. रचनेची जमीन, पाया, पुरेशी खुली जागा, दरवाजे-खिडक्यांची रचना वगैरे. आपली विचारप्रणाली मात्र निसर्गाशी एकतानता आणि विश्वाशी एकरूपता अशांसारख्या सूक्ष्म, आध्यत्मिक आणि विश्व-व्यापक संकल्पनांवर आधारली आहे. वास्तुनियम साध्या पापभीरू, ईश्वराला मानणाऱ्या समाजासाठी लिहिले गेले तरीही हे शास्त्र एका उच्च पातळीवर वसलं आहे. ग्रह-तारे, सूर्य-चंद्र, पृथ्वीभोवतीचं निळं अवकाश, गुरुत्वाकर्षण, धरतीची विद्युत-चुंबकीय क्षेत्रं आणि या सगळ्याचे सजीव मानवावर सतत होणारे परिणाम हे शास्त्र उकलून पाहतं आणि त्यानंतर एका तरल पातळीवर उतरून कला, खगोलशास्त्र, ज्योतिर्विद्या, आयुर्वेद, योगशास्त्र, जीव-रसायन-भौतिक या शास्त्रांमधून योग्य ती तत्त्वं निवडून मानवासाठी उत्तम अशी वास्तू योजण्यासाठी एक नियमावली तयार करतं. "कुठलीच वास्तू ही निर्जीव नसून, सर्वसामान्य मानवाच्या सुखदुःखासहितचा तोही एक जिवंत आत्मा असतो," हा वास्तुशास्त्रामागचा मूलभूत विचार आहे. हा आत्मा म्हणजे वास्तुपुरुष. निसर्गातले समतोल ढासळले की भूकंप, ज्वालामुखी किवा सुनामी लाटेसारखे ताणतणाव निसर्गात निर्माण होतात. याच्या व्यत्यासात, नैसर्गिक

ऊर्जा, मॅटर तसंच परस्परविरुद्ध शक्तींमधले समतोल साधले गेले की दुष्ट शक्ती-प्रवृत्तींचा नायनाट होऊन सुख-शांती निर्माण होते, हे वास्तूमागचं मूलतत्त्व. भौतिकाला मान देऊन आत्मिक पातळीवर आनंद देणारी वास्तू योजताना अर्थातच या शास्त्रांचा नीट अभ्यास व्हावा लागतो. भौतिक पृथ्वीवरच्या व पृथ्वीच्या अंतरातल्याही ऊर्जालहरींचं लहरी वर्तन समजून घेणं महत्त्वाचं. म्हणूनच तर सगळ्या शास्त्रांची ही मोट. वास्तुशास्त्रीय संहितेत ही दिशा, प्रमाण,लांबी, रुंदी, उंची, खोली हे मुद्दे तर येतातच, शिवाय खगोलशास्त्रीय तत्त्वं आणि बांधकाम संबंधित काही विधी, मंत्रोच्चार यांचाही समावेश होतो. विशिष्ट खोल्यांची विशिष्ट दिशा, मापं, प्रमाणं हा याच सगळ्याचा परिपाक.

वास्तुशास्त्र रचनेच्या एकसंधीपणाची, अभंगतेची ग्वाही देतं. वास्तुविचारांमध्ये वर्तुळ या आकाराला वास्तुपुरुष मंडल मानलं जातं. या वर्तुळाला ब्रह्मांडाप्रमाणेच आदी वा अंत नाही. याच्या केंद्रस्थानी ब्रह्म आहे. चौरस हाही आकार त्याच्या अचूक सिमेट्रीमुळे वास्तुशास्त्रात असाधारण महत्त्व पावून आहे. (ईश्वराबरोबरचं) तादात्म्य, (आत्म्याची, ईश्वरासारखीच) शाश्वती आणि संपूर्ण स्थैर्य अविचलता ही तीन तत्त्वं, चौरसाकार सूचित करतो. म्हणूनच रचनेच्या पायासाठी चौरस व आराखड्यासाठी वर्तुळाकार सर्वांत योग्य मानले जातात. त्याचा दाखला म्हणून प्राचीन मंदिरं पाहावीत. वास्तुशास्त्राची प्रमाणं आणि निकष हे मानवी आकृतीशी संबंधित आहेत. म्हणूनच या शास्त्राधारे विकसित झालेल्या रचनेशी माणूस सहज, सुखकारक नातं जोडू शकतो.

अस्सल वास्तुशास्त्रीय नियोजनासाठी आध्यात्मिक आणि सात्त्विक वृत्तीचा, शास्त्राचा सखोल अभ्यास केलेला सल्लागार शोधणं उत्तम. किंबहुना आपण स्वतः वास्तुशास्त्र विषयाचं वाचन एखाद्या पवित्र धर्मग्रंथाप्रमाणे करावं, आणि शास्त्रीय, भौतिक आणि आध्यात्मिकतेचा अवलंब श्रद्धा-विश्वासापोटी करावा, असंही सांगितलं गेलं आहे.

सोप्या शब्दांत सांगयचं तर, वास्तुशास्त्र हे दुसरं तिसरं काही नसून, दैनंदिन आयुष्य सुकर होण्यासाठी श्रद्धेने पाळलेलं पर्यावरणशास्त्र आहे. श्रद्धा व प्रज्ञा या मानवी मनाच्या दोन बाजू. श्रद्धा सबळ असल्याखेरीज देवदर्शनासमान असणाऱ्या वास्तुशक्तीचा प्रत्यय येणं शक्य नाही!

पूर्वेकडच्या कोवळ्या सूर्यकिरणांनी गृहिणीला आरोग्यदायी ऊर्जा पुरवणारा पूर्वाभिमुख मुदपाकखाना, दाराशी अंजिरासमान मऊ चिकट फळांचा सतत सडा पाडणारं उंबराचं झाड लावू नये हा विचार, खेळती हवा-भरपूर उजेड यांचं पुरस्कार करणारं नियोजन वाईट कसं असेल? हे सगळे तर निरोगी आयुष्यासाठीचे पर्यावरणवादी विचार. प्राचीन वास्तुशास्त्र यांचा पुरस्कार करतं.

हे समजून घेण्यासाठी ग्रंथ उपलब्ध आहेत. फुटकं नशीब सांधण्यासाठी अतिरेकी आणि तोडफोडीचे मार्ग सुचवणाऱ्या वास्तुशास्त्राबद्दल सतर्क असलेलंच बरं. स्थिर, अविचल, संतुलित, प्रसन्न भौतिकतेला प्राचीन वास्तुशास्त्र जो आध्यात्मिक आधार पुरवतं, त्याला तोड नाही!

भटकंत्या

- युरोप
- अमेरिकेचं वातानुकूलित जंगल
- शिशिर : एक उदात्त काव्य
- टॅलिसिन, वारली आणि रेवदंडा
- इतिहास-भूगोल : एक घट्ट वीण
- व्हेगासचा चैनजागर
- वादळं
- बिगर इज बेटर!
- दुसऱ्या मजल्यावरचं शहर

अमेरिकेतली आमची शिक्षणं तेव्हा सुरू होती. स्टायपेंडवर नाहीतर बारीकसारीक जॉबमधून पैसे वाचवून आम्ही खूप फिरत असू. पंचविशीतला उत्साह, डॉलर्सची ताकद, आजूबाजूला न्यू इंग्लंडसारखा स्वप्नवत परिसर! थोड्या पैशातही बरंच काही साधत असे. टुरिस्ट सेंटर्स आग्रहाने पाहायला सांगत ती ठिकाणं, तसंच इतर अनेक लहान-मोठी अनवट, अनघड ठिकाणं. आमच्या भटकंत्यांना अंत नसे. मुख्य हायवे सोडून द्यायचा, एक्झिट घेऊन गावात उतरायचं. काही आवडलं-भावलं तर तिथं रेंगाळायचं. सूर्यास्त-सूर्योदय पाहायचा. किर्र जंगलात पसरलेलं चांदणं प्यायचं. छोट्याशा तळ्यातल्या हंसांना पाहायचं. आरस्पानी पाण्यावर चाललेल्या विलो झाडांच्या फांद्यांचा नाच पाहायचा, अशी भटकंती युरोप-अमेरिकेत खूप झाली. एकमेवाद्वितीय ठिकाणं आम्ही पाहिली. रौद्र बर्फवादळात, प्रलयकारी वृष्टीत, दुधाळ नीरव चांदण्यात पाहिली. ग्रीष्मात आणि शिशिरात पाहिली. तिन्हीसांजेला आणि मध्यरात्री पाहिली. अस्सल मराठी शिखरं, पठारं, पर्वत, टेकड्या, नद्या, समुद्र, उन्हाळी उघडं आकाश, भरून भरून येणारे ढग, किनारे पळस-पांगारे, कॅशिया-गुलमोहर आणि रसरसलेली हिरवी वसंतातली पल्लवी चेरी ब्लॉसम्स, जलप्रपात, निळ्या समुद्रावर झुकलेले काळकडे, अटलांटिक महासागरातल्या बेटांवरचा भन्नाट वारा.... ही शेकडो निसर्गरूपं माझ्यासाठी रूपकं बनली. या भटकंत्यांनी माझ्या आयुष्याचा रंगच बदलून टाकला. सूर, अक्षरं, रंग- सगळ्यांना प्रेरणा झाल्या या भटकंत्या.

कामाच्या निमित्ताने आणि प्रवासाच्या आवडीतून खूप प्रवास घडतो. शरीर थकल्याची जाणीव होताना किंवा चेहऱ्यावरच्या क्लांत रेषा निरखताना मला कधीच खंत-खेद नाही होत. मुंबई-पुण्यात, महाराष्ट्रभर- भारतभर आणि जगभर मनसोक्त फिरताना, आजूबाजूची रंगीत दुनिया सततच तिचे सुंदर रंग मला उलगडून दाखवत असते. मनस्वी आवडणारा एकांत मला प्रवासात सापडतो. प्रेमाचा, अगत्याचा झरा सोबतीनं खळखळत असतो. पाण्याचा आवाज खराच श्रमहारी! त्याच्या काल्पनिक आवाजानं, थंड पाण्याच्या गोडव्यानं, तुषारांच्या गारव्यानं माझ्या थकव्याला मिळून जातो एक भावार्थ!

आयुष्याच्या सुरुवातीला अनेक प्रवास सहज घडले. पण त्यांनी जे आनंद पुढ्यात आणून टाकले त्यानंतर प्रवास या कल्पनेवर प्रेमच जडलं. अमेरिकेतली आमची शिक्षणं तेव्हा सुरू होती. स्टायपेंडवर नाहीतर बारीकसारीक जॉबमधून पैसे वाचवून आम्ही खूप फिरत असू. पंचविशीतला उत्साह, डॉलर्सची ताकद, आजूबाजूला न्यू इंग्लंडसारखा स्वप्नवत परिसर! थोड्या पैशातही बरंच काही साधत असे. टुरिस्ट सेंटर्स आग्रहाने पाहायला सांगत ती ठिकाणं, तसंच इतर अनेक लहान-मोठी अनवट, अनघड ठिकाणं. आमच्या भटकंत्यांना अंत नसे. मुख्य हायवे सोडून द्यायचा, एक्झिट घेऊन गावात उतरायचं. काही आवडलं-भावलं तर तिथं रेंगाळायचं. सूर्यास्त-सूर्योदय पाहायचा. किर्र जंगलात पसरलेलं चांदणं प्यायचं. छोट्याशा तळ्यातल्या हंसांना पाहायचं. आरस्पानी पाण्यावर चाललेल्या विलो झाडांच्या फांद्यांचा नाच पाहायचा, अशी भटकंती युरोप-अमेरिकेत खूप झाली. एकमेवाद्वितीय ठिकाणं आम्ही पाहिली. रौद्र बर्फवादळात, प्रलयकारी वृष्टीत, दुधाळ नीरव चांदण्यात पाहिली. ग्रीष्मात आणि शिशिरात पाहिली. तिन्हीसांजेला आणि मध्यरात्री पाहिली. अस्सल मराठी शिखरं, पठारं, पर्वत, टेकड्या, नद्या, समुद्र, उन्हाळी उघडं आकाश, भरून भरून येणारे ढग, किनारे पळस-पांगारे, कॅशिया-गुलमोहर आणि रसरसलेली हिरवी वसंतातली पल्लवी चेरी ब्लॉसम्स, जलप्रपात, निळ्या समुद्रावर झुकलेले काळकडे, अटलांटिक महासागरातल्या बेटांवरचा भन्नाट वारा.... ही शेकडो निसर्गरूपं माझ्यासाठी रूपकं बनली. या भटकंत्यांनी माझ्या आयुष्याचा रंगच बदलून टाकला. सूर, अक्षरं, रंग- सगळ्यांना प्रेरणा झाल्या या भटकंत्या.

नंतर व्यवसायाच्या जोडीनं भटकंत्यांचं प्रेमही वाढीला लागलं. प्रवासांकडे पाहण्याचा नवा दृष्टिकोन सापडला. घराबाहेर राहणं, प्रवासाची जिकीर, गैरसोय या अडथळ्यांमध्ये न अडकता मी प्रवासाकडे रोजच्या एकसुरीपणाला पडणारं छान वळण या अर्थानं पाहू लागले. या प्रवासानं मला बरंच काही शिकवलं आहे. घरी परतेपर्यंतच्या संपूर्ण प्रवासाची चोख व्यवस्था, आणीबाणी आलीच तर ती शक्य तितक्या शांतपणे निभावून नेण्यासाठी लागणारे मानसिक, शारीरिक, आर्थिक विमे,

एकटीनं वावरण्यासाठी आवश्यक ती निर्भय, आत्मविश्वासाची मनोवस्था हे जमवण्याचा आणि टिकवून ठेवण्याचा उद्योग मला भटकंत्या साधताना कायमच करावा लागतो.

एकदा अशाच कुठल्यातरी प्रवासात, खिडकीबाहेरचा पावसाळी निसर्ग पाहताना लक्षात आलं की, माझ्या बंदिस्त कालबद्ध धारणा या प्रवासांमध्ये कात टाकताहेत. ही धावपळ तर फक्त बाहेरची; आत तर खूपच निवांतपणा आहे. या संपूर्ण एकटेपणामध्ये चांगले विचार घडताहेत. मनात कोरल्या गेलेल्या, कुठंतरी घर करून राहिलेल्या बऱ्याच क्षणांना या प्रवासामध्ये मी शांतपणे, स्वस्थपणे माझ्यावरून वाहून जाऊ देऊ शकते आहे. मुंबईमध्ये किंवा मी जिथं असेन तिथंही खरं तर किती हजारो हृद्य क्षण येतात; परंतु तेवढ्याच वेगानं ते नाहीसेही होतात. उठू पाहणारे तरंग जागीच विरून जातात. परस्परविरोधी घटनांची गुंफण एवढ्या वेगानं होत असते की कधीकधी दिवसाअखेरीस वाटून जातंच की, अनुभव जपून ठेवण्यासाठी मी मिटलेल्या छोट्याशा मुठीतून त्या अनुभवांचे कण वाळूसारखे घरंगळून गेलेच अखेर....

प्रवासाच्या सुरुवातीला मी नेहमी किंचित अंतर्मुख असते. प्रवास खरा एकटीचाच. गंतव्य माहीत असतं. तरीही कुठंतरी दूर निघाल्याची आणि आयुष्याच्या अनिश्चिततेची बेचैन जाणीव होते. कधी डोळेही भरून येतात. मग लवकरच मनावर कोरून राहिलेल्या एखाद्या चित्रपटाची आठवण होते. नाहीतर कधीतरी मैफलीत ऐकलेली एखादी बंदिश आठवते. हेडफोनवर पंडित रविशंकरांचा अर्धवट ऐकलेला, मनाला चटका लावून गेलेला 'परमेश्वरी', मी नीट परत परत त्यातील एकेक हरकत मनापासून टिपत छान ऐकते. गुलाम अलीच्या गझला, किशोरी आमोणकरांची मीरा भजनं ऐकताना उत्स्फूर्तपणे त्यातले काहींचे शब्द उतरवून घेते. एखादी चीज परत परत अभ्यासत ऐकण्याच्या नादात वेळ कापरासारखा उडून जातो. प्रवासातल्या त्या निवांतपणात अनेक निसटलेले आनंद मला शोधत येतात. आवडीचं पुस्तक चवीचवीनं वाचता येतं. वाहन दिशा पकडतं आणि माझ्या मनात आलेले ऊहापोह एक लय पकडतात. कसकसले निर्णय होतात. बरीच उत्तरं सापडतात. उत्तरं शोधणं आवश्यक आहे असे प्रश्न तयार होतात. त्रयस्थपणे स्वतःकडे पाहणं घडतं. 'केल्याने देशाटन...'सारख्या जुन्या चतुर उक्त्या कुणी पाडल्या असतील?

मुक्कामाला पोचताच कामाची ओळ पडते. तो भाग कधीच कठीण नसतो. हातातलं काम, हा तर प्रवासाचा खरा मध्यबिंदू! संदर्भकण. त्या कणाभोवती जमा होत असतं आयुष्याचं प्रगल्भपण, बहुश्रुतपण, हृद्य क्षण, उत्कट दृश्यं, नवी नाती, नवे प्रत्यय, नव्या मैत्री हे सगळं माझ्या प्रवासात माझा आवर्जून शोध घेतं. चिंतन करायला भाग पाडणारी ही भ्रमंती. "तू एवढं घाई गर्दीचं प्रवासाचं वेळापत्रक

ठेवतेस; तुला स्वतःसाठी वेळ कधी मिळतो?'' या निष्पाप प्रश्नाचं उत्तरही मला भ्रमंतीमध्येच मिळतं. किती मुक्काम झाले आमचे! नोकरी-व्यवसायानिमित्त भारत आणि अमेरिकेत फिरताना एक डझनावर घरं लावली मी. बारा गावचा हा प्रपंच मांडताना अनेक खास अनुभव मिळाले.'तुमचे फोन नंबर लिहून आमच्या डायरीची पानं संपली!' किंवा 'असता कुठे तुम्ही गावात!' असल्या तक्रारी मांडणाऱ्या मित्रांचा राग येणं थांबलं. असले तथाकथित मित्र गळूनच पडले आणि वेळेचा होणारा खुर्दाही थांबला. नव्या मैत्र्या सापडल्या. स्थलातीत, कालातीत असाव्यात तशा चिवटपणे टिकून राहिल्या. वृद्धिंगत झाल्या. प्रवासातले अनुभव वाटून घ्यायला भेटींची वाट बघत आवर्जून थांबल्या. मन-मेंदूच्या पोकळीत हलकेच वावरत राहिल्या. परिग्रह म्हणजे वस्तुसंचय करणं आणि तो कुठंकुठं भरून ठेवणं कायमचं संपलं. अवडंबराला फाटा मिळाला. चार प्रिय रंगीत गोष्टी घासूनपुसून मांडल्या की नव्या साध्या घराच्या भिंती संवाद करू लागतात, याचा अनुभव आला.

प्रवास- भ्रमंती, मुक्काम घडलेला जमिनीचा प्रत्येक तुकडाच सुंदर होता! या असामान्य पृथ्वीतलाशी माझं किती घट्ट नातं आहे, ते आता जाणवतं. गेल्या जन्मीचं ते नातं आहे, असा विश्वास वाटतो. कंटाळलेल्या चार भिंतींत आणि चाकोरीत अडकायची वेळच आली नाही. गोंधळ, पसाऱ्यात राहूनही प्रपंचाच्या व्यापतापातून हलकीफुलकी आणि निर्भय होऊन मी मुक्त आहे, अशी सुखद जाणीव देणारी ही भ्रमंती!

मला आठवतं, बॉस्टनच्या निसर्गानं माझ्यावर भूल घातली होती. ज्योतीसारखी सहृदय, कलाकार मैत्रीणही भेटली होती. एकदा आम्ही लांबलांब चालायला आमच्या आवडत्या फ्रेमिंगहॅममधल्या रानात गेलो. थेट कविकल्पनेतून उतरलेली, अरुंद, गर्द रानातली वळणावळणांची वाट. रानफुलांना दाद देत, एखादा कार्डिनल नाहीतर मॉकिंगबर्ड एकमेकांना दाखवत आमची चांडाळचौकडी मजेमजेत चालली होती. निसर्ग आणि सत्संगच इतका सुंदर होता की हवा तत्त्ववेत्ती झाली होती. सहज संवादात आयुष्याचं सार उतरत होतं. भ्रमंती, स्थलांतरांचा संदर्भ गप्पांना होताच. अचानक ज्योतीच्या तोंडून एक वाक्य गेलं -

''आपण जिथे राहतो, ज्या मातीत उगवलेलं अन्न खातो, त्या मातीचं ऋण लागतोच!''

या सहज शब्दांचा आशय क्षणात मला भिडला. किती साधं, सुंदर तत्त्वज्ञान! आयुष्य उजळून टाकणारा क्षण वर्तमानकाळातच आहे, भूत अगर भविष्यात नाही. आपण असतो तिथं आनंदात राहणं आपल्याला भाग आहे हा सोपा संदेश प्रिय मैत्रिणीनं जाताजाता दिला आणि तिथून पुढे खरंच गोष्टी सोप्या झाल्या. विचारांची

ओळ पडत गेली. पूर्वजन्माची ओळख पटलेली जिप्सी जन्माला आली. पूर्वेला कृतज्ञतेचं अर्घ्य देताना, मध्यरात्रीच्या, ताऱ्यांनी चमचमणाऱ्या निळ्या आकाशाखाली कविता आठवताना, कळ्या उमलताना पाहून आनंदताना, वेळूत गाणाऱ्या सुगंधी झुळकेला शरण जाताना ती भान हरपू लागली. स्थळकाळाचा स्थूलपणा संपल्यासारखाच वाटतो. आता अस्तित्व पिसासारखं करणारी एक जाणीव!

भ्रमंतीबद्दल लिहिण्याचा संकल्प सुटला ती संध्याकाळही एका भ्रमंतीतच आली होती. दक्षिण महाराष्ट्रातलं छोटंसं गाव. कृष्णा नदीचं हिरवं खोरं. काही वर्षांपूर्वी आम्ही लावलेल्या सागाचं आता सरळसोट उंच खोडांचं छान रान झालेलं. सदाफुली आणि विलायती व्हर्बिनाचे पांढरे-जांभळे ताटवे खूप फुललेले. रानापलीकडे सूर्याचा भलामोठा भगवा गोळा अस्ताला जात होता. किती मनस्वी सूर्यास्त! पिवळाजर्द आसमंत सागाच्या खोडांनी उभा उभा कापलेला. वर सागाच्या रुंदरुंद पानांचं विरळ छत. दिवसाची संध्यारेषा अलगद ओलांडून अज्ञाताकडे निघालेला मावळता सूर्य मराठी माळावर. वातावरणात संधिप्रकाशाचं संमोहन भरून राहिलेलं. मन शांत, एकाग्र झालं होतं. कृतज्ञतेनं भरून आलं होतं. प्रयत्न करूनही न सापडणारी ध्यानावस्था, या भ्रमंतीत, त्या शिणलेल्या दिवसाच्या अखेरीस अचानक सापडली आणि त्यानंतर मी भ्रमंतीबद्दल अथक लिहू लागले.

किती प्रवास! तिथले लोक, प्रसंग, घटना... आणि निसर्गानं केलेला अंमलही. निसर्ग आणि अध्यात्म एकरूप झालेले ते क्षण. पंचकोषांना भेदून अंतरातल्या आनंदमय कोषाला स्पर्श करणारा अनुभव मला देशोदेशीच्या, ऋतूंच्या निसर्गानं दिला. काही भटकंत्यांच्या या नोंदी.

नारदमुनीसारखा तिन्ही लोकी संचार करण्याचा वर कुणी देऊ केला तर तो मी आनंदानं घेईन! आजमितीला झालेल्या भ्रमंतीत मी आशिया-अमेरिका-युरोप खंडांवर फिरले. आसुसून, सजग उत्सुकतेनं मी हे प्रवास केले. तुलनांनी श्रीमंत झालेली आणि साक्षात्कारांचे पाऊस पाडणारी ही भ्रमंती!

आशिया खंडावर भारताचं अनन्यसाधारण स्थान! या भारताच्या दिव्य गैरसोयींचं कठीण कवच फोडायला एकदा जमलं की मग ज्ञानाची, अनुभवांची चैनच चैन. उच्च पातळीवरची ती अनुभूती! वैविध्यांचा गाभा असलेल्या भारत देशाचे जे सर्वांत लक्षवेधी गुण मला भावतात ते असे : वास्तुकला-संस्कृतीचे ऐतिहासिक-पारंपरिक सद्यकालीन आविष्कार. सहिष्णुता-आतिथ्य अशा वेद-उपनिषदांच्या सुंदर शिकवणुकीचे काळाच्या वेगवान धारेत झिजता झिजता वाचलेले निसटते, तरीही सुस्पष्ट अवशेष आणि अशोक-मौर्य-नालंदा-तक्षशीला यांच्या सुवर्णयुगामार्गे राजेराजवटींतून पार होत होत आज नव्या पिढ्यांपर्यंत ठामपणे पोचणारी असामान्य भारतीय विद्वता आणि संस्कृती.

अमेरिकेच्या गुणसूचीत चमकतात ते त्यांचे विशाल, सर्वसमावेशक दृष्टिकोन. थकल्या-भागल्यांना, नशीब काढू इच्छिणाऱ्यांना उदार स्मितातून आसरा देणारी न्यू यॉर्कस्थित स्वातंत्र्यदेवता. गगनाला गवसणी घालणाऱ्या आकांक्षेतून होणारी संपत्तीची उपासना. नाविन्याचा ध्यास. ज्ञानविज्ञान संशोधनाची तृष्णा. सौंदर्यदृष्टी आणि अप्रतिम निसर्ग. निसर्ग वा मानवनिर्मित चमत्कृतींची शास्त्रशुद्ध जपणूक. लक्ष्मी आणि सरस्वती या दोन्ही देवतांची पूजा बांधणारा हा अतिप्रिय देश. त्याला म्हणावा तसा इतिहास नाही. म्हणजे इतिहास घडवणारी हजारो वर्षं नाहीत. पण केवळ दोन-तीन शतकांचा हा देश केव्हाच एक नवा इतिहास लिहून गेला! आता यापुढे येतील ती तर इतिहासोत्तर पर्वं!

आणि युरोपचा पैलू म्हणजे त्याच्या व्यक्तिमत्त्वाचं अभिजात देखणेपण आणि अभिरुची. *'कुठल्याही गोष्टीला दोनशेनं गुणलं की होते ती अमेरिका!'* या लौकिकाला युरोप त्याच्या छोटेखानी नेटकेपणानं शह देतो. खरंतर युरोपातलं ऐश्वर्य, मुबलकता हे अतिरेक टाळणारे, 'जेवढ्यास तेवढं' या खास मध्यमवर्गीय भारतीय विचाराला समांतर जाणारे आहेत. पण साधाच मध्यमवर्ग गर्भश्रीमंत असावा असा युरोपमध्ये भासतो, याचं कारण तिथलं स्वच्छ सुबक सौंदर्य आणि माणसाचं सभ्य, प्रतिष्ठित, सुखवस्तू, सुसंस्कारित रूप. खरं तर तो समाज खाऊनपिऊन सुखी आहे फक्त.

कोट्यवधी वर्षांपूर्वी अवकाशात कुठल्यातरी प्रचंड ग्रहाचा विस्फोट झाला, की दोन प्रचंड ग्रहांची टक्कर झाली आणि ज्या ठिकऱ्या उडल्या त्यांचे नवग्रह बनले म्हणे. आणि मग पुराणकाळात समुद्र घुसळून मंथन घडलं आणि समुद्राच्या पोटातून रत्नं निघाली. कधीतरी विचार येतो-या घटना प्रत्यक्ष घडल्या, त्याआधी वातावरणात केवढा ताण साठला असेल, किती सीमेची अस्वस्थता माजली असेल! इंग्लंड-युरोपात तीन-चारशे वर्षांपूर्वी जी वैचारिक-बौद्धिक खदखद माजली होती, त्यातूनच विचारांचे विस्फोट झाले आणि तडक जहाजं काढून अस्वस्थ फिरंगी नव्या अभिव्यक्तीच्या, नव्या आयुष्याच्या शोधात निघाले. मोकळ्या श्वासासाठी, स्वातंत्र्याच्या आसेपोटी अटलांटिकचे सात हजार समुद्री मैल पार करून कोलंबसानं शोधलेल्या इंडियन देशाच्या किनाऱ्यावर जाऊन थडकले. एका खंडाचं अशांत गर्भारपण,प्रसूती आणि त्यातून झालेली नव्या शक्तिशाली नवजात खंडांची निर्मिती अशी एक उत्प्रेक्षा मनात येते.

डोंगर, दऱ्या, पठारं, समुद्रसदृश महप्रचंड तलाव, वाळवंट, महानद्या, महासागर, प्रचंड प्रपात अशा हजारो रूपांतून अमेरिकन निसर्ग प्रकटतो, तो फार फार मनस्वीपणे! पूर्व-पश्चिम-उत्तर-दक्षिण अमेरिकेतले स्वतंत्र निसर्गोद्गार चार भिन्न ऋतूंतून प्रकट होत असतात. केवढी विविधता! या ऋतूंचे रंग-गंध-नाद अंतर्बाह्य निराळे! उत्तर अमेरिकेतल्या चार ऋतूंत शांत-रंगीत-स्वयंभू-उत्सवी सौंदर्य हा एक

काव्यमय, आध्यात्मिक अनुभव आहे. माझ्यातल्या भावनिकतेवर, निर्मितीवर या ऋतूंचा फार मोठा प्रभाव आहे.

ऋतूंचं हे चक्र कळीचं फूल होतं तेवढ्याच अलगदपणे धक्क्या-कंगोऱ्यांचा तसूभरही प्रत्यय न देता फिरतं. खरंतर ते आपल्यसहित फिरतं. पण त्याचा निःशब्द आवेश असा, की ते आपल्या समोरच्या सृष्टीच्या पडद्यावर फिरतं आहे. आपण केवळ त्रयस्थ, तन्मय बघे. एका अतिसुंदर सहजतेतून आणि तेवढ्याच विलक्षण जोमानं बर्फाळ हिवाळ्यात वठल्या वाटणाऱ्या झाडांना मार्च-एप्रिलमध्ये अचानक हजारो-लाखो कळ्यांचे उंचवटे फुटतात आणि बघता बघता आसमंत 'चेरी ब्लॉसम' नावाच्या पुष्पोत्सवात रमतो. स्वतःला उधळून देत फुलणारा बहार. आला क्षण शेवटचा, अशा असोशीनं पेटलेला तलम, मुलायम पाकळ्यांचा यज्ञ. त्या पाकळ्यांच्या मऊ-मृदू गुलाबी, पांढऱ्या, गर्द गुलाबी अशा छटा! नीटस साच्यातून काढल्यासारखी एकसारख्या बांध्याची मधम उंचीची झाडं. त्यांचे बुंधे, फांद्या कुठून फुटाव्यात याची अदृश्य मसलत कुणीतरी करत असणार. एकाच उंचीवर त्या कशा फुटाव्यात? एकाच दिशेनं, समांतर कशा वाढाव्यात? की प्रयोगशाळेतल्या कसलंसं टिश्यूकल्चर त्यांना असं संयमित फोफावत ठेवतं, राम जाणे. तसं असलं, तर मानवानं निसर्गाच्या कार्यक्रमात केलेला हा एक छानच हस्तक्षेप. काहीही असो, या पाकळ्यांचा समारंभ साधारण दहा-पंधरा दिवस चालतो. छोटंसं आयुष्य! नंतर हलकेच गळणाऱ्या पाकळ्यांचा जमिनीवरचा सडा पडतो, यथावकाश या फूलयज्ञाची सांगता होते.

यानंतरचा जून-जुलै-ऑगस्टचा उन्हाळा म्हणजे हिरवाईचा जल्लोष. उत्तरेतली उन्हाळी जंगलं पाहणं, हा एक डोळे निववणारा अजोड अनुभव आहे. कुठल्याही वळणावर सापडणाऱ्या जंगलात शिरावं आणि गर्द वनराजीतली 'ट्रेल' तुडवावी, नाहीतर थंड सावलीतल्या स्वच्छ भूमीवर आरामात झोपून जावं. वातावरणात वाऱ्याची गुंज. पानांची सळसळ. पक्ष्याची शीळ. डोळे उघडे असले तर वर आकाशात दिसतो सरकत जाणारा ढगाचा एखादा वेडा पुंजका. सुदैवानं उन्हाळी दिवस लांबच लांब असतात. पहाटे साडेचार-पाचला तांबडं फुटलेला दिवस रात्री चांगला नऊ वाजता संपतो. निकोप रात्रींना उन्हाळी जाग असते. पहाटेलाच होणाऱ्या केशरी सूर्योदयाची आस असते. समशीतोष्ण कटिबंधातली उन्हाळी तलखी बाष्प कितीही वाढलं, तरी उत्तरेत जाणवत नाही. चांगले सहा महिने टिकलेल्या हिवाळ्यानंतर, मुलंबाळं- म्हातारेकोतारे- मित्र-मैत्रिणींचे जथे उन्हाळे मनवायला घराबाहेर पडतात. ते जुलै-ऑगस्टच्या वीकएंड्सना पाहावं. फ्रीवेवर अनेकपदरी मुंग्यांच्या रांगांसारख्या गाड्या सरकताना दिसतात. या वाहतुकीच्या कोंड्याही दोनशेपट.

शिशिराला मात्र मृत्यूआधीच्या उत्सवाचं एक उत्कट काव्य आहे. ऑक्टोबरचा महिना भगवा-केशरी करून जाणारा हा रंगोत्सव! त्यानंतर सुरू होणाऱ्या हिमाला आणि बर्फाच्छादित लॅन्डस्केप्सना नीरव सौंदर्याचा दैवी स्पर्श आहे. भुरभुरत आकाशातून खाली आलेलं धवल बर्फ किती सुकुमार, त्याचं शब्दात वर्णन करणं अशक्य. अशी ही चार ऋतूंची कविता.

ठिकठिकाणच्या प्रेक्षणीय जागा पाहताना तिथल्या स्थानिक माणसाची सुखदुःखं, चांगल्या-वाइटाच्या कल्पना चाचपडता आल्या, तेव्हा त्या सफरी विशेषच सुफळ संपूर्ण झाल्यासारख्या वाटल्या. टूर कंपनीबरोबर भराभरा फिरत रकाने भरणाऱ्या ट्रिपा करण्याकडे माझा कल नाही. कोपनहेगन नाहीतर आफ्रिकेत जोहान्सबर्गसारख्या शहरी जाऊन 'उत्तम फुलके-रस्सा देणारं भारतीय रेस्टॉरंट्स सापडलं!' असा आनंद इतिकर्तव्यतेसारखा सांगणारे भेटतात तेव्हा 'ते शोधायला एवढा खर्च करून एवढ्या लांब कशाला गेलात?' असं त्यांना विचारावंसं वाटतं. जर्मनीत जाऊन तिथं देशातल्या सर्वांत जुन्या, ९०० वर्षांपूर्वीच्या रेस्टॉरंट्समध्ये जावं. जर्मन ब्रूअरीतली बिअर प्यावी. सीमेची काटेकोर अभियांत्रिकी जर्मनांनाच का साधते? मर्सेडीझसारखी सर्वोत्तम गाडी तिथंच का बनते? कशात आहे या जर्मन परफेक्शनचं मूळ? आणि दुसऱ्या महायुद्धातल्या जर्मनीची मानसिकता, ती कुठून आली, मागे काय सोडून गेली, हे शोधावं. इटली-फ्रान्स-स्पेन या युरोपीय देशांनी Arts विषयाची फार नाट्यपूर्ण उत्क्रांती पाहिली. सगळे इझम्स तिथंच जन्मले आणि रेनेसान्सही तिथंच घडला. कशात होती यांची स्फूर्ती? स्कँडिनेव्हिया- म्हणजे उत्तर युरोपचे लोक हे खरे तर एके काळचे समुद्रचाचे. वायकिंग्ज. आजमितीलाही आपला शुद्ध गोरा वंश टिकवण्याचा अट्टाहास त्यांच्या सामाजिक मानसिकतेत प्रतिबिंबित होतो. त्यांना आपल्या भौगोलिक कक्षेबाहेरच्या जगाची माहिती वा क्षिती नाही. स्वतःत रमलेला हा प्रगत, संतुष्ट, आनंदी समाज आहे. इतर देशांबरोबरची (कक्षा रुंदावण्याच्या ज्वरानं पछाडलेली) सांस्कृतिक देवघेव, माहिती तंत्रज्ञानाची आवकजावक असल्या आटापिट्याची या स्कँडिनेव्हियनांना गरज वाटत नसावी. हेच युरोपीय जागतिक पटलावर, शांतिप्रिय-पॅसिफिस्ट म्हणून आज ओळखले जातात. कशात आहे त्यांच्या 'समुद्रचाचे ते पॅसिफिस्ट' या विलक्षण प्रवासाची प्रेरणा?

युरोप

१९९१च्या वसंतात आम्ही वेळापत्रकातून तीन आठवडे मोकळे केले आणि मनात फारसं काही न ठरवता युरोपमध्ये जाऊन थडकलो. भ्रमंती ही एकच प्रेरणा होती. जर्मनीत फ्रँकफर्टला उतरून एअरपोर्टवर एक छोटी गाडी भाड्याने घेतली.

भ्रमंती सुरू केली आणि जर्मनी, हॉलंड, स्वित्झर्लंड, ऑस्ट्रिया, बेल्जियममध्ये खूप भटकलो. कधी अप्रतिम निसर्गाच्या कैवल्यात्मक भावानं मला ध्यानस्थ केलं. कधी विजिगीषू पालवीच्या कोवळ्या हिरव्या रंगानं गात्र जागवली. कधी डोंगरउतारांवर चरणाऱ्या गाईच्या गळ्यातल्या मंजुळ घंटानादानं, तर कधी चर्चमधल्या घनगंभीर घंटेनं चित्त आनंदित केलं. आल्प्सची शिखरं माझं स्फूर्तिस्थान बनली. कधी एखाद्या प्रसंगानं माझी नशा उतरवली.

युरोपमध्ये देश ओलांडणं हे फारसं नाट्यमय नाही. छोटेछोटे देश! त्यांच्या सीमेवरचे उपचारही नाममात्र असतात. सकाळीच जर्मनीतल्या क्रेफेल्डमधून धुक्याचा समुद्र काटत हॉलंडच्या दिशेनं निघालो. इतकं धुकं होतं की जर्मनी संपली हे जाणवलं धुकं सावकाश विरायला लागलं तेव्हा. नजर पोचेल तिकडे कुरणंच कुरणं होती. सपाटी दर्शवायला समुद्राचाच संदर्भ घेण्याची गरज नाही. हॉलंडची कुरणंही तेवढीच सपाट आहेत. सपाट मऊसूत कुरणांचा प्रदेश. वसंतात फुललेली पिवळीधमक डॅंडेलिऑन्सची गवतफुलं. बाया-पुरुषांचा आनंदी रंग-संग. निळे डोळे, आणि भरदुपारी हसत खेळत रिचवलेल्या मदिरेचं लालबुंद फ्लशिंग चेहऱ्यावर. युरोपमध्ये मंडळी दिवसाढवळ्याही सुखावलेलीच असतात. कामाच्या रगाड्यात पिचून वगैरे निघत नाहीत, अमेरिका वा भारतासारखी!

शहरांच्या जरा बाहेर पडलं की परत कुरणांचं राज्य सुरू. कुरणांच्या सीमेवर पॉपलारसारखी कसलीशी शेलाटी उंच झाडं ओळीनं लावली आहेत. हिरव्यागार नाजूक पानांची ही झाडं त्या शेलाट्या बुंध्यांची क्षितिजाकडे जाणारी सुंदर रेषा तयार करतात. त्या रेघेला बॅकड्रॉप असतो पवनचक्क्यांचा. सगळीकडे कोवळा हिरवा रंग भरून राहिलेला. आणि वर ढगांचा ठिपकाही नसलेला निकोप निळा रंग. पहिल्या डच क्षणचित्रांचे हे रंग मनावर कायमचे कोरले गेले.

भारताविषयी वाटणाऱ्या उत्कट, संमिश्र भावनांना पहाटेच्या नेदरलॅन्डनं एक संदर्भ दिला. दिवस उजाडताना ॲमस्टरडॅमला विमान उतरलं. थंड, कोरडी, चकाकती हवा. कोवळी सूर्यकिरणं. शहराकडे धावणाऱ्या हायवेच्या दोन्ही बाजूंना नव्या पालवीनं लसलसलेली शेलाटी झाडं. आसमंतात ताजेपणा. ॲमस्टरडॅम, आल्समीरचा लिलाव आणि आकाशाखाली पसरलेल्या कुकेनॉफच्या ट्यूलिपच्या बागा बघण्याचा योग आला. सगळीकडची स्वच्छता, सौंदर्यदृष्टी, आणि सुंदर अनाघ्रात निसर्ग पाहून डोळ्यांचं पारणं फिटलं! किती अभिमान वाटत असेल डचांना आपल्या या देशाचा! मलाही माझ्या या जन्मभूमीवर निष्ठेनं प्रेम करावंसं वाटतं. तिच्यातल्या उणिवा आणि अपराध पोटात घालावेसे वाटतात. त्या सुधारण्यासाठी झटावंसं वाटतं.. पण पदोपदी जाणीव होते ती फक्त तडजोडीची.

पंचवीस वेळा पाहिलेल्या 'द साउंड ऑफ म्युझिक'मधली मरिआ. आल्प्स पर्वतांत हरवून जावून ती ॲबीतला मास विसरते. डो-रे-मी गाण्यातला तो निसर्ग! साल्झबर्गमध्ये साक्षात तो पाहून पृथ्वीवरच स्वर्गदर्शन झालं!

साल्झबर्ग गाव एका दगडी कॅथीड्रलच्या टेकडीपलीकडे वसलेलं. जुन्या साल्झबर्गमधलं Baroque आर्किटेक्चर प्रसिद्ध. रस्त्यांना कॉबलस्टोन बसवलेला बाजारपेठेचा तिठा आणि तिथून निघणाऱ्या लहानलहान अरुंद गल्ल्या म्हणजे मूर्तिमंत युरोप! युरोपियन गावांची रचना मला आवडते. अमेरिकेतल्या विरळ वस्त्यांची सवय झाल्याने असेल कदाचित. अमेरिकेत प्रचंड मोठ्या प्लॉटवर कुठंतरी एकुलतं घर. त्यामुळे शेजारीही किती दूरवर असतो! साधी वस्तू आणायला जायचं तरी गाडी काढण्याला पर्याय नाही. भारताच्या गर्दीमुळे, तिथल्या सवयीमुळे असेल कदाचित- युरोपची नेटकी दाटीवाटी, घनता मला आपलीशी वाटते. चालता चालता सहज करता येतील असे व्यवहार. खासगी वाहनावरची भिस्त नाही. झालंच तर बस, ट्रेन अशी सार्वजनिक वाहतूक यंत्रणा वापरावी. एकमेकाला चिकटून चिकटून चिमुकली दुकानं. अवाढव्य मॉल्स नव्हेत. थंडीवाऱ्याचे गरम कपडे चढवून सडसडीत बांध्याचे युरोपियन्स विशेषच तरतरीत आणि ताठपणे चालतात. अगदीच कुणी वृद्ध, विकलांग असेल तर गोष्ट वेगळी. त्यांच्या पॉलिश केलेल्या बुटांचा टकटक असा विशिष्ट लयीत आवाज येतो. पाय घासत चालायला प्रगत पश्चिमेत मज्जाव असावा. थंडीमुळे बूटमोजे असतात म्हणून किंवा मॅनर्सचा भाग असेल, युरोपमध्ये बाया-पुरुषांची चाल खरोखरीच चटपटीत, देखणी. तुटलेल्या वादीचं वा झिजलेल्या टाचांचं पायताण औषधालाही दिसत नाही. युरोपियन चौकांत सुंदर सुंदर फॅशनेबल दुकानांची रेलचेल तर आहेच, शिवाय गुलाब, कार्नेशन आणि ट्यूलिप्स विकणारे फ्लॉरिस्ट; आणि रंगीत छत्र्या मांडलेले साइडवॉक कॅफेज. त्यांच्याशिवाय युरोपियन दृष्यं अपूर्ण आहेत.

साल्झबर्गच्या संगीतकार मोत्झार्टच्या जन्मस्थानभेटीनं मला जाणीवनेणिवेची पातळी एक करणारा आनंद दिला. हागेनॉर हाउसच्या दुसऱ्या मजल्यावर पोचण्यासाठीचा जिना निमुळता लाकडी होता. मोत्झार्टचं कुटुंब या घरात तब्बल पंचवीस वर्षं राहिलं. १७५६ मध्ये, ज्या लाकडी खोलीत या असामान्य संगीतकाराचा जन्म झाला, त्या खोलीत पाऊल ठेवताना माझे डोळे नकळत घळाघळा वाहू लागले. इतर खोल्यांमधली त्याची वाद्यं, मेमोराबिलिया वगैरे ठीक होतं; परंतु अडीचशे वर्षांपूर्वी जे दैवी चैतन्य तिथं जन्मलं, त्या जागेचं केवळ दर्शनही काव्यमय होतं! देवत्वाचा स्पर्श झालेलं कालातीत संगीत वुल्फगँग अमाडेअस मोत्झार्ट या प्रतिभावंत संगीतकारानं लिहून ठेवलं. भान हरपायला लावणारं हे संगीत!

स्वप्नातलं निळं तळं स्वित्झर्लंडमध्ये होतं. एका बाजूनं तळ्याच्या वळणांना धरून जाणारा चकचकीत रस्ता आणि तळ्यापलीकडे पर्वत. काळ्या सूचिपर्णी झाडांच्या कॅलेंडरमधून अवतरलेला पडदा. डोंगरउतारावरची पोपटी चराऊ कुरणं. त्यांच्यावर फुललेली पांढरी-पिवळी रानफुलं. त्यावर चरणाऱ्या बांधेसूद सशक्त गायी. पर्वतांमधल्या शांततेवर त्यांच्या गळ्यातल्या घंटांनी उठलेले मंजुळ तरंग. परीची गोष्ट वाचून झोपल्यावर पडणारं स्वप्न! कल्पनेतलं अद्‌भुतरम्य ठिकाण. म्हणजे तो निसर्ग. आनंदानं हसत गालांवर हात ठेवून आकाशाकडे पाहत गिरकी घेणारी आणि फुलाफुलांच्या फ्रॉकचा घेर मिरवणारी लहान मुलगी झाली होती माझी!

युरोप म्हणजे समोर आलटून पालटून अवतरणारे नवरस!

परीकथेच्या त्या अनुभवानंतर अंगावर काटा आणणारा थरारक निसर्गही घडला. कुंद करड्या पावसाळी हवेतून आमचा प्रवास काळ्या अरण्याच्या दिशेनं. अचानक समोर काही अंतरावर एक अजस्त्र काळा ठिपका दिसला. ब्लॅक फॉरेस्ट! समोरून येणाऱ्या गाड्या निथळत्या ओल्या आणि त्यांचे हेडलाइट्स भर दिवसा प्रखर झोतावर लावलेले. ब्लॅक फॉरेस्टमध्ये वादळ-पाऊस उग्र झालेला. सुसाट वेगातली गाडी आम्ही चालवत होतो की ती त्या गूढ ठिपक्याच्या दिशेनं ओढली जात होती असं निबिड अरण्य! चित्तथरारक 'श्वाईट्झर स्ट्रासे' तो हाच. फांद्यांच्या विक्राळ पसाऱ्यातून प्रकाशाचा मागमूस कमी होत चाललेला. आता फक्त जखडून टाकणाऱ्या सरळसोट, जुनाट काळ्या झाडांची आणि बुंध्यांची गर्दी आणि दाट अंधार. दिवसाचं भान नाही. वेळेचा तळ नाही. रस्त्याची ऐट मात्र शाबूत. उजव्या बाजूला प्रचंड खोल दरी. रस्ता अगदीच दाटका. छोटीशी चूक....! आणि....! छातीत झालेली धडधड आठवते. माझ्या नशा खाड्‌खाड्‌ उतरत चालल्या... स्वतःतल्या क्षुद्र अहंची जाणीव झाली.

कड्याच्या धारेवरून गेलेल्या चिंचोळ्या रस्त्यावरची ती सफर एकदाची संपली आणि आम्ही पुढच्या टप्प्याकडे वळलो. मी निःश्वास टाकला.

एकदा मठ्ठ मनानं गाडीत बसले होते. गाडीनं एक पूर्ण वळण घेतलं. आल्प्सची रांगच्या रांग समोर उलगडली होती. निसर्गातल्या सर्वोत्तम गोष्टी एकत्र आल्या होत्या. अतिसुंदर जक्स्टापोझिंग! आपली भूमिका यःकश्चित बघ्याची. त्या सौंदर्यापुढे मन नमतं झालं... वासंतिक रंगांची उधळण! तानपुऱ्याच्या तारा मस्त लागल्या होत्या. जाणीवनेणिवेची वेव्हलेंग्थ एक. एकतानतेचा दुर्मिळ अनुभव. त्या दृश्याला दाद देता देता मी अंतर्मुख झाले.

मात्र युरोपच्या शेवटच्या टप्प्यानं जिवाचं पाणी करणारी एक आठवण माझ्यात पेरली.

बगळ्याच्या रंगाच्या गाडीतून तीन आठवडे युरोपभर गरागरा भटकंती झाली. नऊ हजार किलोमीटर्स पार झाले होते. मागच्या सीटवर फॅमिली रूममध्ये घालावा तसा मी पसारा घातलेला. ब्रेड, चीज, फळं-ज्यूसचं किचन. टेप्स आणि सीडीज. धुतलेले, सुकणारे कपडे. पसरलेले नकाशे. कॅमेरे. चपला-बूट. स्वेटर्स. पाण्याच्या बाटल्या...

पहाटे पहाटे आम्ही जिनिव्हातून निघून पूर्वेकडे येत येत फ्रँकफर्ट एअरपोर्टच्या परिसरात शिरलो तेव्हा मध्यरात्र होत होती. पिवळ्या सोडियम वेपरच्या दिव्यांत चकचक करणाऱ्या ऑटेबानवरून परवलीच्या खुणा वाचत भाड्याच्या गाडीच्या ऑफिसचा माग काढला. डोळे टपटप मिटत होते. प्रवासाचा शीण साठून आला होता. एवढी मोठी ट्रिप निर्विघ्न पार पडली. मन-शरीर सैलावून गेलेलं. प्रवास संपल्यातच जमा होता. भाडं चुकतं करून ती छोटी पांढरी गाडी आता परतून टाकायची!

शेवटच्या गॅस स्टेशनवर थांबलो. गाडीला छान शॉवर दिला. मागच्या सीटवरची फॅमिली रूम आवरून टाकली. सीट्स झाडून झटकून साफ केल्या. गाडी सोडून बाहेर पडताना परत मागे जाऊन मी त्या गाडीवर प्रेमानं हात फिरवून आले. चकचकीत काळ्यापिवळ्या ऑफिसमधल्या किरमिजी सूटमधल्या पोरीनं हसून आमचं स्वागत केलं आणि आमचं क्रेडिट कार्ड मशिनमधून सरकवलं. गाडी साभार परत झाली. एक जबाबदारी संपली! पण ताठाही होताच मनात. क्रेडिट कार्ड... अमेरिकन डॉलर्स... किती आरामाची गाडी...अर्थात्! मोबदला मोजलाय आपण...! व्यवहार संपले. शेकडो गाड्या हारीनं लावलेल्या पार्किंग लॉटमधून बाहेर पडताना मात्र अचानक मनात काहीतरी हललं. अपरिचित देश. अगम्य भाषा. संपूर्ण परकेपण. स्पीडलिमिटच नसलेले ऑटोबान्स...त्या गाडीने केवढी साथ दिली! देशाटनाची हौस पुरवली. थ्रिल जगतानाही सारासार सांभाळला. हजारो मैलांच्या भ्रमंतीत कुठं गैरसोय नाही केली. नकाशा वाचायचा. कधी वाऱ्याचा वेग शून्यावर आणायचा. कधी लीव्हर दाबून एकदम वाढवायचा - हायवेवर धावणाऱ्या ताफ्यासोबत राहण्यासाठी. डावं-उजवं वळण ठरवायचं. ओल्या रस्त्यांचं भान सुटतं तर?... दुसऱ्याची चूक आपल्यावर शेकती तर... गोष्टी जमेत धरून खुशाल राहायची किती सवय आपल्याला! आणि झूरिकच्या नदीकिनाऱ्यावर काल तो भीतीचा शहारा उठला नसता, तर तशीच राहिली असती ती सवय! मला तर युरोप चढलाच होता. आनंद, बेफिकिरी, उदासीनता, अलिप्तता, युफोरिया, दुःख, कृतज्ञता, थरार... अशा भावनांचा मुक्तसंचार सुरू होता!

लिमट नदी.
लेक झूरिकचा काठ.

रंगीबेरंगी गर्दीत आम्ही मिसळून गेलो होतो. नदीकिनाऱ्यावरून रमतगमत फिरत होतो. निळं पाणी, पांढऱ्या शिडांच्या बोटी. हलका वारा. दुपारचं ऊन निळ्या पाण्याच्या खवल्यांवर चमकत होतं. नदीपलीकडे कौलाकौलांचं झूरिक दिसत होतं. लाल कौलांची घरं आणि खूपशी झाडी यामध्ये उंच निमुळत्या पांढऱ्या स्टीपलचं चर्च दिसत होतं. चित्राला एक बॅलन्स आला होता त्याच्यामुळे. निरुद्योगी स्विस मंडळी पाण्यात गळ टाकून बसली होती. छान रुंद निळं नदीपात्र. हलक्या लहरी. साइडवॉकवर ट्यूलिप्सचे रंगीत ताटवे. पूर्व पश्चिम झूरिक जोडणारा कमानींचा पूल. पुलावर रंगीत पोस्टर्स, फडफडणारे कसले कसले झेंडे, समोर मन रमवणारा, गजबजलेला स्क्वेअर. सगळं किती रंगीत, आनंदी! नखशिखांत युरोपियन!

तेवढ्यात या चित्रात न बसणारा एक प्रचंड आवाज झाला. माना वळल्या आणि नजर समोर रस्त्यावर गेली. भयानक अपघात! तीन-चार गाड्या एकमेकींवर अमानुष आदळल्या होत्या. किंकाळ्यांच्या आवाजानं त्या आनंदी स्क्वेअरवर एका क्षणात अशुभ सावली घातली. दोन गाड्यांचा चक्काचूर झाला होता. आणि उरलेल्या दोन चेपल्या जाऊन जागीच फिरल्या होत्या. जीवितहानी? असावी... आहेच! एक उंचीपुरी स्त्री डोळ्यांवर आडवा हात घेऊन आवेगवश झाली होती. तिनं फोडलेला हंबरडा अजून घुमतो आहे कानात. आधीच्या आनंदरंगामध्ये रक्ताचा सडा भयानक दिसत होता. आणि माझ्या डोळ्यांपुढे सारखी येत होती त्यांची गैरसोयींची यात्रा, धिंडवडे, पंचनामे, इन्शुरन्स, खोळंबा... आणि मोडलेली आयुष्यं...? कोणती इन्शुरन्स कंपनी त्यांची भरपाई करणार आहे?

जिवाचा ठाव सुटला आणि काहीही न बोलता आम्ही गुपचूप गाडीकडे वळलो. नदीकिनाऱ्यावर भटकायची इच्छा मेली होती. उडून जाऊन घरी पोचावं, आपल्या माणसांत, घराच्या उबेत राहावं, असं एकदम वाटून गेलं होतं. किती जीव झेलला आपण त्या छोट्याशा गाडीवर गेले तीन आठवडे... किती गृहीत धरलं तिला... घर राहिलं होतं किती लांब! घरी ससशासारखं पिल्लू होतं. वृद्ध जीव होते. आपण भूक तहान-अंधार उजेड विसरून हिंडत होतो. लहरीपणानं, ताठ्यात. प्रवासाची मजा और होती यात वाद नाही. पण जाता जाता किती गोष्टींना गृहीत धरलं आपण!

मृत्यूचे टोले दूरवर पडले, तरी डोळ्यांसमोर पडले. आयुष्याचं भान आलं, ही त्या तिशीत पाहिलेल्या युरोपच्या जात्या क्षणांची खरी भेट.

पॅरिसची आयुष्यातली पहिली सफर ठरवताना कुठल्यातरी भारद्वाजानं शुभशकुन केला आणि बर्टरॅंड नावाच्या फ्रेंच मित्रानं भर शहरातला त्याचा पेंटिंगचा छोटासा स्टुडिओच आनंदानं आम्हाला खुला केला. पीएच.डी.च्या कामासाठी तो काही महिने बॉस्टनला राहायला आला तेव्हा आम्ही त्याला केलेली मदत स्मरून.

आमच्या पॅरिसमधल्या महागड्या हॉटेलवास्तव्याचे पैसे तर वाचलेच; परंतु हर्षभरित बर्टरँडनं तीन-चार दिवस आम्हाला उत्साहानं दत्तकच घेतलं. आम्ही येणार ती सबब घेऊन, तो आपला बाडबिस्तारा घेऊन त्याच्या मैत्रिणीकडे राहायला गेला आणि दुसऱ्या दिवशी आमच्या भ्रमंतीत त्याची ती चंद्रासारख्या गोल चेहऱ्याची सुरेख दिसणारी मैत्रीणही सामील झाली. तिला पाहिल्यावर, अमेरिकेत उतरल्यापासून बर्टरँड अमेरिकेतल्या बाया-पुरुषांना खेळकर उद्दामपणे 'फॅट', 'अग्ली' अशा संज्ञा का देत सुटला होता आणि फ्रेंच मुलींच्या सौंदर्यांची स्तुती का करत होता, ते क्षणात कळून गेलं.

भारत, अमेरिका, पॅरिस अशा पृथ्वीगोलावरच्या वेगवेगळ्या ठिपक्यांवर भ्रमंती करताना निसर्गाचं वैविध्य डोळ्यांत भरत होतं तसंच लोकरूपं, लोकरीती, चाली-पद्धती हे समाजरंगही अधोरेखित होत होते. जरा खोलात शिरून पाहावं तर किती काही उलगडे! भ्रमंतीत खरा वेळ पुरत नाही. पण तरीही उघड्या डोळ्यांनी वावरताना बरंच काही कळत जातं. 'त्वचा' हा आरोग्याचाच नाही, तर या लोकरूपांचा, सामाजिक-भौगोलिक जीवनपद्धतीचा उत्तम आरसा आहे असं मी माझ्या भ्रमंतीअखेर म्हणते. वंशानं दिलेल्या त्वचारंगावर हवामान आपला रंग चढवतं आणि भारतातला गोरा माणूस रापतो अगर काळा आणखीच काळा होतो. उष्ण कटिबंधात घामामुळे त्वचा मृदू, आर्द्र राहते; पण दरिद्री देशांतले श्रम, भयानक प्रदूषणांमुळे त्वचेचं तेज निघून जातं. ती कोळपून जाते. थंड प्रदेशाच्या प्रगत देशांत खाऊनपिऊन सुखी असणाऱ्या समाजाला व्यायाम-आहार-विहारातली मेख समजली तर त्याची त्वचा तेज:पुंज, निरोगी गोरीगुलाबी दिसते. तारुण्य, प्रौढत्व, उतारवयाच्या क्रमातून सरकतानाही आनंदी दिसते. विकसित अमेरिकेच्या फार मोठ्या लोकसंख्येला अतिस्थूलपणाचा शाप आहे. मुबलकता, रेलचेल, बैठे दिनक्रम, मोटारींवरचं टोकाचं अवलंबित्व, धूम्रपानासारख्या सवयी, डळमळती ढासळती कुटुंबं, ताण-तणाव, या कारणांमुळे कुठंतरी कधीतरी या स्थूलतेचं बीज पडतं आणि पिढ्यापिढ्यांतून फोफावत जातं. देवदत्त गोऱ्या त्वचेचा सुरेख पोत हा स्थूलपणा शोषून घेतो आणि ती निर्जीव, शुष्क, ओघळलेली दिसू लागते. अर्थात, आरोग्याबाबत दक्ष असणाऱ्या अमेरिकनांची त्वचा सुरेखच दिसते. युरोपमधल्या छोट्या गावांत-शहरांत भरपूर चालण्याच्या सवयीमुळे माणसं सडसडीत राहतात. सर्वसाधारण सांपत्तिक स्थिती साटप. अमेरिकेसारखी अतिरेकीपणाची लागण तिथं झालेली नाही, बेडौलपणा दूर आहे. त्वचा निकोप. 'फेस व्हॅल्यू' म्हणजे दिसतं तेच या उक्तीला युरोपमध्येच नाही तर जगभरात कुठंही खूप अर्थ आहे. देहबोली, चेहऱ्यावरचे भाव, डोळ्यांची भाषा एवढ्या खोलात शिरण्याची गरज नाही. फक्त समाजाची त्वचा वाचावी!

बर्टरँडची पोरगी गोरीगोरीपान, मध्यम उंचीची- बांधेसूद, चाफेकळी नाकाची, पिंगट डोळ्यांची, सोनेरी कुरळ्या केसांची, हसरी अशी स्त्रीसौंदर्याच्या कालातीत व्याख्येत चपखल बसणारी निघाली. शहराच्या एका गजबजलेल्या भागातल्या जुन्या इमारतीत गोल लाकडी जिन्यांचे पाच मजले चढून धापा टाकत आम्ही तिच्या लहानशा अपार्टमेंटमध्ये पोचलो आणि तिथली छोटेखानी मॉडर्न सौंदर्यपूर्ण सजावट पाहून श्वासच रोखला. नाकपुडीएवढी जागा. पण पॅरिससारख्या जगाच्या राजधानीत तिला सोन्याचा भाव होता आणि त्या जागेचं तिनं सोनं केलं होतं. भगव्या रंगाच्या छटा असलेल्या गालिच्यानं लक्ष वेधलं. कागदी गोल दिव्यांचे मोठे गोळे ती रम्य खोली उजळून गेले होते. स्वच्छ, नेटक्या भिंतींवर छान छान चित्रं होती. एक छोटासा लोखंडी माळा काढून तिनं बेडरूमही साधली होती. त्या माळ्याच्या निवाऱ्याखाली दिवाणासारखी बुटकी बैठक. लहानसं किचनेट. दैनंदिन गरजा पुरवणारं चिमुकलं घर. ते डौल, शान, शैलीत कमी नव्हतं. गरजांचा फाफटपसारा वाढवून मग नुसती धूळ पुसत किती आयुष्य वाया घालवतो आपण!

लूव्र, लिडो-मूलांरू, आयफेल टॉवर, शहराचे कानेकोपरे आणि तिथं लपलेली उत्कृष्ट फ्रेंच रेस्टॉरंट्स कधी पायी, कधी मोटारीनं तर कधी मेट्रोनं हिंडत आम्ही ते चार दिवस घालवले. स्थानिक संस्कृतीत शिरायचं तर जाणत्या स्थानिक माणसांची दीक्षा घ्यावी. टॉमेटो सॉस, काश्मिरी मिरची, चीज, कांदे, मशरूम पसरलेला इटालियन पिझ्झा जगभर खाल्लेला. पण हाफफ्राय अंडी, वांगी, चिकन आणि विक्षिप्त टॉपिंग्जचे पातळ पिझ्झे त्या जोडीनं आम्हाला कुठेकुठे नेऊन खिलवले. उत्कृष्ट मुरवलेल्या भाज्या, मीट्स अगदी सेकंदकाटे लावून नेमक्या शिजवलेल्या. शिजवून, घोटून त्यांचे रद्दे नाही केलेले. शिजलेल्या पदार्थाचं मूळ रूप, चव बशीत कोंबडीच्या नाहीतर कोकराच्या तुकड्याच्या रूपात एका बिनतोड स्टाइलमध्ये समोर येतं. छोटी छोटी सर्व्हिंग्ज. उगीच बशीत उतू जाणारे अन्नाचे ढीग नव्हेत. जेवण संपलं तरी पोट तुडुंब भरणं, तडस लागणं वगैरे घडत नाही. हलकं वाटतं. 'सावकाश' म्हणजे स-अवकाश. थोडी जागा राखूनच जेवावं हा प्राचीन भारतीय आरोग्यमंत्र फ्रेंचांना कुणी शिकवला?.. सोबत वाइनचे पाट वाहतात आणि तो अधिकच खुलतो! युरोपचीच नाहीतर जगाची कलाराजधानी म्हणजे पॅरिस!

जमिनीपासून छतापर्यंत भिंतीचा चौरस इंचनइंच भरून टाकणारी चित्रं पॅरिसच्या 'सलॉन्स'मध्ये प्रदर्शित होत. Paris Art Academy च्या सलॉन्सची ही प्रथा सतराव्या शतकात सुरू झाली. पाश्चिमात्य, कलाजगतातली ही सार्वजनिक प्रदर्शनांची आद्य घटना आणि चळवळही. अनेक फ्रेंच कलाकार तिथं वर्णी लावत. पुढे एकोणिसाव्या शतकात कधीतरी ही प्रदर्शनं आंतरराष्ट्रीय कलाकारांनाही खुली

झाली. पॅरिसच्या दिशेनं धाव घेणाऱ्या कलाकारांची संख्या नेहमीच वाढती असे. आजही आहे. या कलाराजधानीच्या नसा-धमन्यांतून कला वाहते. पूर्वापार कितीतरी कलाकार इथं नशीब काढायला आले. १८०० नंतरचा नेपोलियन काळ आणि त्यानंतरच्या बदलत्या राजवटींचा खळबळजनक काळ हा कलाकारी निर्मितीला खूप पूरक ठरला. पॅरिसनं या काळात राजकीय कारणांपोटीची हिंसा चित्रित करणारे कलाकार पाहिले. कसल्याशा हुरहुरीपोटी, भूतकाळातला ग्रीक/रोमन आदर्शवाद आणि संयम चित्रांतून शोधणारे कलाकार पाहिले.

या सलॉन्समध्ये भरणाऱ्या वार्षिक कलाप्रदर्शनांनी चित्रकला सामान्य माणसापर्यंत पोचवली. अठरा व एकोसिणाव्या शतकातल्या पॅरिसमधल्या घडामोडी खूप बोलक्या आहेत. या घडामोडींचा पॅरिस शहर हा अनभिषिक्त सम्राट होता. केवळ श्रीमंतांची मातब्बरी मिरवणारं कलाविश्व जनमानसाला खुलं झालं, राजेरजवाड्यांच्या ताब्यातली उत्तमोत्तम चित्रं कुणालाही पाहता येऊ लागली; कारण १७९३मध्ये पॅरिसमध्ये उघडलेलं एकमेवाद्वितीय 'लूव्र' म्युझियम. Louvre हे फ्रान्समधलं पहिलं सार्वजनिक कलादालन. आजही ते कलाक्षेत्रातलं हरिनाम आहे. मानबिंदू आहे.

आणखी एका तऱ्हेने पॅरिसने जनसामान्यांत कला आणली. पॅरिसच्या 'बुलेव्हार्ड्स'ची सुरस कथा!

वास्तुकला, नगररचना, खूप स्वारस्यानं अभ्यासणाऱ्या डिझायनरला (खरंतर कुणाही उत्सुक-जिज्ञासू-रसग्राही व्यक्तीला!) 'रस्ते' हा विषय प्रिय. रुंदी, वाहतूक, उपयोग, उद्योग यांच्यातून निरनिराळ्या रस्त्यांना जे चेहरे मिळत जातात, त्यांचं निरीक्षण आणि अभ्यास. बोळ, गल्ली, अशा किरकोळीतून सुरू होणाऱ्या रस्ते प्रकारांच्या चढत्या भाजणीत 'बुलेव्हार्ड्स' नावाचा उत्तम, उच्चभ्रू रस्ता-प्रकार मोडतो. बुलेव्हार्ड्स म्हणजे शानदार, शैलीदार, रुंद, गजबजलेले, देखणे, जगप्रसिद्धही झालेले रस्ते. पॅरिसने बुलेव्हार्ड संस्कृती अस्तित्वात आणली आणि लोकप्रिय केली, तीही याच काळात. जनसामान्यांपर्यंत कला-चित्रकला-सौंदर्यदृष्टीच्या कल्पना पोचवण्यात या बुलेव्हार्ड्सनी मोठाच हातभार लावला. या बुलेव्हार्ड्समध्ये वाहनांच्या पट्टीच्या दोन्ही बाजूंना चांगले रुंद पदपथ दिलेले असतात. सिझनमध्ये फुलणारी झाडं, शोभिवंत दिवे, बाकं, फुलांचे ताटवे असा सगळा सरंजाम मिरवणारी ही पादचारी पट्ट्याची बागच.

पॅरिसच्या बुलेव्हार्ड्सचा विषय Champs Elysees वाचून अपूर्ण आहे. जगाच्या पाठीवर मानवाने बांधलेला अद्वितीय हसरा, उमदा, देखणा रस्ता. मॉडर्न नागरी जागतिक संस्कृतीचा आरसा. शाँजेलीजेच्या दिमाखाला तोडच नाही. जगातले अग्रगण्य फॅशनेबल ब्रँड्स शाँजेलीजेच्या दुकानांच्या खिडक्यांमधून दिसतात. कारण सरळ आहे. केवळ अति भरभराटीतले उद्योगच फक्त इथं टिकू शकतात! रस्त्यावरच्या

साइडवॉक कॅफेतलं पट्टेरी रंगीत छत्रीखालचं एखादं छोटंसं टेबल पकडावं आणि कॅपुचिनोचे वा बिअरचे घुटके घेत शेजारच्या रुंद फुटपाथवरून टाकटाक पावलं टाकत जाणारी फ्रेंचांत मिसळून गेलेली जागतिक जनता न्याहाळत बसावं. लगबगीनं कुठे कुठे चाललेल्या त्या जनतेला त्यांच्यात विरंगुळे शोधत बसलेल्या आपल्यासारख्यांची ना जाणीव असते, ना फिकीर. जो तो आपल्या ब्रह्मानंदात टाळी लागलेला! हा रस्ता तयार झाला तेव्हा चालणारी जनता दुकानांच्या खिडक्यांतून मोफत नजरेत येणारी कलात्मकता नजरेत घेत होती. त्यांना कलापरिचय घडत होता. नजरेवर चांगल्या-वाइटाचे संस्कार होत होते. रंगीबेरंगी दुनियेचं नेत्रसुख घेताना कलेची आवड निर्माण होत होती. याच सुमाराला मुद्रण व्यवसाय-प्रिंटिंग-लिथोग्राफ इत्यादींचा जन्म-विकास होऊ लागला. आवडलेल्या मूळ चित्राचा कॅनव्हास परवडण्यापलीकडचा असे. पण त्याच चित्राच्या प्रती स्वस्तात मिळू लागल्या आणि लोक त्या हौसेनं विकतही घेऊ लागले.. जागतिक जनमानसात कलाप्रेम रुजवण्यात पॅरिसनं सिंहाचा वाटा उचलला होता!

सीन नदीवरची बोटीतली सफर आणि काठावरच्या फूटपाथवरची पायी, दोन्ही विशेष होते. समोरच्या दगडी पुलाच्या कमानींखालून वाहणाऱ्या नदीची मनोहारी चित्रं जलरंगात रेखाटून जिथल्या तिथं ती ताजी ताजी विकणारे गरीब चित्रकार पाहून परत एकदा प्रसिद्धीला मोताद गुणांचं आणि गुणिजनांचं जवळून दर्शन घडलं. वाईट वाटून गेलं. कला क्षेत्रातल्या शिखरावर खरंच देवानं जागा कमी ठेवली... आणि शिखराचा रस्ता दाखवण्यात निष्ठुर जगाचा पंक्तिप्रपंचही खूपच असतो..

शेकडो चिंध्यांच्या पसाऱ्यात अप्रतिम जरीच्या कारागिरीचा गर्भरेशमी खण सापडावा, तसं पॅरिसच्या बैठ्या कौलारू इमारतींच्या गर्दीत 'सीन' नदीवरचं नॉट्रडेम चर्च सापडतं. १२-१३व्या शतकातल्या फ्रेंच गॉथिक वास्तुकलेचा अजोड नमुना! जगातल्या सर्वांत मोठ्या आणि सर्वोत्कृष्ट चर्चपैकी एक अशी त्याची ख्याती. ही रचनाही थेट कॉलेजच्या लायब्ररीतल्या पुस्तकांमधून उतरलेली, आणि माझ्यासारख्या अनेक वास्तुकारांना मंदिरासमान असणारी. ही रचना बारकाईने पाहताना माझं भान हरपलं. मानवाच्या असामान्य कारागिरीचं भव्यदिव्य प्रासादिक रूप!

नॉट्रडेमच्या 'एलेव्हेशन'मध्ये (इमारतीचं चार बाजूंनी दिसणारं द्विमित स्वरूप), दणकट दरवाजांना कोंदण करणाऱ्या 'पोर्टल' कमानींच्या देखण्या रांगा दिसतात. एकीत एक बसणाऱ्या अगणित कमानी. दरवाजांच्या दोन्हीकडे कलाकुसरीचे रुंद खांब आणि त्यांच्या माथ्यातून निघणाऱ्या बाहेरच्या मोठ्या कमानी. ॲकॉर्डियनच्या

भात्यातल्या घड्याघड्यांसारख्या दिसणाऱ्या या टोकदार कमानी एकमेकीला समांतर जात जात शेवटी दरवाजाच्या रुंदीच्या होतात. प्रत्येक समांतर गॉथिक कमानीत उत्कृष्ट कारागिरी दिसते आणि आजूबाजूला गारगॉइल्सची आरास.

नॉट्रडेम चर्चनंच स्टेन्ड काच लोकप्रिय केली. किती रंग, किती रेखीवता, किती तऱ्हतऱ्हेची डिझाइन्स. सहस्त्ररश्मी सूर्याला 'सनकॅचर' स्टेन्ड काचेनं अलंकृत केलं. नजर न ठरणारं वर्तुळ आणि त्याच्यातलं गर्द हिरव्या, गडद मोरपंखी काचांचं सुंदर तुकड्यातुकड्यांचं मोझेक. कुठेकुठे मधेच, वा क्रेंद्रबिंदूपाशी लाल माणकासारखा शोभणारा काचेचा तुकडा. चर्चच्या मंडपात, गाभाऱ्यापाशी उभं असताना खांबांची नक्षी, घुमटाकार छतांची शिल्पं यांवर नजर ठरत नाही. मानवी बोटांतून घडलेलं दैवी काम. कडेच्या भिंतीमध्ये बाहेरच्या उजेडाच्या पार्श्वभूमीवर पारदर्शक होऊन आत रंगीत प्रकाशाची मोहिनी घालणाऱ्या या स्टेन्ड ग्लासच्या खिडक्या शोभतात. अविस्मरणीय! माझ्या मनात आलं, की केसासारख्या बारीक धाग्यानं सुईवर केलेला कापडावरचा कशिदा वेगळा. हजार वर्षांपूर्वी रंगीत काचेच्या जड माध्यमातून ही नाजूक नक्षी त्या कारागिरांनी कशी फुलवली? पॅरिसच्या नॉट्रडेम चर्चनं रूढ केलेली ही रंगीत काचकला आज जगभरातल्या कित्येक कलाकारांना सौंदर्यनिर्मितीची संधी देते.

नॉट्रडेमच्या निःशब्द प्राकारात मला ख्रिस्ती, हिंदू, इस्लाम या धर्मांपलिकडची एक ध्यानावस्था मला सापडली. लाकडी बाकावर बसून मी मन एकाग्र केलं आणि नॉट्रडेम नावाचं सौंदर्य आणि पावित्र्य माझ्यात साठवून घेतलं.

मानवनिर्मित रचनासौंदर्याचा कळस गाठणाऱ्या या रचनेचं सर्वांत मोठं वैशिष्ट्य म्हणजे तिच्या फ्लाइंग बट्रेसेस. रचनाशास्त्रातली एक मोठी, महत्त्वाची संकल्पना. नॉट्रडेमने ही संकल्पना शोधली, बांधली आणि रुजवलीही. बट्रेस (Buttress) म्हणजे, स्वतःच्या वजनानं खचून पायात बाहेर सरकू पाहणाऱ्या भिंतींना उलटा शह देणारी उतरती भिंत. दुरून, वा वरून मनोऱ्यावरून पाहताना, नॉट्रडेमच्या आयताच्या लांब बाजूवर काढलेल्या या 'उडत्या भिंती' चर्चच्या रचनेला लावलेल्या रेशमी काठासारख्या वा सुंदर विणलेल्या लेसच्या झालरीप्रमाणे दिसतात. दगड-विटांचे गोंडे...दशाच जणू ! ही जाडजूड तिरकी भिंत. एके काळी संपूर्ण भरलेली- घन असे. पण रचनेच्या वजनाचा जमिनीकडे जाणारा मार्ग अभियंत्यांनी नीट अभ्यासल्यानंतर भिंतीचा काही भाग भाकड आहे, तो हे वजन उचलण्यात हातभार लावत नाही, हे त्यांच्या लक्षात आलं. त्यानंतर तो काढून टाकण्यात आला. भिंत हलकी 'उडती' झाली. रचनेच्या अंतर्भागात उजेड पुरवणारी झाली. फ्लाइंग बट्रेसमध्ये, किमान गरजेपुरतं नेमकं बांधकाम दिसतं. यात छपराचं वजन भिंतीवर न घालता परस्पर स्वतःवर घेऊन पुढे ते जमिनीकडे नेणारी एक अर्धकमान भिंतीतून निघते. अर्धकमानीचाच

पुढे उभा खांब होतो. सुरेख डौल असणारी, स्थूल असूनही गतिमान वाटणारी ही बट्रेस नॉट्रडेमनंतर ग्रॉथिक आर्किटेक्चरचा अविभाज्य भाग बनली.

अमेरिकेचं वातानुकूलित जंगल

गेल्या पाच-दहा वर्षांत दक्षिण महाराष्ट्राच्या कोरड्या, पठारी प्रदेशात फुलशेती लोकप्रिय झाली. इस्त्राईलच्या शेतकी उद्यमातली अद्ययावत तंत्रं वापरलेली आणि हॉलंडच्या फुलबाजाराला शह देणारी ही ग्रीनहाऊस इंडस्ट्री. अमेरिकेतली फिप्स काँझर्वेटरी म्हणजे या ग्रीनहाउसेसची सुंदर-संपन्न, प्रगत आवृत्ती.

पिट्सबर्ग या अमेरिकन शहराच्या मध्य भागात, काचेच्या सतरा महालांमध्ये एक मानवनिर्मित जंगल फुललं आहे. शास्त्र-तंत्र-सौंदर्यदृष्टी आणि प्रयोगशील नवनिर्मितीचा अमेरिकन ध्यास यांचा परिपाक इथं झाला आहे. ही 'फिप्स' काँझर्वेटरी.

पिट्सबर्गच्या हेन्री फिप्स नावाच्या स्टील सम्राटानं आपल्या झाडा-फुलांच्या प्रेमापोटी एकोणिसाव्या शतकाच्या अखेरीस ही वास्तू बांधली. नंतर त्यानं, लोकोपयोगी वृत्तीतून ती नगरपालिकेला बहाल केली. नगरपालिकेतल्या कार्यकारी हस्तींनी अर्थातच या सोन्यासारख्या भेटीचं सोनं केलं. झाडा-फुलांचं वेड असणाऱ्या जगभरातल्या रसिकांना आणि पर्यटकांना फिप्सच्या आरसेमहालात फुललेलं हे हिरवं रान पाहणं, हा एक अविस्मरणीय अनुभव असतो.

'फिप्स' ही मला योगायोगानं सापडलेली वास्तू. अतिथंडीनं निरुत्साह केला असताना ती मला अचानक सापडली. एका हिवाळ्यात मी पिट्सबर्गमध्ये होते. हे शहर तुफान बर्फवृष्टीसाठी प्रसिद्ध आहे. त्या वीकएण्डला कुठे हिंडण्याचे-फिरण्याचे आमचे बेत बारगळून पडले; कारण सतत पडणारं बर्फ. काय करावं या विचारापोटी हॉटेलमध्ये चौकशी करताना 'फिप्स' हे नाव कळलं. इनडोअर ॲक्टिव्हिटी! हे जमण्यासारखं होतं. फारशी काही अपेक्षा न ठेवता तिथं पोचलो आणि त्यानंतर फिप्सचे भक्तच झालो. व्हिक्टोरियन म्हणजे व्हिक्टोरिया राणीच्या, साधारण १८५० ते १९०० दरम्यानचा काळ. या काळातल्या ब्रिटिश अमदानीतल्या सगळ्या देशांच्या रचना आणि फॅशन्समध्ये ही शैली आढळते. घुमटाकार छतं, निमुळत्या टोकांच्या कमानी, कोरीव कामं, काहीशी अवजड अलंकृतता, भौमितिक आकार हे या शैलीचे विशेष. आधीच्या बरोक-गॉथिक शैलींचा प्रभाव आणि नव्यानं शोध लागलेली बांधकाम तंत्रं यांचा मिलाफ या शैलीत होतो.

अमेरिकनांचं काम फारच काटेकोर. इथं क्यू सोडून तिकिटाच्या खिडकीशी बिळाजवळच्या उंदरांसारखी गर्दी करत एकमेकांना चिकटणारा त्रासदायक जमाव नाही. बँक वा पोस्ट ऑफिस काउंटरवरची, सौजन्याशी घेणंदेणं नसणाऱ्यांची भाऊगर्दी नाही. शेजाऱ्याच्या लॅपटॉपवरचं सुरसतेनं वाचणारा आणि नजरानजर

झालीच तर छान हसणारा इसम भारतात आजमितीलाही वातानुकूलित रेल्वे डब्यात सापडतो. बेशिस्त, अस्वच्छता, बेफिकिरी या दुर्गुणांनी ग्रासलेल्या समाजाची सवय असलेल्याला फिप्समधल्या कमालीच्या देखण्या एकदिशी पदपथाचा कौतुकादर वाटल्यावाचून राहणार नाही! हा पदपथ कधी एखाद्या व्यक्तीपुरता निरुंद तर कधी चांगला सहा-सात फुटी रुंद होतो. रोज तो हजारो व्हिजिटर्सना वाहतो; परंतु सौजन्य, उपचार, शिस्त यांची वानवा नसल्यानं, हा लाल विटांचा पाथ-वे कायम चित्रातल्यासारखा कोरा करकरीत दिसतो. काचेचे हे सतरा लहान-मोठे हॉल्स म्हणजे उत्कृष्ट लॅन्डस्केपिंगचे नमुने. प्रत्येक हॉलच्या वनराजीचा विषय वेगळा. उदा. पाम कोर्ट, फर्न रूम, ऑर्किड्स हॉल, सर्पेंटाइन रूम, वाळवंटी बाग, जल-उद्यान, झेन गार्डन, ट्रॉपिकल फ्रूट अँड स्पाइस गार्डन, वगैरे वगैरे वगैरे.

फिप्समध्ये शिरलेल्या प्रत्येक व्यक्तीला अचंबित करून सोडण्याची जबाबदारी सलामीला उभं असणाऱ्या पाम कोर्टनं उचलली आहे. या सर्वांत मोठ्या दालनात 'पाम्स'च्या (नारळ-खजुराचा प्रकार) प्रकारांची हिरवी गर्दी काचेच्या घुमटाकार छतापर्यंत उंच पोचली आहे. नारळ, खजूर, ताड, माड, सुपारी, अरेका, राफ़िस, फिशटेल, फॉक्सटेल, रॉयल, चायनीज फॅन, बिस्मार्क, पार्लमेंट, सागा ट्रॅव्हलर्स - असे हे अनेकविध पाम प्रकार. काटेरी खडबडीत बुंधे आणि काटेरी कडांची, तरसाच्या केसांसारखी पानं. भारतात आपण नारळ-सुपारी पाहत वाढलो; परंतु या जमातीत इतके प्रकार मोडतात, हे आपल्याला कुठं माहीत असतं!

ट्रॉपिक्स म्हणजे उष्ण कटिबंधातल्या जंगलाचा आभास. हे दालन फुलपाखरांचं नंदनवन. सर्पेंटाईन रूम म्हणजे सर्पाकृती वळणं घेत जाणाऱ्या पाथ-वेजची खोली. या निरुंद मार्गाच्या दोन्ही बाजूंना वेड्यासारख्या फुललेल्या फुलांचे ताटवे आहेत. ते गर्द रंगांचे पट्टे डोळ्यांत भरतात. ही खोली दक्षिणाभिमुख आहे. स्वच्छ सूर्यप्रकाश ही रंगीत फुलांची मुख्य गरज भागवण्यासाठी हे दक्षिणप्रेम. अमेरिकेत अक्षांश-रेखांशांमुळे सूर्यभ्रमणाचा मार्ग भारताहून खूप वेगळा आहे. तो पूर्वेलाच उगवतो व पश्चिमेलाच मावळतो. पण वर्तुळाच्या व्यासातून फिरत नाही तर दक्षिणेकडे बराच झुकतो. 'नेचे' ही वनस्पती प्राचीन, म्हणजे अश्मयुगीन आहे. दमट-ओलसर हवेत सावलीत आपसूक उगवणारी ही हिरवीगार वनस्पती खरंच प्राचीन असावी. कारण भारतीय पौराणिक चित्रकथांमध्ये औदुंबर, कदंब अशा वृक्षांच्या जोडीने पाण्यातली कमळं, आणि जमिनीवर वाढलेल्या नेचांची पानं रंगवलेली सापडतात. या वनस्पतीला औषधी किंवा व्यावहारिक किंमत नाही; परंतु आज जगभरात मानवनिर्मित लॅन्डस्केपिंगच्या काळात कारंजासारख्या तजेलदार मखमली हिरव्या पानांमुळे नर्सरीजमध्ये नेचाच्या प्रकारांना चढा भाव आहे.

उंच झाडांच्या बुंध्यावर मुद्दाम वाढवलेली ऑर्किड्सही फिप्सच्या जंगलात आहेत. ही दालनं पाहत फिरत असताना मध्येच कुठंकुठं फुलांच्या परड्या टांगलेल्या दिसतात. या परड्या म्हणजे 'परडी'त अभिप्रेत अर्थाला शंभरनं गुणणं. अफाट बहरलेले हे सात-सात फूट व्यासाचे रंगीत गोल आहेत. 'खरी फुलं खोटी वाटण्याएवढी छान आहेत'; किंवा 'खोटी फुलं अगदी खरी वाटतायत' हा स्तुतीचा प्रकार इथं सर्रास वापरता येतो.

पपई, दालचिनी, कॉफी, केळी, अशा 'फ्रूट ॲन्ड स्पाइसेस'ची लागवड इथं आहे. जॅपनीज गार्डन इथं सापडतं, तसंच एका दालनात निवडुंगाचे असंख्य प्रकारही आहेत. वाळवंटात बहरणारी निवडुंगाची 'फुलराणी' मी इथंच बघितली!

या कृत्रिम जंगलाचं रहस्य त्याच्या शास्त्रीय निगराणीत आहे. वाळवंटी दालनात शुष्क रखरखीत, तर 'फर्नरूम'मध्ये दमट, फुलांसाठी थंड-कोरडी-भरपूर उजेडाची - अशा प्रत्येक दालनाच्या वनस्पती प्रकाराला आवश्यक ती तपमान-बाष्प, छायाप्रकाशाची वातावरणं तयार केली गेली आहेत. त्यांना मायक्रोक्लायमेट्स म्हणतात. तापमान नियमन-वातानुकूलन हा यातला सोपा भाग. परंतु दालना-दालनातलं बाष्पनियमन ज्या प्रकारे घडतं, त्याची कमाल वाटते. हे संपूर्ण यांत्रिक आहे. भिंतींवरचे, तसंच झाडांझाडांतून फिरवलेले (अदृश्य) पाइप्स, थांबून-थांबून बाष्पाचे फवारे आणि अत्यंत सूक्ष्म तुषारांचे शॉवर्स हवेत सोडत असतात. तुषारांचं प्रमाण, तापमान आणि वेळ सगळं संपूर्ण स्वयंचलित आहे. फिप्सच्या मध्यभागी बसवलेली कॉम्प्युटर-यंत्रणा ही कळीची कामगिरी पार पाडते. प्रत्येक झाडाच्या मुळाशी अलगद सोडलं जाणारं सत्त्वघटकमिश्रित पाणी आणि त्याचं प्रमाण - यांचंही नियमन हीच कॉम्प्युटर यंत्रणा करते. माळी आला नाही, बदलला, विसरला असल्या भानगडी नाहीत. या हवाबंद काचमहालात धुळीचा प्रादुर्भाव नाही. एरवी पानांवर धुळीचे थर बसून त्यांची छिद्रं बुजतात. झाडं निस्तेज दिसतात आणि त्यांची वाढ खुंटते. ते दृश्य आपण भारतात नेहमीच पाहतो. पाइप-शॉवर्स-मिस्टर्स - यांच्या शिस्तबद्ध वर्षावाखाली ही हिरवी दुनिया नेहमीच सुस्नात, आनंदी, निकोप दिसते आणि जोमानं बहरते. इथली लागवड केवळ शोभेची असल्याने रसायनांचा उपयोग सढळहस्ते होतो. जंतू रोगनाशकांचे फवारे मुक्तहस्ते मारल्यामुळे एकाही पानावर कीड नाही, कुठं पान पिकलेलं नाही, वा वाळलेलं. खरोखरच हे जंगल खोटं वाटतं!

फिप्समधले पदपथ लाल विटांचे आहेत. वीट हे बहुगुणी माध्यम आहे. त्यातल्या छिद्रांमुळे ते पाणी-बाष्प शोषून घेतं आणि धरून ठेवतं. हवेतला दमटपणा टिकवण्यासाठी वीट हे उत्तम माध्यम आहे. पाण्यात भिजून ओल्या झालेल्या विटेचा लाल रंग आणखीच खुलतो. हिरव्या झाडीतून फिरणारे लाल पाथवेज! या काँझर्वेटरीची सफर आणखीच साजरी होते! एकशेवीस वर्षांचा

इतिहास लाभलेल्या या कॉंझर्वेटरीतली झाडं आता या महालांमधल्या मातीत छानच रुजली आहेत. फोफावली आहेत. माणसानं या झाडांना निसर्गातून अलगद उचललं. मानवनिर्मित वाफ्यांमध्ये रोपलं. नैसर्गिक जंगलांतलं त्यांना भावणारं वातावरण भरपूर शक्ती-युक्तीनिशी त्यांच्यासाठी इमारतीच्या आत तयार केलं. रोग, किडी, हिणकस संकर अशी संभाव्य संकटं दूर ठेवून त्यांना अक्षरशः फुलासारखं जपलं. झाडं माणसाच्या आपुलकी-प्रेमाला दिलखुलास दाद देतात, हा तर सिद्ध झालेला सिद्धान्त. आता या काचमहालांमध्ये या झाडांची प्रायमरी-सेकंडरी-टर्शरी अशी तिपदरी वसाहत वाढताना दिसते.

फुलं-वनस्पतिशास्त्रात वर्षभर फिप्समध्ये शैक्षणिक उपक्रम सुरू असतात. उदा. त्रैमासिक बदलणारी वनस्पति-फूलशास्त्रविषयक प्रदर्शनं, गुलाबांच्या लागवडीच्या कार्यशाळा, जपानी बागांच्या डिझाइन्सचे वर्ग, कन्टेनर गार्डन म्हणजे शोभिवंत कुंड्यांमध्ये केलेल्या बागेचे वर्ग. भारतीय आयुर्वेदिक हीलिंग गार्डन आणि त्याला जोडून भारतीय पाककलेतलं मसाल्यांचं स्थान या प्रकारचं लहानसं सादरीकरण. अमेरिकन संशोधन आणि अभ्यासू वृत्ती जगन्मान्य आहे. अशा प्रकारचं छोटंसंच प्रदर्शन मांडण्यासाठी फिप्सचा केवढा गृहपाठ झालेला असतो त्याची कल्पनाच केलेली बरी. दोन उच्चशिक्षित वनस्पतिशास्त्रज्ञ खास त्या कामगिरीसाठी वर्षभर आधी भारतात पोचतात. या अमेरिकनांनी एकदा एक विषय पकडला की पकडला. तो त्यांचा धर्म होतो. श्वास बनतो. निष्ठा होतो. त्याचा कीस पाडून तो भिंगाखाली घालून दिवसरात्र न निरखणं म्हणजे ते माणूस भ्रष्ट आहे. साधं पोहायला जायचं तर हे लोक पोहोण्यावरची पुस्तकं पैदा करून ती गांभीर्यानं वाचणार, पोहोण्यासाठीचा पोशाख, त्वचा क्लोरिनने काळी पडू नये म्हणून विशेष क्रीम, केसांवर घालायच्या टोप्या, डोळ्यांसाठी पाण्यात घालायचे काळे चश्मे असे नाना प्रकार जमवणार म्हणजे जमवणारच. त्यात शॉर्टकट नाही. पाण्यात प्रत्यक्ष शिरायच्या आधी पाण्याची आणि पोहण्याची त्यांची थिअरी पाठ असते. विषयात घुसणं म्हणजे काय, ते इथं पाहावं! वेस्टर्न घाट्सचा कानाकोपरा ते खास अमेरिकी रिसर्च पद्धतीनं तुडवतात. मोटारी, बोटी, आगगाड्या, हत्ती, घोडे, मिळेल त्या वाहनांवरून भटकंती करतात. भारताचं छोटेखानी रूप त्यांना फिप्समध्ये आणून उभं करायचं असतं. भ्रष्टाचार, अप्रामाणिकपणा, कामाच्या पाट्या टाकणं हे प्रकार तिकडे खूप कमी. श्रम सार्थकी लागतात आणि वर्षभरानंतर आयुर्वेदावरचं भारतीय प्रदर्शन पिट्सबर्गकरांना त्यांच्या दस्तुरखुद्द गावात पाहायला मिळतं. ट्यूलिप्स, सस्टेनेबल लॅन्डस्केप्स, फुलशेती, मसाल्यांची लागवड... एक ना दोन. शेकडोंनी विषय, आणि त्या विषयात उडी मारणारा अमेरिकन संशोधक. कार्यकारी यंत्रणा. हाडाच्या विद्यार्थ्याला यांच्याकडून खूप शिकता येतं; मग तो विद्यार्थी कितीही वयाचा असो.

शिशिर : एक उदात्त काव्य

१९८५ मध्ये ॲमरहर्स्टच्या युनिव्हर्सिटीत माझ्या खोलीमागे एक शुगर मेपल होता. ते वेडं झाड मला अजून आठवतं. डोळे दिपवणारा शिशिर त्यानं मला प्रथम दाखवला.

ऑक्टोबरचा महिना. झाडाच्या हिरव्या पंचपानांची टोकं पोपटांच्या चोचींसारखी लालचुटुक झाली होती. शिशिराची सुरुवात! गुरुवारी दुपारी मी क्लास संपवून बॉस्टनला घरी गेले आणि मंगळवारच्या लेक्चरसाठी सोमवारी रात्री उशिरा येऊन खोलीत झोपले. सकाळी उठल्यानंतर मी अवाक्.

जाग आली तेव्हा बंद खिडकीच्या दुधी काचेमागे एक भलामोठा भगवा गोळा पसरला होता. मी उत्सुकतेनं फट्कन् खिडकी उघडून टाकली. बाहेर श्वास रोखायला लावणारं रंगनाट्य! हा तर झाडाच्या गाभ्यातून उमटलेला शिशिराचा आनंदोद्गार! चार दिवसात एवढं काही घडतं?

झुळकांबरोबर सळसळणारा तो भगवा पर्णसंभार मला आजही आठवतो. वृक्षाच्या शीतलतेला ज्वाळांची उपमा शोभत नाही, पण ते केशरी तेज कुठंच ज्वाळांहून कमी नव्हतं!

व्हरमाँट हे उत्तर पूर्व अमेरिकेतलं एक राज्य आहे. न्यू इंग्लंडच्या अतिसुंदर परगण्यांपैकी एक. शिशिरातली अद्वितीय निसर्गदृश्यं मी व्हरमाँटमध्ये पाहिली. असा, इतका अनाघ्रात, निखळ निसर्ग असतो? सृष्टीचं, चराचराचं इतकं पवित्र रूप? अमेरिकेच्या एकूण पन्नास राज्यांपैकी सर्वांत विरळ लोकवस्तीचं व्हरमाँट एक राज्य आहे. राज्याची पश्चिम सीमा लेक शँप्लेन या गोड्या पाण्याच्या तलावानं व्यापली आहे. आणि जवळपास तीन चतुर्थांश- सत्तर टक्के क्षेत्रफळ हे छोटे-मोठे तलाव, पर्वत, टेकड्यांनी. ग्रीन माउंटन्समधल्या संगमरवर आणि ग्रॅनाइटच्या खाणी इथं प्रसिद्ध आहेत. बराच ग्रॅनाइट व्हरमाँटमधून निर्यातही होतो. हिवाळ्यातलं बर्फावरचं स्कीइंग आणि वर्षभर चालणारा पर्यटन उद्योग हे अर्थव्यवस्थेचा मोठा भाग आहेत. मेपलच्या झाडापासून मेपल सिरप काढणं, हाही इथला मोठा उद्योग आहे.

संगीत सौंदर्यास्वाद कार्यशाळा घेण्याच्या हेतूनं इथल्या एका भारतीय फाउंडेशननं मला आमंत्रित केलं होतं. न्यू यॉर्क-बर्लिंगटन ही फ्लाइट अगदीच छोटीशी. हेडफोन्स कानाला लावून आता काय ऐकावं असा विचार करत होते, तोच विमान उतरायला लागल्याचा हलकासा धक्का जाणवला. व्हरमाँट! खाली न्यू इंग्लंडवर ऑटमचे अप्रतिम रंग चढले असतील! चार ऋतूंमध्ये शिशिर माझा खास आवडता. लहान मुलाच्या उत्सुकतेने मी विमानाच्या खिडकीला नाक लावलं.

लेक शॅम्प्लेनच्या चकाकत्या निळ्या पाण्यावरून विमान खाली झेपावत होतं. तळ्याच्या आजूबाजूचं रान तपकिरी हिरव्या ठिपक्या-ठिपक्यांच्या इम्प्रेशनिस्ट पेंटिंगसारखं दिसत होतं. विमान खाली उतरत होतं, तसे ऑटमचे रंग स्पष्ट होत गेले. लहानशा एअरपोर्टवरून मी काही मिनिटांत बाहेर पडले. बाहेर टॅक्सी वाट पाहत होती. टॅक्सीनं पार्किंग लॉटमधून पहिलंच वळण घेतलं आणि साक्षात न्यू इंग्लंड समोर अवतरू लागलं. चढउतारांचे, नीटनीटके पट्टे मारलेले अरुंद रस्ते, शेंदरी झालेले मेपल वृक्ष आणि हिरव्या पाइन्सच्या संगतीतलं एखादं कौलारू पांढरं घर. वर निळं आकाश. या प्रांताची ओळख जुनी होती, असं एकदम वाटून गेलं. बॉस्टनचे दिवस आठवले. मन आनंदित झालं. प्रवास दोन तासांचा होता. हायवेला लागलो आणि दोन्ही बाजूंच्या डोंगर-टेकड्यांच्या लयीत वळणदार रस्त्याची निरुंद निळी रिबन उलगडू लागली. कडेच्या रानांच्या लॅन्डस्केप्सना मध्येच लागवडीखालची शेतं, घरांचे छोटेछोटे पुंजके, एखादं चर्च अशी व्यंजनं मिळत होती. चंदेरी हिरवट रंगांच्या थरा-थरांचे ग्रीन माउंटन्स सतत बरोबर होते.

आता दुतर्फा केशरी पिवळ्या झाडांची आरास उमटू लागली. शिशिराचा अत्युत्तम आविष्कार मला मंत्रमुग्ध करत होता. प्रत्येक डोंगरउतारावरच्या रानांचे रंग मी निरखून बघत होते. थेट दक्षिणेकडचं कडकडीत ऊन मिळणारे डोंगर जर्द पिवळे-केशरी झाले होते. दिशा बदलली की झाडाचा रंगही बदलतो. दक्षिणेपासून किंचित कललेल्या दिशांकडची झाडंही किंचित फिकट रंगांची दिसत होती.

हायवे सोडून एक वळण, बारीक खडीचा रस्ता आणि चढण चढून समोर येताच समोर 'क्रॅनबेरी इन'अवतरली. उत्तरेत प्रचलित असलेल्या लाकूडकामाचा उत्कृष्ट नमुना. खांब-वासे-तुळ्यांची भक्कम चौकट. जमीन-भिंती-छत सर्वत्र फिकट तपकिरी पॉलिशचं सुबक लाकूडकाम. दगड-वीट-काँक्रीटपेक्षा लाकूड उबदार असतं. उष्णता पकडून ठेवणारं उत्तम माध्यम. दिवाणखाना म्हणजे उतरत्या छताची 'ग्रेट रूम' आतून दुमजली उंच आणि दुहेरी होती. दक्षिणेला दिवाणखाना आणि उत्तरेला जंगलाकडे पाहणारा जेवणाचा हॉल. मध्ये दुहेरी मोठी दगडी फायरप्लेस. एका मध्यवर्ती फायरनं दोन भल्यामोठ्या खोल्यांना खुसखुशीत उबेचा शेक पुरवावा! लाकडी सजावट, फुलांच्या प्रिंटचे वॉलपेपर्स आणि जहाजं-दीपस्तंभ-नांगर अशा खास न्यू इंग्लंडीय समुद्र-संस्कृतीच्या प्रतिमा चित्रांमध्ये दिसत होत्या. चारही बाजूंकडून मोठमोठ्या काच-तावदानांतून बाहेरचं जंगल दिसत होतं. भारतात ही पारदर्शी काचतावदानांची चैन आपल्याला चोऱ्या-दरोड्यांच्या दुर्दैवी उपद्रवापासून वाचण्यापायी लाभत नाही. खिडक्या कितीही मोठ्या असोत, लोखंडी जाळीचे पिंजरे हे अपरिहार्य! भारताबाहेरच्या बहुतेक घरा-ऑफिसांमध्ये सढळ हस्ते केलेला काचांचा उपयोग मला खूप भावतो. क्रॅनबेरीची सजावट अभिरुचीपूर्ण होती.

"अकरा खोल्यांमधली कुठलीही निवड!"

असं सहज म्हणून त्या मॅनेजरनं माझी खेळण्यांच्या दुकानात पोचलेल्या लहान मुलाची अवस्था करून टाकली. हर्षभरानं मी सगळीकडे हिंडले आणि पांढरी-गुलाबी नाजूक फुलांचा वॉलपेपर्स असलेली डोंगराकडे पाहणारी एक नेटकी खोली निवडली.

बाहेरचा लाकडी डेक ओला होता. समोरचं अर्धनग्न बटरनट झाड खाली जमिनीवर पडलेल्या ओल्या पिवळ्या पर्णसड्यावर निश्चल उभं होतं. निसर्ग स्तब्ध होता. इतकी शांतता की कौलावरून ओघळणारा पाण्याचा थेंब खाली गवतावर ठिबकतानाही आवाज होत होता. त्या थेंबांच्या टिप टिप आवाजाची लय लागली होती. प्रिय मैत्रिणीला हे निसर्गवर्णन लिहिताना होणारा कॉम्प्युटरच्या कीबोर्डचा आवाजही अक्षम्य वाटत होता.

व्हरमाँटच्या सकाळ धुक्यात गुरफटलेल्या! नद्या-ओहोळ-झाडं-फुलं-पानं-पक्षी-हरणं-डोंगर यांचंच हे राज्य. मी तर आगंतुक. पण त्यांनी मोठ्या मनानं मला आपल्यात घेतलं होतं.

धुकं इतकं दाट, की आपण आकाशातच राहतोय असं वाटावं. सूर्य सोनेरी नव्हता. डोंगरांमागे उगवणारा सूर्य चक्क चंद्रासारखा शीतल सफेद होता. नंतर हळूहळू गरम पाण्याचा फवारा बर्फावर सोडल्यावर तो वितळेल तसा कोवळ्या उन्हाचा तुकडा धुकं वितळवत मोठा होत गेला. किरणांचा मार्ग मोकळा होत गेला तसे झाडांचे लालपिवळे शेंडे जागीच स्पष्ट होऊ लागले. कळीचं फूल होताना पाहिलं नव्हतं कधी; पण धुकं वितळून त्यातून प्रकटणारा निसर्ग मी तेव्हा पाहिला. वाटलं, दिवसभर डेकवर मुक्काम केला तर चोवीस तासांत चोवीस हजार प्रतिमांचं वैभव सापडेल! चालायला जावं तर झाडांनी माझ्यावर घुमटाकार छत्री धरली होती. वर बघितलं की नाजूक पिवळ्या पानांच्या ठिपक्यांची दुलई. आणि तिच्यामधेच आभाळाचे निळेनिळे तुकडे.

शिशिराला एक उदात्त काव्य आहे. व्याधी-वेदनांच्या विळख्यातून वार्धक्य सुटावं, अलगद मृत्यू भेटावा, आणि चिकटलेल्या माया-मोह-लौकिकांपासून सुंदर मुक्ती मिळावी ही तर सर्वांचीच इच्छा. माणसाचं खरं सौभाग्य! परंतु भगवानानं माणसाला ते फारच आखडत्या हातानं वाटलं. बहुतेक जिवांना अखेरच्या प्रवासात वेदना सुटली नाही, आणि मुक्तीही अप्राप्यच राहिली!

निसर्गानं मांडलेला शिशिराचा हा उत्सव या पार्श्वभूमीवर फार सूचक वाटतो. जेमतेम सहा-आठ महिन्यांपूर्वी रसरसून फुटलेल्या पालवीचं, हिरवागार पर्णसंभार, कळ्या, फुलं, फळं...असं आवर्तन पुरं झालं आहे. प्रयोजन संपलं आहे. मृत्यू आता अपरिहार्य, आणि नैसर्गिक! ऑक्टोबर अखेरीस एकएक पान हलकेच, यत्किंचितही

आवाज न करता, शोक न मांडता, झुळकेसोबत गळून पडतं आणि भिरभिरत खाली पडून तितक्याच नीरवपणे मातीला मिळतं.. पण जाता-जाता ती पानं असा काही रंगोत्सव मांडून जातात, की त्या केशरी तेजानं सृष्टी क्षणभर पार उजळून निघावी, आणि शिशिराचं सौंदर्य आपण आसुसून बघावं, आणि परत परत आठवावं!

टॅलिसिन, वारली आणि रेवदंडा

फ्रँक लॉइड राइट या सुप्रसिद्ध अमेरिकन वास्तुशास्त्रज्ञाचं घर आणि त्याने सुरु केलेलं आर्किटेक्चर कॉलेज असे परिसर अमेरिकेत दोन ठिकाणी पाहयला मिळतात. त्यांचं नाव 'टॅलिसिन'. उत्तरेकडचं हे मूळ घर विस्कॉन्सिन या राज्यात आहे आणि दक्षिणेकडचं ॲरिझोनाच्या वाळवंटात. हे दोन्ही परिसर मी पाहिले. उत्तरेकडच्या अतिथंडीमध्ये राहणं उतारवयात कठीण झाल्यानंतर राइटनं हिवाळी महिन्यांसाठी ॲरिझोना राज्य निवडलं. दोन्हीकडच्या वास्तुरचनांवर खास राइटचा ठसा आहे. परंतु ॲरिझोनाच्या कॅम्पसनं माझ्यावर अक्षरशः भूल टाकली.

मैलो न् मैल पसरलेल्या फिनिक्सच्या वैराण वाळवंटातल्या हायवेवरून रपेट केल्यानंतर स्कॉट्सडेल नावाचं गाव येतं. तिथं डोंगररांगाच्या पायथ्याशी हे संकुल राइटनं बांधलं. 'भुवई' हा टॅलिसिनचा शब्दशः अर्थ. कपाळ आणि त्याखालच्या भुवईच्या वळणांसारखी त्या डोंगराची आणि टॅलिसिनची प्रोफाइल दिसते. या वाळवंटाचे रंग राइटनं रचनांमध्ये उचलले. वाळवंटात सापडणारा दगड भिंतींसाठी वापरला. वाळवंटी निवडुंगांचे प्रकार लॅन्डस्केपमध्ये लावले. आर्किटेक्चर विद्यार्थ्यांच्या स्टुडिओत वाळवंटातला प्रखर प्रकाश सौम्य, पाळीव होऊन यावा, या प्रकारे त्यानं स्कायलाइट्स दिले, आणि छपरांचे उतार आणि दिशाही.

"हे संकुल खरं तर आम्ही बांधलंच नाही. रचनांचा हा वृंद जणू काही जसाच्या तसा जमिनीतूनच वर यावा, असा अलगद प्रकटला.."

असे कौतुकाचे उद्‌गार राइटची पत्नी ऑलिव्हाना टॅलिसिनच्या संदर्भात काढते. भौगोलिक वातावरणात खऱ्या अर्थी सामावून जाणारं हे Organic Architecture फ्रँक लॉइड राइटची वास्तुशास्त्राला मिळालेली एक फार मोठी विचारसंथा.

या संकुलाच्या प्रवेशापाशी रोपलेली एक पांढरी-गुलाबी बोगनवेल आहे. कुठे ते जगन्मान्य बुद्धिवंताचं वास्तुशिल्प टॅलिसिन आणि कुठं हे रानात माजणारं बिचारं साधं झाड! पण ही बोगनवेल या प्रवेशापाशी आपल्या भन्नाट रंगविस्फोटानं आपल्याला श्वास रोखायला लावते. बोगनवेल नामक रानटी झुडपाचं एक महान उदात्तीकरण इथं झालं आहे. त्या बाष्पहीन वैराण वाळवंटात तळपणाऱ्या सूर्याखाली

कसं-किती फोफावावं तिनं! पांढरा आणि भडक गुलाबी असा अपरंपार जोम! ना त्याला कसली निगा, ना छाटणी, ना खुरपणी. पंचतारांकित हॉटेलच्या प्रवेशापाशी तजेलदार चमकणारी शोभेची झाडं पानांना मेण लावल्यासारखी पान न् पान धुऊन पुसून कायम तकाकत ठेवली जातात, त्याच्या बरोबर उलटा प्रकार. या पंचतारांकित लॅन्डस्केपमध्ये निसर्गापेक्षा माळीच कितीतरी पटींनी कार्यरत असतो. इथं प्रकार वेगळा होता. टॅलिसिनच्या प्रतिमा माझ्या आठवणीत कायमच्या कोरल्या गेल्या, त्यांच्यात त्या बोगनवेलीचं रूप जिवाशिवाच्या नात्यासारखं घट्ट बसलं आहे. टॅलिसिन आणि बोगनवेल!

निळं निरभ्र आकाश, तळपतं ऊन, मागे शांत पसरलेले निळे डोंगर आणि समोर उतरत्या लाकडी तुळया आणि करड्या दगडी बांधकामाचं ते शिल्प! संकुलात कुठंही थबकून समोर वा आजूबाजूला पाहिलं, तरी त्या रचनांचं देखणं संतुलित दृश्य दिसावं, अशी योजना कशी केली त्यानं? प्रत्येक अंतर्गत भागात वास्तुशास्त्राचा सुरेख शिल्पीय आविष्कार सापडावा, जागेचा मूड प्रतीत व्हावा, हे कसं साधलं त्यानं? हेच तर व्हिज्युअलायझेशन. बोर्डवर पसरलेल्या रिकाम्या ट्रेसिंगवर आराखड्याचं नियोजन करताना त्याला मिळालेली सिद्धी. निर्मिती प्रसवणाऱ्या साक्षात्कारी क्षणांना त्रिमित अवकाशाचं रंगरूप देण्यातलं त्याचं असामान्य कसब. केवळ कल्पनेच्या आधारे या जागा त्यानं साध्या पेन्सिलनं त्या कागदावर कधीतरी रेखाटल्या असतील. लांबी-रुंदी-उंची-संदर्भांची परिमाणं घेऊन त्या प्रत्यक्षात उतरल्या. कुणासाठी निवास बनल्या; तर कुणासाठी विद्येचं मंदिर. आज जगभरातून वास्तुकलेचे विद्यार्थी, प्रथितयश वास्तुविशारद, प्रवासप्रेमी पर्यटक, कलाकार, लेखक, संशोधक या जागेकडे आकर्षित होतात.

अनेक बैठ्या रचनांचं हे संकुल. त्या रचना खुल्या कॉरिडॉर्स आणि व्हरांड्यांद्वारा जोडल्या गेल्या आहेत. स्टुडिओच्या बाहेर अंगणाच्याच पातळीला असणारा एक सुंदर त्रिकोणी जलाशय आहे. मी पाहिलं त्या दिवशी त्या ढगाचा ठिपकाही नसलेल्या गडद निळ्या आभाळाचं मुळाबरहुकूम प्रतिबिंब त्या पूलमध्ये पडलं होतं. वातावरणात वारा वा झुळूकही नसल्यानं निळा आरसा असावा तसा तो जलाशय स्तब्ध होता. त्याच्या एका कडेला सग्वारो आणि सिक्वोया असे दोन प्रकारचे निवडुंग फोफावले होते. दुसऱ्या कॉरिडॉरच्या डावीकडे हातभर अंतरावर असावी तशी डोंगरांची रांग. सभोवतीच्या वाळवंटाचं भान कुठंही सुटत नव्हतं. वाळवंट शब्दाबरोबर आपल्या डोळ्यांसमोर जे राजस्थानातल्या वाळवंटाचं रूप येतं, त्यापेक्षा ॲरिझोना वा कॅलिफोर्निया या अमेरिकी पश्चिमेतलं वाळवंट खूप वेगळं आहे. ही अमेरिकी वाळवंट खडकाळ, डोंगराळ असतात. नुसतेच वाळूचे समुद्र वा पुळणी नाहीत. पण रेतीचा रंग आणि पोत तसेच. पाम, खजूर यांसारख्या उंच निवडुंगाच्या

जाती अमेरिकी वाळवंटात भरपूर सापडतात. मी पाहिलं तेव्हा उन्हाळ्याची सुरुवात होत होती आणि माध्यान्हीची वेळ होती. पण वाळवंटातल्या वृष्टीत, शरदातल्या चंद्रप्रकाशात, कधीतरीच होणाऱ्या बर्फवृष्टीतही टॅलिसनची रूपं अतिशय उत्कट दिसतात, असं आम्हाला आवर्जून सांगण्यात आलं. लोकोपयोगी उपक्रम करणाऱ्या ट्रस्टवजा 'फाउंडेशन्स' नावाच्या संस्था अमेरिकेत अनेक आहेत. राइटच्या नावाचंही फाउंडेशन केलं गेलं आहे. त्याच्या अनेक वास्तूंची जपणूक या संस्थेद्वारा, शास्त्रीय-पद्धतशीर प्रकारे होते हे पाहून मला चोरापोरी जाणाऱ्या नाहीतर पडझड होऊन चाललेल्या कित्येक भारतीय वास्तू आठवून घशात आवंढा आला. प्रवेश फी, स्मरणिकांच्या दुकानातली विक्री, सुंदरसा कॅफे, तिथल्याच आर्ट गॅलरीतली चित्रांची प्रदर्शनं-विक्री, तसंच दानशूर व्यक्ती आणि निरनिराळ्या संस्थांकडून मिळणाऱ्या अनुदानांवर या जागांचं जतन होतं, चरितार्थ चालतो. 'टॅलिसिन' एक मोठा आनंदयोग माझ्या भ्रमंतीनं मला दिला.

याच फिनिक्सच्या मुक्कामात पुढे ग्रॅन्ड कॅनयनकडे जाताना आम्हाला वाटेत सडोना नावाचं गाव लागलं. लाल रंगछटांचे थर एकावर एक लावावेत, तसे उंचउंच डोंगर त्या गावाला वेढून होते. गावात शिरलो तेव्हा सूर्यास्ताची वेळ होत होती. उतरती सोनेरी किरणं डोंगरांवर पडून एक रसायन तयार झालं होतं. वृक्ष चित्र काढल्यासारखे रेखीव आणि प्रमाणबद्ध. चिंचेसारखी बारीकबारीक पानं. त्यांच्या झिरझिरीत घुमटाखाली आम्ही मजेत फिरत होतो. एकेका जागेचा गुण असतो. मॅनहटनमध्ये माणूस पैसा करायलाच येणार. निदान पैसा पाहायला तरी. तसं निर्मिती जागवायला कलाकारांनी इथं सडोनात यावं. लाल लाल डोंगरांच्या ओंजळीत वसलेलं सुंदर सुबक छोटंसं गाव. टुरिस्टांना या आडगावाचा पत्ता लागला आहे. स्पॅनिश-मेक्सिकन आर्किटेक्चरची छाप असलेलं 'स्टको' गिलाव्याचं एक सुरेख शॉपिंग सेंटर तिथं पाहिल्याचं आठवतं. छोट्याशा कमानीतून आत शिरल्यावर आतल्या कोर्टयार्डमध्ये युरोपसारखी कॉबलस्टोनची फरशी होती. मोठ्या कढईच्या आकाराच्या फुलांच्या कुंड्या आणि हस्तिदंती रंगाच्या छोट्या छोट्या रचनांमध्ये देखणी बुटिक्स. स्वच्छता, कलात्मकता या लोकांमध्ये उपजतच असावी इतकी सहजसुंदर. लाल मातीतच वसलेल्या एका घरांच्या पुंजक्यांचं मी पुढे एक पेंटिंगही केलं. सडोनाची आठवण त्यामुळे माझ्या घरात आजही जिवंत आहे.

खेडी आणि खेडवळपणा याचा आपल्याला भारतात अभिप्रेत असणारा अर्थ भारत सोडला की लगेच संपतो. प्रगत पश्चिमेतली खेडी ही खरी खेडी नाहीतच. केवळ आंतरराष्ट्रीय विमानतळ वा इतर देशांच्या वकिलाती नाहीत म्हणून ती खेडी. चोवीस लेनचे हायवे त्या खेड्यातून जात नाहीत म्हणून ती खेडी. पण तिथले

कन्ट्रीरोड तर शहरांहूनही सुंदर. कोंबड्या-डुकरं पाळणारे अनागर, उन्हाने रापलेले गोरे अमेरिकन तेथे सापडतात म्हणून ती खेडी. दारिद्र्य, अशिक्षित भुकेकंगाल जनता, बेवारशी फिरणारी कुत्री आणि बैलगाड्या, धुळीने माखलेली पडकी कौलारू घरं, आणि शहरीपणाशी संबंध नसलेली अडाणी कामकरी माणसं- ही भारतीय खेड्यांची चित्रं तिकडे नाहीत. ही सुसंस्कृत खेडी म्हणजे खरंतर शहराचेच लहानसे तुकडे. शैलीदार राहणी, थोडीफार श्रीमंती, उत्कृष्ट रेस्टॉरन्ट्स. क्वचित आर्ट गॅलरीजसुद्धा या खेड्यांमध्ये अचानक सापडून जातात!

दिल्ली, मुंबई, पुणं, नागपूर, नाशिक अशी भारतीय शहरं आणि संकेश्वर, विजापूर, डहाणू, वापी, अलिबाग, रेवदंडा, लोणावळा, अशी लहान शहरगावं. विकसनशील देशाची आकांक्षा जागोजागी चालणाऱ्या नव्या बांधकामांतून जाणवते. धूळ, माती, धुराच्या लोटांनी ती चीत होत नाही. सुव्यवस्थेवाचून कोलमडत नाही. गरिबी दारिद्र्य तिला घेरून असतं अंतर्यामी आणि बाह्यतःही. पण जोमानं वाढणाऱ्या भारतीय मध्यम वर्गासारखीच ती आकांक्षाही त्या मधल्या पोकळीत जोमानं वाढत राहते. गच्च दाटीतच आणखी वाढलेली नवी दुकानं, रोषणाई-चकचकाट, खच्चून भरलेला माल, नवनवी ब्रँड्सची नावं, आर्थिक मंदी वगैरे शब्दांना न जुमानणारी गिऱ्हाइकांची झुंबड... भौगोलिकता विसरून गावं शहरांसारखा दिसण्याचा प्रयत्न करत असतात. आणि शहरं पाश्चात्त्य देशांच्या देखाव्याचं अनुकरण करण्यात दंग असतात.

धूर-धूळ-अनागोंदी कारभार यांच्या थरांना फोडून आत पाहावं. बैठी ग्रामीण दगडी घरं, दारातला कडुलिंबाचा वृक्ष, जास्वंद-सदाफुलीसारखी निगेवाचून तगणारी झुडपं, छोट्याशा गोठ्यात बांधलेली गाय, शेणानं सारवलेलं अंगण आणि छोटेखानी घरात सर्वसाधारण सुखेनैव नांदणाऱ्या तीन-चार पिढ्या... हे त्या भौगोलिकतेचं खरं प्रतिबिंब. विजापूर हे ऐतिहासिक गाव कर्नाटकाचा खरा तर एक मानबिंदू. गोल घुमटासारखी वास्तुशास्त्रीय रचना अजूनही तिथं घट्ट उभी आहे. जागतिक वास्तुशास्त्रातलं हे एक असामान्य उदाहरण! रचनेच्या बाहेरचा परिसर लॉन्स, बागा लावून ठीकठाक ठेवल्याचा प्रयत्न आढळतो. याच परिसरात मात्र पडझड झालेल्या चिरेबंदी रचनेचे भग्नावशेष काही विलक्षण कथा सांगत उभे आहेत. मूक झालेला इतिहास तिच्यात धुमसतो आहे. गावात काही प्रतिष्ठितांचे पूर्वापारचे दगडी वाडे आहेत. मुख्य चौक आणि बाजारपेठ आहे. मात्र ऐतिहासिक वास्तूंची आणि गावांची जपणूक ज्या संवेदनेनं व्हायला हवी, ती इथं सापडत नाही, असं बेचैन वादळ मनात उठवून देणारं हे एक ऐतिहासिक गाव आहे. देशावरच्या कोरड्या माळांवरची अमाप धूळ बसून बसून ते निर्जीव दिसू लागतं आहे. नामशेष होईल का ते?

डहाणू, रेवदंडा, अलिबाग या किनारपट्टीच्या गावांना निसर्गाचं वरदान आहे. शंभर-सव्वाशे इंच पडणाऱ्या वार्षिक पावसामुळे ही गावं सदा हिरवीगार राहतात. नारळ-पोफळीची झाडं या किनारी गावांची ओळख पटवतात. डहाणूच्या किनाऱ्यालगत जुन्या पारशांचे सुरेख बंगले आहेत. समोर लॉन्स, व्हरांडे, लाकडी नक्षीदार कठडे-खिडक्या, अशी श्रीमंती खुणांची सजावट ते दाखवतात. आसपासच्या गावांमध्ये वारली नावाच्या जमाती वाटलेल्या तांदूळरसानं सारवलेल्या भिंतींवर उत्कृष्ट भित्तिचित्रं रेखाटताना आढळतात. जपानी बागांमध्ये सर्वशक्तिमान निसर्गाची रूपं मानवानं प्रतिबिंबित केली आहेत, ती निसर्गरूपी ब्रह्मन् - निर्मात्या शक्तीच्या पूजेत, तिलाच अर्पण करण्याच्या भावातून. वारली कलाकारीत जीवनातले जन्म, मृत्यू, महत्त्वाचे सण-समारंभ, इत्यादी घटना आणि प्रसंग चितारलेले सापडतात. दोन त्रिकोणांचं वाळूचं घड्याळ, पानांच्या वेली, मुसळ, पालखी-डोलीची सजावट, ढोल-ताशे अशा चिन्हांच्या भाषेत ते रेखाटले जातात. आपल्याला जन्म देऊन हे आयुष्य देते ती शक्ती कोणती... मृत्यूनंतर आपण कुठे विलीन होतो... आयुष्यातल्या घटनांची साखळी नक्की कोण विणतं... निसर्गदेवतेला प्रसन्न करून घेण्यासाठी कसल्या समिधा अर्पण करायच्या असतात... त्या अज्ञात शक्तीला शरणागत भावानं वंदन कसं करायचं... हे सांगणाऱ्या रेखीव रेखाचित्रांच्या वारली रांगोळ्या पाहणं, हा एक भावपूर्ण अनुभव आहे. कितीही सोडवलं, तरी आयुष्य हे खरं अनाकलनीयच असतं. त्याचं गूढरम्य प्रतिबिंब या अशिक्षित जमातीच्या बोटांतल्या कलेत कसं उतरतं, हे समजणं महामुश्कील आहे. जपानी बागांची गूढरम्यता आणि वारली भित्तिचित्रांमधलं आध्यात्मिक काव्य यात कुठंतरी मला मोठं साम्य दिसतं. अज्ञाताकडून आलेलं अस्तित्व परत अज्ञाताच्याच वाटेनं जावं तसं. निसर्गाकडून घेतलेलं, जगलेलं, भोगलेलं दान परत नतमस्तक होऊन निसर्गालाच अर्पण करण्यामागचं प्रगल्भ सौंदर्य आणि मानसिकता या दोन कलांमध्ये मला सापडते.

मुंबई जवळच्या रेवदंडा या गावातून फिरताना समुद्र आणि नारळांचे किनारे सततच सोबत करत होते. उतरत्या कौलांच्या बैठ्या घरांची अशी गावं किती लहान असावीत! मुंबईच्या १००-१५० किलोमीटर्स त्रिज्येत असूनही त्यांना ग्लोबल वारंबिरं लागल्याचं फारसं जाणवत नाही. इंटरनेट, यंत्र-तंत्रांचे ब्रॅन्डस, सिंथेटिक साड्यांचे रंगीत पंखे लटकणारं एखाददुसरं दुकान- इतपत बाहेरच्या जगाचा स्पर्श जाणवतो. पण आचार-विचारांच्या खऱ्याखुऱ्या संस्कृतीत दिसतं ते केवळ मागास कोकण. रेवदंड्याला नरी गांधी नावाच्या प्रसिद्ध आर्किटेक्टनं बांधलेल्या एक-दोन अप्रतिम रचना मला अचानक सापडल्या. लाल चिरे आणि विटा वापरून बांधलेलं घर ही प्रेक्षणीय जागा आहे. हिरवा निसर्ग इथं या लाल रंगात मिसळून गेला आहे.

खोल्यांना भिंती, दरवाजे व आतलं फर्निचरच नसलेलं हे घर. त्यातल्या जागा केवळ लेव्हल्स मधून तयार होतात आणि अर्ध्या उंचीच्या भिंती, विटांतच बांधलेली टेबलं, ओटे आणि पलंग त्या त्या खोल्या सिद्ध करतात. सुंदर अनुभव!

दिल्ली मात्र एक जडजंबाळ. इतिहास, मॉडर्निटी, स्टाइल, प्राचीन-मुघल-अर्वाचीन पर्वांचं जिवंतपण, वैभव, दारिद्र्य, डौल आणि दिमाख असे अनेक शब्द 'दिल्ली' या नावाबरोबर समोर येतात.

विसाव्या शतकाच्या मध्यावर, औद्योगीकरण ऐन भरात असताना काच आणि पोलाद या नव्या बांधकाम माध्यमांची वास्तुकलेला भेट मिळाली. ती नक्की शाप आहेत की वरदान, हा ऊहापोह तेव्हा सुरू झाला. काच-पोलादाच्या स्वस्त-मस्त पर्यायापायी, आर्किटेक्चरची 'स्थानिकता' भराभर लुप्त झाली. जागेचा आणि हवामानाचा संदर्भ ना काचेला, ना पोलादाला. कारखान्यात टनांनी तयार होणारी ही सामग्री ट्रक्सवर, जहाजांवर, आगगाडीत घालावी आणि कुठंही न्यावी. खेळातल्या मेकॅनोसारखी जोडून कुठंही इमारती उभ्या कराव्यात. भोवतीचा परिसर झाकला तर या इमारती जगाच्या कुठल्या भागात उभ्या आहेत त्याचा पत्ताही लागू नये! अशा असंख्य इमारतींचं मायाजाल म्हणजे दिल्लीचं नवं विस्तारित रूप. ना त्यांच्यावर भारतीय सामग्रीचा ठसा ना हिंदुस्थानी कारागिरांच्या हस्तकौशल्याचा, ना एकविसाव्या भारतीय शतकाच्या कसल्या विवक्षित महिम्याचा! त्याला तोड नाही, आणि त्याला इलाजही नाही. परंतु राजविलासांच्या या राजधानीचं राजेशाही स्वरूप हीही दिल्लीची ओळख आहेच. कुतुब, लालकिल्ला, हौज खास या इतिहास सांगणाऱ्या जागा तिथं उभ्या आहेतच. शिवाय चांदनी चौक, जनपथ यांसारखे लोकसंस्कृती सांगणारे रस्ते-चौकही दिल्लीची लोभस ओळख सांगतात. नव्या-जुन्याचं मनोहारी दर्शन या शहरात आहे. मानमरातब, प्रतिष्ठा मिरवणाऱ्यांची दिल्लीत रेलचेल आहे. राष्ट्रभाषेचं सुंदर रूप आणि अगत्य दिल्लीत आजही पाहायला मिळतं. कला-संस्कृती-शिक्षण-व्यापार-उदीम या सर्व क्षेत्रांत दिल्ली अग्रेसर आहे आणि हे तिचं राजसपण भारताच्या पटलावर वादातीत आहे. अबोलपणे भ्रमंती मला विचारात पाडते.

इतिहास-भूगोल : एक घट्ट वीण

एकदा जगात फिरायची सवय झाली आणि निरीक्षणाचं व्यसन जडलं की अमेरिकेच्या मुशीत पडलेला मूळ आयरिश, इटालियन, ज्यू, स्कॉच इसम पट्कन ओळखू येतो. थोडं निरखून पाहिलं तर स्कँडिनेव्हियन, जर्मन, फ्रेंचही. कातडीचा गोरेपणा, चेहऱ्यावरचे तीळ वा वांग, नाकाची ठेवण, जिवणी, उंची, कपाळपट्टी, बांधा, इंग्रजीचे आघात, उपचार, या गोष्टी त्यांची मुळं स्पष्ट दाखवतात. मैत्री झाली आणि ते थोडं सवयीचं झाल्यावर तर स्वभावविशेषही जाणवू लागतात. आयरिशांचे

केस लाल, बसकी नाकं, खोबणीत गेलेले डोळे आणि फिकट वांगांची पांढरट त्वचा. तर इटालियनांची त्वचा तांबूस नितळ गोरी, केस काळे, डोळे काळे. नाकीडोळी ठसठशीत. ही सणसणीत प्रकृतीची माणसं. प्रेमळ भारतीय कुटुंबांमधला अघळपघळपणाही इटालियनांतच दिसतो. विशाल भारदस्त 'मामा'चे (आई) किंवा इटालियन आजीचे प्रेमानं गालगुच्चे घ्यायला किंवा वाइनचे पेले रिचवल्याच्या आनंदात भर पार्टीत तिला आनंदानं उचलून घ्यायलाही न्यू यॉर्क स्थित उंचापुरा इटालियन बँकर नातू मागेपुढे बघणार नाही! वाइन-पास्ते-पिझ्झे-कनोली अशा पदार्थांचा मनसोक्त समाचार घेऊन भरपेट खाणारी इटालियन कुटुंबं आजही अमेरिकेत उत्तर-पूर्वेकडे - म्हणजे न्यू यॉर्क-न्यू जर्सी-बॉस्टन भागात बरीच बघायला मिळतात. आयुष्याचा सातमजली उत्सव करणारी लोक आहेत. ज्यू लोकांच्या खुणा निराळ्या. नाकं मोठी आणि पोपटाच्या चोचीसारखा बाक असणारी. अनेक ज्यू पुरुष आजही डोक्याच्या मागच्या भागावर वर्तुळाकार काळ्या टोप्या घालतात आणि दाढी ठेवतात. न्यू यॉर्कमध्ये डॉक्टर्स आणि वकिली पेशांमध्ये बुद्धिमान ज्यू अग्रेसर आहेत. सिनेगॉग्ज (देवळं), राबाय् (पाद्री), हनुका (नाताळ) हे ज्यू संस्कृतीतले शब्द. ही ठिकाणं अनेक अमेरिकन शहरी सापडतात. 'JAP' म्हणजे ज्यूइश अमेरिकन प्रिन्सेस. चेहऱ्यावर काळं जाळं अजूनही घालणाऱ्या सुंदर तरुण मुली. यांची फार बडदास्त राखावी लागते, म्हणून त्यातला धार्मिक रंग वजा करून कुणाही चढेल मुलीला ते विशेषण होऊ शकतं! न्यू यॉर्क शहराच्या पाच बरोंपैकी लाँग आयलंड हा अतिश्रीमंत बरो म्हणजे ज्यू लोकांची मोठी वसाहत. तिथल्या ज्यू उच्चभ्रू इस्टेट्स जगप्रसिद्ध आहेत.

जर्मन आणि फ्रेंचांचे डोळे करडे-निळे असतात आणि शरीरयष्टी सडसडीत, अंगाबरोबर, आणि हालचाली चटपटीत. यांपैकी फ्रेंच मुली नाकीडोळी सुरेख, नाजूक. सौंदर्याची व्याख्या त्यांना पाहून करावी. त्या मानानं जर्मन चेहरेपट्ट्या ठाकठीक असल्या तरी सौंदर्यपूर्ण कमी. स्कँडिनेव्हियन वंशाचे खूप लोक मध्य-पश्चिम म्हणजे अमेरिकन मिड-वेस्टमध्ये सापडतात. मिनिआपॉलिस-सेंट पॉल या जुळ्या शहरांमध्ये त्या वस्त्या क्रेंद्रित झाल्या आहेत. अति उत्तरेकडचा, कमी सूर्यप्रकाशातला वंश त्यामुळे त्यांच्या गोऱ्या त्वचेला किंचित पांढरेपणा आहे. पण सोनेरी केसांच्या मुलींच्या या समाजाची सर्वांत मोठी खूण म्हणजे त्यांचं मृदुभाषी, आत्यंतिक सौजन्याचं वर्तन. जागतिक राजकारणामध्ये स्कँडिनेव्हियाची 'पॅसिफिस्ट' म्हणजे शांतताप्रिय अशी ख्याती आहे. बुद्धिवादी, समाधानी, आनंदी, शांतिप्रिय वंशाची परंपरा हे अमेरिकन स्थलांतरितही उत्तम सांभाळताना दिसतात. हे लोक यशस्वी उद्योजक आहेत. आणि कला-अभिरुचीला त्यांच्या आयुष्यात विशेष स्थान आहे. या संस्कृतीचा परिपाक म्हणून मिनिआपॉलिस शहरात काही उत्कृष्ट कला-

म्युझियम्स, स्कल्पचर गार्डन्स, सायन्स म्युझियम्स पाहायला मिळतात. स्वच्छता, सोयी-सुविधा यांची रेलचेल. सार्वजनिक लायब्ररीचं एक अत्त्युत्तम उदाहरण म्हणजे या शहरांमधल्या वाचनालयांचा समूह. ज्ञानोपासक लोकांमध्ये संभावित उच्चभ्रूत्व अंगभूत असतं, हे दर्शवणारा हा समाज आहे.

पूर्व किनाऱ्यावरची मॅसॅच्युसेट्स आणि व्हर्जिनियासारखी राज्यं म्हणजे युरोपातून जहाजमार्गे सोळा-सतराव्या शतकात अमेरिकेत पोचलेल्या स्थलांतरितांच्या आद्य वसाहती. इंग्रजी आणि डच लोकांचा त्यात प्रामुख्यानं समावेश होता. या वसाहतींनी पहिले तंबू कुठे-कधी टाकले, त्या कशा वाढल्या, हक्कांसाठी कशा झगडल्या, त्यांची युद्ध कशी-कोणाशी झाली आणि अखेरीस १७७६ मध्ये स्वतंत्र अमेरिकेची घोषणा कशी झाली, याचा इतिहास तर खूपच रोमहर्षक.

अनेक अमेरिकन शहरं पाहिल्यानंतर, 'अमेरिकन सगळी शहरं सारखीच दिसतात!' हा शेरा दहा दिवसांची पॅकेज टूर धावतपळत करून येणारे अनेक पर्यटक मारून जातात, त्याचा फोलपणा कळला. भिंग नकाशाजवळ हळूहळू न्यावं तसे खंड-देश-प्रांत-राज्यं-गावं-गावठाणं मोठेमोठे आणि स्पष्ट होऊ लागतात. आपलं अमेरिकनपण खणखणीत राखून, या शहरांनी आपला स्वतंत्र चेहरामोहरा आणि व्यक्तिमत्त्वं कशी मनस्वी दिलखुलासपणे खुलवली आहेत ते जरूर पाहावं! शाळेतले इतिहास-भूगोल हे एकत्र उच्चारायचे शब्द आणि सक्तीनं शिकण्याचे कंटाळवाणे विषय होते. पण गावांच्या रूपामागे त्यांची किती घट्ट वीण असते, ते माझ्या अनेकविध ठिकाणच्या वास्तव्य भ्रमंतीत मी जवळून पाहिलं आणि एकेक शहर म्हणजे सुरस रम्यकथाच आहे, हे अनुभवलं.

व्हेगासचा चैनजागर

गेला बाजार किमान पस्तीस-चाळीस वर्षं सातत्यानं प्रवासवर्णनं लिहिली जात आहेत आणि त्यात अमेरिकेबद्दल तर हजारो पानं आली आहेत. तेव्हा अमेरिकेतल्या सोयी-सुविधा-स्वच्छता-गुळगुळीत रस्ते-शॉपिंग मॉल्स-नायगारे या गोष्टींचा काथ्याकूट आता पुष्कळ झाला. लास व्हेगासच्या जुगारी जगाबद्दलही समग्र लिहिलं गेलं. त्यामुळे त्याला नव्यानं हात घालावासा वाटत नाही. पण लास व्हेगासचा झगमगाट पाहून आल्यानंतर एकच वाटलं की खऱ्या लास व्हेगासचा जुगाराशी संबंधच नाही! इथं येऊन नव्या पैशाचाही जुगार न खेळता परत गेलं, तरीही ही सफर सार्थकी लागेल. मानवनिर्मित मयसभेची काळाच्या कित्येक योजने पुढे असणारी दृश्यं व्हेगासमध्ये बघावी! रोषणाईत डोळे दिपवणारी दालनं, दिवसा चंद्रप्रकाशाचं संमोहन घालणारी मायावी इंटिरिअर्स, आणि संपत्तीचं अवाक् करणारं दर्शन! मानवाची कल्पनाशक्ती इथं भरभरून वाहते आहे. आणि रिकामटेकडे श्रीमंत अमेरिकन वृद्ध,

जगभरातून लोटलेले पर्यटक, कॉन्फरन्सेसच्या सबबीवर रुटीनमधून आनंदानं ऑफिसबाहेर पडलेले अमेरिकन चाकरमाने हजारो-लाखोंच्या संख्येनं तिला दाद देताहेत. व्हेगासच्या स्ट्रिपचं वर्णन करताना माझ्या बोलघेवड्या लेखणीलाही खुंटल्यासारखं वाटतं. न्यू ऑर्लिन्स शहरावरच्या माझ्या 'खोलगट बशीतलं शहर' या पुस्तकात तिथल्या हॅराज् कॅसिनोचं साद्यंत वर्णन आलं आहे. कॅसिनोतलं जुगाराचं यंत्र आपण पाहिलेलं असतं. फार तर ब्लॅक जॅकचं हिरवं टेबल. परंतु कोट्यवधी नाण्यांच्या टनावारी वजनाची वाहतूक कॅसिनो अंतर्गत कशी होते, लक्षावधी डॉलर्स इकडून तिकडे कसे जातात, सुरक्षितता कशी हाताळली जाते, मोठमोठे पण लावलेल्या टेबल्सवर विनामूल्य मद्य कसं वाटलं जातं, जुगार खेळणाऱ्याला भूल घालण्याचं तंत्र कॅसिनो चालवणाऱ्या पोरींना कसं अवगत असतं- हा अभ्यासाचा विषय आहे. आर्किटेक्ट म्हणून मला अचंबित करते ती लास व्हेगासच्या कॅसिनोंची आणि स्ट्रिपची रोषणाई. इंटीरिअर्स डिझाइन करताना चार-पाच खोल्यांच्या घरांचे साधे इलेक्ट्रिकल आराखडे कागदावर रेषांचं आणि चिन्हांचं गुंतागुंतीचं जाळं तयार करतात. हे लाखो चौरस फुटांचे कॅसिनो इतक्या प्रचंड ऊर्जेनं सतत लखलखत ठेवायचं काम भगीरथाचं. इलेक्ट्रिकल इंजिनिअर्स आणि कंत्राटदार रेषेबरहुकूम कसं सगळं राबवत असतील! नाना प्रकारचे दिवे! पांढरे-लाल-हिरवे-जांभळे-निळे-गोल-चौकोनी-गरुड-फ्लेमिंगो-अननस-भोपळा-ताजमहाल-स्ट्रॉबेरीच्या आकारांचे. छतात लपलेले. भिंतींवर लटकणारे. खांबांवर चमकणारे. इमारतीची बाह्य भिंत व्यापणारे. कारंजांना उजळवणारे. कृत्रिम अंधार पाडणारे. मध्यरात्री वा भर दुपारी उगीचच सकाळच्या सूर्याला उगवायला भाग पाडणारे. मंद, भगभगीत, आगीसारखे ज्वलंत, समईसारखे शीतल... त्यांच्या परी लिहून सांगायच्या तर पुस्तक होईल!

हात राखून जगणाऱ्यांना, अंथरूण पाहून पाय पसरणाऱ्यांना किंवा वर्षाकाठी एक सत्यनारायण करणाऱ्यांना व्हेगासचा बारा महिने चोवीस तास सुरू असणारा चैनीचा जागर कळणारच नाही. माणसाला जगायला पसाभर अन्न आणि मेल्यावर थडग्यापुरती जागा लागते फक्त. कमी गरजांचा पुरस्कार करणाऱ्यांना भोग आणि ऐषाचा हा शततारांकित उत्सव पटणार नाही, झेपणारही नाही! महालांना सुवर्णाचे पत्रे मारलेल्या आणि दुधाचे पाट वाहणाऱ्या सुवर्णकालानं व्हेगासमध्ये पुन्हा जन्म घेतला आणि व्हेगासची स्ट्रिप प्रसवली. स्ट्रिप म्हणजे पट्टी. रस्त्याची पट्टी. या पट्टीच्या दोन्ही बाजूंना ओळीनं रात्रीचा दिवस करणारे बेलाजिओ, फ्लेमिंगो, MGM, ट्रॉपिकाना, वीन, रिव्हिएरा, पॅरिस, टस्कनी अशा नावांचे विशाल कॅसिनोज् झगमगत असतात. मोनोरेलनं एका टोकाला उतरावं आणि खुशाल रमतगमत ही स्ट्रिप चालावी. दिवस संपतो, रात्रही संपते; पण अनुभव संपत नाहीत. सत्तरीच्या शतकात 'ईस्टमन कलर'चे रंगीत हिंदी चित्रपट आले. प्राणसारखे पांढरा सूट आणि कपाळाला

आठ्या घालून पाइप फुंकत बोलणारे खलनायक त्यात असत. तळघरात मागेपुढे पित्ते झुलत ठेवून ते कसलीशी कळ दाबण्याचा इशारा एक भुवई उडवून शब्दाविना करत. त्याबरोबर भिंत सरकून आतला आरसेमहाल आणि तिथल्या सोन्याच्या विटा तरी दिसत किंवा चार गुंड कुठूनतरी अवतरत आणि जास्त चौकश्या करणाऱ्या वा कसल्या तरी गूढ प्रकरणाचा छडा लावणाच्या प्रयत्नांत असणाऱ्या सुस्वभावी नायकाला तडक उचलबांगडी करून घेऊन जात. तसल्या सिनेमांत दिसे तशी सजावट कुठल्याकुठल्या कॅसिनोत दिसते. भडक डिझाइनचे गालिचे. हिरवे-पिवळे रंग. तोकड्या कपड्यातल्या चंट पोरी. आणि गजबजलेल्या सार्वजनिक वातावरणातही पसरलेली एक प्रकारची गूढता. मला वाटतं, संपत्तीचा अतिरेकी वावर असतो, तिथं ती आपोआप येते!

पण या जल्लोषात बुडालेल्या भडक दुनियेलाही अभिरुची आहे. बेलाजिओ नावाचा कॅसिनो इटलीच्या ऐतिहासिक शैलीत बांधला आहे. छत्तीस मजली चार हजार पंचतारांकित खोल्यांच्या या कॅसिनोत सव्वा लाख चौरस फुटांची गेमिंग स्पेस आहे. आणि समोर नजरेचं पारणं फिटेल अशी उत्तुंग कारंजी. रोज संध्याकाळी तिथं संगीतावर ती कारंजी नृत्यं करतात. लेक कोमो, बेलाजिओ, इटली या जागेवर बेलाजिओ कॅसिनोचं डिझाइन आधारलेलं आहे. स्ट्रिप आणि बेलाजिओची मुख्य इमारत यांच्या मध्ये अनेक एकर व्यापलेलं पाण्याचं तळं आणि त्यातली कारंजी हे या बेलाजिओचं सर्वांत मुख्य आकर्षण!

वीन (Wynn) हा कॅसिनोही मला त्याच्या सजावटीमुळे आवडला. अमाप पैसा ओतून केलेली अतिरंजित सजावट. पण व्हेगासमध्ये तासभर हिंडलं की सुरुवातीला त्या अतिरेकाचा नजरेला मनाला बसलेला धक्का शांत होतो आणि नजर सर्वत्र, समभावानं पोचू लागते. न्यू यॉर्कच्या ब्रॉडवेच्या तोडीचे शोज आणि नाटकं लास व्हेगसच्या कॅसिनोजमध्येही बघायला मिळतात. किंबहुना ते व्हेगासचं एक आकर्षण आहे. खिसे चाचपत स्वस्त बर्गर नाहीतर पिझ्झाची स्लाइस खात जुगारात नशीब अजमावायला येणाऱ्या गरिबापासून, काळ्या चकचकीत लिमोझिनमधून येणाऱ्या कोट्यधीशापर्यंत सर्वांचा व्हेगासमध्ये राबता असतो. उंची मद्य आणि अनेक कोर्सेसमधून अदबीनं वाढलेलं गोर्मे जेवण, यांनाही इथं तोटा नाही. क्षितिजापलीकडे पाहणारी आणि गगनाला गवसणी घालणारी कल्पनाशक्ती व्हेगासमध्ये पाणी भरते आहे. मनुष्यजन्माला आल्यासारखं या इहलोकी मानवानं घेतलेली प्रचंड झेप म्हणजे व्हेगास!

वादळं

मुंबईत असताना ऐन पावसाळ्यात वरळी सी फेसवर उसळणाऱ्या अरेबियन समुद्राच्या लाटा पाहणं, हा एक कार्यक्रम असे. कट्ट्याजवळ गाडी थांबवून गाडीत

बसून राहावं. काचा घट्ट बंद. प्रचंड गाज फोडत फेसाळ लाटा येतात आणि बंधाऱ्याच्या काठावर आपटून फुटतात. किनाऱ्यावरच्या गाड्यांवरून त्या थेट रस्त्यापर्यंत जातात. लाट आली की गाडीतले काही क्षण आपण श्वास रोखून बसतो. या पांढऱ्या धुमाळीत आपल्या गाडीची पाणबुडी होतेय असं वाटतं. मोठा आवाज आणि लाटेचा प्रचंड जोश! लाट एकदा फुटून गेली की शांत झालेलं पाणी काचांवरून भराभरा ओघळून जाण्याच्या घाईत असल्यासारखं धावतं. आसमंत शुभ्र असावा एवढा धुवाधार पाऊस घरात बसून पाहणं हा मुंबईतला आणखी एक अतिप्रिय कार्यक्रम. २६ जुलै २००५चा मुंबईतल्या अतिवृष्टीचा हाहाकार सोडला तर तसा वादळांचा मुंबईशी मात्र खास संबंध नाही. राजस्थान आणि गुजरातच्या कच्छी वाळवंटांत रेतीची वादळं होतात. पुण्यात उकाड्यानं तगमग करणारा एप्रिल संपत आला की वळवाच्या पावसाचे वेध लागतात. हा वळीव म्हणजे घाटावरच्या निसर्गातली एक विशेष सुंदर घटना. उन्हाच्या झळा ऐन भरात असताना अचानक कुठूनतरी संध्याकाळी मृद्गंध येतो. हलक्या, गार झुळकाही. 'कुठंतरी पाऊस झाला आहे!' कुणीतरी म्हणतं. आणि दुसऱ्या दिवशी संध्याकाळी तो नौबत झाडत येतोच. सडसडसड आवाज करत, वाऱ्यानं धुमाकूळ घालत, हवेतला पाचोळा भोवऱ्यांत भिरकावून, कधी सोबत मोठमोठ्या गारा घेऊन, येतोच येतो. या पावसाचं पाणी औषधी असतं असं म्हणतात. ते अंगावर घेतलं की उन्हाळ्याने हैराण झालेलं शरीर शांत होतं. पण मनाला होणारा वळवाचा आनंद कितीतरी जास्त. तासभर वादळ झालं की वळीव शांत होतो. कधी दुसऱ्या दिवशी परत येतो. मग मात्र तो जातो महिन्याभराने मृग नक्षत्रातला मॉन्सून होऊन येण्यासाठी. वळवाचा हा पाऊस बंगालच्या उपसागरात तयार झालेल्या वादळ वातावरणांचा परिपाक असतो. विजा, गडगडाटांसह तो तिथून निघतो आणि भारतातल्या तमिळनाडू, कर्नाटक, महाराष्ट्र अशा काहीच जागी बरसतो. झाडांवर तयार होत आलेल्या आंब्यांना या पावसानंतर अधिक गोडी चढते, असं मानलं जातं. आणि म्हणून या वळवाला 'मँगो मॉन्सून' असंही टोपणनाव आहे.

भ्रमंतीतल्या अमेरिकेत वादळांची नवी व्याख्या सापडली. अमेरिकेतल्या उत्तरेत मी पाहिली ब्लिझर्ड्स. रौद्र बर्फवादळं! या वर्षीच्या म्हणजे २०१५ मध्ये उत्तरेतला हिवाळा काही शहरांमध्ये नऊ फूट बर्फ टाकून गेला. घरांचे तळमजले बुडतील एवढं बर्फ. हिवाळा संपला, वसंत आला, तरी अनेक महिने हे बर्फ आपलं वितळत होतं!

सुरुवातीला हा छानपैकी कोवळा हिमवर्षाव असतो. नंतर त्याचं थैमान होतं! खिडक्यांच्या दुहेरी बंदिस्त तावदानांपलीकडे जबरदस्त वेगात घोंघावणाऱ्या वाऱ्याची भयप्रद गाज. पाइन, सायप्रस, जुनीपर हे वृक्ष भेलकांडल्यासारखे हलत सुटतात.

माध्यान्हीलाच काळाकुट्ट अंधार होतो. चक्री वादळात पडलेलं बर्फ परत उलटं लोट घेऊन उठतं आणि हवेत रोंरावतं. वरूनही वर्षाव सुरूच असतो. दृश्य भयप्रद. टी.व्ही. हवामान वाहिनीवर वादळाचं विशेष वृत्त. तापमान शून्याखाली चाळीस. महापौरांनी जाहीर केलेली आणीबाणी. शाळा-ऑफिसं-रस्ते-एअरपोर्ट्स ठप्प. झगमगणारी न्यू यॉर्क राजधानी बंद पडलेली. इंचांवर इंच चढतात तेव्हा बर्फ साचत जातो. जमिनीच्या चढउतारांच्या पुळणी शुभ्र बर्फाला येतात. त्या तर फारच सुरेख! आसमंत बर्फाच्छादित. झाडांच्या भुवयांवर बर्फच बर्फ. कौलारू छपरांवरही बर्फ. गाड्यांचे केवळ उंचवटे दिसतात. परिमल धवल सौंदर्य. मध्यरात्रीचं आकाश खास मिडनाइट ब्लू. पण हा निळा रंग बर्फावर परिवर्तित होतो आणि आसमंत शुभ्र तेजस्वी चांदणं पडल्यासारखा स्वयंप्रकाशित दिसते. कसलं तरी संमोहनच! दिवसाचा प्रहर की फटफटणारी पहाट? एरवी चित्रातला बर्फाचा फ्लेक सुरेख षट्कोनी फुलासारखा दिसतो. कॅलिडोस्कोपमध्ये दिसतात तशी डिझाइन्स हे लोक त्याला देतात. पण हे वादळी फ्लेक्स? ते फुलासारखे मुळीच नाहीत!

पायऱ्या, रस्ते, गाड्या मोठमोठी फावडी घेऊन हा भुसभुशीत बर्फ साफ करणं हे श्रमांचं काम आहे. बर्फ वितळू लागतं तशी छपरांच्या कडांना बर्फाच्या काचेसारख्या पागोळ्या दिसू लागतात. बर्फ वितळता वितळता जागीच परत गोठतो त्या पागोळ्या. त्यांना आइसिकल्स म्हणतात. ऊन पडलं की अप्रतिम चमकतात; पण वितळत नाहीत. कारण तापमानाचा पारा अजूनही शून्याखालीच असतो. दोन दिवस कुठंतरी वळचणीला राहिलेला एखादा पांढऱ्या पाखरांचा थवा परत त्यांच्या प्रवासाला लागलेला दिसतो. वादळ संपल्याचं ते शिक्कामोर्तब.

उत्तरेकडे ब्लिझर्ड (बर्फवादळ) तर दक्षिणेकडे मेक्सिकन गल्फ समुद्रात शिजलेली हरिकेन्स (चक्रीवादळं). मध्यपश्चिमेत 'टॉरनेडो'चा धोका तर पश्चिमेकडे भूकंप आणि ज्वालामुखी. यांपैकी टॉरनेडो सुदैवानं मी प्रत्यक्ष पाहिलेला नाही. परंतु ब्लिझर्ड्स पाहिली आणि चक्रीवादळंही. भारतात आपण टॉरनेडो पाहत नाही. मोठी भरलेली मालगाडी प्रचंड वेगानं धडधडत यावी तसा आवाज करत हा रुंद चण्याच्या पुडीच्या वा फनेलच्या आकाराचा प्रचंड हिंसक ढग-वाऱ्याचा भोवरा धडधडत येतो आणि त्याच्या मार्गात येणारी खेडी, गावं, वाहनं, माणसं शोषून घेतो. काही मैल गेल्यावर त्याची शक्ती कमी होते. पुढे हा भोवरा फुटतो तेव्हा त्यानं उचलेल्या वस्तू इतस्ततः फेकल्या जातात. पाण्याचे/बाष्पाचे तुषार, धूळ, कचरा, ढग, वारा या पदार्थांचा बनलेला हा विध्वंसक भोवरा. ट्विस्टर किंवा सायक्लोन हीही त्याचीच नावं. त्यातल्या वाऱ्याचा वेग शंभर ते तीनशे मैल ताशी एवढा भयानक असतो. आणि रुंदीला तो अडीचशे ते पाचशे फूट (व्यास) भरतो. चार-पाच मैलांचा जमिनीवरचा प्रवास करताना तो वाटेत येणारं

सगळं उद्ध्वस्त करत जातो. ट्रोनाडा या स्पॅनिश शब्दावरून (वीज आणि कडकडाटी वादळं) टॉरनेडो शब्द आला. उत्तर गोलार्धातल्या टॉरनेडोचे वारे घड्याळ्याच्या उलटे फिरतात. आणि दक्षिण गोलार्धात घड्याळ्यासारखे.

पत्त्याच्या बंगल्यासारखी घरं उडवून देऊन हल्लकल्लोळ करणाऱ्या वादळी वाऱ्याच्या कॅटरिना वादळानं २००५मध्ये न्यू ऑर्लिन्समध्ये हाहाःकार माजवला होता. क्यूबा-जमैकामध्ये तुफान पाऊस ओतून येणाऱ्या या चक्री वादळानं इथंही आता असा आभाळ फाटल्यासारखा प्रलय मांडला तर? मिसिसीपी नदी, पाँचरट्रेन तलावाच्या लेव्हीज्नी धीर सोडला आणि एका लेव्हीची भेग पुरे असते पुढचा प्रलय आणायला! हे शहर बशीसारखं खोलगट. समुद्रसपाटीच्या खाली वसलेलं. या अशा सुंदर गावात प्रलयकारी पाणी शिरलं तर मग हाहाःकार अटळच.

गल्फवरून किनाऱ्याच्या दिशेनं कूच करणारा, केंद्रबिंदूत संतापलेल्या भोवऱ्यासकटचा वादळाचा कुरूप फुगा पाहताना पंचमहाभूतांच्या करणीची कल्पना येते. शहरातल्या वीस-बावीस लाख लोकांना भराभरा बाहेर काढण्यात पालिका कार्यरत होते. हायवेवर एकाच दिशेनं नुसत्या बाहेर पडणाऱ्या हजारो गाड्यांच्या रांगा टीव्हीवर पाहताना मनात कुठंतरी हलतं. खोलगट शहर पाण्याने भरायला कितीसा वेळ! सगळ्या लेव्हीजवर अमानुष ताण. खवळलेल्या समुद्राला कह्यात ठेवण्याचे क्षीण प्रयत्न. शेकडो वृक्ष पाडून, विजेच्या तारा कापून तो विनाशकारी वारा हळूहळू शमू लागतो. पडझड खूप. बंधारे फुटलेले. शहर अंधारात. जीवितहानी. कोटी-कोटी डॉलर्सचं नुकसान.. तेलाच्या रिग्ज, न्यू ऑर्लिन्सची सुप्रसिद्ध सीफूड रेस्टॉरंट्स चालवणारी मासेमारी, पर्यटन.. सगळे धंदे तात्पुरते भुईसपाट. शिवाय शेकडो रक्षकांचे तांडे राज्य-केंद्र सरकारनं इथं लावलेत आता, ते वेगळंच. आता काही दिवस लूटमार, गुन्हेगारीला ऊत येईल. का या शहराला वरचेवर हा शाप मिळतो?

वादळानंतर चार-पाच दिवसांनी वारा, पाऊस, पाणी ओसरतं. नगर सोडून गेलेल्यांना आता घर दिसू लागतं. घर...? असेल का ते जागेवर? उलथापालथ झालेल्या प्रिय गावात शिरायला आतुर पण धास्तावलेली माणसं. परतलेल्यांना भयाण दृश्यं दिसू लागतात. कुठंतरी वाहून गेलेलं लाकडी घर, आणि मागे राहिलेल्या वीटकामातल्या चार भकास पायऱ्या. उडून गेलेली छपरं. घरात भरलेलं पाच फूट पाणी. काचांचे ढीग, हे तर किरकोळीतले विनाश. मनुष्यहानीचा मुलाहिजा? सुदैवानं त्या वर्षी वादळानं दया दाखवली. मागच्या अनुभवानं शहाणं झालेल्या सरकारनं वीस लाख लोकांना शहर सोडून जाण्याची सक्ती केली. आणि समुद्रावरून आलेल्या वादळाचा जोरही जमिनीशी टक्कर होता होता थोडा जिरलेला.

बिगर इज बेटर!

न्यू यॉर्क, लॉस एंजेलिस, शिकागोनंतर अमेरिकेतलं चौथं मेट्रो ह्यूस्टन. ह्यूस्टनमध्ये आम्ही चार वर्षं राहिलो. पहिल्या तिनांच्या तुलनेत ह्यूस्टन सोपं आणि सरळ वाटतं, यामागे बरीच कारणं असावीत.

हडसन, मिसिसिपी, ॲलिघेनी सारख्या महानद्या, अटलांटिक-पॅसिफिकसारखे महासागर वा लेक पाँचरट्रेन, सुपीरिअर, शँप्लेन - यांसारखे महातलाव ह्यूस्टनला सीमा करत नाहीत. टेक्सास राज्याच्या 'टेबलटॉप' सपाट, अथांग पठारावर जमीनच जमीन. त्यामुळे शहराला सीमा जवळजवळ नाहीतच! जवळपास दुसरं मोठं शहर वा गावही नाही. ऑस्टिन, सॅनअँटोनिओ ही दोन्ही शहरं चांगले दीड-दोनशे मैल गेल्यानंतरच. अर्थात माणसांची, इमारतींची दाटी, अंगावर येणारी गर्दी इथं जाणवत नाही. ती विखुरली गेली आहे. आमच्या भ्रमंतीत इतकं मोठं आणि तरीही सोपं मेट्रो मी फक्त एकच पाहिलं. ह्यूस्टन! न्यू यॉर्क, टोकियो, मुंबई ही शहरं ह्यूस्टनच्या पार्श्वभूमीवर नाट्यपूर्ण वाटावीत अशी वेगळी उठून दिसतात. समुद्र आणि नद्यांवर वसलेली ही महानगरं. त्यांच्या हद्दी म्हणजे काळ्या दगडावरची रेघ. ही शहरं क्षेत्रफळात वाढू शकत नाहीत. अर्थातच तिथल्या जमिनीला सोन्याचा भाव येतो. त्या त्या देशांच्या या आर्थिक-औद्योगिक राजधान्या. वाढीसाठीच्या दबावामुळे ही नगरं उंच वाढतात. गगनचुंबी इमारतींचं जंगल बनतात. रोज लाखो लोक रोजगारीसाठी इथं येणार. त्या स्पर्धात्मक वातावरणात टिकून राहताना प्रत्येकाची मानसिकता अटीतटीची, दिसेल त्यावर पाय ठेवून वर चढण्याची होते. साहजिकच तणाव वाढतो आणि तो शहराच्या चेहऱ्यावर आणि व्यक्तिमत्त्वात दिसतो. देवाच्या मूळ राज्यात प्रत्येकाच्या मागणीसाठी पुरवठ्याची योजना त्याने केली होती. जन्माला आलेल्या प्रत्येक व्यक्तीला किमान आवश्यक तेवढं पीक काढता येईल एवढी जमीन भूतलावर आहे. शेती हा सर्वश्रेष्ठ व्यवसाय हे ग्रंथ सांगून गेले. पण तो सोडून आपण शहरांकडे धाव घेतो. महानगरातलं आयुष्य हा एक अमली पदार्थ आहे. त्याची नशा चढते आणि व्यसन लागतं. लठ्ठ पगार मिळवायचा आणि तो अनावश्यक वाटांनी खर्च करायचा. सदासर्वकाळ घाई, वेळेचा अभाव, रस्ते-रेल्वे-बससारख्या यंत्रणांवरचं सीमेचं अवलंबित्व, वैयक्तिक-शारीरिक आयुष्याच्या मागण्या यानं माणूस किरकिरा होतो. निस्तेज दिसू लागतो.

ह्यूस्टनमध्ये हे तणाव नाहीत हे सत्य नाही; परंतु कमी घनतेमुळे ते कमी दिसून येतात, असं निदान मला वाटलं. कितीही पसरा, जमीन संपत नाही. शहराची अर्थव्यवस्था आणि सांपत्तिक स्थिती उत्तम. त्यामुळे अमेरिकेचा 'बिगर इज बेटर' हा मूलमंत्र इथं आनंदानं 'जपला' जातो. ('ज' द्वयर्थी वाचावा- जहाजातला आणि

जपातला) ह्यूस्टनमध्ये साधी भाड्याची घरंही सुरेख बांधलेली आहेत. ऐसपैस लेआउट, मोठ्या थोरल्या खोल्या, उत्तम बांधकाम सामग्री, बाहेर तळी, कारंजी, बागा, शोभेच्या फुलझाडांची लॅन्डस्केप्स आणि पंचतारांकित असावं तसं वाय-फाय युक्त क्लबहाउस. हेही मोठ्या टी.व्ही., व्यायामशाळा, बिलियर्ड्सनं समृद्ध, संपृक्त. आणि कमाल म्हणजे या सरंजामाला भाडंही फार नाही!

१९७०-८०च्या काळात तेल-वायू उद्योगाला आलेल्या तेजीमध्ये ह्यूस्टनच्या बिल्डरांनी वारं प्यायल्यासारखी अमापसमाप घरं बांधून ठेवली. उत्कृष्ट, अद्ययावत, प्रशस्त घरं. उत्तरेला बॉस्टनच्या उपनगरांत आम्ही दुमजली 'कलोनियल', रँच- म्हणजे तळमजल्यावर सबंध बंगला असणारी, 'स्प्लिट'-म्हणजे वेगवेगळ्या पातळ्यांवर खोल्या असणारी छान छान घरं पाहिली होती. दोन-तीन फरक प्रकर्षानं जाणवले. तीस-चाळीस-पन्नास वर्षांपूर्वी बांधल्या गेलेल्या या घरांचा जुनाट ऐतिहासिकपणा, अतिथंडीतलं हीटिंग आवाक्यात राहावं म्हणून दिलेल्या लहानलहान खोल्या आणि छोटे-छोटेच लॉट्स- म्हणजे जमिनीचे तुकडे. कारण बर्फाच्छादित लांब हिवाळ्यामुळे तिथं बागा संभवत नसत. या पार्श्वभूमीवर ह्यूस्टनच्या घरांचं नवंकोरं चकचकीतपण डोळ्यात भरलं. या घरांचे खुले आराखडे होते. म्हणजे दिवाणखाना, फॅमिली रूम, किचन, डायनिंग यांच्यामध्ये भिंतीच नाहीत! या घरांत शिरल्यानंतर आलिशानपणाचा वेगळाच प्रभाव जाणवतो. चार, पाच, सहा, सात - दहा हजार चौरस फुटांची ही राजेशाही घरं. मागच्या मोठ्या बागेकडे पाहणारी लांबरुंद भिंत काचेची असते आणि पलीकडे दिसतो घराचा खासगी स्विमिंग पूल. वैभवाचं प्रतिबिंब पाडणारा! पण मागणी-पुरवठ्याचं समीकरण बिघडल्यामुळे ह्यूस्टनमध्ये अनेक घरं रिकामी पडून आहेत. परिणामी ही दिमाखदार घरंही इतर शहरांच्या मानानं स्वस्त मिळतात. ह्यूस्टनमध्ये राज्य सरकारचा कर नाही. सीमेपलीकडच्या मेक्सिकोमधून येणारा ताजा उत्कृष्ट भाजीपाला-फळफळावळीने 'फिएस्टा' सारखी अजस्र सुपरमार्केट्स भरून वाहत असतात. उत्तम राहणीमानाला ती हातभार लावतात.

'ओल्ड मनी' ह्यूस्टन म्हणजे 'रिव्हर ओक्स' नावाची अतिश्रीमंत वसाहत. १९२० च्या दशकात काही स्थानिक धनवानांनी ती स्थापन केली. आज शंभर वर्षांनंतरही रिव्हर ओक्सची ती ख्याती आहे. टेक्सास राज्यातली सर्वांत श्रीमंत आणि अमेरिकेतल्या सर्वाधिक धनवान दहापैकी एक ही वसाहत. फिलोडेल्फियाच्या 'मेन लाइन' किंवा न्यू यॉर्क मॅनहॅटनच्या सर्वांत उच्चभ्रू अपर ईस्ट भागाशी तुलना होणाऱ्या ह्यूस्टनच्या या देखण्या भागात साधारण पंधरा हजार लोक रहातात. ह्यूस्टनच्या लोकसंख्येच्या अडीच टक्के.

एके काळच्या तेल-शेख आणि त्यांच्या हिरे लखलखवणाऱ्या अतिविशाल बायका राहणाऱ्या रिव्हर ओक्स मॅन्शन्समध्ये आज नव्या पिढीतले अमेरिकन एनर्जी

उच्चपदस्थ विराजमान झाले आहेत. रिव्हर ओक्समध्ये फारसे भारतीय नाहीत, पण शुगरलॅन्ड, केटी, वूडलॅन्ड्स अशा उच्चभ्रू वसाहतींमध्ये हजारो भारतीय एकापेक्षा एक शानदार घरां-मॅन्शन्समध्ये राहत आहेत.

दक्षिणेच्या मेक्सिकन गल्फ समुद्रात आणि प्रत्यक्ष टेक्सास राज्याच्या पश्चिम पठारांखाली ह्यूस्टनला अनेक दशकांपूर्वी तेलाच्या रूपात सोन्याचे हंडे सापडले. आज शहरातले बहुतेक उद्योग तेल आणि वायू या इंधनद्रव्यांवर चालतात. ह्यूस्टनकडून पूर्वेकडे हायवे टेन- म्हणजे दहा क्रमांकाचा हायवे पकडून सरळसरळ जात राहिलं तर दोन्हीकडच्या क्षितिजांवर दिवसात केवळ तेलाच्या रिफायनरीज.

भराभर वाढणाऱ्या या महानगरात जगातलं सर्वोत्कृष्ट वैद्यकीय संशोधन आणि सेवा केंद्र आहे. आज शेल ऑईल, एक्सॉन मोबिल, शेवरॉन हे तेल-बादशाह ह्यूस्टनमध्ये पक्के पाय रोवून आहेत, तसंच डाउनटाउन ह्यूस्टनचं विश्वविख्यात मेडिकल सेंटरही. ह्यूस्टनजवळच नासाची 'मिशन कन्ट्रोल रूम' असलेलं मोठं सेंटरही आहे. शहरात रोजगार निर्माण करणारी अशी या शहराची तीनखांबी यंत्रणा.

उत्तरेकडच्या मेपल-पाइन-बर्च वृक्षांच्या घनदाट हिरवाईची सवय असलेल्या मला ह्यूस्टनचे उजाड, सपाट, झाडांविनाचे मैलो न् मैल माळ रखरखीत वाटले. मेमोरियल ड्राईव्ह आणि राइस युनिव्हर्सिटीचे परिसर सोडले तर ह्यूस्टनमध्ये झाडांची वानवा आहे. लक्ष्मीचा वर असलेल्या या बिचाऱ्या शहराला सुंदर करताना निसर्गानं मात्र हात आखडता घेतला आहे असं वाटतं. स्वस्ताई, भारतसदृश हवामान, चांगली आर्थिकता आणि नोकरी-धंद्यांना पूरक उद्योग यंत्रणा या कारणांमुळे ह्यूस्टनकडे लाखो भारतीय आकर्षित झाले. साधारण १९७०च्या तेल-वायू उद्योगाच्या तेजीमध्ये या स्थलांतरितांचा ओघ वाढला आणि वाढतच राहिला. साधारण पन्नास वर्षांपूर्वी अमेरिकेत आलेल्या आद्य भारतीयांच्या पिढीपैकी अनेक लोक या शहरात आज दिसतात. आज वय वर्षं ऐंशी ते पंचाऐंशीमध्ये असणाऱ्या या थोर पिढीनं ह्यूस्टनचीच नाही तर भरभराटीतल्या अमेरिकेचीही पाच दशकं पाहिली. हिलक्रॉफ्ट नावाच्या रस्त्यावर भारतीय सोनार, जवाहिरे, जिलब्या-समोसे तळून देणारी रेस्टारन्ट्स इडली-डोसे वाढणारे उडपी, साड्या आणि सीड्यांची दुकानं, मेंदी लावून देणारी ब्यूटी पार्लर्स, पंजाबी पोषाख शिवून देणारे शिंपी असे सगळे भारतीय बलुतेदार जातीनं हजर आहेत. आज अमेरिकेत वाढलेल्या भारतीय वंशाच्या मुला-मुलींची लग्ने ह्यूस्टनसारख्या शहरी मुंबई-पुणे-दिल्ली एवढ्याच, किंबहुना आणखी दिमाखात होतात, तीही बॉलिवूडच्या धर्तीवर. अर्थात काळाबरोबर श्रीमंत होत गेलेल्या मूळच्या भारतीय अमेरिकनांनी या सुविधा आता त्यांच्या देशात मिळाव्यात, असा आग्रह धरला तर त्यात आश्चर्य काय! उत्तम उच्चशिक्षण आणि सचोटी-मेहनत या भांडवलावर

आता हे भारतीय बांधव भरपूर धनवान झाले आहेत. आज अमेरिकेतली सर्वांत श्रीमंत मायनॉरिटी भारतीयांची गणली जाते, ही अभिमानास्पद गोष्ट आहे.

दुसऱ्या मजल्यावरचं शहर

अमेरिकन कल्पनाशक्तीचा आणखी एक अतिविशेष नमुना म्हणजे टेक्सासमधलं एक शहर सॅनअँटोनिओ. या शहराच्या केंद्रात रस्त्यांचं पुला-पुलांचं जाळं आहे. पण हे जाळं म्हणजे सॅनअँटोनिओ नाहीच. खरं शहर दोन मजले खाली. नदी, कालवे, काठावरचे बारीक पालवीचे सायप्रस वृक्ष, दगडी पुलांच्या कमानी आणि फुलांच्या ताटव्यांसहित बहरलेली ही तळघरातली रंगीत जत्रा म्हणजेच सॅनअँटोनिओ आणि तिथला पर्यटकप्रिय पंधरा मैल लांबीचा 'रिव्हर वॉक.' वळणं देऊन मुद्दाम वळवलेल्या नदीच्या रुंद काठांवर सुंदर सुंदर रेस्टॉरंट्स टेक्स-मेक्स, टेंडर बार्बेक्यू, पारंपरिक इटालियन, आधुनिक दक्षिणी (अमेरिकन) मेन्यू आनंदाने सर्व्ह करत असतात. थोडे पैसे अधिक मोजल्यास नदीत लावलेल्या वा हिंडणाऱ्या शिकारावजा बोटींवरही जेवण मिळतं. कोपऱ्याकोपऱ्यावर बँड्स नाहीतर हॅटमध्ये पैसे जमा करणारे गायक-वादक जीव तोडून गात असतात. रेस्टॉरंट्सनी मांडलेल्या लाल-हिरव्या-पिवळ्या छत्र्यांचे ठिपके. रंगीत फुलांचे ताटवे. फॅशन्स, स्मरणिकांच्या दुकानांच्या थबकायला भाग पाडणाऱ्या शोकेसेस. जिव्हा, नासिका, चक्षु, कर्ण... सर्वांना इथं पर्वणी आहे! सबंध दिवस हिंडत, खात, पीत, संगीत ऐकत काढावा. या वॉकवर अनेक ठिकाणी जिने आहेत. ते चढून गेलं की वरचं रस्तेवालं सॅनअँटोनिओ. अमेरिकेतली सर्वांत मोठी शहरी इकोसिस्टिम असा या रिव्हर वॉकचा लौकिक आहे.

चारशे वर्षांच्या इतिहासात सत्ता आणि मानवी हक्क यांसाठी अमेरिकेनं परके आणि स्वकीय अशा अनेक जमावांबरोबर लहान-मोठी युद्धं, करार, तहनामे केले. या इतिहासाच्या खुणा फिलाडेल्फिया, बॉस्टन, न्यू ऑर्लिन्स, सॅनअँटोनिओ अशा अनेक शहरांमध्ये दिसतात. संशोधन असो, उत्पादन, पुनर्वसन वा जतन; शास्त्रीय पद्धतशीरपणे ते कसं करावं हे अमेरिकनांकडून शिकावं. भ्रष्टाचार नाही. कामचुकारपणा, वेळ मारणं नाही. काटेकोरपणे केलेलं सफाईदार काम. चांगली सामग्री वापरल्यामुळे ते उत्तम टिकतं. लहानशा निसर्गनिर्मित गोष्टीपासून अवाढव्य मानवी संकल्पनांपर्यंत. पर्यटक कसे आकर्षून घ्यावेत, हे अमेरिकेत पाहावं. साहजिकच पन्नास राज्यांच्या या भल्यामोठ्या देशाच्या कानाकोपऱ्यात प्रेक्षणीय जागा शेकडोंनी! नायगारा, व्हेगास, एम्पायर स्टेट इमारत हे तर फारच ढोबळ विशेष. पण छोट्याशा गावातून 'ब्लू रिज' पार्कवेवर तासभर रपेट केली की रॉकी नॉब, ऑटर्स पीक्स, मेबरी मिल्स अशा

अनवट जागा लागतात. कुठं निसर्गनिर्मित निबिड जंगलांमधून गेलेला पॅनोरामिक हायवे... कुठं एखाद्या वळणावर अचानक निळेपांढरे ढग उतरलेला आरस्पानी जलाशय... कुठं आकाशाकडे जाणारे जुळे पर्वतसुळके; तर कुठं सतराव्या शतकात व्हर्जिनियात पोचलेल्या कुण्या आद्य 'मेबरी' नामक ब्रिटिश जोडप्यांची लाकडी झोपडी आणि त्या काळात मका रगडून पिठाचा व्यवसाय करणारी त्यांची इतिहासकालीन गिरणी! या लोकांनी ती अशी काही जतन केलेली की त्या बिचाऱ्या दगडाच्या गोल जात्यांचं उदात्तीकरणच झालं आहे. प्रत्येक छोट्याशा वस्तूपुढे फलक. उत्कृष्ट इंग्रजीत त्या वस्तूबद्दल माहिती आणि मूर्तिमंत त्या काळातली वातावरणनिर्मिती! मुख्य म्हणजे या फलकावर माहितीत शुद्धलेखनाच्या, व्याकरणाच्या चुका नाहीत. दर्जेदार शैलीत इंग्रजीत असल्या आड ठिकाणाच्या माहितीचं ड्राफ्टिंग कोण करतं राम जाणे. सरकारी यंत्रणाच हे लिहून आणते. मला मुंबई-पुणे हायवेवर दिसणाऱ्या दिव्य मराठी पाट्या आठवल्या. किती चुका आणि अनंत विनोद! ''इथे वाहने उभे करू नये.'' इत्यादी अशुद्ध भाषा वाचली की माझ्या जिवाचा संताप होतो.

अशीच एक जागा आठवते. हायवे टेनवरचं लुझियाना-टेक्सास या राज्यांच्या सीमेवरचं स्वागत केंद्र. ही लहानशी सुबक रचना मुद्दाम तिथल्या नैसर्गिक दलदलीत, खांबांवर उचलून बांधली आहे. हेच लुझियानाचे प्रसिद्ध स्वॉम्प्स. दलदलीचे प्रदेश. तास न् तास एकसुरी चाललेल्या हायवेच्या सफरीत सहज पाय मोकळे करायला नाहीतर कॉफीसाठी थांबावं, तर हा स्वागत कक्ष सापडतो. सरकारी इमारत. सरकारीच कर्मचारी. पण तो लॅन्डस्केप, आर्किटेक्चर, इतिहास, भूगोल, सौंदर्यदृष्टी, समाजशास्त्र या सर्वांशी सहजसुंदर गाठ पडल्याचा अनुभव देऊन जातो. उतरत्या लाकडी तुळयांच्या टुमदार रचनेच्या मागच्या बाजूला लाकडी पादचारी पूल दूरवरच्या लाकडी व्हरांड्याकडे गेलेला दिसला. उत्सुकतेनं आम्ही तिकडे गेलो तर एक अविस्मरणीय अनुभव आला.

पूल आणि व्हरांड्याखाली खोल पाणथळ होती. गच्च, उंच कसल्याशा रानवनस्पती माजल्या होत्या. भर दिवसा एकटं, असुरक्षित वाटावं असं वातावरण. बेडकं, रातकिडे, पाणपक्ष्यांचे अनंत आवाज. हिरवी शांतता अधोरेखित करणारा एखाद्या जलसर्पाचा पाण्यातला चुक चुक, चुबुक असा आवाज. शहरी गजबजाट, मनुष्यवस्ती सगळ्यापासून खूप दूर भयाण जंगलात हरवल्याचं गूढ रसायन तिथं तयार झालं होतं. तेवढ्यात पट्ट्यापट्ट्यांच्या लाकडी कठड्याखाली एक हिरवागार साप पाणगवतातून सळसळत खोल पाण्यात गेला. उजवीकडेच बोर्ड होता- ''सावधान! पाण्यातल्या प्राणी-पक्ष्यांना खायला वगैरे घालू नका. मगरी-सुसरींकडे लक्ष ठेवा. आणि चुकूनही खालच्या पाण्यात पडू नका...!''

त्या केंद्रात या स्वॉम्प्सचे फोटो, चित्रांसकट माहिती देणारी भलीमोठी भिंतच केली होती. या दलदलीचा उगम, पाणवनस्पतींचे प्रकार, लॅटिन नावं, प्राणी-पक्ष्यांची साद्यंत माहिती. धोके, इकॉलॉजी, पर्यावरणातलं या पाणथळींचं महत्त्व, आणखीही खूप काही. प्रेक्षणीय खरीच; शिवाय पर्यावरणप्रेमींना अभ्यासाला उद्युक्त करणारी जागा! सहज स्थानिक भूगोलाशी गाठ पडते. आणि माणसानं हुशारीचा कितीही आवेश आणला तरी निसर्ग अकस्मात रौद्र बनू शकतो आणि त्याच्यावर कुरघोडी करतो, हे सत्य जाणवतं. हायवेवरून जाणाऱ्या प्रवाशांना सहजपणे अशा अनुभवांमध्ये ओढण्याचं श्रेय अमेरिकन कल्पनाशक्तीला आणि सौंदर्यदृष्टीला जातं.

अमेरिकेतले हायवेज आणि त्यांच्यावरची रपेट म्हणजे एक गतिमय काव्य! पोएट्री इन मोशन. छोट्या-मोठ्या पसरट टेकड्यांच्या वळणदार ओळीवर मध्यम रुंदीच्या फितीचं रीळ उलगडत अंथरत जाताना लय लागलेली असावी, तसा अनुभव. अमेरिकन इंजिनिअरांची ती लय आपल्याला ड्राइव्ह करताना जाणवते. नद्या, नाले, ओहोळ, धबधबे, चित्रातली खेडी, दऱ्या, खोरी, निबिड जंगलं, समुद्रकाठ, अशा निसर्गाला बरोबर घेऊन हे हायवे डौलदार वाट काढत जातात. अनेक चढ-उतारांवरून, वळणांवरून अचानक समोर येतात ती विलक्षण दृश्यं पाहताना आपण विचार करतो- आकडेमोडी करणारा अभियंता गडी; त्याला सौंदर्यदृष्टीची दीक्षा कुणी दिली? की तांत्रिकदृष्ट्या अचूक घडवलेले रस्ते त्या त्या निसर्गात चपखल बसून गेले? सॅन फ्रान्सिस्कोचा गोल्डन गेट पूल हे तर अर्वाचीन अभियांत्रिकीचं उत्कृष्ट उदाहरण. लाललाल जाड पोलादी दोरखंडांची झुलती आकृती म्हणजे सौंदर्याचा एक विलक्षण आविष्कार. सॅनफ्रान्सिस्कोच्या फिशरमन्स व्हार्फवरून वा पल्याडच्या साओ सलितोच्या डोंगरांवरच्या वेगवेगळ्या कोनांतून खाली चमकणाऱ्या निळ्या पॅसिफिकवर या पुलाचं जे एक सम्यक निसर्गदृश्य बनून जातं, त्याला खरोखरच तोड नाही! वेस्ट व्हर्जिनिया ते पेन्सिल्व्हेनियातल्या पिट्सबर्ग या महामार्गावर दोन डोंगररांगांमध्ये एक प्रचंड खोल, अरुंद घळ आहे. तिच्यातून एक नदी वाहते. तिचं नाव न्यू रिव्हर. ही घळ ओलांडून जाण्यासाठी एके काळी अवघड डोंगरांमधून तब्बल चाळीस मैलांचा वळसा घालावा लागे. १९७७ मध्ये या नदीवर 'न्यू रिव्हर गॉर्ज पूल' बांधून हा प्रवास एका मिनिटावर आणण्यात आला. पण हा उपद्व्याप निव्वळ सोयीच्या अनेक योजनं पलीकडे पोहोचला. याचं कारण त्या पुलाचं डिझाइन आणि रचना. कधीच गंज न चढणाऱ्या तीन इंच व्यासाच्या लोखंडी केबल्स वापरून या पुलाची एकच अवाढव्य कमान केलेली दिसते. तिची टोकं घळीच्या आर आणि

पार रोवली आहेत. आणि कमानीवरून कमालीच्या डौलानं हायवेची निरुंद पट्टी धावत निघून गेली आहे. कुठूनही, कुठल्याही कोनातून पाहावं, डोंगर-झाडं-जंगलांच्या नेपथ्यावर ही रचना तिच्या अजोड सौंदर्यानं आपल्यावर अंमल करते. पण खरी जादू आहे ती तिच्यावरून केलेल्या रपेटीत. खाली पाहिलं तर हमखास चक्कर येईल अशी खोली! न्यू रिव्हर गॉर्जचा अनुभव अद्वितीयच!

साध्या गोष्टींतून 'लार्जर दॅन लाइफ' अनुभव तयार करण्यात अमेरिकेचा हातखंडा. विमानहल्ल्यात जमीनदोस्त झालेल्या न्यू यॉर्कच्या एके काळच्या वर्ल्ड ट्रेड सेंटरच्या जुळ्या मनोऱ्यांच्या जागी आता अमेरिकेने फ्रीडम टॉवर नावाचा चकाकता मनोरा बांधला. जुळे मनोरे पडले त्या जागी आता अकरा मजल्यांचं '९/११ म्युझियम' बांधण्यात आलं आहे. त्यातले आठ मजले जमिनीखाली आहेत. मी जगातली नैसर्गिक आणि मानवनिर्मित उत्तमोत्तम स्थळं पाहिली. कधी अचंबित, कधी अवाक्, कधी दिपून भारावून जाणं, कधी मोहित, भावविवश अशा अनेक मनोवस्थांमधून गेले. पण मानवी वातावरणनिर्मितीत ९/११ म्युझियम फार उंचावर पोचलं आहे.

जिवाचं न्यू यॉर्क करत भटकत, खातपीत, हसतखिदळत आपण इथं पोचावं. खिडकीत तिकीट घेऊन लांबच लांब रांगेत उभं राहावं. सगळ्या पर्यटनस्थळी सापडणाऱ्या लांब, शांत, शिस्तबद्ध रांगा. हळूहळू रांग सरकते आणि गणवेषातले लोक आपल्याला आत सोडतात. आपल्याला आतल्या जगाची कल्पनाही नाही. मात्र आतल्या जिन्याच्या पहिल्या पायरीवर सर्वांना जमवून तिथला प्रशिक्षित सेवक, त्याच्या मागे उभ्या असलेल्या प्रचंड पोलादी खांबाच्या भग्नावशेषाच्या पार्श्वभूमीवर आपल्याला त्याच्या शब्दांनी काही क्षणांतच असं काही हेलावून टाकतो, की अपरिहार्यपणे आपण तो भयानक अनुभवच जगू लागतो. समोर खाली खाली उतरणाऱ्या मजल्यांच्या विशाल लेव्हल्स दिसत असतात. गडद निळ्या भिंती, छत, विशिष्ट प्रकाशयोजना आणि सर्वत्र भरून राहिलेला ९/११चा तो न भूतो भविष्यति असा संहार... परिणाम आपल्या डोळ्यांतून नकळत वाहू लागतो. एकेक मजला तळघरात उतरत जाताना रचनेचं वास्तुसौंदर्य याही परिस्थितीत नजरेतून सुटत नाही. जुळ्या मनोऱ्याच्या गगनचुंबी इमारती काँक्रीटच्या ज्या पायावर एके काळी अमेरिकेचं वैभवदर्शन करत उभ्या होत्या तो बोडका पाया अचानक समोर येतो. जगातली अति वेगवान लिफ्ट जिथं जगभरातल्या कोट्यवधी पर्यटकांना टोकावरच्या वेधशाळेत घेऊन गेली तिच्या जळक्या वायर्सची उद्ध्वस्त मोळी, आणि स्फोटांवेळी आत अडकलेल्या तरुण इंजिनिअरचा हसरा फोटोही अचानक समोर ठाकतात आणि हजारो पर्यटक असूनही तिथं त्या क्षणी एक असहाय नीरव शांतता पसरते!

मानवजातीच्या तोंडाला काळं फासणारं हे मानवाचं विपरीत कृत्य. अनंतात झेप घेणारी मानवाची विद्या, प्रज्ञा; पण इथं अनर्थाचं मूळ झाली. ९/११ ला घडलं ते आक्रीत घडून इतिहासजमा झालं. आज या घटनेच्या क्रूर आठवणींनी जीव कासावीस करणारा एक अनुभव न्यू यॉर्कचं ९/११ म्युझियम देऊन जातं. अमेरिकन नियोजनाला हात जोडावेसे वाटतात.

मैत्र

- मैत्र
- 'रेशम फिरी री...'

माझ्या समानशीलांबरोबर मी असंख्य रंगीत, सुगंधी क्षण वाटून घेतले त्या क्षणांनी वर्षवलेलं चांदणं मी पदर भरून गोळा केलं. अनेकदा या शीतल चांदण्यानं तडजोडीच्या दुर्गम अंधाऱ्या वाटांवर मला सोबत केली. साध्याशा सुखांना आनंदाची भरजरी किनार जोडली. गोंधळपसाऱ्यात हरवलेल्या मला शोधून दिलं. सुंदर जुळलेल्या तानपुऱ्यांच्या जोडीसारखं ते चांदणं मागे गुंजन करत असतं. मैत्रीत माझा स्वार्थ आहे. मन उजळतं व्यक्ती म्हणून मला पुढे नेते ती मैत्री. मैत्रीत मन झाकोळलं की ती तपासावी. चुकीच्या गोष्टी खड्यासारख्या दाताखाली येऊन जाग येते, तीही मैत्रीतच! उमजण्यापलीकडच्या एका इलाक्यात गेल्या जन्मीचे लागेबांधे असतात. आणि भाग्यवंताला ते मैत्रीत सापडतात हेही खरं आहे. समंजस मैत्र हे सहृदय आणि रक्ताची नाती परिपूर्ण करणारं आहे.

मैत्र । १९१

आयुष्यात काही नाती जडली नसती तर मी खूप वेगळी झाली असते. कदाचित जास्त पारंपरिक, पडखाऊ झाले असते. सोपी राहिले असते. मात्र मैत्रीतून मिळालेले उत्कट अभिमान, प्रेम आणि कधीतरी आलेले रिते, भगभगीत क्षण यांनी मला आत्मपरीक्षण करायला भाग पाडलं. खिन्न विषण्ण मनाला हलकं करण्याची शक्ती मैत्रीत होती. अजूनही आहे. या माझ्या एवढ्याशा कुडीत वसलेल्या मनाला जे प्रश्न पडले ते आणखी कुणाला पडत असतील का? याचं होकारार्थी उत्तर मैत्र्यांनी दिलं. पुढे ते उत्तर मिळवण्याच्या खटाटोपाचीही गरज पडली नाही. विश्व आपल्याला खतपाणी घालू लागलं की आई-बापाची भूमिका कमी कमी होत जाते. टक्केटोणपे खात, घाव झेलत, हर्षभरित होत, सुसंवादित क्षण जगत माणूस मोठा होतो. त्या प्रक्रियेत खरा वाटा उरतो तो मैत्रीचाच!

"रानात मोराने क्षणभरच पिसारा फुलवला होता तेव्हा"

नाहीतर *"परवा एन.सी.पी.ए. मधल्या कार्यक्रमात त्या पोरगेल्या ड्रमिस्टची ड्रमवर न ठरणारी बोटं पाहताना डोळे घळाघळा वाहिले तेव्हा तुझी फार आठवण झाली!"*

ही वरकरणी साधी वाक्यं; पण कुणा सहृदय मित्र-मैत्रिणीच्या तोंडून ती उत्स्फूर्तपणे जातात ती माझ्यासाठी एक लीन, धवल स्थिती असते. हा खरा आंतरिक सुसंवाद!

माझ्या समानशीलांबरोबर मी असंख्य रंगीत, सुगंधी क्षण वाटून घेतले त्या क्षणांनी वर्षवलेलं चांदणं मी पदर भरून गोळा केलं. अनेकदा या शीतल चांदण्यानं तडजोडीच्या दुर्गम अंधाऱ्या वाटांवर मला सोबत केली. साध्याशा सुखांना आनंदाची भरजरी किनार जोडली. गोंधळपसाऱ्यात हरवलेल्या मला शोधून दिलं. सुंदर जुळलेल्या तानपुऱ्यांच्या जोडीसारखं ते चांदणं मागे गुंजन करत असतं. मैत्रीत माझा स्वार्थ आहे. मन उजळते, व्यक्ती म्हणून मला पुढे नेते ती मैत्री. मैत्रीत मन झाकोळलं की ती तपासावी. चुकीच्या गोष्टी खड्यासारख्या दाताखाली येऊन जाग येते तीही मैत्रीतच! उमजण्यापलीकडच्या एका इलाख्यात गेल्या जन्मीचे लागेबांधे असतात. आणि भाग्यवंताला ते मैत्रीत सापडतात हेही खरं आहे. समंजस मैत्र हे सहृदय आणि रक्ताची नाती परिपूर्ण करणारं आहे.

मैत्र

भारतात परतल्यानंतरच्या काही वर्षांत मी प्रॅक्टिसमध्ये अति गुंतून गेले होते. 'टर्न-की' पद्धतीनेही कामं करत होते. या पद्धतीत फार धावपळ होते. पैशाच्या श्रमांच्या मोठ्या उलाढाली होतात. प्रचंड गतीनं घटना घडत असतात. अनुभव म्हणून हा कालखंड चांगला होता. मात्र एका गोष्टीची मला टोचणी लागली होती.

स्वतःसाठी आवश्यक असा शांत वेळ मी या व्यापात हरवून बसले होते. स्वस्थता गेली होती. वाचनाला वेळ होत नव्हता. दिवसभर घणघणणारा फोन. सततची वर्दळ. आणि धंद्याची खास भारतीय अकार्यक्षम बाजू! या धुमश्चक्रीत त्या टोचणीची योग्य दखल घेणंही मी लांबणीवर टाकत होते.

नेमका याच सुमारास माझा एक विचारवंत आर्किटेक्ट मित्र कामानिमित्त मुंबईत आला होता. वर्षाकाठी एखाद्याच वेळी होणाऱ्या सदिच्छा भेटीत जेवण-जिव्हाळ्याच्या गप्पा- नव्या लिहिलेल्या ओळी-उताऱ्यांचं वाचन, जमलं तर एखादं चित्रांचं प्रदर्शन असं सगळं घडतंच. माझा तेव्हाचा युद्धपातळीवरचा एकूण दिनक्रम पाहून त्याने जाणतेपणानं सुचवलंच- 'टर्न की वगैरे ठीक आहे. पण डिझाइनसाठी पुरेसा वेळ ठेवलेलं चांगलं..' यात डिझाइन हे फक्त सूचक आहे; कारण डिझाइन म्हणजे वाचन, मनन, चिंतनही. बजबजपुरीत हरवलेल्या स्वतःला शोधून परत ठिकाणावर आणायचे मार्ग!

दुसरा प्रसंग. वीसएक वर्षांपूर्वीची आमच्या पुण्याच्या घरातली नववर्षाचं स्वागत करणारी एक काव्य-संगीतसंध्या. छान छान कलाकार मित्र जमले होते. आयुष्याची 'इमेज' डोक्यात भिनलेला तो काळ. खरं जगणंही छानच सुरू होतं. पण त्याचा मला पत्ता नसावा. इमेजचा भारी प्रभाव होता. त्या आसेखाली मी स्वतःला शिणवत होते- असंच हवं, तसंच नको. नाना डेडलाइन्स. बरोबर-चुकीच्या अवास्तव, नाठाळ कल्पना. आणखीही बरंच काही. माझी लवचीकता कमी झाली होती. स्वभावात अट्टाहास घुसला होता. आज काय काय करायचं आहे त्या कामांच्या यादीत नखं कापणं हेही लिहिलेला एक कागद फ्रिजवरच्या चुंबकामागे लटकत होता, ते कुणीतरी पाहिलं. सगळेच अवलिया. जगण्याच्या कलेत मातब्बर आणि विनोदी वा वादग्रस्त मुद्द्यांवर तिरकस हजरजबाबी भाष्य करण्यात हुशार. माझ्या यादीवर विनोदी भाष्यं घडली. हशे पिकले. पण नंतर कुणीतरी बाजूला घेऊन मला समजुतीनं सांगितल्याचं चांगलं आठवतं आहे. 'कशाला एवढा अट्टहास? आयुष्य आणि 'तू' एकच आहात. यू आर लाइफ. तू काही लांबवर उभी राहून त्या आयुष्याला अमुक एक कोर्स नाही देऊ शकत. आयुष्य दिग्दर्शन करायला नसतं. ते जगायचं असतं. 'जस्ट बी अ पार्ट ऑफ द फ्लो. बी द फ्लो!'

अलीकडच्या वर्षांत अश्विनीच्या रूपात मला एक सुहृद भेटली. कीर्तिमान गायिका डॉ. अश्विनी भिडे-देशपांडे. गुरुस्थानी असलेली एक सहृदय मैत्रीण. संगीत केंद्रस्थानी असलेली आमची ओळख हा माझा आनंदाभिमान आहे. आर्किटेक्चर करत असल्याने, अश्विनी मातब्बर असलेलं जयपूर-अत्रौली घराण्याचं शास्त्रोक्त गाणं मी मनात असूनही करू शकत नव्हते. तिनंच स्वरबद्ध केलेल्या संत

कबिराच्या, चंद्रसखी या संतिणीच्या काही सुंदर भक्तिपर रचना आम्ही म्हणत असू. अश्विनीनं उदार मनानं आपली दारं मला खुली केली आणि भरघोस गाणं देऊ केलं तरी व्यवसायामुळे, ते घेण्याला मला मर्यादा आल्याच, आणि 'मी तुझ्या पदरात चांगला शिष्य देतो ते समाधान टाकू शकले नाही' अशी खंत व्यक्त करताना एकदा माझे डोळे पाणावले. तिनं त्यावर प्रेमानं आणि मोजक्या शब्दांत माझी समजूत घातली होती, हे तिचं मोठेपण.

अनेकदा कबिराचं एखादं भजन घेऊन आम्ही त्यात रमून जात असू. एकच एक मुखडा. चाळीस वेळा. पन्नास वेळा. वेगवेगळ्या सुरावटीत. वेगवेगळ्या संगीतवचनात. संगीतातल्या असंख्य अभिव्यक्ती. सागरातलं मोती शोधणं. अवरोही हरकत घेऊन आल्यानंतरचा 'रे' वरचा न्यास कसा वाटतो? 'ग'च्या ठहरावानं कशी अनपेक्षित आनंदनिर्मिती होते? दर्शनी, साध्या भजनातली एक ओळ बुद्धीला चालना देणारं, सुरांचं मंथन करणारं, खेळतं-खेळवतं आव्हानस्थळ बनतं आणि तासभर सहज निघून जातो. गाण्यातली सौंदर्यनिर्मिती खरीच अपार! मी खूप भारावून घरी येत असे. पण शिष्याइतकंच गुरूलाही अशा आव्हानांचं, त्यातल्या चालनेचं महत्त्व असतं. नवीनवी सौंदर्यस्थळं सापडण्याचा हा एक अजोड अनुभव. तिच्या त्या समजुतीचा संदर्भ त्यातच असावा!

आज किती वर्षं झाली तरी त्या रचना गाताना आमचं सुंदर सांगीतिक सान्निध्य सुरेल आठवण होऊन समोर उभं राहतं. अतीव प्रेमानं मी अश्विनीला वंदन आणि आठवण पाठवते आणि त्या रचनांच्या नव्या आविष्काराच्या शोधार्थ निघते. कधी काही नवं सापडतं, कधी नाही. पण आयुष्य काही एक वेगळ्याच प्रकाशात उजळून टाकणारं हे संगीत होतं आणि त्याच्या आठवणीही, हे परत जाणवतं!

ज्योती-मधुकर हे आमचं बॉस्टनमधलं मित्रद्वय. त्यांचा आयुष्याकडे पाहण्याचा दृष्टिकोन प्रसन्न स्मितहास्यासारखा आहे. या हास्याच्या सोबतीनं त्या दोघांनी काही खूप कठीण प्रसंग म्हणता म्हणता झेलले. ज्योतीनं तिच्या घराच्या भिंती सौंदर्य, करुणा आणि प्रेमानं लिंपल्या आहेत. तिच्या लिव्हिंग रूममधल्या तांब्याच्या रंगाच्या मृदू सोफ्यावर नाहीतर मंद पांढरट रंगाच्या गालिच्यावर गप्पांत रंगलेला आमचा मुक्काम पडे, ते अजूनही आठवतं, इतक्या वर्षांनंतर. काचेच्या मोठ्या गोल टेबलावर पुदिन्याच्या चहाचे नाहीतर कोलंबियन कॉफीचे मग्स. नाहीपेक्षा 'आयरिश क्रीम' वा तत्सम लिकिअरच्या सोबतीनं चाललेलं चायकॉस्कीचं पियानोश्रवण- नाहीतर चक्क डान्स. सुख-दुःखाच्या गप्पा. हास्यांची कारंजी. चारोळ्यांचं वाचन. हक्कानं घातलेले वाद. कधी डोळे भरून आणणाऱ्या

प्रेमाची गळामिठी. न्यू इंग्लंडमधल्या उत्कट ऋतूंबरोबर उमलत गेलेली आमची मैत्री!

'मधुर' हे माझ्या माधुरी नावाच्या दुसऱ्या मैत्रिणीचं मी ठेवलेलं लाडकं नाव. सशक्त, आनंदी, दिलदार आयुष्य जगण्याची कला तिला अवगत आहे. जन्मालाच या मुलीचा स्वभाव कसा कळला तिच्या आई-वडिलांना? ती नावाप्रमाणे माधुरी आहे. गोड वाणी आणि तितकाच मधुर स्वभाव त्यामुळे माधुरीला शत्रू नाही. उच्च विचारसरणीतला अंतर्भूत आनंद तिला वश आहे. तिची साधी राहणी, कॅरिबियन समुद्रातली बेटं विकत घेणाऱ्या आणि स्वतःच्या विमानानं तिथं जाणाऱ्या जगज्जेत्या अतिश्रीमंत अमेरिकन भांडवलदाराला स्तिमित करणारी आहे. अध्यात्माची आवड असणारे कित्येक लोक मी जवळून पाहिले; पण अध्यात्म हे रक्तात, मांसात, पेशीतच असावं लागतं; तरच ते वृत्तीत येतं. मधुर याचं एक अतिप्रिय उदाहरण! फार भेटलो नाही, तरी मधुरच्या मैत्रीतला मधुर गोडवा सतत माझ्यासोबत असतो.

मिरजेचे डॉ. दत्तात्रेय कृष्णाजी गोसावी आणि त्यांच्या पत्नी डॉ. प्रभाताई गोसावी मला गुरुसमान होते. खरंतर त्यांचं नातं माझ्या सासरकडून. परंतु आई-वडिलांसारखं त्यांनी माझ्यावर प्रेम केलं. आज ते दोघंही हयात नाहीत. उंचावर वसलेलं एक स्फूर्तिस्थान आता नाहीसं झालं आहे. आणि ते प्रेमही संपलं आहे. परंतु या दोन्ही व्यक्तिमत्त्वांची खूप मोठी थोरवी आहे.

कै.दत्तामामा पेशाने नाक-कान-घशाचे सुविख्यात शल्यविशारद. मंगेशकरांसारखे महारथी त्यांचे पेशंट होते. पण आयुष्याची शेवटची दहा-बारा वर्षं स्वतःची मोठी वैद्यकीय प्रॅक्टिस सोडून त्यांनी दक्षिण महाराष्ट्रातल्या कर्करोग्यांना उपचारांसाठी उठून मुंबईला यायला लागू नये, म्हणून मिरजमध्येच एक मोठं, अद्ययावत कॅन्सर हॉस्पिटल, करोडो रुपयांच्या देणग्या मिळवून बांधण्याच्या प्रकल्पासाठी वेचली. या प्रकल्पाचा त्यांनी दिवसरात्र ध्यास घेतला होता. जिवाच्या करारानं हे व्रत त्यांनी निभावलं. महाराष्ट्र-भारतभरातला त्यांचा अफाट जनसंपर्क आणि भरभरून वाहणारी सदिच्छा या प्रकल्पादरम्यान आम्ही जवळून पाहत होतो. एका कुशल शल्यविशारदाचं संघटनकौशल्य किती मोठं असू शकतं, त्याचं ते उदाहरण होतं. सुव्यवस्थित, टापटिपीनं राहणारं, मितभाषी, बुद्धिमान, 'लहान मूर्ती-महान कीर्ती'चं उदाहरण म्हणजे आमचे प्रिय दत्तामामा होते.

कै. दत्तामामांचा दुसरा जिवाभावाचा विषय म्हणजे 'शेत'. मिरजमधल्या त्यांच्या घरापासून दोन किलोमीटर्सवर त्यांचं आठ-दहा एकरांचं शेत आहे. हिरव्या रंगात माखलेला पाचूचा तुकडा! नारळ, चिकू, ऊस, पॅशनफ्रूट, पेरू, सीताफळ यांच्या सुमधुर जातींबरोबरच आठ-दहा प्रकारचे अवीट गोडीचे आंबे, जगभरातून जमवलेली

आव्होकाडो, चेरी, स्टार ॲपलसारखी दुर्मिळ झाडं म्हणजे या फार्मचं वैभव. झाडांबरोबरच जाई-जुई-मोगरेही त्यांनी तिथं फुलवले होते. शिरीष बेरी या विख्यात वास्तुकारानं केलेलं उतरत्या छपरांचं फार्महाउस बांधलं होतं. उतरत्या छपराच्या तिरप्या लाकडी तुळया बाहेर येऊन थेट जमिनीत जात होत्या आणि त्यांच्यावर बोगनवेली चढून फोफावल्या होत्या. या बंगल्याच्या पहिल्या मजल्यावरची गॅलरी म्हणजे आयताकार कापून काढलेला लाल कौलांचा उतरता तुकडा, आणि त्याच्यावर झेपावलेला गुलमोहोर. वास्तुरचना आणि भोवतीची वृक्षराजी यांचा सुरेख मेळ! गॅलरीत उभं राहिलं की वर छत्र गुलमोहोराचं. मे महिन्यात ते लालबुंद होई; तर इतर वेळी ते छत्र म्हणजे झिरझिरीत हिरव्या पाल्याची वीण असे.

मुख्य रस्त्यावरून आत शेतात जाणारा निरुंद रस्ता डॉक्टरांनी दुतर्फा माड लावून रेखित केला होता. दोन मिनिटांत वाळूच्या अंगणातल्या गुलमोहोराचं आणि फार्महाउसचं दर्शन मिळे. बंगल्याच्या प्रवेशाला पंधरा-वीस खुर्च्या मांडून गप्पांची मैफल टाकता येईल तेवढा रेखीव लॉनचा तुकडा, आणि त्याला पिवळ्या बहरलेल्या लॅन्टनाची किनार. तिच्यावर फुलपाखरांचा सुकाळ असे. मोसमाप्रमाणे मोगरा, कृष्णकमळ, रातराणी, जुई या अशा बहरांचा सुगंध हवेत झेपावे आणि इथे येऊन राहायला मिळावं म्हणून तरी एखाद्या पुस्तकलेखनाचा घाट घालावा, अशी प्रबळ इच्छा होई! रसिक, सौंदर्यदृष्टीनं घडवलेलं हे शेत दत्तामामा एखाद्या जाणकारासारखं पाहत.

कधी कामानिमित्त मिरजला गेलं की स्वागत-लाड-कौतुक तर होईच; पण आपल्या कार्यबाहुल्यातून मामा वेळ काढत आणि माझ्या बाग-निसर्गप्रेमाला दाद म्हणून पहाटेच मला शेत दाखवायला घेऊन जात. आपल्या प्रेमाचा-मेहनतीचा विषयही कुणीतरी वाखाणावा, हे त्यांना वाटत असे. हापूसच्या 'बगला पडणं,' 'मोहोरावर टिचकी मारायला जाणं' हे वाक्प्रचार अर्थ-प्रात्यक्षिकासहित त्या सर्जन-शेतकऱ्याकडून शेतात ऐकताना मला खूप मजा येई आणि कितीतरी शिकायला मिळे. या फेरीत चिकू-नारळांची प्रेमानं खबर घेतली जाई. सुकलेली झावळी हलकेच खेचून नारळाभोवती फिरलं की कशी पट्कन सुटून येते, ते मामा हौसेनं दाखवत. रत्ना, केसर, हापूसच्या फळांना हलकेच स्पर्श करून त्याचा पाड कधी त्याचा अंदाज घेत. खारोट्या, उंदरांना कुठं फावलंय, माकडांचा बंदोबस्त करायला हवा का, त्याच्या मनात नोंदी घेत. नाक-कान-घशाची ऑपरेशनं आणि दिग्गज पेशंट्सचा संप्रदाय, पण ही बाग पाहून वाटे की ते काही खरं नाही. यांचा खरा उद्योग हाच आहे. साडेतीनशे-चारशे नारळांच्या बागेत त्यांच्या मागे फिरताना त्याचं हलकं माहितीपूर्ण स्वगत मी जिवाचे कान करून ऐकत असे. रोपं, कलमं, आळी, खतं, कलटार, हारमोन्स, विहीर, चिखल, पंप... अशा शब्दांची रेलचेल.

फेब्रुवारीच्या आसपास पांढऱ्या पानोऱ्यानं बहरणारं स्नोबुशही त्यांनी कुठून तरी पैदा केलं होतं. देशावरच्या हिवाळी पौर्णिमेत तो शुभ्र बहर म्हणजे एक कविताच झाली होती!

शेताची फेरी संपून घरी आलं की सुंदर पिवळ्या रंगाचा शेतातल्या 'पॅशन' फळाचा गोड-तुरट ताजा रस वाट पाहत असे. चिकूच्या खोतीसाठी माणूस रवाना होई. ऊसकापणीसाठी साखर कारखान्याशी संपर्क होई.

अलीकडच्या वर्षांत ऋतू चळले. अवाजवी दीर्घ किंवा लहान झाले. अकाली पाऊस पडू लागला. या चक्रात भलेभले बागायतदार चकले; मात्र यांची बाग फळाफुलांनी नेहमीच डवरलेली. रसरशीत, आनंदी, हिरवी. याचं इंगित ना त्या मातीत ना पाण्यात; याचं इंगित डॉ. गोसावींच्या झपाटलेपणामध्ये आहे!

आयुष्य वेचून बांधलेल्या सिद्धिविनायक कॅन्सर हॉस्पिटलमुळे अनेक पीडितांचे दुवाशीर्वाद डॉ. गोसावींना लाभले. परंतु असाध्य अशा अॅड्रीनल ग्रंथीच्या कर्करोगानं शेवटी त्यांनाच ग्रासलं, आणि वयाच्या अवघ्या बहात्तराव्या वर्षी या मनस्वी कलावंत विशारदाचा आणि त्यानं आरंभलेल्या लोककल्याणाचा त्याच कॅन्सर हॉस्पिटलमध्ये अंत झाला, ही एक शोकांतिका आहे.

दत्तामामांच्या सुविद्य पत्नी प्रभामामींचाही महिमा असाच मोठा. १९५०च्या दशकातल्या डॉक्टर पिढीच्या त्या प्रतिनिधी. त्या काळातल्या गायनॅकॉलॉजिस्ट डॉक्टर. चौथी-पाचवीपर्यंत मिळेल ते शिक्षण घेऊन बापानं लग्न करून पाठवलेल्या सासरी जायचं आणि न बोलता, खूप काही भोगत खस्ता काढत, कष्ट करत आयुष्य काढायचं, या प्रचलित कन्यासंस्कृतीला प्रभामामींचं उदाहरण म्हणजे सन्माननीय अपवाद होता. एक छेदही. मिलिटरीतले त्यांचे वडील हे खरंच द्रष्टे असणार. मुलीची हुशारी आणि क्षमता ओळखून त्यांनी त्या काळात त्यांना पुण्याला वैद्यकीय शिक्षण घेण्यासाठी वसतिगृहात पाठवलं होतं.

उत्तम वैद्यकीय विशारद. हाडाची समाजसेवक, हौस-उत्साह-रसिकतेने जगणारी गृहकृत्यदक्ष भारतीय स्त्री ही तर प्रभामामींची थोडक्यात ओळख. पण अत्यंत निगुतीनं केलेली त्यांची पाकसिद्धी पाहून (चाखून!) तसंच बंगल्याच्या भल्यामोठ्या गच्चीतली त्यांची देखणी बाग पाहून, 'वहिनी वहिनी' म्हणून त्यांच्यावर अपरंपार प्रेम करणारा मोठा कर्मचारी वर्ग, विस्तारित कुटुंब आणि शेकडो हजारो गावकरी पाहून थक्क व्हायला होई. मामांचं शेत थोडं लांब, कोल्हापूरच्या वाटेवर; पण मामींची बाग घरातच. हॉलसमोरच्या, तिसऱ्या मजल्यावरच्या गच्चीत छान छान नक्षीदार कुंड्या मामींनी जमवल्या होत्या.. त्या लोखंडी स्टँड्सवर, जमिनीवर, रंग-उंची-झाडाच्या पसाऱ्यानुसार नेटकेपणानं ठेवलेल्या. काही वर लटकवलेल्या

तर काही शोभेच्या-झाडासारख्या स्टँडवर वेगवेगळ्या उंचीवर टांगलेल्या. किती रंगांची पुष्पं आणि पर्णसंभार! त्यांची हिरव्या मण्यांच्या माळेसारखी ओघळणारी रोपं मला अजून आठवतात. बागेतल्या छोट्याशा गुलाबाला पांढरे सुरेख 'फ्लॉरिबंडा' गुच्छ लागलेले. संत्र्याच्या बॉन्सायला करवंदाएवढी तकतकीत नारिंगं. लोखंडी जिन्यावर चढवलेल्या लसण्या वेलावरची हसरी गोल निळी फुलं. मेडिकल सामग्री येते त्या रिकाम्या मोठ्या लाकडी खोकड्यांत माती भरून वाफे केले होते त्यांनी. आणि त्यात विलायती मुळे, लेट्यूस, चपटे वाटाणे अशी मंडळी लावली होती. प्रत्येक रोप शिल्पासारखं डौलदार, नेटकं, तरारलेलं. बागेचं रान नाही. बागेवर धूळ नाही. पिकलेलं, किडलेलं पान नाही. बागेत कधी कचरा नाही... हा त्यांचा बागकामाचा व्यासंग. दिवसरात्र बाळंतिणींचं गजबजलेलं हॉस्पिटल चालवून या मॅडम हे सगळं कसं आणि कधी साधतात, असा संभ्रम पडे. साधीच पण अभिरुचीची राहणी. सुती वा रेशमी सुरेख इस्त्रीच्या साड्या. मॅचिंग, इस्त्रीचा ब्लाउज, वयाच्या ऐंशीव्या वर्षीही छान नेटके काळे केलेले खांद्याएवढे केस. प्रसन्न चेहरा. घराच्या यंत्रणेवर, नोकरांचाकरांवर बारीक लक्ष; पण जाचक नव्हे. (त्यांनाही त्या वहिनीच होत्या!) आणि मुख्य म्हणजे विनोदबुद्धी शाबूत. याचं एक कहर उदाहरण.

रोटरी की इनर व्हीलच्या त्यांच्या गावातल्या फॅन्सी ड्रेस स्पर्धेत यांनी नाव दिलं आणि कुणालाही न कळू देता, धोतर, झब्बा, पागोटं, मिशा, गंधासहित दस्तुरखुद्द लोकमान्य टिळकांचा वेष घेऊन त्या आपल्या खोलीबाहेर पडल्या, डायनिंग रूमला आणि फॉयरला ओलांडून जिना उतरून खाली गेल्या आणि पहिलं बक्षीस मिळवून परतल्या, तरीही घरच्यांना त्यांच्या खोलीतून दुपारी नक्की कोण बाहेर पडलं त्याचा पत्ता नव्हता. आणि कथा कळल्यानंतर तर कुणाचाच विश्वास बसत नव्हता. वयाच्या पंचाहत्तरीला माणूस किती 'स्पिरिट'नं कसा जगू शकतो, त्याचं मूर्तिमंत उदाहरण!

दत्तामामांच्या स्वर्गवासानंतर स्वतःचा व्यवसाय, छंद, मुलं-सुना-नातवंडांचं कुटुंब, समाजकार्य असं भरगच्च आयुष्य त्यांच्यापुढे होतं; पण शोक सुटला नाहीच. एका पोकळीची छाया होती. मामांच्या पश्चात त्यांनी कॅन्सर हॉस्पिटलची धुरा आपल्या खांद्यावर घेतली. आणि अनेक बाबतींत काहीशी पोरकी, ओकीबोकी झालेली ती संस्था परत एकदा तेजस्वी केली.

बरोबर दहा वर्षांपूर्वी मला पुण्यात विनयाताई भेटली. योग आणि नॅचरोपाथी शिकवणारी विनया पुंडे. पुण्यातल्या कर्वेनगरमधल्या एका छोट्याशा गल्लीच्या कोपऱ्याशी मी तिच्या नावाचा 'डॉ. विनया पुंडे, निसर्गोपचार तज्ज्ञ' असा बोर्ड पाहून ओळखदेख नसताना ओढल्यासारखी त्या गल्लीत शिरले आणि कसलातरी हट्ट

केल्यासारखी तिची भेट घेतली. मला आजार नव्हता. उपचारही नको होते. फक्त निसर्गोपचार या विषयाची माहिती हवी होती, हे तिला कळल्यावर खळाळत्या झऱ्यासारखं प्रसन्न, उत्फुल्ल हसत तिनं मला मिठीच मारली. 'अगं, वरून संदेश आला आहे तुला! या अतिसुंदर विषयाची ओळख व्हावी असं वाटणं, ती बुद्धी होणं हे जितकं साधं, सोप आहे तितकंच ते दुरापास्त आहे. आता छान आहे, ते आणखीच छान होईल बघ!... तुला समजावून सांगते. आनंदानं! उद्या दहा वाजता ये!' असं घसघशीत स्वागत करून, आश्वासन देऊन तिनं माझा दिवस सोन्याचा करून टाकला. दुसऱ्या दिवशी सकाळी दहा वाजता सुरू झालेला आमचा शिक्षक-विद्यार्थी नात्याचा सत्संग सुरू आहे. पुढे कधीतरी त्याचा उत्सव झाला. झाडावरच्या पाना-फुलासारखेच, पाखरा-पक्ष्यांसारखेच, ऊन-पावसाएवढेच आपणही निसर्गाचा अंश असतो. प्रगतीच्या अमलाखाली त्याच मायबाप निसर्गाचं नातं तोडून कृत्रिम वस्तू-पदार्थ-हत्यारांच्या आहारी जातो आणि मग तऱ्हेतऱ्हेच्या व्याधी मागे लावून घेतो, ते विनयाताई खूप तळमळीनं विशद करून सांगते. एखादं व्रत घेतल्यासारखं हे धर्मकर्तव्य ती आज अनेक वर्षं करत आहे. तिची शिकवण फक्त वाचाळ पोपटपंची नाही. त्यातलं अक्षर न् अक्षर ती स्वतः आचरते. आज वयाच्या साठीनंतरचा तिचा सळसळता उत्साह, जीवनेच्छा, सद्सद्विवेक, भक्ती आणि प्रेम पाहून त्याचा संसर्ग झाला नाही, ती व्यक्ती विरळा, वा करंटीच! पोक्तपणे सल्ला देणारी, प्रेमाचे शब्द बोलणारी, पाठीवर प्रोत्साहनाची नाहीतर शाबासकीची थाप देणारी, सातमजली हसणारी, रात्री दोन वाजता रातकिड्यांच्या सुरांच्या साथीनं गप्पा खुलवणारी कॉफी देणारी, सगळ्या जगाचं सदोदित भलं चिंतणारी आणि त्यासाठी झटणारी विनयाताई... त्वम् जीवेत् शरदः शतम्!

आणि मग साक्षात नलूताईंच्या रूपातला प्रेम-उत्साहाचा उत्फुल्ल धबधबा! मिरजच्याच प्रोफेसर नलिनी इनामदार. मला एकतीस वर्षांपूर्वी भेटल्या. अमेरिकेत अचानक त्या माझी पाहुणी होऊन दरवाजाच्या चौकटीत येऊन उभ्या राहिल्या आणि तो क्षण कलेच्या भाषेतला 'सरीयल' क्षण होऊन बसला. मैत्री, सत्संग, मार्गदर्शन, प्रेम, काही अजोड व्यक्तिमत्त्वांच्या जवळून ओळखी, अध्यात्माची ओळख, आतिथ्य अशा हजारो अनुग्रहांची पाखर तो माझ्यावर घालणार होता. ते तेव्हा माहीत नव्हतं, तरीही आत कुठंतरी जाणवलं. बॉस्टनमधलं, विद्यार्थिदशेतलं आमचं छोटंसं घर. श्रीमंतीचा वा बडेजावाचा अर्थात लवलेशही नव्हता. पण आत शिरताच त्यांनी कोपऱ्यात उभा असलेला माझा तानपुरा पाहिला; आणि मग भिंतीवरचं एक पेंटिंग. "वा! मी कलावंताच्या घरी आलेय वाटतं!" म्हणून प्रसन्न हसल्या आणि माझे दोन्ही हात हातांत घेऊन कौतुक केलं. आमच्या तारा तेव्हाच जुळल्या आहेत.

मिरजचं मराठे हायस्कूलजवळचं इनामदारांचं घर ही एक शुभ वास्तू आहे. नलूताई, कल्याणीताई (प्रसिद्ध कवयित्री प्रो. कल्याणी इनामदार), डॉ. दिलीप ही संवेदनशील, प्रेमळ, कलाप्रेमी भावंडं तिथं राहतात. आल्या-गेल्याचं तिथं अतिशय प्रेमानं स्वागत होतं. दैवी कलेचा स्पर्श झालेले पंडित जसराजांसारखे किती कलाकार या घरात राहून गेले. हे घर म्हणजे माझं एक प्रेरणास्थान आहे. केनचे सोफे आणि सुखद रंगसंगती मांडणारे प्रशस्त दिवाणखाने, भरपूर खोल्या आणि सुंदर देवघर. घराच्या गच्चीवर बांबू, चटया, कागदी गोल दिवे, लाल फरशी, झाडंझुडपं असं नैसर्गिक सामान वापरून दिलीपनं एक 'झोपडी' बांधली आहे (या डॉक्टराच्या आत एक आर्किटेक्टही घुमत असतो!) पुण्याचे ख्यातनाम सितारिया उस्ताद उस्मान खान यांचं सतारवादन याच झोपडीत मी पहिल्यांदा ऐकलं.

नलूताई-दिलीप-मी-संजीवनी... आमची हार्ट-टु-हार्ट संभाषण होण्यासाठी योग्य तो मूड, पुरेसा वेळ इत्यादी अटींचा जाच नाही. तिसऱ्या मजल्याच्या झोपडीच्या बाहेर आलं की आजूबाजूला सिल्व्हर ओक्सचे शेंडे आणि माडांच्या हिरव्या छत्र्या हाताच्या अंतरावर दिसतात. काही माड उंच वर गेले आहेत. त्यांच्याआड होत असणारा सूर्यास्त पाहताना, सैंधव घातलेलं लिंबूपाणी पिताना, एवढंच काय, घराच्या फाटकाशी निरोपादाखल प्रकटलेली त्यांची काही वाक्यंही माझा परतीचा प्रवास उजळून टाकतात. कधी कल्याणीताईची एखादी कविता तिच्याच तोंडून उत्स्फूर्तपणे 'सांगितलेली' ऐकण्याचं भाग्य लाभतं. हातात वही, कागद काहीही न घेता आलेला अंतरातला अर्थगर्भ उद्गार! आणि कवितेतल्या भावाशी एकरूप होणारा तिचा नाजूक आवाज... किती महत्त्वाची असते आवाजाची कॅरेक्टर! बद्द, भसाडा आवाज कुठं आणि सावलीतल्या डोहाच्या खोलीतून येणारा, कधी पाण्यावर चमकते चांदीचे तरंग उठवणारा कुठं! त्याच्या कंपनांना कवितेचा रंगच नसेल तर कशी खुलेल कविता? कल्याणीताईची गहिरी कविता आणि भाव उचलून दाखवणारं प्रकटीकरण. कविता 'सांगताना' कल्याणीताईचे डोळेही बोलत असतात.

दिलीपचे विषय वेगळे. तात्त्विक. जाता जाता

"अनिता, कुठला प्रश्न पुरेशा तळमळीने आपण स्वत:ला विचारतो?"

असलं काहीतरी टाकून दिलीप आपल्याला विचारात ढकलून मोकळा होतो. खरंच आहे! वरवरचं जगताना गाभ्यापाशी कुठं पोचतो आपण? किती रेंगाळतो मर्मापाशी? सत्य गाळीव असतं; उरलेला फक्त कोंडा. पण एवढं सत्त्व, सत्य माणसाला झेपत नाही. त्याच्या प्राक्तनाची तेवढी उंची नाही. म्हणूनच त्याच्या वाट्याचे भोगही संपत नसावेत!

नलूताईंची ढब वेगळी. व्यवसायाच्या माझ्या घाईत गाणं मागे पडलं,

तेव्हा ''देव माफ नाही करणार तुला स्वर्गात!.. गाणं देऊन पाठवलंय तुला त्यानं इथे!''

अशी 'रियाजाकडे लक्ष दे' या अर्थाची जरब त्यांनी मला हक्कानं, प्रेमानं दाखवली होती. खरोखरीच ते शब्द माझ्यातून आरपार गेले आणि मी गाणं सुरू केलं. नलूताईंचं हे मला दमात घेणं उगीच कोरडं, रिकामं नसतं. गाण्याची दीक्षा कशी, कुठून घ्यायची त्याचा सल्ला, आग्रह, प्रस्तावही लगेच समोर येतो. सुलभाताईंचा अत्यंत प्रगल्भ आणि आनंददायी सांगीतिक सत्संग मला आतापर्यंत दोन-तीन वेळा मिळाला तो नलूताईंमुळेच. सुलभाताई पिशवीकर या सोलापूरच्या विख्यात गायिका. मोगुबाई कुर्डीकर आणि किशोरी आमोणकर या प्रतिभावंत मायलेकींजवळ सुलभाताईंनी आपलं जयपूर-अत्रौली घराण्याचं गाणं समृद्ध केलं. नलूताई व सुलभाताई जवळच्या मैत्रिणी. गुरुसान्निध्याचं महत्त्व फार मोठं. प्रत्यक्ष गाणं शिकणं-शिकवणं तर घडतंच; शिवाय गुरूचे आचार-विचारही कळतात. त्यांच्या आयुष्याविषयीच्या कल्पना, दृष्टिकोन यांचा नकळत आपल्यावर परिणाम होतो. ख्याल गायकीप्रमाणेच तेही आपल्यात झिरपतात. यथावकाश मुरतातही. आवाज लावण्याची पद्धत, सकाळचा पहिला रियाज, आलापी-अलंकार, बंदिशीचा शास्त्रशुद्ध अभ्यास असे फार मौलिक धडे मला सुलभाताईंनी दिले. सुलभाताई हे एक कलावंत, बुद्धिमान आणि निरलस व्यक्तिमत्त्व आहे आणि अतिशय प्रेमळ, सुस्वभावी!

अलीकडेच एकदा आम्ही 'उपशास्त्रीय संगीतप्रकार' या विषयावर भेटलो. चार-पाच दिवस डोक्यात, गळ्यात, गाण्यात, विचारांत केवळ ठुमरी, दादरा, कजरी, होरी, चैती.. त्या संगीत प्रकारांची मांडणी. त्यांची शैली ख्यालापेक्षा वेगळी कशी असावी ते सुलभाताईंनी उदाहरणं देत किती सुरेख खुलवलं. तास न् तास उलटत आणि दिवस कुठे संपे ते कळत नसे. 'हमरि अटरिया पे आवो सांवरियां' ही बेगम अख्तरांची भैरवी ठुमरी शिकवताना सुलभाताईंनी 'बाजूबंद खुल खुल जा' या पारंपरिक चिजेच्या मुखड्यावर केलेली संयत सुरांची कामगत लख्ख आठवते. दोन किंवा तीन सूर फक्त. उगीच सुरांची उधळपट्टी नाही. गुंतागुंतीच्या अति जागा नाहीत. रसनिर्मिती हा थेंबाथेंबानं होण्याचा, आणि तसाच रसिकतेनं आस्वादण्याचा विषय आहे. एक सुंदर जागा सर्व बाजूंनी न्याहाळण्याच्या, आतवर घेण्याच्या. नाहक धाडधाड हरकती जाऊ लागल्या तर मग रसभंग नक्की. हे अधिरेपणाचं प्रदर्शन ज्यांना भावतं त्यांना भावो. वैयक्तिक मला संयत आलापीत धीरगंभीर सागर दिसतो. क्षितिजही दिसत नाही अशा अपार, अथांग विश्वात तो मला घेऊन जातो. मानवी

मन-बुद्धी-प्रज्ञेची ही उच्चतम पातळी. षड्रिपूंवर मात केलेली अंतिम ध्यानावस्था. 'अहं' संपूर्ण विलीन झालेलं एक धवल शून्यपण.. इथं 'मी'चं प्रदर्शन करणारं गाणं कितीही सुरेल असलं तरी हिणकसच ठरतं. अर्थात याही सागरात शेवटी तानांचा पाऊस पडण्याची वेळ येतेच; पण हा स्थलकालोचित वर्षाव अतिमनोरम. हा अस्थायी नाहीच. सुलभाताईंच्या गाण्यातला संयमही किती परिपूर्ण आहे!

'सौतन के लंबे लंबे बाल
उलझ मत जाना
हो राजाजी...'

ही कीरवाणी रागातली रचना गाताना 'लंबे लंबे बाल' वरच्या लाडिक, सुरेल हरकती, 'उलझ मत जाना'.. मधला 'बघ हं... भोळा आहेस, उगीच फसशील!' असं प्रेमानं, अधिकारानं, लटक्या रागाच्या आविर्भावानं उच्चारण्याचे बोल, सूर संयमित कसे लावावेत त्याचे वस्तुपाठ त्या देत असताना आम्ही सगळ्याच रंगून जात असू. नलूताईंच्या मिरजच्या घरीच आम्ही जमलो होतो. त्यामुळे नलूताईंचा मधासारखा गोड प्रेम-स्नेह-सहवासही आम्हाला लाभला होता. मंतरलेले दिवस!

"मन किती सुंदर असतं अनिता! ते कसं अधिकाधिक सूक्ष्म होईल ते पाहायला हवं! जडपणात अडकू नये.. आपला प्रवास जडत्वाकडून सूक्ष्माकडे जाणारा हवा, याकडे कायम लक्ष ठेव. प्रयत्नशील राहा..."

हे त्यांचे अगदी परवाचे शब्द. मैत्रीपूर्ण अध्यात्माचं एक अप्रतिम वचन! आयुष्य काही एका गुणवत्तेनं जगावं असं वाटतं, ते या अशा मित्रभेटींनंतर!

सिनेमे बघण्यासाठी, हसण्यासाठी, रडण्यासाठी, वाद घालण्यासाठी, गाण्यासाठी हे सोबती मिळाले, त्यांच्यामाझ्यात आता गौरी देशपांडेच्या लिखाणातला 'अनेक वर्षांच्या मैत्रीतून येणारा आणि न बोलताही आमच्यात येऊन बसणारा' सहजपणा आला आहे. संपूर्ण परिचयांती येणारे वर्षानुवर्षांचे संदर्भ, प्रकृतीला भिडणारी आस्था, आवडी-निवडींची माहिती आणि कदर यांची रेलचेल. कुठं उपचार नाही. मोजूनमापून बोलणं नाही. कसलीही सक्ती नाही. ऐच्छिकतेचा भाग सगळंच सुंदर करून जातो!

गाण्यावर मोहित होऊन, डिझाइन आवडून, जगण्याची जिप्सी शैली भावून अनेकांनी त्यांच्या शुभेच्छा आणि प्रेम माझ्यापर्यंत पोचवलं. कधी एका शहरातून, कधी दोन देशांतून, तर कधी सात समुद्रांपलीकडे पाठवलेल्या फोन-पत्र-ई-मेल्सच्या संदेशांतून. काही मैत्र्यांना भेटीचीही आवश्यकता नसते. निखळ प्रेम हे बंधन, गरजांपलीकडचं असतं. माझ्या हिताकडे सतत लक्ष ठेवून आईचं निरपेक्ष प्रेम देणारी सुहृदं! ही संचितं आपण देवाकडूनच घेऊन येतो!

रेफ्यूजींचं 'रेशम फिरी री...'

व्हर्जिनियातल्या लहान गावात राहत असताना नेपाळनं मला एक आकर्षक भेट पाठवली.

"संध्याकाळी आठनंतर ये. तुला तबला-पेटीवर गाणाऱ्या नेपाळी मुलांना भेटवते..."

गावातल्या माझ्या पाकिस्तानी मैत्रिणीचा फोन आला. रिकामीच होते. कसली अपेक्षा-उत्सुकता न घेता गेले. बेल वाजली आणि लोकेश-बिशाल-प्रेयस-निशा अशा नावांचं अठरा-वीस वर्षांच्या मुलामुलींचं टोळकं हसत हसत आत आलं. उलट्या टोप्या, लाल रंगाच्या नाहीतर फाटक्या निळ्या जीन्स, पायात रंगीत रबरी स्लिपर्स अशा तरुणाईच्या अवतारात ते उगवले होते. हालचाली आणि देहबोलीवरून ती अमेरिकन मुलं नक्कीच वाटत नव्हती. आणि मी पूर्वी कधीच न बघितलेली एक गोष्ट पाहिली. आमच्या गाणाऱ्या गुरू-चेल्यांनी ते पाहून शिवशिवच केलं असतं. त्यांच्यापैकी एकानं वादीत बोटं अडकवून हिंदकळता तबला-डग्गा आणला होता. दुसऱ्याच्या सैल जीन्सच्या मागच्या खिशात दोन-तीन बासऱ्या दिसत होत्या. आणि लोकेशच्या हातात उघडी पेटी होती. कुठल्याच वाद्याला ना खोळ, ना गवसणी, ना खर्चिक पेटी. नक्की काय प्रकार आहे कुणास ठाऊक... काय अवतार आहेत! संध्याकाळचा खुर्दा झाला... माझी मनात चिडचिड झाली. पण त्याही क्षणी मनाला भिडली ती त्या मुलांच्या चेहऱ्यांवर पसरलेली सोपी, आनंदी हास्यं.

हाय, हॅलो, ओळखी, मिठ्या सगळं साग्रसंगीत चीत्कारांनी पार पडलं आणि आम्ही दिवाणखान्याकडे गेलो. नमनाला थोडंही तेल न घालता बिशालनं तबला मांडला आणि लोकेशनं पेटी. तोपर्यंत प्रेयसनं डोळे मिटून बासरीवर फूंक क्रेंद्रित केली होती आणि 'पहाडी'तली अशी काही सुरेख लकेर घेतली की अंगावर काटाच आला! काही क्षणांत ती लकेर आम्हाला नेपाळच्या पहाडांत घेऊन गेली. सगळा माहौलच बदलून गेला. एक-दोन दिलखुलास सुरावटी घेऊन तो थांबला आणि छान हसून त्यानं माझ्याकडे पाहिलं. तोपर्यंत शेजारी लोकेशभाऊनं पेटीच्या कॉर्ड्स घेऊन डोळे मिटले होते आणि आपला चढा सूर लावला होता..

'जरी की पगडी बांधेऽऽऽ...
सुंदर आँखोवाला
कितना सुंदर लागे बिहारी
कितना लागे प्यारा!...॥'

मोकळा, निखळ झऱ्यासारखा आवाज. न कमावलेला. कुठल्याही संस्कारांविना

तो प्राकृतिक वाटून गेला. एक बारीकशी उठान घेऊन बिशालनं तबल्यावर कडकडीत थाप मारली आणि समेवरून डोलवणारा कहरवा सुरू केला. सूर मिळवणं, घसा साफ करणं, वाद्यं लावणं, आवाज तापवणं कसलेच उपचार नाहीत. पण गाण्यात विलक्षण चैतन्य होतं. पाचच मिनिटांत शाहीनचं घर त्या उत्तुंग गाण्यानं भरून गेलं. मुलं तल्लीन झाली होती. ती श्रोत्यांच्या जाणिवेपलीकडे गेली होती. सूर आतून येत होता आणि त्यांच्या निर्मळ हास्यात मिसळून जात होता. लोकेश त्यांचा म्होरक्या असावा; पण धृपदाला इतर तिघं उत्तम कोरस देत होते.

शाहीन मला हळूच म्हणते, ''विश्वास बसतोय तुझा? एक मुसलमान के घर में, नेपाल के बच्चे मराठी ऑडियन्सको कृष्णजी के भजन सुना रहे है!'' ... आणि आम्ही वर्ल्ड इन्टिग्रेशनच्या कल्पनेनं छान हसलो.

भजन संपलं, आणि त्यातून लगेच पुढचं गाणं सुरू झालं.

'रेशम फिरी री..
रेशम फिरी री..
एक नाले बंधुक
दुई नाले बंधुक'

नेपाळात हिंडणाऱ्या कितीतरी पिढ्यांनी गायलेलं-ऐकलेलं एक सुंदर पारंपरिक गीत. हा तर भूप! मी अलगद त्यांच्या सुरात सूर मिसळला.

अपेक्षेनं थांबून मुलांनी माझ्याकडे पाहिलं. आणि नकळत मी भूपातले आलाप घेऊ लागले. कुठल्याच इशारा वा संकेताशिवाय मुलं माझ्या मागे मागे येत होती. डोळे मिटून, हातांच्या हालचाली करत, तन्मयतेनं भूप गाऊ लागली होती. जवळजवळ अर्धा-पाऊण तास हा भूप चालला. तारसप्तकातले ऋषभ, गंधारावरचे आलाप, वरच्या षड्जावरून निघणारा आणि परत तिथंच पोचणारा जलद, तानवजा अवरोही-आरोही पलटा, त्यानंतर सरगम, सगळं झालं आणि एक तिहाई घेऊन आम्ही थांबलो. मिनिटभर कुणीच काही बोलेना. त्यांची स्मितहास्यं मात्र खूप काही बोलत होती.

''काय होतं ते दीदी? दॅट वॉज सो ब्युटिफूल''
''हा तर रागांचा राजा भूप! एक अतिसुंदर राग!''
''आम्हाला शिकवाल?.. प्लीज, शिकवा ना दीदी!''

तासाभराच्या सहवासात झालेल्या प्रेमाच्या, संगीताच्या देवघेवीत हक्क प्रस्थापित झाले होते. मुलं तर प्रेमानं हट्टच करत होती! लाघवीपणे गळ्यात पडत होती. त्यानंतर पुढच्या रविवारी आणि नंतरच्या प्रत्येकच रविवारी आमचा अड्डा पडू

लागला. सुरुवातीला शुद्ध स्वर. अलंकार. मग भूप नाहीतर भीमपलास. मग त्यांची लोकसंगीतातली कामगत तपासणं-सुलाखणं... खूप मजा येत होती.

"ताठ बसा.. वाद्यं लावून घेऊ या... आवाज चोरटा काढू नको निशा... मोकळा, सैल, पोटातून येऊ दे... हरकती अति नका घेऊ.. शब्दोच्चार नीट.. गाण्यातला भाव काय आहे? ईश्वराची ती आर्त आळवणी वीरश्रीने नका रे गाऊ! सुराला भिजवा जरा..."

मुलांची भीड आता संपूर्ण चेपली होती. हसत-खेळत एकमेकांच्या शेंड्या ओढत गाणं चाले. 'दीदी'ला मुलांनी खरंच जीव लावला. दर रविवारी न चुकता घरच्या बागेतल्या भाज्या, कधी स्वतः बनवलेला एखादा पदार्थ आवर्जून घेऊन यायची मुलं. प्रेमाची गुरुदक्षिणा! एरव्ही बालसुलभ मस्ती करणारी ही मुलं एकदा सूर लावला की वेगळ्याच विश्वात जात. 'नॉर्मल' समाजाचे संस्कार-उपचार माहीतही नसलेली ती मुलं आपल्या पारदर्शी प्रेमानं अनेकदा काळजाला हात घालत. त्या मुलांची ही हृद्य गोष्ट.

ही नेपाळी वंशाची मुलं सहा वर्षांपूर्वी अमेरिकेत रेफ्यूजी म्हणून आली. छोट्या छोट्या झोपड्यावजा घरांची त्यांची नेपाळमधल्या भद्रपूरजवळची वसाहत. हा तुरुंग नव्हता; पण आपण राहतो तसा लोकशाहीतला प्रगत समाजही नव्हता. या मुलांचे पूर्वज कामधंद्याच्या शोधात फार पूर्वी शेजारच्या भूतानमध्ये गेले. तिथं अनेक वर्षं राहिले. सगळं ठीक होतं, पण पुढे भूतानीज सरकारचं धोरण बदललं. हिंदू नेपाळ्यांनी बुद्ध धर्म स्वीकारावा, भूतानी 'द्रुपका' भाषा बोलावी. भूतानी संस्कृतीत सर्वार्थानं मिसळून जावं यासाठी त्यांच्यावर दबाव आणला जाऊ लागला. ज्या नेपाळ्यांनी विरोध दर्शवला आणि निषेध व्यक्त केला त्यांना अटक-तुरुंग घडू लागले. भूतानी शाळांमध्ये नेपाळी भाषा शिकवली जात असे. ती तर थांबलीच, पण नेपाळी पुस्तकं जाळणं, स्त्रियांवरचे अत्याचार, नेत्यांची हत्या असले हिंसक प्रकार घडू लागले. भूतान सरकार आक्रमक झालं होतं. नेपाळ्यांची भूतानी राष्ट्रीयत्वंही काढून घेऊन त्यांना तिथून हाकलण्यात आलं. पण नेपाळ सरकार त्यांना आता देशद्रोही म्हणून परत घेईना. त्यामुळे 'ना घर का ना घाट का' या परिस्थितीत या लोकांचं अस्तित्वच धोक्यात आलं. एके काळच्या स्वतःच्या देशात ते आता भूतानीज रेफ्यूजीज म्हणवू लागले. तरीही एकूण परिस्थिती बिकटच होती.

शेवटी कुणीतरी सूत्रं हातात घेतली. संयुक्त राष्ट्रांचा 'हाय कमिशन फॉर रेफ्यूजीज' हा विभाग. जवळपास या एक लाख बेघर लोकांना त्यांनी नेपाळात सात वस्त्यांमध्ये विभागलं आणि अन्न-वस्त्र-निवारा या जगण्याला आवश्यक गरजांची जबाबदारी उचलली.

दृश्य जगामागे अनेक अदृश्य यंत्रणा कार्यरत असतात. (संयुक्त राष्ट्र) युनायटेड नेशन्स हे आद्य उदाहरण. गरीब-श्रीमंतांमधली दरी भरणारा समाजवाद कुठं कसा पेरावा हे अमेरिकेच्या अलिखित आधिपत्याखाली इथं ठरतं आणि जगाच्या कानाकोपऱ्यात अनेक योजना कार्यान्वित होतात. वंचितांना संधी प्राप्त करून देणाऱ्या, अहल्येसारख्या उद्धाराची वाट पाहत थांबलेल्या जाती-जमाती-वस्त्यांना तारणाऱ्या या योजना. आपण भरत असलेल्या कराचा एक अंश या योजनांना जात असतो. अशी नेपाळी मुलं कुठंतरी भेटतात आणि समजतं की खरोखर तो सत्कारणी लागतो आहे. अमेरिकेसारखी भांडवलशाहीही समाजवाद कसा अंगीकारते आणि मानवतेला उचलून धरते, याचाच हा दाखला आहे. अनेकांचे मायबाप होणारा हा शक्तिशाली देश! या वस्त्या म्हणजे कॅम्प्स आणि या कॅम्प्समध्ये वाढलेली ही मुलं. गवताच्या काड्यांच्या, गवतानंच शाकारलेल्या झोपड्यांची घरं. जेमतेम पोट भरेल एवढं अन्न. कडक गस्तीतलं आणि वस्तीतलं आयुष्य. कारण अचानक कुठूनशी उपटलेली ही जनता, हे भूतानी निर्वासित, गुन्हेगार वा दहशतवादी आहेत असं समजून, त्यांच्या जिवाला स्थानिक लोकांकडून धोका पोचण्याची शक्यता होती. या लोकांना उद्योगधंद्यांना, करमणुकीसाठी, वा कुठल्याच कारणासाठी कॅम्पच्या बाहेर पडण्याची परवानगी नव्हती. एक प्रकारचा बंदिवासच! रानातल्या प्राण्यांच्या वस्तीशी याची तुलना होऊ शकते. एकेका प्राण्याच्या जातीला एक म्होरक्या असतो. नीतिनियम असतात. मूलभूत गरजा, वंशवृद्धी, त्यांचं संरक्षण या जीवसुलभ गोष्टींसाठी त्यांचीही एक चौकट असते. कळपाबाहेरचं कुणी आत घेतलं जात नाही... या वस्त्यांची यंत्रणाही काहीशी अशीच होती! एक चांगली गोष्ट म्हणजे तिथं या मुलांसाठी बरी शाळा होती. तिच्यात इतर विषयांबरोबर नेपाळी, 'झोंका' आणि इंग्रजी अशा तीन भाषा आणि शास्त्र-गणितांसारखे विषय शिकवले जात होते. थोडंफार संगीत, वाचनालय, वर्तमानपत्रं, हॉस्पिटल अशा सोयीही होत्या. पण शाळेत समाजशास्त्र हा विषय होता का, आणि असल्यास त्याचा या मुलांना काय अर्थ लागत होता, ते कळायला मात्र मार्ग नाही!

अत्यावश्यक गरजा भागल्या तरी माणसाच्या हौशीमौजी असतात. पारंपरिक समाजात जन्म घेऊन पुढे स्वतंत्र आयुष्यात मेहनत, कष्ट, गरज पडल्यास बंडखोरी करून स्वतःला भावेल तसं जगण्याची सवय पडलेल्या आपल्या मनाला या पर्यायी आयुष्याची खरंच कल्पना येत नाही. यांचे पालक मोलमजुरीसारखं वरचं काम करून चार वरचे पैसे जमवायचा प्रयत्न करत; पण ते अनधिकृत आणि अवघडच होतं. अर्थात हाही तर्क आपलाच! त्यांच्या कुंपणापलीकडून केलेला. आपला सारासार, आपले मापदंड लावून मोजलेला. वेगळ्या आयुष्याची त्यांची

कल्पना-अपेक्षा तरी होती का? बहुतेक नाहीच. कारण तुलनेसाठी त्यांच्याकडे काय होतं? त्यांच्या कॅम्पपलीकडेही जग आहे, हेच ज्ञान त्यांना नव्हतं!

रात्री वस्त्यांवर कृष्णभजनं रंगत. क्वचित हिंदी गाणी. मानवाचं सुरांशी नातं स्थलातीत-कालातीत आहे. भक्ति-शृंगार तर मानवाच्या भावनांशी युगानुयुगं बांधलेले आहेत!

आयुष्य असं ठीकठाक चाललेलं असताना अचानक २००७मध्ये अमेरिकेनं साठ हजार नेपाळी रेफ्यूजींना आपली दारं उघडण्याची बातमी दिली. 'इंटरनॅशनल ऑर्गनायझेशन फॉर मायग्रंटस' या संस्थेनं अर्ज वाटण्यास सुरुवात केली. काही धीट नेपाळी या योजनेचा फायदा घेऊन लगोलग अमेरिकेत पोहोचलेही आणि अमेरिकेच्या 'रोझी' चित्राला भाळून त्या स्वर्गीय देशाची रसभरीत वर्णनं कॅम्पला पाठवू लागले. त्यांच्या भलावणीला भुलून लोकांनी भराभर अर्ज भरले. बिशाल अगदीच लहान-म्हणजे दहा वर्षांचा होता. तो नुसताच टुकटुक डोळ्यांनी आजूबाजूला बघत राही. पण प्रेयस सोळा वर्षांचा, जाणता होता. हुशारही होता. ही चुलत भावंडं. आई-वडील अशिक्षित. प्रेयसला अमेरिका खुणावू लागली. ही योजना समजावून सांगणाऱ्या मीटिंग्जना तो जाऊन बसे.. एक, दोन, तीन मीटिंग्ज झाल्या. तो बेचैन होत होता; पण घरी प्रस्ताव मांडला की तो धुडकावून लावला जाई. ''छे, काहीतरी काय! कायमचं सोडून जायचं? तेही परक्या देशात? भाषा येत नाही.. शिक्षण नाही.. काय करणार आपण अमेरिकेत! कशाला उगीच उपद्व्याप! काही नको; आहे हेच छान आहे!!''

प्रेयसनं तीन वेळा फॉर्म्स भरले. त्याच्या आईनं ते तिन्ही फाडून फेकून दिले; पण प्रेयस चिवट. त्यानं प्रयत्न सोडला नाही. शेवटी चौथ्यांदा प्रयत्न फलित झाला. तब्बल सहा महिन्यांच्या विनवण्यांनंतर आई राजी झाली. अर्ज गेला. लगोलग तो स्वीकारल्याचं उत्तरही अमेरिकेकडून आलं. आयुष्यानं वळण घेतलं होतं! उद्धाराचा क्षण आला होता!

यानंतरचे काही महिने अमेरिकन 'हॉमलॅन्ड सिक्युरिटी'चं ट्रेनिंग, ओरिएन्टेशन, मेडिकल तपासण्या यात गेले. पासपोर्टचा प्रश्न नव्हताच. यांच्याकडे कुठलंच राष्ट्रीयत्व नव्हतं, पण प्रवासासाठी त्यांना रेफ्यूजी ओळखपत्र दिलं गेलं. अमेरिकेची ओळख करून देणारी पुस्तकं उपलब्ध झाली होती. मुली आणि बायका सगळं मागे सोडून जाण्याच्या कल्पनेनं रडत होत्या; पण प्रेयस मात्र अमेरिकन स्वातंत्र्याच्या कल्पना, उच्चशिक्षण, करिअर अशा आकांक्षेत रमला होता. अधीर झाला होता.

मोठ्या प्रवासाआधी भद्रपूर-काठमांडू असा लहान प्रवास घडला. पहिलाच

प्रवास, तोही विमानाचा. अपूर्वाई होती. नंतर काठमांडूहून हाँगकाँगमार्गे हे ३५ जणांचं कुटुंब २००८च्या ऐन हिवाळ्यात शिकागोच्या विमानतळावर उतरलं. नंतर संस्थेच्या मदतीनं छोटं विमान पकडून ते रोनोक, व्हर्जिनिया या त्यांच्या गंतव्याला पोचणार होतं. झोपडीएवढ्या घराचं विश्व एका रात्रीत खऱ्या अर्थानं वैश्विक झालं होतं. पण त्यांना याची कुठून कल्पना असणार!

आज सहा वर्षं झाली. ही मुलं मोठी झाली आहेत. चाळिशी-पन्नाशीतली सहा वर्षं हा फार निर्णायक काळ असत नाही अनेकदा. पण विशीच्या आतबाहेरची सहा वर्षं म्हणजे एक आयुष्यच! परिवर्तन, प्रगती शिखरावर असलेली. मुलं आज शाळा-कॉलेजात शिकताहेत. उत्तम इंग्रजी बोलताहेत. स्वतःच्या पायावर उभी आहेत. प्रेयसची सायकॉलॉजी+बिझनेसची पदवी जवळजवळ हातात आल्यात जमा आहे. बिशालच्या मूळच्या हुशारीला तेज चढलं आहे आणि शिवाय अमेरिकन विनोदबुद्धीची झालर. डॉक्टरीचा अभ्यास करण्यासाठी त्यानं नुकताच रॅडफर्ड कॉलेजला प्रीमेडसाठी प्रवेश घेतला. वीकएंड आणि संध्याकाळी ही मुलं सुपरमार्केट्स, पेट्रोल पंप, रेस्टॉरंट्समध्ये नोकऱ्या करतात. खिशातल्या पैशाला वाटा फोडण्यात अमेरिका पटाईत! पण मुलं छान रुळताहेत. त्यांनी एकमेकांना ड्रायव्हिंग शिकवलं. गाड्या घेतल्या. उत्सुक, अभ्यासू, बोलक्या नजरेनं आणि या समाजानं दिलेले धक्के आणि टक्के खात ती आता इथं मिसळून गेली. नुसती भुलून-भाळून नाही, तर चातुर्यानं. मूळची ती भली हुशार. अमेरिकन समाजातले धोके आणि चुका, उणिवा त्यांनी नेमक्या जोखल्या आहेत. मनात ती त्यांना हसत असावीत, कदाचित कीवही करत असावीत. पण ज्या परक्या देशानं त्यांना आपलं म्हटलं, त्याच्या वैगुण्याची खुली कुचेष्टा करण्याचा कृतघ्नपणा ती कधीही करणार नाहीत. त्यांच्या संघर्षांच्या पार्श्वभूमीवर त्यांचा हा सुसंस्कृतपणा, साक्षेपी संयम मला अधिकच भावतो!

आपले अडाणी आई-वडील, काका-मामांना हीच मुलं सांभाळून घेतात. प्रेमानं इंग्रजी शिकवतात. त्यांना जमतील अशा छोट्या छोट्या नोकऱ्या शोधतात. आता त्यांना एकेकांना अमेरिकन नागरिकत्वाच्या शपथा घ्यायला लागतील. त्यासाठी अमेरिकन इतिहासाचं किमान शिक्षण लागतं. तर वीकएंडला ही मुलं त्या वरच्या पिढीला चक्क अमेरिकन इतिहासाच्या अभ्यासाला घेऊन बसतात. अमेरिकेतल्या सर्वसाधारण राहणीमानाच्या मानानं अजूनही या जमातीची तशी ओढगस्तच असते. त्यामुळे चार चार पिढ्या एकत्र राहतात. स्वस्त पडतं, म्हणून परसात भरपूर भाज्या लावतात. रोनोकचा ६-७ महिने चालणारा उन्हाळा भाज्यांना छान. ही गुणी मुलं खरोखरीच आयुष्याला भिडली. भाज्यांचं महागडं बियाणं ते 'होम डीपो'सारख्या फॅशनेबल नर्सरीतून विकत वगैरे आणत नाहीत.

पहिल्या कापणीच्या भाज्या स्वैपाकात वापरत नाहीत. त्यांचं बी काढून, धुऊन उन्हात सुकवून पुढच्या हंगामासाठी आधी साठवून ठेवतात, हे या पोरांनीच मला आमच्या गप्पांच्या अड्ड्यात ऐकवलं. घरचा पसारा भरपूर आणि इथं अमेरिकेत मदतीला कोण? तेव्हा आपापल्या आयांना किचनमध्ये मदत करताना हे टगे पोरगेसुद्धा स्वैपाकघरात वाक्बगार झालेत त्याचा पुरावा मला मिळाला. आमच्या गाण्याच्या बैठकीनंतर माझ्याकडे कुणी पाहुणे जेवायला येणार होते. मुलं बूट घालून परत जाण्याच्या तयारीत असताना त्यांना बेत कळला आणि हेही, की माझी तयारी झाली नाहीय. लगेच माझं काहीही न ऐकता मंडळींनी बूट उतरवले आणि हसत हसत टोळी किचनमध्ये घुसली.. 'दीदी, सांगा, काय काम करू..?' मग दोघांनी फळभाज्या, कटिंग बोर्ड्स आणि सुऱ्यांचा ताबा घेतला. आणि 'मधेमधे लुडबुड नको' असं काहीतरी पुटपुटत दूर डायनिंग टेबलावर जाऊन चिरण्याचा कारखाना सुरू केला. प्रेयसनं कॉलर्ड ग्रीनची राठ पानांची पालेभाजी स्वच्छ धुऊन उभ्याउभ्याच हातावर घेऊन चिरली. ना किचन ओळखीचं, ना सुऱ्या सवयीच्या; पण जगणं ही झुळूक असल्यासारखी ही पोरं हसत हसत अंगावर घेत होती. मी अवाक्. मग एकानं मला कणीक भिजवून दिली. तांदूळ धुऊन निथळत ठेवला.. हे आणि ते. माझ्याच किचनमध्ये मीच पाहुणी असल्यासारखं वाटत होतं. अख्खा स्वयपांक संपवायला अंदाजाच्या निम्माही वेळ लागला नाही आणि पाहुणे यायच्या आधी मी तयार!

अमेरिकेत आल्यानंतरचे त्यांचे पहिले महिने कष्टांचे होते. यांच्यासाठी छोटीशी भाड्याची अपार्टमेंट्स शोधणं, शाळांमध्ये ओळख करून देणं, त्यांना इंग्रजी शिकवणं, आणि मुख्य म्हणजे फूड स्टॅम्प्स- म्हणजे मोफत शिध्याची कुपनं देणं असा सहा महिन्यांचा भार संस्था उचलते. पण आल्यानंतर लवकरात लवकर स्वावलंबी होणंच हिताचं. त्याचे प्रयत्न यांनी लगेचच सुरू केले. फूड स्टॅम्प्समध्ये खास अमेरिकी भरघोस अंदाजानं शिधा-भाज्या-फळं विकत घेता येत असत. यांना थोडक्यात भागवण्याची सवय. भरपूर खाऊनपिऊनही सामान उरे, ते हळूच गरजूंना विकून चार जास्तीचे डॉलर्स आम्ही खिशात टाकत असू, असं आता बिशाल मिश्कील हसत सांगतो. आल्यानंतर लगेचच बर्फाच्छादित हिवाळा सुरू झाला. पुरेसे गरम कपडे मिळवता मिळवता पुरेवाट झाली. खऱ्या अर्थी अॅडजस्ट व्हायला सहा महिने गेले. व्यवहार कळले, हवामानाचा अंदाज आला, गाड्या-ड्रायव्हिंगची निश्चिती झाली, शिक्षणंही सुरू झाली. पण स्वप्ननगरी अमेरिकेत येणाऱ्या परकीय नागरिकाला, सुरुवातीला पार हलवून सोडणारा सांस्कृतिक धक्का बसला नाही, असं सहसा होत नाही. भाषा, उपचार, कातडीचा रंग, रीती-पद्धती, सगळंच इत्थंभूत परग्रहावरचं असावं

एवढं नवं, परकं. पण सर्वांत जड गेली ती या पाश्चात्त्य दुनियेतली प्रेम-स्नेहाची वानवा ''कॅम्पमध्ये आम्ही चौदा-पंधरा हजार लोक होतो दीदी! त्यांतले कित्येक तर आमचेच भाईबंद. पण सबंध वस्ती म्हणजे मोठं कुटुंबच होतं.. कुणाचंही दार कधीही ठोठवावं. कुणाकडेही खावं-प्यावं. मन मोकळं करावं.. देवाघरच्या पाखरांसारखा सोपा-सरळ-तणावरहित दिनक्रम. आनंद आमचा स्थायीभाव होता..'' (तुमची हास्यं त्यातूनच आली रे, गड्या...!) मुलं कथा सांगताना कुठंतरी हरवली होती..

''अमेरिकेत खूप काही छान आहे. पण स्वतःचं भलं म्हणजे काय याच्या आणि ते साधण्याच्या व्याख्या खूप वेगळ्या आहेत. स्पर्धा आणि स्वार्थ इथं आघाडीवर आहेत. समाजात म्हणावा तितका स्नेह नाही. कोरडाकोरडा आहे तो. आणि कसेल त्याला भरभरून पीक देणारी ही जमीन तेवढीच रुक्ष आणि निष्ठुरही आहे..आम्ही आता दोन्ही जगं पाहिली.. आम्हाला कळतं..!''

नेपाळी कॅम्प्समधला बंदिवास सहन न होऊन कधीतरी कुणी आत्मघाताचा मार्ग पत्करे. पण अमेरिकेत आलेल्या रेफ्यूजी आत्महत्येची संख्या नेपाळी कॅम्प्सच्या चौपट आहे हे ऐकून मला सुन्न करणारी बेचैनी आली होती. 'चला, तुमचं भलं करतो!' असं गरिबांना म्हणणारे श्रीमंत महात्मे जगात असतात; पण बाह्यदर्शनी मोफत वाटल्या गेलेल्या या लोकोपयोगामागेही एक सौदा असतो; आणि त्याची किंमत जबर असते!

शाहीन आणि तिचा सज्जन नवरा खालिद यांचा आमच्या गावात घरं विकण्याचा व्यवसाय होता. या नेपाळी कुटुंबाला त्यांच्या भाड्याच्या घरानंतरचं पहिलं घर विकलं त्यांनी. त्या दरम्यानची त्यांची मैत्री. घर घेतानाच्या काळात या कुटुंबाचे व्यवहार त्यांनी जवळून पाहिले आणि त्यांच्याही मनाला कुठंतरी स्पर्श झाला. आदर्श एकत्र कुटुंबाचं अमेरिकेतलं गोकुळ!

मला ती रविवार संध्याकाळ किती वेळा आठवते! अनघड मानवतेचं दर्शन. या गावात आम्ही फक्त दोन वर्षांसाठी आलो होतो. पण गाठी पडायच्या असतात. भोगवादी संस्कार आणि औपचारिकतेविना वाढलेली ही गुणी मुलं अचानक मला इथं भेटली. जे मिळतं, त्यात आनंद मानणारी. त्यांची ती अकृत्रिम हास्यं त्याच आनंदातून आली होती. अमेरिकेसारख्या बलाढ्य देशाला सहज सामोरी जाणारी त्यांची धीट, निर्भय मनोवस्था मला आवडली. जवळ काहीच नसतं, तेव्हा ते हरवायचं भयही नसतं. नाकावर तोरा आणि पूर्वग्रह घेऊन मी शाहीनकडे तेव्हा गेले नाही आणि डुढ्ढाचार्यही झाले नाही म्हणून केवढी मोठी कथा समोर उलगडली! व्यस्त व्यावसायिक मी अशा (फुकटच्या,

वायफळ इ.इ.) कलंदरीत वेळ घालवते, याचं तुच्छतापूर्ण आश्चर्य मला समाजात कधीतरी जाणवते. पण 'माणसं', 'जगणं', 'आयुष्य' याचंच मुळात जबरदस्त प्रेम-आकर्षण असणाऱ्याला आला अनुभव असा नीट खालीवर करून तपासायला वेळ नसतो. उत्स्फूर्त क्षणांना तेवढ्यात उत्स्फूर्तपणे आपलंसं केलं, तर अचानक सौंदर्य सापडतं, आणि मोठं काव्य दिसून जातं!

कलंदरी

▶ मिडकोर्स करेक्शन : अतिअमूर्ताकडे
▶ कलंदरी
▶ पॅनोरमा
▶ अभिव्यक्तीविषयी
▶ वेदनांची फुलशेती
▶ ऊर्जा ते ऊर्मी आणि मल्टीटास्किंग
▶ संघर्ष- एक उच्च दाबाचा शब्द
▶ अर्घ्य

माझ्या आयुष्यातला संघर्ष ए-टिपिकल,आउट-ऑफ-द-बॉक्स आहे. सुदैवाला स्मरून लिहिते की गरिबीतलं लहानपण, वंचित मनोवस्था, चांगल्या संधी न मिळणं, राजकारणी कारस्थानांना बळी पडणं, जवळच्या माणसांशी वितुष्ट, विसंवाद, फसवणूक, कमालीची प्रतिकूलता, आर्थिक चणचण, इस्टेटीवरून वाद, भाऊबंदकी... असल्या दे-मार कारणांमुळे माझ्या आयुष्यात घडलेले संघर्ष शून्य. देवाच्या दयेनं, प्रकृतिस्वास्थ्यासारखा आपल्या हातात नसणारा मोठा भागही कायम माझ्या सहकारात राहिला. त्यामुळे, आत्मचरित्रासारख्या वाटणाऱ्या या लिखाणात स्वतःची किंमत वाढवून सांगायला मी या संघर्षाचा आधार घेऊ शकत नाही. आमचे संघर्ष सूक्ष्म. आंतरिक. खास कलाकारी. 'इनर कॉन्फ्लिक्ट' या संज्ञेनं सजलेले! अंतर्मन कशाकडे तरी ओढ घेतंय आणि आजूबाजूच्या भौतिक सरंजामाच्या ते गावीही नाही, ही परिस्थिती अनेकदा येते. इथं अनामिक ओढ, जबर मोह यांना मुरड घालणं प्रचंड कठीण जातं; परंतु तरीही मी हे संघर्षाच्या सदरात टाकणार नाही.

परदेशाचाच नाही तर साधा जवळचा आठवडाभराचा प्रवास निघाला तरी परत परत जाऊन मी जड पावलांनी निरोप घेते, तो फक्त माझ्या स्टुडिओचा. तिथलं गाण्याचं, चित्रांचं, लिखाणाचं सामान आणि खिडकीतून दिसणारे पूर्वेकडचे डोंगर. जलरंग-तैलरंग-कुंचल्यांची शेल्फं. भिंतीला टेकून उभे असणारे लहान मोठे, अर्धेमुर्धे, कोरे कॅनव्हास. स्केचिंगच्या वह्या. गेल्या वर्षीच्या पॉटरी क्लासमधली मातकामातली भांडी. असंख्य टिपणं. पाठकोऱ्या कागदांचे गठ्ठे. पेनांचे कप. हा माझा रंगीत, आत्ममग्न स्टुडिओ माझी कर्मभूमी, ध्यानाची मठी. गवसणी घालायच्या आधी निगुतीनं उतरवलेला तानपुरा, काळ्या चौकोनी बॅगांमध्ये नीट सरकवलेल्या रागिणी-तालमालांच्या पांढऱ्या पेट्या, सगळं प्रेमानं आवरून ठेवताना उगीचंच भरून येतं. सुखरूप असा, परत लवकर भेटा, असा हात फिरवत मी डोंगरांकडे पाहणाऱ्या खिडकीची पट्ट्यांची शेड ओढून बंद करते आणि बाहेर पडते. आणि तो कुठला प्रवास आटोपून परतले, की हातपाय धुऊन प्रथम येते ती याच जिवलगांना भेटायला! ती क्षेम आहेत, जिथं होती तशीच माझ्या प्रतीक्षेत आहेत हे पाहून जिवाला आनंद होतो. कधी डोळे भरून येतात. मंदिरातल्या मूर्तीनं कृपेनं हलकेच स्मित करावं असा भास होतो. ही खोली म्हणजे खरंच माझं मंदिर असतं!

यू ट्यूब आणि आयट्यून्सचा जमाना येऊन जुना झाला. नव्याण्णव सेंट्सना 'ट्रॅक' विकत घ्यावा, तो क्लाउडमध्ये जमा करावा आणि पांढरी बटणं कानात घालून कधीही कुठंही ऐकावा! पण तरीही आवडती सीडी काढून ऐकणं हा खरा आनंद. या खजिन्याचं दर्शनही सुंदर. पुस्तकांसारखीच हीही लक्ष्मी! जगाच्या पाठीवर कुठंही, कधीही, मनाच्या उत्फुल्ल वा दुरवस्थेत, एकटीनं वा पावसाळा-उन्हाळी-पानगळींच्या ऋतूंमध्ये हे सूर नेहमीच माझ्याबरोबर असतात. तारा जुळलेल्या आप्तेष्टांनी यात वेळोवेळी छान भर घालत ठेवली. मागे मोत्झार्टची सिंफनी वाजते आहे की विवाल्दीचे फोर सीझन्स, गोरख कल्याणाचे सूर की स्वच्छंदी जॅझ याचे वेगवेगळे तरंग माझ्या मनावर उठतात. सुरांची आपल्यावरची किमया ऐच्छिक असते की या सूरलहरी आपल्या शरीरातल्या ग्रंथींना विशेष उत्तेजना देत असतात?...

गाण्यावरून लिहिताना सहज आठवलं, कुमार गंधर्वांवरचं एक पुस्तक मध्यंतरी वाचलं. लिखाणाची शैली जेमतेमच होती. पण त्यातला मथितार्थ जाणिवेच्या फार जवळ पोहोचून गेला. मी निर्गुणी भजनं म्हणत असे, तो अज्ञानाचा भाग घेऊन. निर्गुण भजनांचा भाव कळला तो ते वाचताना. दिगंबरत्व, औदासीन्य, वैराग्य, फक्कडपण, सन्नाटा, शून्यवतपण आणि एकलेपण यांचं भावमिश्रण होतं ते निर्गुण भजनात. शब्दार्थ, भाव, स्वर निर्भय होतात आणि निराकार महाशक्तीचे गुण गातात, ते निर्गुणी भजन. फार सुंदर प्रतिमा सापडल्या नंतर मला निर्गुण कवितेत.

कुमारांचीच ही एक दुर्मिळ जुगल बंदिश. शब्द असे :

शिष्य म्हणतो- *''मैं आऊ तोरे मंदिरवा*
पैंय्या परन देहो मोहे, मनबसिया''

(तुझ्या मंदिरात येऊ दे मला, चरणस्पर्श करू दे)

गुरू उत्तरतो- *''अरे मेरो मढैय्या तोरा आहे रे,*
काहे धरे चरण मेरो, मनबसिया''

(अरे, माझी माडी तुझीच आहे. चरणस्पर्श कशाला करतोस? तू ये. आपण दोघे मिळून गाऊ!)

ईगो, अहं यांचा वावर आपल्याला अतिपरिचित. या पार्श्वभूमीवर गुरू-शिष्यातला हा संवाद किती सुंदर आहे!

गाण्यात अशी हजारो मौक्तिकं सापडतात! समुद्राच्या पोटातल्या रत्नांच्या राशीच आहेत याही सागरात. आणि किनाऱ्यावर विखुरलेले शंखशिंपलेही किती अप्रतिम आहेत! माझ्या खोलीत स्वानंदाय झालेल्या रियाजात मला रोज उठून अशी सौंदर्यस्थळं दिसतात. कधी सकाळी लवकर जाग आली की तानपुरा लावून मी अहिर भैरवचे सूर म्हणावे आणि समोरच्या निळ्या डोंगरांमागचा सूर्योदय अधिकच सुंदर व्हावा. नीरव शांततेत भरून गेलेल्या अहिर भैरवचं एक नवं रूप मला दिसावं आणि केवळ मंद्रातले ध, नी घेऊन मी सा-रे चे असंख्य स्पर्श अनुभवावेत. या एकतानतेनं मला त्या निसर्गात आपण विलीन होऊन गेल्याचा अनुभव दिला आहे. कल्पनेतला निळा जलाशय, वरचं निळंभोर आकाश, त्यात डौलदार भरारी घेतलेला एकांडा पक्षी आणि समोर हलकेच वर येणारा सूर्य. सुरांमध्ये नखशिखान्त भिजवणारं रसायन! मंद्र-मध्य-तार सप्तकांमध्ये फिरणारे घनगंभीर आलाप, उलगडणाऱ्या सुरावटी, सरगम, लयकारी. निसर्गाच्याच कुठल्याशा अदृश्य संकेतातून उपजणाऱ्या स्वयंप्रेरित ताना आणि मग तापल्या आवाजाला सापडणारी अतिद्रुत एकताल-तीनतालातली एखादी मनोहारी बंदिश. तिच्यातल्या जागा आणखीच वेगळ्या.. दिवसाच्या परिक्रमेसोबत सरकणारे प्रहर आणि प्रत्येक प्रहरासाठी सांगितले गेलेले राग. किती चिजा. किती आविष्कार. आणि किती त्यांचं नित्यनूतनपण..! हे पदर उलगडताना तास न् तास उलटतात आणि आठवडे संपतात; परंतु अनुभवून संपणारा हा आनंदच नाही. समुद्रात जेवढं खोल शिरावं तेवढं त्याचं अथांगपणच जाणवावं. या वाटेवर जितकं चालावं तितकंच गंतव्य अधिकाधिक दूर, भव्यदिव्य होत जावं, असा हा नतमस्तक करणारा अनुभव आहे.

उपशास्त्रीय ठुमरी, दादरा, कजरी, चैती, होरी, झूला, भजन, सावनी हेही प्रकार हृदयाला हात घालणारेच. राग-ताल-बंदिशींची रसनिर्मिती वेगळी आणि या गानप्रकारांची वेगळी. सूर-शब्दफेक, आवाजाचं 'प्रोजेक्शन' बढत, भाव,

लय ही सगळीच मोजमापं वेगळी. गायकानं सगळ्या गानप्रकारांत पारंगत असावं असं म्हणतात. त्यामुळे हे संगीत प्रकार गाण्यातही असीम आनंद आहे!

अमेरिकेतल्या पूर्वीच्या वर्षांत एक शांत काळ आला होता. त्या लहान गावात मला आर्किटेक्ट म्हणून नोकरी मिळण्याची शक्यताच नव्हती. त्या वेळी संगीताचा आनंद मी लोकांपर्यंत पोहोचवू शकले तर... ही कल्पना सुचली. हे अपरिमित सौंदर्य! त्यातलं लालित्य, शांती आणि अध्यात्मही. हा तर आपला हक्काचा वारसा. एक असामान्य परंपराही! संगीतास्वाद या विषयावरची 'गंधार' कार्यशाळा तेव्हा जन्मली. संगीतातलं सौंदर्य आणि अध्यात्म विशद करणारं हे वर्कशॉप. शास्त्रीय गाण्याच्या अनाकलनीय भारदस्तपणानं दिपणारे, शास्त्रीय संगीताची चेष्टा करणारे, त्याबद्दल उदासीन असणारे, उत्सुकता असूनही दडपणांमुळे प्राथमिक प्रश्न पोटातच ठेवणारे, प्रत्यक्ष पाण्यात उतरलेले असे किती लोक असतात. मला दिसलं, सापडलं, ते यांच्याबरोबर वाटून घ्यायला किती मजा येईल! या एका विचारातून त्या वर्कशॉपचा आराखडा बनला. चौदा वर्षं वयाच्या अमेरिकेत जन्मलेल्या-वाढलेल्या राधापासून एका वेड्याबगड्या डच बॅचलरपर्यंतच्या इलाक्यातल्या अनेक लोकांनी माझी कल्पना उचलून धरली आणि बघता बघता माझे शनिवार-रविवार भरून गेले. संगीताची सुबोध बाजू चार लोकांना समजावून सांगणं मला ठीकठाक जमत असावं. आमच्या लिव्हिंग रूममध्ये सलग चार चार तास हा सरमिसळ कंपू बसलेला असे. मध्येच कुणीतरी कॉफीची ड्रिप सुरू करून देई. सगळ्या खटाटोपाला खास अमेरिकन सहजता आणि अनौपचारिकपण असायचं. कॉफी पीत चालणारी एक छान ध्यानसाधना. सारेगमचे अलंकार, कोमल-तीव्र सुरांच्या ओळखी, श्रुतींची 'अनाहत' नादमयता, ते भैरवीच्या अतिकोमल सुरांनी आपसूक डोळे भरून येणं - अशा लांबरुंद प्रदेशातले अनवट अनुभव आम्ही तेव्हा वाटून घेतले. संगीतानं एका शांत वर्षी माझी साथ केली ती अशी. शिवाय त्या मंडळींशी कायमचे लागेबांधे झाले ते वेगळंच!

तानपुरा लावणं किंवा लावला जाताना ऐकणं, हा एक सुंदर अनुभव आहे. शून्यवत्, तरीही सर्वव्यापी. नादमधुर असून शांत. विरागी धवल. रंगांची उधळण करणारा. ही तर आनंदाची नांदी. जोडातल्या षड्जांचं सुरात निनादणं सुरू झालं की बस. आपसूक डोळे मिटतात. दोन समान सुरांची झर. जवारयुक्त कंपनांतून एकमेकांना दाद देणं. याला मध्यम-पंचमाच्या तारेची आणि खर्जातल्या षड्जाची जोड मिळाली की मग सात सुरांचं ते साकारणं! अनाहताची ही किमया असते. सुसंवादाचं आकर्षणच नाही, तर आंतरिक गरज ही प्रत्येकाचीच आहे. जुळवलेल्या षड्जांचा जोड हे सुसंवादाचं सुंदर उदाहरण. एक तार छेडावी, आणि स्पर्शही न करता दुसरीचा नाद यावा, यापरती एकरूपता कुठली! तन्मय भक्तीत रंगून

गेलेल्या भक्ताला देवदर्शन होतं आणि त्याच्या मिटलेल्या डोळ्यांना अश्रुधारा लागतात तो भाव अष्टसात्त्विक. तानपुऱ्याचा सुंदर लागलेला जोड मला तो अनुभव देतो.

आता जाणीव-नेणिवेत भिनलेलं हे संगीत माझ्या सुरुवातीच्या बिचाऱ्या वर्षांत किती दूरवर उभं होतं. अपरिमित खाचखळगे! घरात पिढ्या न् पिढ्या गाणं वगैरे नव्हतं. तेव्हा गळ्यात सूर आहे, गाणं येऊ शकेल का, ते कुठे - कसं शिकायचं असतं, असल्या प्रश्नाची उत्तरं कुठे शोधणार? 'अभ्यास एके अभ्यास करून डॉक्टर किंवा इंजिनिअर व्हा' हाच महान कित्ता गिरवणारा तो काळ. मराठी भात-वरण घरांमध्ये नाच-गाण्यांचे उटपटांग छंद कौतुकानं जोपासणं सोपं नव्हतं. बरोबरची कुणी मुलगीही गाणंबिणं शिकत नव्हती. तरीही खेळताना तेव्हाच्या लोकप्रिय 'वल्हव रे नाखवा' मधल्या कडव्यातल्या ओळीवर माझी एक लकेर गेली आणि ती आईनं ऐकली. बिचारी मला एका गाणं शिकवणाऱ्या बाईंकडे घेऊन गेली. नंतरही गाण्याच्या 'क्लास'ला माझ्या इच्छेविरुद्ध नेऊन बसवण्याचा उद्योग आईनं अनेकदा केला; पण ते क्लास मी खुशाल सोडून देत असे. कारण तिथलं रटाळ वातावरण. क्लासमध्ये पेटी घेऊन बसलेल्या बाई आणि समोर अर्धवर्तुळात चार बायका आणि पाचवी मी. एक भावगीत किती दिवस चालू होतं! त्यातला 'भाव' अर्थात हरवलेला. रंगहीन अंधारी खोली. बाई आणि त्यांच्या प्रौढ शिष्या यांची गाणी वगैरे सोडून बटाटेवडे, धिरडी अशा खाद्य पदार्थांच्या रेसिपीजची चाललेली देवाणघेवाण. फ्रॉकमधली मी बेचैन. इतक्या, अशा गद्य वातावरणाचं मला तेव्हाही वावडं असावं! दाराकडे डोळे लावून आईची वाट बघत नुसतीच बसलेली. ना हवं असणारं गाणं मिळे, ना ते बटाटेवडे! मला मुळात तिथं जायचंच नव्हतं. त्यात त्या गाण्याचं हे स्वरूप बघून मी तिथं टिकणं शक्यच नव्हतं. एकदाचा तो क्लास बंद करण्यात आला.

नंतरच्या एका आजोबावजा गुरुजींनी फारच धाक दाखवला म्हणून मी तोही क्लास सोडून दिला. मी गाणं शिकून ना आईचं भलं होणार होतं ना त्या बाईंचं वा गुरुजींचं. पण हे कळेपर्यंत खूप वर्षं गेली. वाया गेली. आईनं बिचारीनं माझी आवड ओळखून ती जागती ठेवण्याचा खूप प्रयत्न केला. घरी एक टोमॅटोच्या लाल रंगाचा जपानी रॅकॉर्ड प्लेअर होता. आणि बाबांनी हौसेने घेतलेल्या लता-आशा-हृदयनाथ-सुधीर फडके-कुमार गंधर्वांच्या छान छान रेकॉर्ड्स. त्यातली खूप गाणी मी नकळत उचलली होती. नंतरच्या वर्षांमध्ये मी अमेरिकन शाळांमध्ये मुलांमधलं कलाप्रेम वाढीला लागावं म्हणून चालवले जाणारे असंख्य उपक्रम जवळून पाहिले. ऑपेरा गायन, सिंफनीज, बॅन्ड, पियानो, व्हायोलिन, क्लॅरिनेटसारख्या वाद्यांचे धडे - उत्तम

दर्जाच्या शिकवण्या किती सहज उपलब्ध असत मुलांना. आणि अगदी प्राथमिक पायरीपासून गांभीर्य आणि कडक उपचारही पाळले जातात या पाश्चिमात्य संगीतविश्वातले. शिकण्याच्या बरोबरीनं, उत्कृष्ट थिएटर्समध्ये वेगवेगळ्या निमित्तानं भरलेल्या कार्यक्रमांत, तुंडुब प्रेक्षगारासमोर गाण्याची-वाजवण्याची संधी या मुलांना वर्षाकाठी दोन-तीन वेळा मिळत असते. हे उत्सवही गबाळग्रंथी अनौपचारिक नव्हेत. व्यवस्थित सूट-बूटातले काळ्या कडक पोषाखांत स्टेजवर चढून, प्रेक्षकांना कमरेत वाकून अभिवादन करून ही मुलं आपली कला अत्यंत गांभीर्यानं सादर करतात, ते पाहून नवल आणि कौतुक वाटल्यावाचून राहवत नाही! त्यामुळे मुलं पुढे उत्तम तयार होतात. शहरांशहरांमधले 'फिलार्मोनिक' ऑर्केस्ट्रा प्रसिद्ध असतात. आणि शंभर-शंभर जणांच्या या प्रचंड वाद्यवृंदांमध्ये, उत्कृष्ट वाजवणारे एकूण एक कलाकार लहानपणापासूनच शाळांतून तयार झालेले असतात. विकसनशील आणि विकसित देशांमधले फरक समाजव्यवस्था आणि अर्थकारणात दिसावेत; कला-शिक्षणात का? असो. एकूण, स्वर्गीय आनंद पुढ्यात ओतणारं संगीत माझ्या आयुष्यात सर्वार्थानं शिरलं ते खूप उशिरा- खूप वर्षं वाया गेल्यानंतर, याचा आज राहूनराहून खेद वाटतो!

मात्र प्रत्यक्ष शिकण्यावाचूनचं शिक्षण होत होतं श्रवणभक्तीतून. साधारण सहावीच्या आसपास नव्या शाळेत भेटली संगीता. संगीताची उत्तम उपजत जाण असलेली नवी मैत्रीण. पंडित जसराजजी, किशोरीबाई, प्रभा अत्रे, मालिनी राजुरकर, शिवकुमार शर्मा, हरिप्रसाद चौरासिया, भीमसेनजी, जितेंद्र अभिषेकी अशा दिग्गजांच्या मैफली आम्ही अगदी अट्टाहासानं धावून धावून जाऊन ऐकल्या. स्टेजला नाक लावून बसून ऐकल्या. शाळा-कॉलेजच्या वर्षांत रात्रीबेरात्री मुंबईत कुठंकुठं या मैफली होत. कधी सोबत नसे; कधी घरून परवानगी नसे. पण एक अनामिक ओढ वाटे आणि ते गाणं बोलावे. संघर्षाची तमा न बाळगता आम्ही धडपडून जाऊन ते ऐकून येत असू. गुलाम अली व मेहदी हसनच्या लाँग प्ले रॅकॉर्ड्स परत परत एकत्र बसून ऐकणं आणि त्यातल्या शैलीदार गायकीनं रोमांचित होणं आम्ही खूप अनुभवलं.

या गाण्यातल्या सुरेख हरकती आम्ही परत परत एकमेकींना लावून दाखवत असू आणि हरवून जाऊन ऐकत असू. कधी गाण्याला गेलो आणि रटाळ गाणं सुरू असेल तर हॉलमधून कॉफी प्यायला बाहेर पडत असू आणि त्या गाण्यात काय नाहीय, काय चांगलं नाहीय त्याची चर्चा करत असू. नावं ठेवण्याच्या या कार्यक्रमातून मला किती काही शिकता येत होतं. त्या काळानं त्या गाण्यानं अमर्याद आनंद तर दिलाच, शिवाय नकळत मनावर गाण्याचे संस्कार केले.

मिडकोर्स करेक्शन : अतिअमूर्ताकडे

पूर्वायुष्यात शिकलेलं शास्त्रोक्त गाणं नंतर लग्न, करिअर, परदेशचा संसार या दोनएक दशकांच्या कार्यक्रमात मागे पडलं तरी गाण्याची सोबत कधीच सुटली नाही. वेळ झाला तर, होईल तसा, तिथं, अशा दुय्यम अग्रक्रमी गाणं सुरू राहिलं. अमेरिकेत वासरातल्या लंगड्या गायीचा भाव मिळे. तो घेऊन आनंद होई. कुणीतरी 'वा वा!' म्हणे आणि आपल्याला गाणं येतं असं मला वाटे. इगो आणि नतमस्तक शरणभाव या दोघांमधला सोपा पर्याय मन झडप घालून उचले आणि बोथटपणे चालत राही. सुदैवानं तो काळही कधीतरी संपला आणि त्या मधल्या काळातली तूट भरून काढण्यासाठी असावं तसं माझं गाणं परतलं. कदाचित वयाची किमया असेल. यानंतरच्या 'कलेसाठी कला' काळातल्या गाण्यानं मला वेगळाच निखळ आनंद दिला, कारण स्पर्धा, उदरभरण अशी कुठलीच ओझी त्याच्यावर नव्हती. हेतुमुक्त होतं, म्हणून ते गाणंही मुक्त होतं, असं वाटतं!

या प्रवासात पुढे एक निर्णायक तिठा आला. साधनेशिवाय कुठली कला अवगत होणार? आर्किटेक्चरमध्ये मिळणारी लोकमान्यता, मानधनाचे चेक्स, मन उत्तम गुंतलेलं ठेवण्याची हमी यांची सवय पडली होती. मेनस्ट्रीम समव्यावसायिकांबरोबरची ऊठबस खूप आवडत होती. इतर कुठल्या छंदांची आठवण होऊ नये, उणीवही भासू नये याची बेगमी करणारा हा सुंदर कलासक्त व्यवसाय! पण माझ्या अंतरात संगीत-लेखन-चित्रकला या कलांचं प्रेम लवलवत होतं. माल्कम ग्लॅडवेल या आवडत्या लेखकाचा 'दहा हजार तासां'चा मंत्र सारखा खुणावत होता. दहा हजार तासांचं काम म्हणजे साधारण पाच वर्षांचा काळ. ग्लॅडवेलच्या मते, कुठलंही कौशल्य वा कला ठाकठीक (उत्तम नव्हे!!) शिकून घ्यायची तर किमान दहा हजार तासांची डोळस, एकाग्र मेहनत तिच्यावर घ्यायला हवी. तीन कलांमधलं कौशल्य....पंधरा वर्षं!.... आत्ता, या क्षणी हे व्रत नाही घेतलं तर खरंच काहीच न साधता आयुष्य संपेल, या कल्पनेनं थरारले. आर्किटेक्चरच्या कामांमागे विमानं, ट्रेन, कारने गरागरा फिरत होते. साइट्सवर चुना-रेतीची फक्की नाकातोंडात घेत कंत्राटदारांशी बोलत होते. नग्न कॉलम-बीम्सच्या सांगाड्यातून लटलटत्या शिड्या चढून स्लॅब्जवर चढायचं, आणि प्रवासानं थकलेलं असताना काँक्रीट मिक्सर्सचे भणभण आवाज अजून डोक्यात ताजे असताना घरी येऊन तानपुऱ्यावर खर्जाचा रियाज करायचा, यातली विसंगती प्रकर्षानं जाणवायची. याच काळात आर्किटेक्चरची पदवी मिळवल्याचं रौप्यमहोत्सवी वर्षं आलं. पंचवीस वर्षं!...'आता कमी करावं हे काम आणि या कलांची कास

धरावी', असा उद्‌गार आतूनच आला. नवी कामं निकरानं परतवताना वाईट वाटे; पण संगीत-लिखाणात तास-दिवस-आठवडे कापरासारखे उडून गेल्यावर त्या खंतीला पकडून ठेवायला वेळच उरत नसे. एक आठवण अशी की खरंच हात मोकळे होताच आणि मेंदूतली जागा रिकामी सापडताच तिथं गाणं नाचू लागलं. दमश्वास चांगला टिकू लागला आणि मौखिक प्राणायामानं तब्येत सुधारली. आणि गाण्यातले शोध तर किती लागावेत! चाळीस वर्षांपूर्वी शिकलेल्या, आणि अतिप्राथमिक वाटलेल्या भूपातल्या

'म्हारी ननदिया हटेली
झगर करत मोसे बार बार
सुनत नाही अलबेली'

यासारख्या चिजेतली सौंदर्यस्थळं नव्यानं सापडू लागली. नुसतं गाणं ऐकायलासुद्धा निर्लेप उसंत लागते. कारण गाणं शिकणाऱ्याला तो अभ्यासच असतो. इतर विचार मनाला चिकटलेले असतील तर गाणं आत तर पोचत नाहीच, उलट त्याची कटकटच जास्त होते. मी खूप गाणं ऐकत होते... मधला काळ आलाच नाही, अशी मजा येत होती!

इथे एक चर्चापात्र विषय मांडावासा वाटतो.

छंद!

एक सुरेख सकारात्मक शब्द. एखादी दूरस्थित कला, नवी भाषा शिकताना तो स्वतःभोवती एक छान विश्व तयार करतो. ज्ञानाची हौस असणाऱ्या उत्सुक माणसाला तो नवं खाद्य पुरवतो. काहींसाठी तणावमुक्ती आणतो. मनावरची दडपणं हलकी करणाऱ्या आणि कंटाळा दूर ठेवणाऱ्या या शब्दाला एक आल्हाददायक फिका रंग आणि हलकेफुलकेपण आहे. मात्र कधी कधी हा 'छंद' शब्द धोक्याचा होतो. दिशाभूल करतो. कसा? मातकामाचे वर्ग नाहीतर जपानी भाषा शिकणं हे केवळ पार्टीत संभाषण विषय होतात तेव्हा. त्यांना दिखाऊपण चिकटलेलं असतं तेव्हा. मार्केटिंगवाले सुटाबुटातल्या छापील हास्याबरोबर पेरायचे सूडो शब्द म्हणून छंदांना 'वापरतात' तेव्हा. पिकासो किंवा मोमा (म्युझियम ऑफ मॉर्डन आर्ट्‌स, न्यू यॉर्क) असे शब्द लोक उगीचच टाकतात तेव्हा छंद या संकल्पनेचा उथळ अर्थच फक्त दिसतो. खऱ्याखुऱ्या स्वारस्यानं, वेळ-पैसा-शक्ती घालून केलेली प्रामाणिक साधना, चरितार्थाचा दुसरा व्यवसाय सांभाळून कुणी केलेलं कलेचं अध्ययन - हे उथळ कसे असतील? कलेची आवड हा सुरुवातीला छंद असतो; पण नंतर तो खूप विचार करून केलेला व्यासंग होतो, त्याला उंची येते आणि खोलीही.

माझ्यातली कला आणि निर्मितीही या आत्मपरीक्षणाच्या काळात हौस-छंद या परिघांबाहेर पडली. ती चांगली उतरत होती, तिला दर्जा आहे वा येऊ शकतो हे माझं मला आणि चोखंदळांच्या प्रामाणिक अभिप्रायांवरून कळत होतं. पण तथाकथित व्यावसायिकांनी कोत्या मनाची प्रदर्शनं करून दाखवलीच. निर्मिती लोकाभिमुख करण्याचा मानस ठेवलेल्या मला 'एक आर्किटेक्ट कितीशी गाणार? चित्र तरी काय काढणार!' छाप उपद्रव केला... पण खरं तर मनोरंजनच जास्त. नादिष्ट, छांदिष्ट, मूर्ख असे अनेक किताब मी तेव्हा घरबसल्या मिळवले. निनावी अनोळखी श्रोत्यांपर्यंत माझी कला चांगली पोचत होती. कारण त्यांना माझी पार्श्वभूमी माहीत नसे. वैताग आणला तो माहितीच्या वर्तुळानं. त्यांचं हे संभावितपण मला संदिग्ध वाटत असे. अजूनही वाटतं. चांगल्याला दिलखुलासपणे 'चांगलं' म्हणता येणं सोपं नाही. त्याला विशेष मोठं मन लागतं. आणि तेच तर दुरापास्त असतं, म्हणून तर बुद्धिमान मोठ्या मनाची मूठभरच माणसं भेटली आणि त्यांनी मला मैत्री-प्रेम देऊ केलं, हे मी माझं भाग्य समजते!

या मिडकोर्स करेक्शननंतर ग्लॅडवेलचे दहा हजार तास कधीच उलटून गेलेत. कुठल्याही अजेंड्याशिवाय होणारी अभिव्यक्ती. विशिष्ट दर्जा आल्याशिवाय आणि तिचं अंतिम, गोळीबंद स्वरूप सापडल्याशिवाय बाहेर आणावीशी वाटत नाही. हा स्वतःला कसाला लावण्याचा प्रयत्न तपासारखा असतो. कला आणि कलाकार-दोन्हींचा सत्संग मला तल्लीन करतो. ध्यानस्थही.

कलंदरी

आर्किटेक्चर आणि लॅन्डस्केपचं भरपूर काम भारतात आणि अमेरिकेतही हातात असताना, प्रॅक्टिसचा पसारा वाढवून त्यातच दिवसरात्र बुडून राहणं, माझ्याच्यानं झालं नाही. चांगलं-वाईट देव जाणे! कदाचित तन-मन-धन लावून या गोष्टीचा पाठपुरावा न झाल्यानं हे जग एका फार मोठ्या आर्किटेक्टला मुकलं असेलही. जागतिक आणि देशातल्या मंदीचे पडसाद आमच्या व्यवसायाला हादरे देऊ शकतात. व्यवसायाचा व्याप अमापसमाप वाढवून ठेवायचा आणि मग स्टाफचे पगार देत बसायला कष्ट आपणच उपसायचे, या समीकरणात मला तरी राम दिसला नाही. खर्च आटोक्यात ठेवला तर मिळतो त्या नफ्याचं मोल जास्त! नसेना का झगमगीत प्रोजेक्शन. आपली किंमत ज्यांना कळते ते येतातच आपला पत्ता शोधत; या माझ्या विश्वासामुळे मला कधी व्यवसायाची जुलूम वाटेल अशी बांधिलकी झाल्याचं आठवत नाही. प्रॉजेक्ट्स निवडक, नीट पाहून घ्यावी आणि जमेल, झेपेल, आवडेल तेवढंच काम मनापासून करावं. अर्थात या पद्धतीत गरजाही मर्यादित

ठेवाव्या लागतात. अग्रक्रम ठरवून त्यांच्याशी प्रामाणिक राहावं लागतं आणि कुठे कुठे फुल्याही माराव्या लागतात. ते जमलं की मग आनंद-समाधानाला तोटा नाही!

दुसरं कारण म्हणजे आमच्यातली कलंदरी. पुरेशा मनस्वीपणानं वागलं नाही तर जगबुडी होईल, या धारणेनं मी जगले, जगते. आर्किटेक्चरमधून मिळालेल्या मानधनाचा लाखोंचा हिस्सा 'पॅनोरमा' नाहीतर 'केसरिया'सारख्या सीडीवर लावणं, पुढे त्याच संगीतावर शास्त्रीय नृत्यांचा नेत्रदीपक दृक्‌श्राव्य कार्यक्रम तोही प्रयोगशील पद्धतीत - बसवून तो थेट युरोपला घेऊन जाणं, मराठी गद्य तर इंग्लिश कवितांची पुस्तकं लिहून ती ह्यूस्टनच्या पब्लिक लायब्ररीत तसंच कर्नाटकातल्या अभियांत्रिकी महाविद्यालयीन विद्यार्थ्यांना पाठ्यपुस्तकं म्हणून पोचवणं, 'गंधार'सारख्या संगीत कार्यशाळेतून कोमल स्वर आणि त्यांच्या श्रुतिवलयांतून होणारी अनुभूती अमेरिकन श्रोत्यांना विशद करून सांगणं, अशा विस्तृत इलाक्यातल्या गोष्टी मी कसल्या तरी अगम्य, अदृश्य प्रेरणेच्या शक्तिस्रोतातून करत सुटलेली असते. मनात, टेबलवर, बोर्डावर नेहमीच कसल्या कसल्या योजना आकार घेत असतात...आणि त्यातल्या बहुतेक प्रत्यक्षात येतात, त्याचं श्रेय दैवाला आणि उत्तम जुळून येणाऱ्या नक्षत्रयोगाला आहे. मेहनत आपल्या हातात असते; पण त्यापुढचा योगाचा, सुदैवाचा, नियतीचा भाग कुणीतरी वेगळंच त्याच्या सूत्रांनी हलवत असतं. त्यावर ना आपला हक्क, ना ताबा. पण इथंही श्रद्धा आणि विश्वासातून एक फार मोठी शक्ती कार्यरत असते, असं मला वाटतं!

देव 'कलाकाराला' देत नसतो; 'कलाकारामार्फत' देतो. या उक्तीत मोठा अर्थ आणि संदेश आहे. कलाकार समाजाचं देणं लागतो. तो समाजाभिमुख असावा. कला त्यानं पुढे न्यावी. गुरूला शरण जाऊन, त्याचा आशीर्वाद घेऊन, तप करून मिळते ती विद्या. ती त्यानं समाजात शहरी-गावी-खेडोपाडी जाऊन रुजवावी. कलेला चांगले दिवस आले तर जगात उसळलेल्या हिंसक दहशतवादाला, पृथ्वीवरच्या दुष्ट प्रवृत्तींना ती आपल्या निर्भेळ आनंदानं कडवा शह देऊ शकेल. कलास्पर्शानं पुलकित झालेली मनं वाईट विचार करायला कचरतात, हे सत्य आहे. प्रेम, भक्ती या काव्यमय मानवी मूल्यांइतकीच रसिकता सुंदर आहे... (प्रसंगी पदरमोड करून) दर्जेदार कलानिर्मिती समाजापुढे आणावी, अभिजात भारतीय नृत्यसंगीत जागतिक थिएटरमधल्या श्रोत्यापर्यंत न्यावं, सुंदर सुंदर कलात्मक सादरीकरणांचा आनंद जास्तीत जास्त लोकांपर्यंत पोचवावा. अशा प्रेरणांनी भारून जाऊन स्वतःच्या निर्मितीचा उद्‌गार शोधण्यात मी रमते, भान विसरते, तेव्हा स्वतःच्या ऑफिसमधली खाणारी तोंडं माझ्यावर अवलंबून नसतात, हेच इष्ट आहे! बिचाऱ्याचे थोडे हालच झाले असते. कधी स्फूर्ती शोधत लांबच्या प्रवासाला निघते तेव्हाही छोट्याशा

स्टुडिओला कुलूप घालणं अवघड नसतं. वर्षानुवर्षं नऊ ते पाच ऑफिस करत राहण्यातली शिस्त गिरगिर करणाऱ्या दर्विशेला येऊ शकत नाही, आणि खुशीनं अंगावर घेतलेल्या कामांचा शीणही तिला येत नाही, हेच खरं!

पॅनोरमा

माझा आवाज वयाच्या पाचव्या वर्षापासूनच्या तालमीतून वगैरे तयार झालेला नाही. भरपूर धकाधकीतून कसंतरी जिवंत ठेवलेलं हे गाणं. देवदत्त नाजूक आवाज किती टिकेल अजून; की शास्त्रशुद्ध निगेअभावी आता सोडून जाईल, अशी एकदम भीती वाटली. सांभाळलेलं गाणं संपायच्या आधी एखादी तरी सी.डी. करावी. अचानकच ह्यूस्टनमधे दौऱ्यासाठी आलेल्या हर्षदनं (कानेटकर) या प्रॉजेक्टला दुजोरा दिला. मग आवडत्या रागांमधल्या अनेक चिजा मी निवडल्या.

Music Fusion कल्पनेत होतं. पण फक्त कल्पनेतच. विचार अजून स्पष्ट नव्हते. राग मोडून इतस्ततः धावणं, वाद्यमेळांचा कसला तरी कांगावा - असले प्रकार मला मान्य नव्हते. पण यथावकाश फ्यूजनच्या कल्पना मनात स्पष्ट झाल्या. कोणते राग अशा प्रकारच्या मिलाफासाठी योग्य आहेत, ते गाऊनच बघावं लागलं. आर्किटेक्चरमधली कल्पनाशक्ती इथंही कामाला आली. 'शेवट नजरेच्या टप्प्यात ठेवून सुरुवात करावी' असं म्हणतात. फ्यूजनचा साज चढवलेल्या चिजा मी दूरवर पाहत होते. पण राग निवडणं, वाद्यांचा मेळ घालणं, तीनताल - अद्ध्याच्या वजनात नवनव्या शैलीत तालवाद्यांच्या 'ग्रूव्ह्ज' तयार करणं ही प्रक्रिया फार सुंदर होती. सतार, संतूर, बासरी ही वाद्यं हवी होती म्हणून रवी चारी, डॉ. धनंजय दैठणकर, संदीप कुलकर्णी यांसारखे उत्तमोत्तम कलाकार आम्ही निवडले. स्टुडिओच्या तारखा, रेकॉर्डिंग्ज, तबला-ड्रम्सचं साहचर्य, सुरावटी. पॅनोरमाचं रेकॉर्डिंग आणि संगीत योजना हा माझ्यासाठी एक नवा उत्कृष्ट अनुभव होता. पुण्याच्या कर्वेनगरमध्ये डॉन, ए. के., पंचम असे उत्तम स्टुडिओज कुठल्या लहानशा गल्ल्यांमध्ये लपले आहेत यावर मी कधीच विश्वास ठेवला नसता. पण तिथली आंतरराष्ट्रीय दर्जाची तंत्रसामग्री, तिशीतले तज्ज्ञ साउंड इंजिनिअर्स, त्यांचं गाण्यातलं सूक्ष्म ज्ञान, प्रचंड चिकाटी आणि परफेक्शनचा अट्टहास जवळून पाहताना मात्र गहिवरून येणंच बाकी राहिलं. कशाला म्हणावं भारताला मागास देश! एवढ्या सोयी! इतकं ज्ञान, आणि असा गुणवत्तेचा ध्यास! मी परत परत भारावून जात होते. आधी माझ्या आवाजातले पायलट ट्रॅक्स, मग एकएक वाद्यांचे थर, मग तालवाद्यांची ट्रीटमेंट, शेवटी माझं अंतिम डबिंग, आणि सर्वांत शेवटी सगळे थर-तुकडे जोडत आणत

आणत शेवटी सिंथेसायझरचा 'वॉश'.. अशी ही प्रक्रिया होती. त्यात निर्माती, गायिका आणि दिग्दर्शिकेची भूमिका माझी असली तरी सोबतच्या कुशल कलाकारांमुळे मी निश्चिंत होते. केदार परांजपेनं अप्रतिम अरेंजिंग-मिक्सिंग केलं आणि प्रॉजेक्ट पॅनोरमा पूर्ण झाला. मोठी रक्कम खर्ची पडली होती, पण पदरात एक छान अनुभव पडला होता.

पॅनोरमा पुरा होता होता माझ्या मनात दुसरा अंकही सुरू झाला होता. त्याचीही एक गोष्टच. 'Performing Arts' चा अंक!

सीडी शेवटच्या टप्प्यात होती. स्टुडिओत फक्त आम्ही, अंधार आणि ते अवाढव्य काळे स्पीकर्स. परत परत परत तेच संगीत लावणं. ही लेव्हल वाढव. तो इफेक्ट 'पॅन' कर. जरा रीव्हर्ब दे.. असे अगम्य इशारे देत हर्षद-जयदीप-अमेय-केदार कॉन्सोलवरची असंख्य बटणं चढत-उतरवत होते, आणि पॅनोरमातल्या 'हंसध्वनी'वर आणि 'परमेश्वरी'वर मला एकामागोमाग एक देखणी नृत्यं दिसू लागली होती. लक्षवेधी प्रकाशयोजना. मागे नक्षत्रं नाहीतर हिमालयाची शिखरं किंवा संगमरवरी नक्षीच्या जाळ्यांचा मुस्लिम आर्किटेक्चरमधला महाल अशा प्रतिमा मी पाहिल्या. अभिजात भारतीय नृत्यशैलीमधले, रागप्रकृती उचलून धरणारे नृत्यप्रकार! नृत्यांगनांचे रंगीत घागरे आणि पारदर्शक दुपट्टेही कल्पनेत दिसले. नकळत माझं मन एका दुसऱ्याच दृक् -श्राव्य विश्वात गेलं होतं. बागेश्रीतल्या 'जारे बलमा तोसे नहीं बोलूं' मधल्या लटक्या रागासाठी मला गुलाबाच्या कळीच्या पार्श्वभूमीवर घडणारं प्रियकर-प्रेयसीचं नृत्यनाट्य दिसलं. भेटणारी-बिलगणारी, मिठीत विसावणारी, विरहात तडफडणारी, विश्वासघातानं पोळलेली आणि बेभान नाचणारी रंजित जोडी. तर चारुकेशीच्या 'सुपनवा में आवो ना हरी'.. मध्ये आर्त आळवणी होती. वाळवंट हे रूपक आणि पाण्याच्या थेंबासाठी आसुसलेले भवसंसारी जीव. फसवं मृगजळ, दर्शनाची याचना आणि शेवटी नामस्मरणात सापडणारा शाश्वत आधार- अशी गोष्ट या नृत्यातून नंतर फुलणार होती!

शीतल कोलवालकर (कथक) आणि परिमल फडके (भरतनाट्यम) या पुण्यातल्या गुणी कलाकारांनी माझी संकल्पना छान ऐकून घेतली, आणि तीनएक महिन्यांत सुंदर फुलवली. सोबत तीन-तीन नर्तिका घेऊन प्रत्येक बंदिशीवर त्यांनी माझ्या कल्पनेवर आधारित सुरेख नृत्यं बसवली. पॅनोरमा सीडी आणि नृत्य-कार्यक्रमामागची माझी कलंदरी त्यांनी टिपली असावी. तेवढ्याच उत्स्फूर्तपणे त्यांनी ती तोलून धरली. पुण्यातल्या अक्षरनंदन शाळेत नाहीतर मॉडेल कॉलनीतल्या टिळक हॉलमधल्या तालमी मला अजून आठवतात. प्रसंगी केनचं फर्निचर बाजूला सरकवून पुण्याच्या माझ्या घरीही नाच घडले. सांघिक नृत्यात एकसारख्या हालचाली फारच महत्त्वाच्या.

प्रत्येक नृत्य ही एक स्वतंत्र कथा होती. त्यातलं नाट्य, मुद्रा-अभिनय आणि पदन्यासातून दिसणार. त्यामुळे एकत्र तालमी महत्त्वाच्या होत्या. पण या आठही कलाकारांनी जीव तोडून मेहेनत केली आणि २७ डिसेंबर २०१२ला मुंबईच्या रवींद्र नाट्यमंदिरमध्ये 'पॅनोरमा' हा दोन तासांचा नृत्य-नाट्याचा कार्यक्रम यशस्वीरीत्या सादर झाला.

या पहिल्या कार्यक्रमानंतर आणखी सहा वेळा आम्ही मुंबई-ठाणे-पुणे या ठिकाणी पॅनोरमा सादर केले. आणि गेल्या वर्षी 'आर्मर-इंडिया' या फ्रेंच फेस्टिव्हलच्या आमंत्रणातून, मोर्ले-फ्रान्समधल्या एका सुंदर इटालियन थिएटरमध्येही पॅनोरमा सादर करून आलो. भारतातील सादरीकरणं कॉर्पोरेट स्पॉन्सर्सनी उचलून धरली आणि ती रसिकांच्या संमतीला उत्तम उतरली. आणि फ्रान्समधला प्रयोग हा खऱ्या अर्थानं शिरपेचातला तुरा ठरला. कारण दस्तुरखुद्द भारतीय सरकारनं आमची तिकिटं पाठवली होती आणि राहण्याची व्यवस्था जां क्लॉद या फ्रेंच यजमानानं त्याच्या स्वतःच्या समुद्रकाठच्या सुरेख दोन बंगल्यांत केली होती. बंदिशीतल्या भावाला धरून उलगडलेलं नृत्य फ्रेंच रसिकांपर्यंत पोचलं होतं, हे वेगळंच.

गेल्या जानेवारीत मुंबईच्या एन.सी.पी.ए.मध्ये आम्ही पॅनोरमा केला तीही आठवण अविस्मरणीय आहे. डिसेंबर-जानेवारीत अनेक फॉरेनर्स भारतभेटीला येतात. यांतले अनेक जण तिथे मध्ये उगवले होते. शिवाय दक्षिण मुंबईचा चोखंदळ श्रोतृ वर्ग. या क्षेत्रात अजून न मुरलेल्या मला श्रोत्यांचा अंदाज लावता येत नाही. पाच नृत्यांनंतरच्या मध्यंतरात मी जरा अस्वस्थच असते चहाला बाहेर पडलेला श्रोता परत येतो की नाही..? पण यातल्या अनेक गोऱ्या परदेशीयांनी मध्यंतरात आमच्या स्वयंसेवकांना गराडा घातला होता. पॅनोरमाच्या संगीताविषयी, कलाकारांविषयी, कार्यक्रमाविषयी माहिती मिळवायला ते उत्सुक होते असं कळलं, आणि कामाची पावती मिळून चुकली.

'फ्यूजन' हे संगीत रूढी आणि संकेतांबाहेर केलेलं काम. एक प्रयोग. पूर्व-पश्चिम संगीतातली काही आवडलेली मूल्यं उदा. वेगवेगळ्या सप्तकांत गायलेली 'हार्मनी', अप्रचलित वाद्यं, इ. घेऊन ती हिंदुस्थानी बंदिशीत आणायचा प्रयत्न मला करायचा होता. सतार-पियानोसारख्या वाद्यांच्या नादाची वलयं एकमेकांत मिसळून वेगळी रसनिर्मिती होते. फ्यूजन हा एक नवा, मोठा कॅनव्हास होता. फ्यूजनमध्ये सापडणाऱ्या संगीताशी प्रादेशिक तसाच अप्रादेशिक, परकीय, अनामिक श्रोताही नातं जोडू शकतो, असं मला वाटतं. या प्रयोगात 'प्युरिस्ट' श्रोते आम्ही गमावणार होतो. पण तरीही भारतात तसंच भारताबाहेरच्या श्रोतृवर्गात फ्यूजन्स लोकप्रिय होतात, हा अनुभव आहे. अर्थात, संगीताचा पाया पक्का

असल्याशिवाय असले प्रयोग करायला जाऊ नये आणि कुठलीही संगीतमूल्यं ही विवेकानं आणि संयमानंच वापरलेली बरी.

काही विशेष उल्लेखनीय कला उपक्रम-प्रकल्प घडले. त्यातला टॉबमन म्युझियमचा विशेष, कारण व्हर्जिनियातल्या ९७ टक्के गोऱ्या बांधवांना भारतीय कला-परंपरा उलगडून दाखवणारा एक छान समारंभ त्यांच्या गावात अचानक मिळाला.

अमेरिकेत मॉंटेसरीपासून शिक्षणात कलेचा अंतर्भाव असतो. आर्ट स्टोअर्स, आर्ट गॅलरीज, आर्ट्स म्युझियम्स ही शहरोशहरी आणि गावोगावी. नगरपालिका, राज्य-केंद्र सरकार यांच्याकडे कला संस्कृती विभाग असतो आणि कला अनुदानंही. भारतातील ट्रस्टप्रमाणे इकडे देणग्या देणारी आर्ट फाउंडेशन्स सापडतात. श्रीमंत दानशूरांसाठीही हा देश प्रसिद्ध आहे.

गेल्या वर्षी आमच्या शहरातल्या टॉबमन आर्ट म्युझियमच्या भागीदारीत 'आर्ट्स ऑफ इंडिया' नावाचा एक विशेष कार्यक्रम क्रिएटिव्ह डिरेक्टरच्या नात्यातून करण्याची एक छान संधी मला मिळाली. रोनोक, व्हर्जिनिया या आमच्या एक लाख वस्तीच्या गावाच्या डाउनटाउनमध्ये टॉबमनची सुरेख वास्तू होती. अद्ययावत कलादालनांचं हे संकुल म्हणजे रोनोकचा मानबिंदू. यात गावातल्या कलाप्रेमी भारतीयांच्या सहभागातून शास्त्रीय नृत्य-संगीताचा एक कार्यक्रम आम्ही सादर केला. आणि मुख्य दालनात भारतीय राज्याराज्यांच्या हस्तकलांचं माहिती-नमुन्यासहितचं एक प्रदर्शनही. उत्कृष्ट भरतनाट्यम्, शास्त्रीय संगीतातील रचना आणि नजर ठरू नये अशी कलमकारी-मधुबनी-बनारसी रेशमावरील अप्रतिम कारागिरी! अभिजात भारतीय कलांचे नमुने त्या टॉबमनच्या वास्तूत सजवताना मला खूप मजा आली. रोनोकमधील भारतीय निवासी आणि टॉबमनसारखी प्रतिष्ठित संस्था यांच्या संयुक्त विद्यमानातून झाल्यामुळे या कार्यक्रमाचा भरपूर बोलबाला झाला होता. त्यामुळे जवळपास हजार लोकांनी या अभिरुचीपूर्ण भारतीय 'शोकेस'ला दाद दिली. टॉबमनसाठी हा विक्रमी प्रतिसाद होता.

याआधी, म्हणजे २००९ मध्ये, न्यू ऑर्लिन्स शहरात 'गंधार' या माझ्या भारतीय शास्त्रीय संगीत सौंदर्यास्वाद कार्यशाळेसाठी सरकारी कला अनुदान मिळवण्याचा एक अनुभव घेतला.

अमेरिकन जॅझ म्युझिकचं जन्मस्थान हे शहर संगीत-कलांचं भोक्तं. न्यू ऑर्लिन्स आर्ट्स कौन्सिल हा लुझियाना राज्य सरकारच्या कला संस्कृती विभागाचा

उपविभाग. सरकारकडे दर वर्षी हजारो डॉलर्स कलाविषयातले उपक्रम आणि विशेष प्रकल्पांसाठी राखून ठेवलेले असतात. त्यांची साद्यंत माहिती संस्थेच्या वेबसाइटवर मिळते. विशिष्ट कला अनुदानांसाठी अर्ज कुणी-कधी-कसे करावेत, हे अनुदान कुणाला-किती मिळतं, हे सगळं तिथं लिहिलेलं सापडतं. अर्जामध्ये आपल्या प्रस्तावातील उपक्रमाची माहिती, वेळापत्रक, विद्यार्थी/श्रोतृवर्गाचे अंदाज, खर्चाचं अंदाजपत्रक हे सगळं मुद्देसूदपणे द्यावं लागतं. सरकारी म्हणजे परिणामतः जनतेचाच पैसा, त्यामुळे अर्जांच्या छाननीला सरकारी अधिकाऱ्यांसोबत कुणालाही जात येतं.

अर्ज पाठवण्याच्या, छाननीच्या, निर्णयाच्या तारखा पक्क्या असतात आणि तंतोतंत पाळल्या जातात. यशस्वी कलाकाराला त्याच्या प्रकल्पासाठी लागणारी सभागृहं, ऑडिटोरियम्स, मीटिंग रूम्स नगराच्या सुरेख सार्वजनिक वाचनालयांमध्ये खुली करून दिली जातात. आपण फक्त तारखा बुक करायच्या. कार्यक्रमांच्या जाहिरातींसाठी दूरदर्शन, रेडिओ, वर्तमानपत्रातील ठराविक रकान्यांमधली जागाही आपल्याला मिळते. उपक्रम सफल व्हावा यासाठीचे सर्वतोपरी प्रयत्न नगरपालिकेचा हा विभाग, म्हणजे खरं तर सरकार करतं. माझा अर्ज स्पर्धेत यशस्वी ठरला. आणि मला घसघशीत अनुदान मिळालं. स्थानिक भारतीयांबरोबरीनं अनेक अमेरिकनांनी या कार्यशाळेचा लाभ घेतला आणि आपल्या भारतीय संगीताच्या सुश्राव्य, आध्यात्मिक सौंदर्याला दाद दिली. अथपासून इतिपर्यंत हा अनुभव 'अतिउत्तम' या सदरात होता. पण सगळ्यात अविस्मरणीय हे की मूळच्या भारतीय माझी या सरकारी ऑफिसात ओळखदेख नसतानाही, ही प्रक्रिया अंतर्बाह्य पारदर्शक आणि सरळमार्गी होती. माझ्या प्रत्येक ई-मेलला उत्तर येत होतं आणि फोनवरील प्रश्नाला खरं उत्तर मिळत होतं. लोक शब्द पाळत होते. हजारो डॉलर्सचा चेक उचलतानाही एका नव्या पैशाचं वजन ठेवावं लागलं नाही, की चहापाण्याची संतापजनक अपेक्षा पुरवावी लागली नाही.

पेंटिंगची कथाच निराळी. आर्किटेक्चरमुळे खरं तर चित्रकला/पेंटिंग हा वेगळा विषय वाटतच नाही. हातात पेन्सिलऐवजी रंगाचा ब्रश फक्त. रेषा-रंग हे माध्यम गेली तीसएक वर्षं अंगात भिनून आहे. कदाचित त्याचमुळे संगीत आणि लेखन करताना तशा विशिष्ट मनोवस्थेची मागणी पेंटिंग माझ्याकडे करत नाही. रंग, ब्रश, कॅनव्हास, पुरेसा वेळ आणि चित्राची मनातली धूसर प्रतिमा एवढं असलं की बेगमी. अतिशय प्रभावीपणे मन गुंतवून ठेवणारी कला! कॅनव्हास चितारताना जेवढी बोटं सक्रिय तेवढंच मन शांत, सुखावलेलं, रंगांमध्ये बुडालेलं. पेंटिग करतानाची ध्यानावस्थाच निराळी.

चित्रांचे विषय हा एक विषय. भांडी, फुलदाण्या, गाड्या-घोडी, राजवाडे, कमानींचे महाल मला आकर्षित करत नाहीत. लॅन्डस्केप, फुलं आणि अमूर्त चित्रकला हे माझ्या प्रेमाचे चित्रविषय. या चित्रवेधी प्रेरणा कुठे कधी कशा सापडतील ते सांगता येत नाही. आर्किटेक्चर कॉलेजात आम्हाला कॉम्पोझिशन शिकवताना भलेभले थकले; पण निसर्गाकडे पाहावं. कुठल्याच कॉम्पोझिशनमध्ये त्याचा समतोल ढळत नाही. रंगसंगती चुकत नाही. रंगांची उधळण करणारे ऋतू, सूर्योदय, सूर्यास्त, समुद्र, डोंगर, कडे, पानंफुलं चित्रकाराला जागं करणारी जिवंत हत्यारं. परवाचीच एक आठवण. सरळसोट बुंध्यांच्या हिरव्या मेपल्स झाडांवर दुपारची कलती सूर्यकिरणं पडलेली. अर्धवट चकाकणाऱ्या पर्णसंभारात गुंजणारं वाऱ्याच्या सळसळीचं संगीत. अचानक त्या गर्द हिरवाईतल्या एका मोकळ्या जागेतून मला मागचं शेंदरी होणारं मेपलचं झाड दिसलं. रानं अजून हिरवी होती. शिशिर अजून उतरायचा होता; पण उतरणीचा सूर्य, हिरव्या सळसळीचे दुहेरी-तिहेरी पडदे आणि मागून डोकावणारा शेंदरी शिशिर! झाडांचे बुंधे अध्याहृत वाटावे इतक्या गर्द झाडीवर ढगाचा ठिपकाही नसलेलं निळं आभाळ. वातावरणातली झुळुक आणि कशालाच फाटे फोडायला नाकारणारी स्वस्थ दुपार. तिच्या रसायनातच चित्र लपलं होतं असं वाटून गेलं!

निसर्गात रंगसंगती उपजतच असते. इंद्रधुनष्यामागचे प्रमेय-सिद्धान्त कुणी, कधी मांडले? धवलतेतून निर्माण होणारे सप्तरंग आणि त्यांच्यातून निघणाऱ्या शेकडो पेस्टल शेड्स यांचं दैवी साधर्म्य मला सप्तसूर आणि त्यांच्या मध्ये पसरलेल्या शेकडो श्रुतींमध्ये सापडतं. आम्रवृक्षाचा डेरेदार हिरवा रंग वेगळा, वसंतातल्या मोहोर-पालवीचा वेगळा आणि पिंपळाच्या तांबूस-हिरव्या पालवीचा वेगळा. भूपातल्या गंधाराहून यमनातला गंधार वेगळा असतो, तसे वेगवेगळे हिरवे रंग. दैवी आनंद पसरवणाऱ्या दोन चिजा म्हणजे सूर आणि रंग. ओम्‌कार-विश्वाचा अंतस्थ हुंकार आणि ध्यानमग्नतेचा स्वर, तसा शांती आणि निर्वाण दाखवणारा धवल रंग वाटतो.

क्लॉद मोने, पिकासो, वॅन गो, रेंम्ब्रां, सझॅन्, जॉर्जिया ओकीफ, अॅन्ड्र्यू वायथ, बी. प्रभा, सबावाला, रझा, लक्ष्मण, आडिवरेकर, हेब्बर, अँडी वॉरहॉल, हेन्री मटिझ या युरोपियन, अमेरिकन, भारतीय चित्रकारांची मी चाहती आहे. रिॲलिझम - म्हणजे वास्तवदर्शी कलेकडून सिम्बॉलिझम, इम्प्रेशनिझम, क्यूबिझम अशा प्रचलित शाखा पडणारे हे कलेचे प्रणेते. त्यांच्या प्रेरणा अर्थात अनेकविध होत्या, आणि विषयही. चित्रकाराच्या विचारांची सापेक्षता ‘स्थिरचित्र’ हा एकच विषय घेतला तरी सहज लक्षात येईल.

‘स्थिरचित्र’ स्टिल लाइफ या चित्रप्रकाराचं मला वावडं आहे. चित्रातलं प्रवाहीपण, भाव, नजरेला दिसणाऱ्या आणि अव्यक्त असणाऱ्या अर्थातलं अंतर, रंगसंगती आणि आमंत्रणही मला स्थिरचित्रात मुळीच सापडत नाही. कुठल्याही कोनातून पाहा- स्थिरचित्र तेवढंच स्थिर! काळाच्या पटलावर स्मारकं होऊन थिजलेल्या फुलदाण्या, फळं आणि भांडी... पण गंमत अशी, की निर्जीव एकसुरी वाटणाऱ्या या स्थिरचित्रांनीच एके काळी चित्रकारांना प्रवाही प्रेरणा पुरवली होती! शेकडो वर्षांपूर्वी म्हणजे १६व्या शतकातल्या युरोपात चित्रकारांना निसर्गचित्रं काढून कंटाळा आला. तसंच माणसांची पोर्ट्रेट्सही. निसर्गातले डोंगर, झाडं वा मानवी नाक-डोळे हलवता येण्याजोगे नसल्यानं त्यांना त्या रचना एकसुरी, अभिव्यक्ती खुंटवणाऱ्या वाटत होत्या! शेवटी त्या अविचल डोंगर-नद्यांची चित्रं रंगवून चित्रकार विटले आणि चित्रातल्या वस्तूंना इच्छेप्रमाणे हलवून त्यांनी खास मानवनिर्मित निर्जीव आणि सामान्य भांडी-कुंडीवजा चिजा घेऊन त्यांनी रंगवायला सुरुवात केली. रचनेबरहुकूम रंगवणं. कापडावरच्या सुरकुत्या, भांड्यां-फळांवर पडलेले प्रकाश-सावल्या, भांड्यांचे पोचे यात त्यांच्या रंग-कुंचल्यांना चक्क नवं आव्हान सापडलं. या बारकाव्यांसाठी स्थिरचित्रं पाहावीत- अप्रतिम दिसतात. पण मोनेच्या कमळांच्या तळ्याची जिवंत इम्प्रेशनिझमची सर वा मजा त्यांना येऊ शकत नाही, हे माझं मत कदाचित अनेकांना पटणार नाही. असो!

अमूर्त चित्रकलेतले एकमेकांत मिसळून गेलेले रंगांचे प्रभावी, मुक्त फलकारे मला खूप भावतात. अमर्याद आकाशात घडणाऱ्या ढगांच्या रचनांची, सूर्यास्तावेळच्या तांबूस, रसरसत्या, सोनेरी, भगव्या, जांभळ्या, लाल क्षितिजांसारखी शक्यतांची उधळण या अमूर्त फलकाऱ्यांमध्ये आहे. अमूर्त चित्रकलेच्या नावाखाली रक्ताची धार लागलेला डोळा, मानवी धडावर चेहऱ्याऐवजी फुटलेल्या फांद्या, केसांच्या जागी सापांचं वेटोळं वगैरे बीभत्स प्रकार मात्र माझ्यापासून तरी बरेच दूर आहेत. गाण्यात फ्यूजनच्या नावाखाली शांतता हादरवून सोडणारा हैदोस घातला जातो तेव्हाही अशीच माझ्या तोंडाची चव जाते. संगीताचा मूळ हेतू आनंद पसरवण्याचा, मनातली खळबळ शांत करण्याचा नाही का? तसाच रंगांचा असावा. पण स्वयंभू कलाकाराची कलाकृती त्याच्याच स्वतःच्या रक्त-मांस-पेशींतून फुलते. त्याच्यात मनातली अंतस्थ वादळं, तरंग वा झुळकी तिच्यात उतरवते. हलाखीच्या परिस्थितीत कलेचे तुकडे मोडून खाणारे कलावंत होऊन गेले. वेडाच्या झटक्यात, नैराश्यात बुडून आत्मघात केलेले वॅन गोसारखे चित्रकार झाले आणि अतिश्रीमंत वकील बापाकडून मिळालेली भलीमोठी विरासत नाकारून चित्रंच काढणारे पॉल सझॅन सारखेही. झंझावाती भावनिक आयुष्यातल्या मनोवस्था त्यांच्या चित्रांत प्रकट झाल्या. नैराश्यसूचक काळ्या रंगांचा वापर कुठे दिसतो. कुठे सुखद रंगछटांमधून प्रगल्भतेकडे झालेला प्रवास दिसतो. कुठे फलकाऱ्यांची मातब्बरी, हुकमीपण जाणवतं. चित्राचा

विषय कुठलाही असो- चित्र बोलकं, प्रवाही हवं. त्यातल्या माणसाच्या देहबोलीतून, कपाळावरच्या न दिसणाऱ्या सुरकुतीवरून त्याचं व्यक्तिमत्त्व सांगणारं हवं. लॅन्डस्केपमधल्या ठिकाणी आपल्याला बोलावणारं हवं. फुलातल्या पाकळीची कोमलता स्पर्शाला दर्शवणारं हवं. अमूर्त असेल तर रंगांच्या उधळणीतून काहीतरी सांगणारं, किमान, रंगसंगतीचा, रचनेचा आनंद देणारं हवं. चुकतमाकत, चाचपडत मारलेले फलकारे जाणकार नजरेला पट्‌कन कळतात. रेषा परत परत खोडून कागदाचा पापड झालेलाही कळतो. बारकावे कधी गिरवायचे नसतात. ते कुंचल्यातून सहज निघावेत. कशातरी घडलेल्या घट्ट, अप्रमाणित प्रतिमा म्हणजे कला नाही. चित्राची किंमत परवडणारी असेल तर किंवा 'कुठलं आवडेल ते चित्र उचला' असं कुणी सांगितलं तर दिवाणखान्याच्या भिंतीसाठी, स्टडीसाठी, रियाजाच्या खोलीसाठी कुणीही पट्‌कन उचलावं, अशी चित्राची वेधकता हवी, हा माझा एक साधा निकष.

'जसंच्या तसं', 'हुबेहूब' वगैरे काढलेल्या चित्रांत मी फारशी रमले नाही. एकेक बारकावा टिपत बसण्याचा धीर माझ्यात नसावा. रुंद रुंद फलकारे मारून मोठं दृश्य टापूत आणण्याचा प्रयत्न आपसूक घडला. पण लक्षवेधी 'रचना' - कॉम्पोझिशन हा माझ्या खऱ्या जिव्हाळ्याचा विषय. त्यामागे दुसरंतिसरं काही नसून माझं आर्किटेक्ट असणं आहे. नजरेवरचे-मनावरचे तीन-चार दशकांचे संस्कार रंग, रचनांची भाषा आपोआप बोलू लागतात. हिरव्या झाडीत लपलेल्या दरीतल्या लाल कौलांच्या घरांचा पुंजका - 'हॅम्लेट इन रेड रॉक्स' हे माझं आवडतं चित्र - अशाच एका कॉम्पोझिशनमधून उतरलं. डोंगरउतारावर, माळावर, पठारावर अमापसमाप फुललेली गवतफुलं जलरंगात रेखाटणं हेही अनेकदा घडतं. कॉसमॉससारखी एखाददुसरी नावं सोडली तर ही बिचारी अनाम फुलं. पण निगेशिवाय बहरणारी ही अंतस्थ ऊर्मी वेड लागल्यासारखी फुलते, ही निसर्गातली प्रक्रिया मला फार भिडते. 'कुणी पाहो न पाहो, थांबून वाखाणो न वाखाणो, आयुष्य छोटंसं तर छोटंसं, मी मनसोक्त फुलणार! फुलणं हाच माझा हेतू, धर्म, आनंद...' अशा धारणेतून जगून जाणारी ही वेडी फुलं मला जगात ठिकठिकाणी सापडतात. टेक्सासमधली गुलाबी बटरकप्स आणि निळी ब्लू बॉनेट्‌स, उत्तरेतली पिवळीजर्द डँडेलिऑन्स, आणखीही किती! त्यातली बरीच जलरंगांच्या सहज कामांतून मी रंगवली.

निसर्गातलं सौंदर्य आणि ऊर्जा मला रानफुलांत सापडते. तशीच ती 'बांबू'तही सापडते. बहकण्यातला वेडेपणा, सौंदर्य, विलक्षण जोम, शक्ती, झोकून देऊन आयुष्य जगणं आणि भरघोस फोफावणं हे बांबू जमातीचे खास गुणधर्म. तैलरंगांच्या अनेक चित्रांमध्ये मी हा वेळू रंगवला. त्याची पेरं, कोंब, जंगलं, पोपटी पर्णसंभार,... हा सगळंच ईश्वरी कलात्मकतेचा अप्रतिम आविष्कार आहे. स्वतःच्या शैलीत तो व्यक्त करताना मला खूप मजा आली आणि येत असते.

अभिव्यक्तीविषयी

'अभिव्यक्ती'मध्ये कलात्मकता अंतर्भूत आहे. कलेचा अस्फुट क्षण अनेकांना अनेक रूपांत सापडतो. अगम्य ऊर्मीतून नकळत उमललेला. स्फूर्तीच्या स्रोतात उजळलेला. खाणीतला सामान्य कोळसा हिरा निघावा तसा अचानक गवसलेला. रूमी नावाच्या पर्शियन कवीला तो साक्षात्कारी क्षण प्रत्यक्ष ईश्वराच्या दर्शनासारखा वाटला.

परंतु व्यक्त झालेला प्रत्येक क्षण म्हणजे अभिव्यक्ती नाही. तसं असतं तर साद्यंत भाषा म्हणजेच एक महाकाव्य झालं असतं. 'दूध आणायचं विसरलं!' किंवा 'किती वाढलीय् महागाई!' यातला परिस्थितीजन्य विनोदाचा वा 'आता काय होणार?' या चिंतेचा भाग सोडला तर या उद्‌गारवाचकांमध्ये दुसरा जीव नाही. त्यांचं आयुष्य लहानसं आणि अस्तित्व निरर्थक आहे. अभिव्यक्ती वायफळ नसते. काही एका सौंदर्यपूर्ण अलंकारिकतेतून, रूपक-सूचकाचे सूक्ष्म शोडष उपचार झालेले चपखल शब्द काव्यात उतरतात, ती अभिव्यक्ती. कॅनव्हासच्या दोन दृश्य मित्यांपलीकडचा गूढ अर्थ वा बागेश्रीच्या वक्र अवरोहातला पंचम त्याच्या श्रुती-वलयांतून सुचवतो तो भाव म्हणजे अभिव्यक्ती. कवितेतली एखादी प्रतिमा वा उत्प्रेक्षा मनात चर्र करून जाते, ती जातिवंत अभिव्यक्ती. ती ज्याला जमते, तो खरा कलावंत, आणि ती ज्याला भिडते तो खरा रसिक. कलावंत जन्मावा लागतो असं म्हणतात, ते खरं आहे. परंतु जन्मजात कौशल्य घेऊन आलेली प्रत्येक व्यक्ती कुठं कलावंत बनते? भगवंताच्या अनुग्रहाइतकीच कलाही खडतर तपश्चर्या मागते. स्वतःला विसरून कलेची आराधना करावी, तरीही या अनुग्रहाची हमी मिळत नाही. कला ही आयुष्यभराची पूजा आहे. निष्ठेनं केलेली साधना आहे. अव्याहत अक्षरसाधना, गाण्याचा रियाज, शिल्पचित्रांचा सातत्यानं सराव, इतिहास-परंपरेचा अभ्यास, दिग्गजांचं मार्गदर्शन, बाजारातली ऊठबस, समकालिनांच्या कामगिरीचं भान हे सगळे या गृहपाठाचे मार्ग आहेत. ज्ञानेश्वरांनी सोळाव्या वर्षी अवीट गोडीची ज्ञानेश्वरी लिहिली. गोनीदांसारखा सिद्धहस्त लेखक जड संस्कारांविनाच प्रासादिक साहित्यनिर्मिती करून गेला. पण ही असामान्यांची उदाहरणं. हा मार्ग ठरवून चोखाळता येत नाही. दैवी स्पर्श हा हुकमी असतो का? माल्कम ग्लॅडवेलनंच अनपेक्षितरीत्या यश-सत्कारांचा पाऊस ज्यांच्या अंगणात पडला अशा लोकांची एक जमात पाडली. त्यांना तो 'आउटलायर्स' म्हणतो. रूढी-पद्धतींना छेद देऊन योगायोगानं भरघोस यश मिळालेले लोक, म्हणजे आउटलायर्स. पण हा नियम होऊ शकत नाही. अपवादच राहतो. दैव, ग्रहदशा, नशीब याचाही भाग आहेच!

असे विचार येतात तेव्हा एक प्रसंग मला हमखास आठवतो.

मुंबईतल्या गणपती विसर्जनाच्या मिरवणुका म्हणजे बहुतांशी नुसताच हैदोस. पण धूमधार पावसातली ती मूर्त उत्सवप्रियता तरीही बघण्यासारखी. मुंबईत असले तर या मिरवणुकांना हजेरी लावायला मला आवडतं. पुण्यातल्या मिरवणुकांसारखं ढोल-ताशे पथकं, लेझीम, ऐतिहासिक वग-पथनाट्य असं त्यांना सांस्कृतिक अंग नसतं. मुंबईतल्या कष्टकरी वर्गाची ही आतषबाजी म्हणजे खरं तर एक करुणेचाच उत्सव. जीव पिळवटून टाकणारी चिंता तो वर्ग या आनंद-जल्लोषात तात्पुरता बुडवतो. गणपतीला निरोप दिल्यानंतर दुसऱ्या दिवशी जाग येते, आणि अपार कष्टांचं दारुण आयुष्य त्या जिवांचा परत एकदा नव्याने ताबा घेतं.

एकदा एका मिरवणुकीचा नाद जरा वेगळा जाणवला. दारू पिऊन नाचणाऱ्या जमावापलीकडे निरखून पाहिलं तेव्हा सर्वांत मोठ्या ढोलावर एक तेरा-चौदा वर्षांचा मुलगा दिसला. धनुरासनासारखा पार मागे कमानीत वाकला होता. पोटावर ढोल. मुलाच्या आकाराच्या मानानं केवळ अवाढव्य. पण बेहोश होऊन तो वाजवत होता. ड्रमच्या कातडीवर त्याच्या नाजूक काड्या उतरत म्हणून नव्हत्या. मानवी हाता-बोटांना ही लय..? हा तर दैवी स्पर्श! अंगावर फाटके मळकट कपडे. चेहऱ्यावर घामाच्या धारा. मिटलेले डोळे. आणि चेहऱ्यावर वेदना घेताना होते तशी विलक्षण एकतानतेची संवेदना. त्या एवढ्या गदारोळातही माझे डोळे घळाघळा वाहू लागले. झोपडपट्टीत कुठंतरी राहणारं ते पोरगं कुठं परत ऐकायला मिळेल! अशा हुरहुरीतून त्या मिरवणुकीबरोबर मी समुद्रापर्यंत चालत गेले. त्या कलंदराचं ते हुन्नर त्याला कुठं घेऊन जाईल, की असंच न उमलता, सुगंध न पसरवता गळून पडेल या विचारानं बेचैनी आली होती..

ध्वनिमुद्रित संगीताचं ठरीव नेमकेपण छानच. पण कलाकाराच्या प्रत्यक्ष सहवासातलं संगीत हा खरा सुलक्षणी अनुभव! किती प्रसंग आठवतात. बॉस्टनच्या वेस्टिन प्लाझामध्ये रोज संध्याकाळी मोलानं पियानो वाजवणाऱ्या काळ्या माणसाच्या चेहऱ्यावरचा तन्मय भाव आज तीस वर्षांनंतरही लख्ख आठवतो. झऱ्याच्या झुळझुळीसारखा वाजणारा त्याचा पियानो ऐकायला युनिव्हर्सिटीतून संध्याकाळी किती वेस्टिन हॉटेलच्या फेऱ्या आम्ही काटल्या होत्या! तसाच हार्वर्ड स्क्वेअरमधला तो बासरीवादक. किती नाजूक होती त्याची फूंक! आठवतात टाटा थिएटरमध्ये दूर स्टेजवरचे प्रसन्न, किरमिजी रेशमी कुडत्यातले साक्षात अमजद अली खाँ आणि त्यांची लकाकती सरोद. न्यू जर्सीत अचानक ऐकायला मिळालेली झांजांच्या नाजूक नादावरची पंडित जसराजांची गणेशवंदना...आणखीही असे किती क्षण.

खूप भाग्यवंतांना अशा उंचीवर जन्म मिळतो. प्रज्ञावंतांना साधनाही जमते आणि शिखर गाठता येतं. रुखरुख लागते ती अशा निनावी प्रतिभेची. त्या

बुजबुजलेल्या वस्त्यांमध्ये त्याचा पत्ता शोधणार असतो कोण रत्नपारखी? त्यांना तारणार असतो कोण गॉडफादर? आणि पोटासाठीच्या वणवणीत, सततच्या कोलाहलात, संधी अलगद दार ठोठावते तो अस्पष्ट नाद ऐकण्याएवढ्या शांततेशी ओळखच कुठं असते त्यांची?

वेदनांची फुलशेती...

कला-काव्यातली अव्वल दर्जाची निर्मिती दुःखातून आणि नैराश्यातून झाली. झुळूक, लहर, तरंग, सुगंध असले शब्द म्हणजे सौम्य सपाट-गुळगुळीत सौंदर्याचा कळस. निर्मितीच्या अद्भुत क्षणाला वा प्रक्रियेला ते दूरान्वयेही लागू नाहीत. निर्मितीतून रसिकाला मिळणारा आनंद वर्णायला ते एकवार ठीक; पण प्रत्यक्ष सर्जनाची क्रिया ही बेफाम लाटेसारखी येते. कालातीत ठरलेल्या कलाकृतींच्या कलाकारांना ती त्या कलाकृतीच्या जन्मवेळी त्सुनामीसारखी अजस्र, जगद्व्यापी वाटली असल्याची शक्यता नाकारता येत नाही. स्फूर्तिदायक प्रेरक-सकारात्मक क्षणांना अलगद टिपणारी कलाकाराची संवेदना! परंतु कित्येकदा निर्मितीचं मूळ असतं ठसठसणाऱ्या वेदनेत. ऑस्कर वाइल्डची प्रेरणा दुःखात लपेटलेली होती. 'दुःखापासून पलायन हा आत्मघात आहे. सुख उथळ आहे. दुःखच खरं शाश्वत आणि समृद्ध करणारं आहे,' अशा गहिऱ्या शब्दांत त्यानं सर्जनऊर्मीचं वर्णन केलं. बीज पडलं की प्रसववेदना आणि प्रसूती अपरिहार्य. मनुष्यजन्माइतकीच हीही प्रक्रिया गूढ आणि विश्वव्यापी आहे. उगीच नाही ओशो आणि कृष्णमूर्तींसारख्या गाढ्या तत्त्वज्ञान्यांनी 'क्रिएटिविटी'वर पुस्तकं लिहून ठेवली!

फुलपाखरी आनंदातून होणारं सर्जन आणि खळखळून हसवणारा विनोद हीही साहित्याचीच अंगं- दर्जेदार आणि स्पृहणीय. परंतु टपटपीत मोत्यांसारखी कल्पनाबीजं मनाच्या तळाशी शोधताना आणि त्यांना कोंदण करणारे बावनकशी शब्द घडवताना अनेकांनी तपश्चर्या केली ती दुःखाचीच. रंगांचे फलकारे अजरामर केले, ते अपरिमित दुःख झेलल्यानंतरच. नात्यांच्या मोडतोडीतून निघणारं दुःख, विसंवाद आणि असहाय एकटेपणात रुतलेलं दुःख, एकतर्फी प्रेमात प्रसवणारं दुःख, विश्वासघात-मृत्यू-अंतर यातून तयार होणारं दुःख, आणि फाळणी-युद्ध-हत्याकांडांसारख्या राजकीय-सामाजिक उलथापालथी जन्माला घालतात ते निर्घृण दुःख. दुःखानं धुमसत्या अशा स्फोटक ज्वालामुखींचा मागोवा साहित्य-शिल्प-चित्रकला-चित्रपटसृष्टीतल्या कित्येक कलाकारांनी घेतला आणि भारलेल्या मनोवस्थेत, अजरामर कलाकृतीच्या भेटी समाजाला बहाल केल्या. कुसुमाग्रजांची स्वातंत्र्यसंग्राम काळातली कविता, लिझोनार्दो द विंचीचं प्रसिद्ध 'द लास्ट सपर' पेंटिंग, व्हॅन गोचं वेड, हेमिंग्वेचा आत्मघात, गुरुदत्तचं दुःखात आकंठ बुडलेलं आयुष्य

आणि तितकेच उत्कट चित्रपट... किती उदाहरणं देता येतील! सुख रंजक आणि अल्पायुषी असतं. पण आत्म्याला घडवतं आणि अस्तित्व उंचावतं, ते शाश्वत दुःखच. संवेदना या शब्दातच वेदना लपली आहे! स्वतःला मुद्दाम क्लेश देण्याची एक सवय काही कलाकारांना असते, हे मानसोपचार तज्ज्ञ सांगतात. क्लेशांच्या काळ्या वेटोळ्यांत प्रतिमेची चेतना लपलेली असते, यावर कुणी विश्वास ठेवणार नाही. परंतु दुःखातली स्वतःची घालमेल दुरून पाहताना कलाकार उद्दीपित होतात आणि अद्वितीय काव्य लिहून जातात, ही उदाहरणं कमी नाहीत. कलाकार देवदूत असतो म्हणतात. त्याची कल्पना, प्रतिमा, अश्रू, यश हे सगळं दैवी स्पर्शातून घडतं. ते सुदैवाचे आविष्कार. सर्वशक्तिमान ईश्वराचे प्रसाद. मर्त्य मानवाला उंच पातळीवर नेणारी ही निर्मिती. तिचं मूळ दुःखात असावं, कलाकारानं प्रेरणेच्या शोधात दुःखाच्या आहारी जावं, हे किती विचित्र!

भावनेच्या प्रदेशात मन आणि हृदय यांचं फार विशिष्ट अद्वैत घातलं गेलं आहे. हृदय ही तर एक जैव, जिवंत, मांस-पेशी-स्नायूंची, आकार-वस्तुमान असलेली, डोळ्यांना दिसणारी आणि स्पर्शाला भासणारी खरीखुरी चीज. तर 'मन' ही एक धूसर, अमूर्त, काल्पनिक संकल्पना. खरा तर विचार, तर्क, निर्णय या असल्या गोष्टींमध्ये मनाचा व्यापार-उदीम मेंदूशीच अधिक; पण आपण मनाला हृदयात बसवलं. तर्कशास्त्राला फाटा देऊन मूर्त हृदयाला अमूर्त प्रतिमा देऊन टाकली. मनावर वार होतो आणि मनाला जखम होते; पण मेंदूचा तोल त्यामुळे सुटल्याचं ऐकू येत नाही. याचा व्यत्यास मात्र खरा आहे. मेंदूतली केंद्र कुचकामी झाली की तोल सुटतो तो मनाचा; हृदयाचा नव्हे. मनावरचे वार झेलतं ते खरं हृदय! वेदनेचा वार तेच वागवतं आणि वेदनेत मुक्तीही तेच शोधतं!

जातीच्या कलाकाराची गोत्रं अनेक. पहिल्या पावसात आनंदानं नाचणारी, मृद्‌गंधानं वेडी होणारी, बांबूतली झुळूक ऐकणारी, कृष्णलीलांत काव्य शोधणारी आणि मीरेची मधुराभक्ती टिपणारी संवेदन मनं. परंतु दुःखाला रोपून त्यांना अंकुरताना पाहताना भान हरपलेल्या कलावंतांची जातच निराळी आहे. हे दुःख फोफावून त्याचं निबिड रान होतं त्यात मुद्दाम हरवून घेण्याची ही मानसिकता आहे. सोयी-सुविधांनी तुष्ट होणं त्यांना मान्य नाही. त्यापेक्षा वेदनांच्या फुलांची शेती फुलवणं त्यांना धार्जिणं आहे. एकटेपणा आणि अंधार दाटलेल्या महादालनाच्या मध्यभागी व्याकूळ उभं राहून गहिऱ्या अश्रूंच्या सागरात स्वतःला बुडव्या लोटणारे हे लोक निर्मितीच्या त्या अजस्र त्सुनामीवर आरूढ न झाले तरच नवल!

संगीत-लेखनाच्या निकट सान्निध्यातला माझा अनुभव फारसा हुकमी नाही. गायला बसल्यानंतर कधीकधी लोण्यातून सुरी चालावी तसा आवाज चालू लागतो. श्रम नाहीत. झटापट नाही. कणसुरेपण नाही. वळवावा तसा वळतो. न्यावा तिकडे गुमान, आनंदानं येतो. यथावकाश तापतो आणि मनातलं गाणं पूर्ण करतो. पण कधीकधी तोच आवाज इतका परका होतो की कोण गातंय हा प्रश्न पडावा. घट्ट, आडमुठा, हट्टी, शुष्क. कल्पनाशक्तीही गोठल्यासारखी होते आणि काहीच पुढे सरकत नाही. आवाजाच्या या लहरीपणाची मुळं कशात आहेत ते समजून घ्यायचा मी प्रयत्न केला. शारीरिक थकवा, अशांत झोप. पण समुद्राच्या भरती-ओहोटीचं चंद्राशी असतं तसं या गाण्याचं नातं अंतस्थ भाव-भावनांशी असतं हेच सत्य आहे. कोऱ्या पाटीसारखं, हलकं, प्रसन्न मन नव्यानव्या सुरावटी सहजी सुचवतं आणि आवाजाला खुशाल जमेत धरत जातं. आवाजही आनंदानं या मैदानात उतरतो. संपला तरी आत सुरूच राहणारा हा रियाज! परत परत तो बोलावतो. पण हेच मन काही कारणानं जड झालं असेल, अस्वस्थ असेल तर मग कल्पनाशक्ती आणि आवाज एक होतात आणि असहकाराचं बंड पुकारतात. ही एक असहाय जाणीव आहे. मनात दुःख असेल तर गाण्यात आधार शोधण्याची चूक करू नये. तो मिळायची शक्यता नाही. प्रेमभंग, दारुण अपेक्षाभंग, अतीव दुःख झालेले जुन्या सिनेमातले नायक-नायिका जेव्हा सुरेल गाऊ लागतात, तेव्हा यातलं 'झूठपण' जाणवून हसू येतं. घनगंभीर, आर्त, करुण प्रकृतीचे राग गातानाही मनोवस्था स्वच्छ, प्रसन्न, मोकळीच लागते, हा माझा दावा आहे. जाणकारांनी तो जरूर बदलावा!

कविता वा गद्य लेखन मात्र दुःखात, अस्वस्थतेत फुलतं. माझ्यापुरतं सत्य हे आहे की अभिव्यक्ती ही चीज सीमेची लहरी आहे. तिला ताब्यात वा काबूत ठेवायला जाऊच नये. दिसली की पकडावी. धरून ठेवावी. दिसावी म्हणून तिची आराधना करता येत नाही. तिला जाताना पाहून हताशपणे हात चोळत बसण्यापलीकडे आपण काही करू शकत नाही. क्षणापूर्वीचं आठवत नाही! कल्पनेचे अभिजात क्षण अकल्पित असतात. ते अनपेक्षित येतात. सुंदर रंगीत पक्ष्यासारखे अंगणात उतरतात आणि पावलांची नक्षी उठवून हळूच उडून जातात. कधी चारा, दाणा-पाणी घातला तर आनंदानं टिपतात आणि थोडे रेंगाळतात. पण अज्ञाताकडून येऊन परत अज्ञाताकडेच ते उडून जातात.

पाऊस-पानं-फुलं-जंगलं पाहत चालणं, शॉवरच्या धारांखाली उभं असणं या काही ध्यान घडवणाऱ्या क्रिया. यादरम्यान कल्पना अचानक फुटते. या सगळ्याचा संबंध सातत्याशीही आहे. एखादा लेख वा कविता वा निबंध लिहिण्याची प्रक्रिया सुरू असते, तेव्हा अंतर्मनात तोच विषय गुंजत असतो. प्रत्यक्ष पेन किंवा कीबोर्ड

थांबले तरी तो तसाच गुंजत असतो. जो कलाविषय आपला ताबा घेऊ पाहतो आहे ते ओळखणं खूप महत्त्वाचं. हातातलं काम सोडून त्या विषयाला शरण जाता आलं तर खूप काही सापडून जातं!

कविता कशी होते त्यावर मी एकदा कविता लिहिली.

प्रतिभेचा हा आभास आहे,
की अंदाज,
की आविष्कार?
जेव्हा शब्द झरझरझर उलगडत
पार आतल्या मनाला परिवर्तित करत
कवडसे पाडत
रंगीत कणांना सांडत आपणहून वश होतात
कुणास माहीत कशी
एरवी खोल डोहात बुडून राहिलेली अभिव्यक्ति
सुळकांडी घेते, मत्स्यकन्येसारखी वर अवतरते
आणि सूर्यस्नानात सोनेरी वर्ख घेते

कलती संध्याकाळ,
जी एरवी निघताना
बेचैन करून जाते
तीच कधी तिचा सोनेरी मूड मला देते
आणि
स्वतः मात्र अंधाराच्या ओढीने
पुढे निघून जाते!

'ऊर्जा ते ऊर्मी' : मल्टिटास्किंग प्लस..

पंडित रविशंकरकन्या अनुष्कानं एका मुलाखतीत मल्टिटास्किंगवर एक सुंदर भाष्य केलं.

'निर्मितीच्या बहुआयामी प्रवासात माध्यमं आणि भाषा जरूर बदलतात; पण आपली ऊर्जा ते एकमेकांना देतात. त्यामुळे या प्रवासात एकसुरीपण वा कंटाळा नाही!'

मला एक उपमा सुचते. शेतजमिनीत खरीप-रब्बी पिकांनंतर तागासारखं बिनरोखीचं पीक घेऊन जमिनीला उसंत दिली जाते. शेतं जाळणंही याचाच भाग.

कडक उन्हात पडीक माती खालीवर केली जाते ती तण, किडे मारून टाकण्यासाठी. मग तिला खतपाणी द्यावं. मशागत द्यावी. 'स्पा' भेटीप्रमाणे या उसंतीनंतर थकलेलं शेत परत ताजंतवानं होतं. पेरलेल्या दाण्याला शंभराने गुणून त्याचं कणीस करणारा चमत्कार निसर्ग यानंतर सहज दाखवतो. सर्जनालाही हेच लागू आहे. ऊर्जा ते ऊर्मी असा हा सुंदर प्रवास. विषयापासूनची तात्पुरती फारकत ही वास्तविक त्याच विषयाची अप्रत्यक्ष, नेणिवेतली साधना असते. विषयांतराचा महिमा मोठा आहे. विषयांतराचा अर्थ प्रत्येकानं स्वतःपुरता शोधायचा असतो. श्वासांवर केंद्रित केलेली ध्यानधारणा, विपश्यनेसारखी मौन-उपासना हेही विषयांतराचेच मार्ग आहेत. मात्र, मौनातली शांतता विचारांच्या जाळ्यात अडकून पडली तर त्याचा थकवाच अधिक; त्यापेक्षा कामानं थकावं!

हायपर स्पेशालिटीच्या या युगात जनरल योग शिकवणारे शिक्षक कालबाह्य होत आहेत. 'पायाच्या घोट्यातल्या कमी वापरल्या जाणाऱ्या स्नायूंसाठीचा योग' छाप अतिविशिष्ट संकल्पना चलतीत आहेत. या पार्श्वभूमीवर, मराठी-इंग्रजी-गद्य-पद्य-स्फुटं-तैलचित्रं-तराणे-नृत्यनाट्य-आर्किटेक्चर... अशा विस्तृत इलाक्यात फिरणारं माझं आयुष्य! अनेकांना अनाकलनीय, अनावश्यक प्रकल्पांनी ग्रासलेलं कम्पल्सिव्ह वाटत असेलही; पण मी पावलापुढे पाऊल टाकते आहे. मला दुसरा पर्याय नाही. निर्मितीच्या क्षणाची तुलना कड्याच्या टोकावर उभं असण्याशी केली गेली आहे. इट इज अ पॉइंट ऑफ नो रिटर्न. तिथं बाकीचे सगळे पर्याय संपतात...

संघर्ष : एक उच्च दाबाचा शब्द

माझ्या आयुष्यातला संघर्ष ए-टिपिकल, आउट-ऑफ-द-बॉक्स आहे. सुदैवाला स्मरून लिहिते की, गरिबीतलं लहानपण, वंचित मनोवस्था, चांगल्या संधी न मिळणं, राजकारणी कारस्थानांना बळी पडणं, जवळच्या माणसांशी वितुष्ट, विसंवाद, फसवणूक, कमालीची प्रतिकूलता, आर्थिक चणचण, इस्टेटीवरून वाद, भाऊबंदकी... असल्या दे-मार कारणांमुळे माझ्या आयुष्यात घडलेले संघर्ष शून्य. देवाच्या दयेने, प्रकृती स्वास्थ्यासारखा आपल्या हातात नसणारा मोठा भागही कायम माझ्या सहकारात राहिला. त्यामुळे, आत्मचरित्रासारख्या वाटणाऱ्या या लिखाणात स्वतःची किंमत वाढवून सांगायला मी या संघर्षाचा आधार घेऊ शकत नाही.

आमचे संघर्ष सूक्ष्म, आंतरिक, खास कलाकारी, 'इनर कॉन्फ्लिक्ट' या संज्ञेनं सजलेले.

अंतर्मन कशाकडे तरी ओढ घेतंय आणि आजूबाजूच्या भौतिक सरंजामाच्या ते गावीही नाही, ही परिस्थिती अनेकदा येते. इथं अनामिक ओढ, जबर मोह यांना मुरड घालणं प्रचंड कठीण जातं; परंतु तरीही मी हे संघर्षाच्या सदरात टाकणार नाही.

संघर्षाची माझी रणं फार मर्यादित आहेत. सीमेची भावनिक जवळीक असणारी ठिकाणं म्हणजे माझं कुटुंब आणि अत्यंत जवळचे सुहृद. पळं आणि पेशी जाळणारा आंतरिक संघर्ष जर कधी उद्‌भवलाच, तर तो फक्त इथं.

आधीची वर्षं अननुभवी होती. सरकत्या वर्षांबरोबर डिझाइन-ड्रॉइंगवर सहज हात बसत गेला. आणि रणनीतीचा अंदाज आला. मला आठवतं, सुरुवातीच्या काळात भरपूर काम करून दिल्यानंतरही आमचे मानवेतनाचे चेक्स न मिळण्याचे काही प्रकार घडले. त्या वेळी मनाची चरफड झाली. सात्त्विक संताप आला. हळूहळू वर्षं गेली, तशा माझ्या चुका मला कळल्या. लेखी/बोली कराराचा वेळीच न धरलेला आग्रह, स्वतःच्याच ऊर्मीतून भारून जाऊन केलेलं अमापसमाप काम, समोरच्या माणसाला नीट जोखण्यातलं अपयश- या काही चुका झाल्या होत्या. त्यांचं खापर कुणावर फोडणार? करार, ड्रॉइंग्ज/प्रेझेंटेशनची पद्धत आणि फीचा विषय या मुद्द्यांना कुठले नियम लागू नसतात. माझे कित्येक प्रॉजेक्ट्‌स करारावाचून होतात. स्केचेस-ड्रॉईंग्ज कशी-किती करावी यालाही काही नियम नाही. कुणाला नुसत्या तोंडी वर्णनातून चित्र कळून जातं; कुणाला एखाददुसरं पेन्सिल-स्केच पुरतं. कुणाला प्रत्यक्ष रंग, सॅम्पल्स दाखवावी लागतात, तर कुणाला भरपूर ड्रॉईंग्ज, फोटो वगैरे. फीचा विषयही असाच. फीची रक्कम अर्थात प्रॉजेक्ट-प्रकारावर अवलंबून असते. प्रकल्पागणिक ती कशी, किती आकारावी याचे आडाखे बदलतात. मागच्या कामाची फी बुडली म्हणून या नव्या कामाच्या आघाडीलाच धाड्‌कन फीबद्दल बोलणं प्रशस्त ठरतंच असं नाही. समोरच्या व्यक्तीचा अंदाज, लहेजा, नीतिमूल्यं यांचा अंदाज घेऊन हा विषय योग्य तऱ्हेनं मांडावा लागतो. आमचा आर्किटेक्चरल सल्ला हे वाणीसामान नसल्याने 'आज रोख उद्या उधार' अशी पाटी लावून कधीच चालत नाही. योग्य क्षण पकडूनच हे प्यादं पुढे सरकवावं लागतं. एवढं सगळं चातुर्य तेव्हा कुठून असणार?

घरगुती तपशीलही कधी कधी असल्या वयसुलभ संघर्षात गोते खात. उच्च शिक्षण की नुसतीच नोकरी, संसार-कृत्य 'वेळीच' करणं वा पुढे ढकलणं असल्या व्यक्तिगत निर्णयांच्या वेळी माझा स्वतःशी थोडा संघर्ष झाला. कारण माझं मध्यमवर्गीय बाळबोध जग.

रस्ते-वीज नसताना, निळ्या तलावाकाठी डोंगरावर कौलारू छोटंसं घर बांधून तिथं आत्मशोध घेण्यासाठी वा कलोपासना करत राहता येणं, हे मला प्रचंड लोभावणारं चित्र होतं. ते तसं बांधता यावं म्हणून मी पुण्याजवळ जमीनही घेतली होती. मात्र विमानतळ, उत्तम विद्यापीठं, लायब्ऱ्या असल्या शहरी सुविधांच्या पायावर आमची कौटुंबिक चौकट कशी स्वस्थ विसावलेली आहे, हे मी विसरू

शकत नाही. परिणामी हे स्वप्न गंगार्पण करावं लागलं. त्याच्या आठवणीनं कधीतरी मधूनच एक संघर्ष मनात माजतो आणि यथावकाश शांत होतो.

रिकामी असणारी संध्याकाळ निरर्थक गाठी-भेटी-जेवणं-पार्ट्यांनी कोंबून भरावी का? एखाद्या सेलिब्रेशनचं स्वरूप काय असावं? जंगी खाना की काव्यसंध्या की कसली देणगी? एखाद्या व्यक्तीचं यश नक्की कशात मोजावं - तिच्या कमाईत, की तिनं जोडलेल्या माणूसबळात की तिच्या कौशल्यात की तिच्या लोकोपयोगी धडपडीत? प्रगती कशी असावी? व्हर्टिकल की हॉरिझॉन्टल. संगीत-पुस्तक-कलाश्रय यांविषयी आमच्या भूमिका काय? ही नामावली आहे कुटुंबजन्य दुवाक्यतेतून उपटलेल्या संघर्षाची. हे संघर्ष खुमखुमी जिरेल एवढा मर्यादित वाद घालून झाला की तेवढ्यापुरते तरी नक्की विझतात. दाताच्या कण्या करून कुणाला काही पटवणे हे एक दुर्दैवी, निष्फळ काम आहे. पण ते अनेकदा करावं लागतं. बाणेदारपणे जगू पाहणाऱ्या स्त्रियांवर तर ती वेळ शेकडो वेळा येते! हे काम साग्रसंगीत करून झालं, तरी अनेकदा माझा संघर्ष संपलेला नसतोच. उलट, स्वरयंत्र फुकट चाबूक मारून दामटवल्यामुळे शीण येतो. स्वतःचाच राग येतो. शिवाय आता वातावरणात (संभाषण संपल्यामुळे) आलेली शांतता, या झालेल्या कृत्याचं निकामीपण अधोरेखित करते.

या पुस्तकाच्या अर्पणपत्रिकेतली नावं माझ्या सासरच्या सुहृदांची आहेत. त्यांचे तिथे उल्लेखलेले 'उदारमतवादी', 'सुस्वभावी', 'आनंदी', 'बुद्धिमान' हे स्वभावविशेष, ही माझ्या कौटुंबिक आयुष्याची सगळ्यात मौल्यवान कमाई! कलाप्रेम प्रत्येकात असतं! कुणाला ते वाचनात सापडेल. कुणाला खेळातल्या कौशल्यात. तर कुणाला पाकक्रियेत. कुणाचं कलाप्रेम रसिक मनोवृत्तीतून दिसेल. आयुष्य नुसतं 'जगण्याला' कटिबद्ध असणं, ही तर केवढी असामान्य कला! माझ्या सासूबाईंमध्ये मी ती कला फार जवळून, अनेक दशकं पाहत आले. घर ही त्यांची कर्मभूमी. तीत त्यांना स्वप्नं, आकांक्षा, आनंद, समाधान, कृतकृत्यता सगळं भरभरून सापडलं. काळाने त्यांच्या पिढीतल्या अनेक स्त्रियांना उच्च शिक्षण-करिअर, अशा अनेक उत्तम संधी सपशेल नाकारल्या. बुद्धी असतानाही त्यांची क्षेत्रं संकुचित राहिली. परंतु हाती आलेल्या कर्मभूमीला रणांगण मानून त्यांनी कष्टांनी, निर्मल मनानं, जिवाच्या करारानं, हिमतीनं आणि जिद्दीनं संसार केला. मुलांना उत्तम शिकवलं. आल्यागेल्याचं 'अतिथी देवो भव' भावनेनं आदरातिथ्य केलं. जगण्याची कला सक्रिय उमटलेली मी त्यांच्यात पहिली आहे.

झपाटलेपणानं निरनिराळ्या कलांमध्ये कार्यरत असणाऱ्या माझ्यासारख्या व्यक्तीची असाधारण धारणा ही अगदी जवळच्यांनाही कळण्यापलीकडची होती. चारचौघांसारखं

एका व्यवसायाची कास धरून मीही खूप यशस्वी व्हावं, ही प्रामाणिक इच्छा आणि प्रोत्साहन त्यांनी माझ्यापर्यंत सतत पोचवत ठेवलं. परंतु संगीत, चित्रकला, लेखन, वास्तुकला या सगळ्या माळांवर सारख्याच आत्मीयतेनं रमलेल्या माझ्यामध्ये वेळापत्रकाचा हुकमीपणा जरा कमीच होता. 'एका'च कौशल्याचा पाठपुरावा आयुष्यभर करत राहणं नसतं जमलं मला! (शेवटी 'किती काही राहून गेलं' छाप खेदाला कोण तोंड देणार! आला क्षण जागून घ्यावा!!) ... जिवंत ऊर्मी पाहणं, झेलणं आणि पेलणं किती अफाट आहे! निर्मितीचं बीज ही एक न दिसणारी शक्ती आहे. ते बीज कधी पडतं, कसं अंकुरतं, त्यावर भले भले लिहून गेले. मी काय सांगणार घरच्यांना! स्वतःच्या आंतरिक विश्वाला, खरं तर व्यापक विश्वालाही हलवून टाकणारी निर्मितीची प्रक्रिया! तिची ऊर्जा, तिचं तेज, तिच्या वेणा आणि आनंद पाहताना, पेलताना, भोगताना मी बहुतेकदा एकटीच होते त्या बेटावर ... अर्थात हे भाग्य, हे प्राक्तन कलेची कास धरणाऱ्यांना अनोळखी नाही. किंचित मनाविरुद्ध असेल; पण असं कलाकारी आयुष्य जगायला लागणारं मानसिक, भौगोलिक, आर्थिक स्वातंत्र्य या कुटुंबानं मला दिलं, म्हणून मी संसार तर केलाच; एक गुणी, लखलखीत मुलगाही माझ्या परीनं जोपासला. त्यांची हसतमुख अलिप्तता आणि स्वयंभू समाधान हे माझे मोठे सुदैवयोग आहेत! सरस्वतीचा कृपाळू वरदहस्त या सुलक्षणी कुलकर्णींवर आहेच; पूर्वपुण्याई, आनंदी ग्रह-तारे आणि अपार मेहनत यांच्या जोरावर त्यांनी लक्ष्मीलाही जिंकले.. ती चिंता केव्हाच मिटली आणि आता कित्येक वर्षं तर सुती-सात्त्विक चिजांकडेच मन ओढ घेतं. या श्रीमंतीचा साक्षात्कार एकदा झाला की हजारो ऐहिक संघर्ष लुप्त होतात.

माझ्या व्यवसायात संघर्ष नाही. समोरच्याशी जमवून घेत काम करणं मला जमतं. जिथं अगदीच एकांगी परिस्थिती दिसते, तिथून मी वेळीच काढता पाय घेते. माझे प्रॉजेक्ट अपवादासाठीही जाहिरातबाजी किंवा मी पाठपुरावा करून आलेले नसल्यामुळे प्रॉजेक्ट जाईल का, दुसरा येईल का, या बाबतीत मी निर्भय असते. शिवाय व्यवसाय कितीही आवडता असला आणि माझं काम मी मनोभावे करत असले तरी 'इदं न मम'ची निर्लेपता मला सुदैवानं छान जमते.

शांत एकटे सवडींचे अर्थपूर्ण पॉजेस मला अत्यंत गरजेचे वाटतात. या क्षणांवर कुणी घाला घातला, हक्क सांगितला, तर होणारा संघर्ष सर्वांत कठीण आहे, असं मी म्हणेन. घर-गृहस्थी सांभाळून स्वतःची निर्मितिक्षम मूल्यं जागती ठेवणं हे आव्हान वाटतं, ते यामुळेच. निसर्ग, अध्यात्म, गुरुवचनं, तेजस्वी सुहृद, उत्तम साहित्य हे अशा वेळी माझे गुरू होऊन येतात आणि संकटात सापडलेला माझा आनंद मला सहीसलामत सापडतो. शिर सलामत तो पगडी पचास!

संघर्षावर हा निबंध लिहिताना मी चांगलीच विचारात पडले. अनेक घडलेल्या-न घडलेल्या प्रसंगांचा मनात उल्लेख उमटला. ही एक उलट तपासणीच झाली. जे क्षण संघर्षाचे वाटले, तो खरंच संघर्ष होता की नुसताच मनात उडालेला गोंधळ? की माझा दुराग्रह? की माझी भूमिका ठीकठाक अचूक असताना इतरांचा दुराग्रह? जी तारांबळ मी आंतरिक संघर्षाच्या सदरात टाकली ते खरे संघर्ष होते की मलाच छान जगण्याला आवश्यक ती त्रयस्थ, सुटवंग भूमिका घेणं सुधरत नव्हतं?

अनेक जण संघर्ष या उच्च दाबाच्या शब्दाची खिरापत कशी करून टाकतात आणि तो रोजच्या आन्हिकांचा भाग असल्यासारखा तो कसा अंगीकारतात, हे पदोपदी जाणवून मी स्वतःला आता करमणुकीचं एक चॅनेलच उघडून दिलं आहे! आता अलीकडे नाही त्या गुंत्यांत अडकून बसून त्याला संघर्ष वगैरे उच्च दाबाची नावं देत बसण्यापेक्षा मी,

'ज्याचे त्याला!'

'नथिंग इज द एंड ऑफ द वर्ल्ड'

'फार तर काय होईल?'

'झक मारली मी!'

'डिस्काउंट हर और हिम'

'लेट इट बी'

यापैकी कुठलातरी एक मंत्र म्हणते आणि पुढे चालू पडते.

जगड्व्याळ मल्टिनॅशनल कॉर्पोरेशन्स, जागतिक बँका, मोठमोठ्या संस्था यांच्या अग्रस्थानी स्त्रिया असणं ही आता एकविसाव्या शतकात अपूर्वाईची गोष्ट राहिली नाही. त्यामुळे आर्किटेक्ट म्हणून माझ्यासारख्या स्त्रीनं करिअर करणं यातही काही विशेष नाही. काही विशेष असलंच तर ते म्हणजे भारतीय स्त्री म्हणून या भारतवर्षातल्या निमशहरी/निमग्रामीण भागांत काम करताना अनुभवाला येणारे विनोदी क्षण किंवा डोळे उघडवणाऱ्या, काही शिकवून जाणाऱ्या घटना. माझा आनंद दुहेरी आहे. आर्किटेक्चरसारखं कलाभावी, जीव गुंतवून ठेवणारं क्षेत्र आणि स्त्रीच्या भूमिकेतून माझं तो व्यवसाय जगणं. तुरळक वाईट अनुभव आला असेल. बाकी प्रामुख्यानं वाट्याला आले ते स्त्री आर्किटेक्ट म्हणून आदर-सन्मान. जरा ढील दिली किंवा मोकळेपणानं बोललं, हसून पाहिलं तर पुढे सरकणारे पुरुष सर्वत्र पाहिले; पण ते डरपोक असतात. चुकीचे संकेत जात नाहीत एवढी काळजी घेतली तर ते बिचारे आक्रमक होत नाहीत, हे मी खात्रीनं म्हणू शकते.

फार पूर्वी एकदा सरकारी काम करत असताना त्या मंत्र्याचे वेगळ्याच सुरातले एक-दोन फोन रात्री आले. संतापून किंवा घाबरून न जाता मी ते स्थिर, खंबीर आवाजात, कमी शब्द वापरून जागीच परतवले. नंतर त्या माणसानं त्रास दिला नाही. दुसरं उदाहरण म्हणजे उत्तर प्रदेशातून आलेला बिधिचंद नावाचा कसबी सुतार. बिधिचंद हे रूढीप्रधान भारताचं सूचक उदाहरण आहे. ते गंभीर आहे, पण करमणूक करणारं आहे. हा उत्तम कारागीर होता. वागणुकीला नेक. मोठं काम आलं तर कसबी भाईबंदांचा जथा आणून उभा करे; पण त्याला उत्तर प्रदेशी खास पुरुषप्रधान भारतीयतेचं बाळकडू मिळालेलं असल्यामुळे एका बाईच्या हाताखाली काम करणं त्याला महाकठीण जाई. त्याची बॉस मी होते हे तर जगजाहीर. मग बिचाऱ्याची नुसतीच पंचाईत होई. भ्रम, अहं, स्वप्रधानता इत्यादींना पकडून बसल्यामुळे तो काम मुश्कील करून सोडे कधीकधी. कालांतरानं मला त्याची सवय झाली आणि एक युक्ती सुचली. त्याला काहीही समजावून सांगताना मध्येमध्ये, "भाईसाब, ये ठीक रहेगा?" "आपको क्या लगता है?" असे त्याचा अहंभाव सांभाळणारे प्रश्न पेरायचे. त्याला साइटवरच्या इतर चमूवर लक्ष ठेवायला सांगून तो माझा 'खास आदमी' आहे हे भासवायचं. तो खूश. माझंही काम फत्ते!

स्त्री म्हणून पुरुष वर्गाकडून मला कधीच भेदभावयुक्त वागणूक मिळाल्याचं आठवत नाही. माझा सल्ला पुरेशा गांभीर्यानं ऐकला जातो याचं कारण आणखी काही नसून, कामा विषयीची माझी श्रद्धा, गांभीर्य हे असावं. अनुभवाची वर्षंही याला कारण आहेत. प्रामाणिकपणा, कष्ट, सच्चाई या गुणांची केवळ स्त्री म्हणून खिल्ली उडवणं हे सोपं नाही आणि वाकड्यात जाऊन एवढं वाईट वागणारी माणसाची जातच नाही!

माझे सहकारी, विद्यार्थी, क्लायंट्स, इंजिनिअर्स यांत बहुतांशी पुरुष आहेत. त्यांच्याशी माझा संवाद उत्तम आहे. स्त्री क्लायंटबरोबर कामाचं बोलणं संपलं की घर-संसाराविषयी जुजबी देवाणघेवाण होते कधीतरी. पण ती तर माझ्या इंजिनिअर्सबरोबरही कायम होत असते! खरे उपद्रवी असतात, ते आडभागातल्या स्त्रियांकडून न विचारले गेलेले प्रश्न. कर्नाटकातल्या आमच्या साखर कारखान्याच्या परिसरात रहिवासी कॉलनी आहे. संध्याकाळी मी चालायला बाहेर पडले की पाय मोकळे करायला निघालेल्या कानडी गृहिणींचे थवे दिसतात. त्यांतल्या अनेकींशी माझ्या चेहऱ्यानं परिचय आहे. चालता चालता काही जणी माझ्याकडे नवा विचित्र प्राणी पाहावा तशा पाहतात. रोखून, मागे माना वळवळून, कपाळाला किंचित आठ्या घालून पाहतात. मुंबईला माझं घर आहे. तिथून मी अशी दिवसचे दिवस बाहेर असते. रात्री-बेरात्री प्रवास करते, पुरुषांबरोबर जीपमधून हिंडते, जेवते-खाते - हे सगळं थोडं जास्तच होतं त्यांना. घरदार मी फुंकलं नसेलच, ही तर त्यांच्यापैकी

कुणाचीच खात्री नाही. वर्षांनुवर्ष अशा दोन-अडीच हजार वस्तीच्या आडगावी राहून कूपमंडूक वृत्तीशिवाय त्यांना आणखी काय सापडणार? मुबलकतेत गेलेलं सुरळीत लहानपण, मुंबई शहरी शिक्षण, परदेशी प्रवास वास्तव्य, संधीची अनुकूलता, निर्णयाचं स्वातंत्र्य ही रेलचेल माझ्याभोवती असताना त्यांची संकुचित मानसिकता मी समजू शकते. देवाचे, दैवाचे आभार मानते. माझ्याकडे रोखून बघता बघता नजरानजर झालीच, तर त्या थव्यातली एखादी काळी-सावळी पट्कन छान हसून जाते आणि त्या क्षणी 'तुझं कसं गं - माझं कसं गं'चा अड्डा जमवावा वाटतोच मला तिच्यासोबत! ती इच्छा मात्र अपूर्ण आहे अजून. भाषा कुठे येते आम्हाला एकमेकींची? द्व्यर्थी!...

कधी, आता चांगली ओळख झालेला एखादा पस्तिशीतला गुणी इंजिनिअर संध्याकाळी गेस्ट हाउसवर आवर्जून बायकोला मला भेटायला घेऊन येतो. "काय-कसं काय होतं!" त्याच्या माध्यमातून. मग त्याचं सुरू होतं-

"मॅडम, इसको कुछ बोलो. हरवक्त कालनी के लेडी लोग के साथ बातें करता रैता है. सब बकवास बाते रैता है, इन लोग का मॅडम! घर में दो छोटा बच्चा है, ये भी बी.ए. किया है मॅडम. अच्छा पढेगा, अच्छा सुनेगा तो बच्चों को कुछ दे पायेगा. यहाँ और क्या है बच्चा लोग के लिये? हम लोग तो दिनभर काम में बिजी रैता है. घर का अच्छा कौन देखेगा मॅडम? हम हमेशा आपका बारे में बोलता है, इसीलिए मिलाने को लाया."

मी गप्प.

आजूबाजूला संधींची चमचम पसरलेली असताना एखादी उचलून तिचं सोनं करणं वेगळं. आणि या खडकाळ माळावर कुठे मातीखाली एखादा कण चमकतोय का ते श्रम घेऊन शोधणं वेगळं. मी फक्त दोस्तीत तिला सांगते, "छान राहा गं! मेहनतीनं राहा. रसिकपणे जग. मुलांकडे पाहा. मुलं जे घरात पाहतात, ते उचलतात..."

अर्घ्य

"तीनफुटी पन्ह्याचं बरोब्बर बेतलेलं आयुष्य जगतेस!"

असं एक मैत्रीण म्हणते. आवडणाऱ्या सगळ्या गोष्टी करत, किंबहुना आवडणाऱ्याच गोष्टी करत चाललेली माझी कलंदरी पाहून तिला हे वाक्य सुचलं असावं. पण पन्हा? तोही तीन फूट? माझं आयुष्य काय मांजरपाटाचा तागा आहे? तिनं स्तुतिपर ते म्हटलं, पण माझ्या नाकाच्या शेंड्यावर जरा रागच आला.

सूर गळ्यात असतो, पण लय रक्तात असावी लागते. माझ्या रक्तात लय नाही. त्याच त्या बोलांची एकामागून एक ठेक्यात आवर्तनं घेत राहण्याची माझी

प्रकृती नाही. त्यातूनच ही 'नॉन-सायक्लिक जॅझ' संगीतासारखी कलंदरी येत असावी! चाकोरीविनाची. ठराविक लयीची आर्वतनं नसलेली. या कलंदरीत अपरिमित सौंदर्य आहे. साहसात रुजलेलं औत्सुक्यही. आयुष्याला भिडणं सोपं नाहीच. चार का, चाळीस गोष्टी सोडाव्या लागतात. प्रयोगांची कास धरायची तर सुरक्षित मार्ग सोडावा लागतो. अंतरातून जो स्वच्छंदी उद्‌गार ऐकू येतो त्याला प्रतिसाद देण्याची धडाडी माळावरून गोळा करून आणावी लागते. आणि तरीही बेचैनी घिरट्या घालतेच! ही चाकोरीबाहेरची वाटचाल वळणांची, चढणांची आहे. मात्र शिखराला असतो अप्रतिम, अविचल काळा कातळ... त्याच्या गारव्याची ऊब तिथं पोचल्याशिवाय सापडत नाही!

माझ्या आधारयंत्रणा त्यांचं काम कधीही बिनशर्त वगैरे करत नाहीत. हा प्रकार सब झूठ आहे. पण व्यवहार पारदर्शी, नितळ खरा. गुण्यागोविंदानं चाललं तर आबादीआबा़द. सगळं अगदी आलबेल. पण जरा जरी दुसरीकडचे तणाव घरात आणले, तर तेच तणाव चारपट होऊन धडाधडा माझ्यावरच आदळायला सुरुवात करतात. इथं दयामाया नाही. सहानुभूती नाही. लहानपणी वाटे, तसा सुबक नीटनेटक्या आनंदी घरांमधली सगळी कामं अल्लादिनच्या जिनसारखा कुणीतरी येऊन अदृश्य बिनबोभाटपणे करून जात नसतो, हेही ज्ञान मला आयुष्याच्या सुरुवातीलाच मिळालं. हप्ते देऊन कामं करून घेण्याचा स्वभाव नाही त्यामुळे अंग झाडून कामं करणं ओघानंच आलं! असा उरका पाडण्याची एकदा सवय पडली की मग सगळ्या कामांना वेळ पुरतो, आणि उरतोही! यंत्रणेचा पाया मग सगळं काही तोलून धरतो, आणि वसंतातले वेडे बहर केवळ माझ्यासाठीच असावेत असे फुलतात.. मात्र हा अनुभव सोपेपणानं नाही मिळाला. कष्टांची दशकं निघून गेली. पंखांत बळ भरणारी एक अनामिक शक्ती या यंत्रणेत आहे, हे कळेपर्यंत काळ्याकुरळ्या जावळाचं माझं पोर उंचीनं माझ्यावर गेलं होतं!...

जगाला आपले आनंदाचे क्षण दिसतात आणि उत्सव. पण सपशेल आपटलेले, तोंडघशी पाडणारे क्षण सपाटून दुःखसंताप देतात तेव्हा? एका विजोड पार्टनर मुलीला घेऊन अमेरिकेत एक बुडीतखाती व्यवसाय उघडण्याचा चकवा मला पडला होता. यात वर्षभराचा वेळ, केवढेतरी पैसे आणि अनेक सुंदर स्वप्नांचा अमानुष चुराडा झाला. पण केस उपटत स्वतःला शिव्या देण्यापलीकडे काहीएक करणं माझ्या हातात नव्हतं. गेलाच ना हा प्रकार तीनफुटी पन्ह्याबाहेर? पण हे सांगून मी त्या पन्हावाल्या मैत्रिणीचा मत्सर कमी करू इच्छित नाही. मत्सर वाटणं, अनुकरण करणं- ही टोकाच्या स्तुतीची रूपं आहेत अशा अर्थाचं एक इंग्रजी वचन आहे. माझी दोन्हीलाही हरकत नाही!

आत दुःखाची बेगमी असते तेव्हा बाहेर आनंद पसरतो, हेही माझ्यासारखीच्या

बाबतीतलं एक निखळ सत्य आहे. आपल्या कुडीतल्या मूठभर हृदयाची क्षमता अफाट, अफाट असते.

निसर्गानं दिलेल्या शंभरीचे चार भाग पडतात, ते आश्रम. गृहस्थ आणि वानप्रस्थ यांचा संधीचा हा पन्नाशीचा टप्पा. समृद्ध अनुभव आणि थोडीफार अक्कल हाताशी आहे- पंचविशीतल्या गद्धेपणाचा उपद्रवी तुकडा केव्हाच पडून गेला आहे आणि वार्धक्याच्या सावल्या अजून दूर आहेत- अशा संधिकालाचा सुंदर टप्पा. शोकांतिक, उफराटं काही घडलं नसेल तर हा टप्पा हाती येतो. अति बंडखोरी न करता आणि फार फाटे न फोडता जगत गेलं, साहस, उन्माद अशा सगळ्याला शह देत आणि वळसे घालत जात राहिलं तरी तो सहज सापडतो. पाच किलो वजनाच्या ग्रंथपारायणाचा कष्टप्रद कार्यक्रम म्हणजेच फक्त अध्यात्म नाही! आपल्या दिनक्रमाला, डोंगर-दऱ्या-समुद्राच्या निसर्गाला, शहराच्या गजबजाटाला, मैत्रीला, नात्यांना, चित्रांना, संगीताला सगळ्यालाच अध्यात्माची सुंदर बाजू आहे, हेही हाच टप्पा सांगतो.

ईश्वरी कृपेचा प्रसाद लाभलेले क्षण सोबत असलेले मला जाणवतात. प्रेमानं जगत असलेल्या आयुष्याचे असंख्य पैलू मग कृतज्ञ प्रकाशात हिऱ्यासारखे चमकून उठतात. कधी कॉफीचा कप घेऊन, थेट समुद्रावरचा पश्चिमवारा आणणाऱ्या खिडकीसमोर बसून मी कुणा ऋषितुल्य वास्तुशिल्पकाराची बायोग्राफी वाचण्यात गढून गेलेली असते. कधी संतूरवरचा 'जोग' राग खोलीत भरून राहिलेला असतो. आजूबाजूचा संदर्भहीन कोलाहल आणि अगदी गाभ्यातली मी या दोघांच्या मध्ये त्या सुरांनी सुंदर फेर धरलेला असतो. कधी लिव्हिंग रूमच्या दगडी फरशीवर बैठक घालून माझा लिखाणाचा उद्योग तन्मयतेने सुरू असतो. घरभर आपल्या माणसांची लगबग सुरू असते. कधी कुणी विशेष पाहुणे येणार म्हणून घरावर किंचित अधिकच प्रेमानं हात फिरलेला असतो. मित्र-मैत्रिणींचा अड्डा घरी जमून हास्यविनोदात रमून जातो. हौसेनं लावलेल्या चमेलीच्या वेलावरच्या फुलांचा गंध मध्यरात्रीच्या झुळकेबरोबर हलकेच घरात शिरतो. छोटे छोटे आनंद शोधत सहज म्हणून सुरू केलेल्या या प्रवासातून मला अपार आनंद मिळाला. हे रसपूर्ण आयुष्य जगता आलं. त्याचे रंग-गंध मिरवता आले. या सगळ्याची ऋणं तर अनेक जन्मदात्यांची. गुरूंची. या भूमीची.

धूसर, अगम्य गंतव्यापर्यंत पोचण्याची सुप्त आकांक्षा मला विसरायला लावणारा असा आतापर्यंतचा पाच दशकांचा प्रवास होता. या वाटेवर माझा जीव खूप रमला. निमूटपणे ही वाट काटत असताना गंतव्याच्या रूपाबद्दलच्या माझ्या कल्पना एका सुंदर मेटामॉर्फोसिस मधून गेल्या आहेत.

या वाटेवर स्थल-कालाचं भान अनेकदा हरपलं. हर्षभरित आणि दुःखी जागांना स्पर्शत झुलणारा लंबक, खूप उमेदीनं, थोडाही न थकता हलत राहिला. हलकं स्मित घेऊन अव्याहत झुलणारा तो लंबक न चुकता माझ्या पुढ्यात चमकणाऱ्या, हसऱ्या, खळखळणाऱ्या आणि गहिऱ्या क्षणांचं दान टाकत राहिला. त्या दानानंच मला माझ्या अंतर्मुखतेची ग्वाही दिली. या वाटेवरच्या एखाद्या वळणावर उभी असताना कधी एखाद्या पहाटे मी पूर्वेला कृतज्ञतेचं अर्घ्य देण्यासाठी ओंजळ उंचावली. आणि आनंदातिशयानं आपसूक पापण्या मिटून घेतल्या. इथंच, नंतर झरझर वर येणारा सूर्य, 'सारंग' रागाच्या सुरांनी भारून जाणारी माध्यान्ह, भगवा केशरी सूर्यास्त, कातर तिन्हीसांज, चमचमत्या नक्षत्रांनी नटलेली गर्द निळी रात्र या, दिनक्रमाच्या, तितक्याच सुंदर आणि नेमाने येणाऱ्या रूपांची माझी अपेक्षा आणि प्रतीक्षा फिकट होत होत विलीन पावल्याचंही मला जाणवलं. काळ इथं थबकला होता. हे मुक्तीचे क्षण होते.

मुक्तीच्या या धवल क्षणांना माझ्याकडून जागोजागी एक सहज दाद निघून गेली. संपून जावं आता याच ठिकाणी याच वेळी, एवढी कृतकृत्यता मला तेव्हा व्यापून राहिली. वाटेवर भेटलेल्या, भिडलेल्या या अनंत क्षणांच्या नोंदी घेणं मला भाग होतं!

"दाद काय येते हे महत्त्वाचं नाही. ती कुठून येते तिकडे लक्ष ठेव."

हे एक जुनं गुरुवचन मला या प्रवासात कायम दिशा दाखवत असतं. आपली निर्मिती अनेकदा आपल्याला भावून जाते. कारण एका भारावलेल्या मनःस्थितीत ती घडते. चारचौघं तिला वाहवाही देतात. पण चोखंदळ जाणकाराची पावती महत्त्वाची. कधीतरी मी राल्फ वाल्डो इमर्सन या बॉस्टनस्थित कवीची 'यशा'ची व्याख्या त्याच्याच कवितेत वाचली. तीत अशा अर्थाच्या ओळी सापडल्या. इमर्सनची ही कविता माझी प्रेरणा बनून राहिली आहे.

To laugh much and often
To win the affection of children
To win the appreciation of intelligent critics
To redeem a social condition
To leave the world a bit better
by a garden patch
or a healthy child
And to know that
One life breathed easier..

..Because you lived
Is to have succeeded
-Ralph Waldo Emersen

एक प्रिय मैत्रीण मला 'ब्रॉड स्टोक्स पर्सन' म्हणते.

रुंद ब्रशनं निरनिराळ्या रंगांचं ॲब्स्ट्रॅक्ट भराभर चितारणारी. सर्वत्र भटकणारी. खूप विषय जाताजाता हाताळणारी. डोळ्यांचं पारणं फिटत नाही. चमचम कण संपत नाहीत. कलांचा अनुभव, अनुभूती याचा कोश मोठा आहे. हे अमूर्त पेंटिंग करताना कॅनव्हास तर आपलाच; रंगही आपले... कधीच न संपणारे. मग बारीक ब्रशनं निसर्गातलं पान न् पान कोरत बसायचं, परागकणांचे हजार ठिपके सावकाश गिरवायचे, की रुंद मनस्वी फलकाऱ्यांनी हा असीम कॅनव्हास आपल्यापुरता अमर करायचा- हा निर्णय कधीतरी होईलच! आणि नाही झाला तरी ठीकच. सर्जनाची भगवी पताका घेतलेली ही आनंदयात्रा तर मृत्यूच्या मंगल क्षणापर्यंत सुरूच राहणार!

●